ഡോ.ടി.എൻ.വാസുദേവൻ

എഴുത്തും കാലവും

INSIGHT PUBLICA

Nadakkavu, Kozhikode, Kerala, 673011
www.insightpublica.com
e-mail: insightpublica@gmail.com
Title: **Dr. T.N. Vasudevan Ezhuthum Kalavum**
Author: **Dr. T.N. Vasudevan**
(Malayalam)
First Edition: March 2022

Printed and Published by
InsightinPublica Printers & Publishers Pvt. Ltd.
ISBN 978-93-5517-097-2
₹ 400

ഡോ.ടി.എൻ.വാസുദേവൻ

എഴുത്തും കാലവും

INSIGHT PUBLICA

1946 ജൂലൈ 4 ന് തൃശ്ശൂർ ജില്ലയിലെ മുളങ്കുന്നത്തുകാവിൽ ജനിച്ചു. വെളപ്പായ സ്കൂൾ, തിരൂർ സെന്റ് തോമസ് ഹൈസ്കൂൾ, തൃശ്ശൂർ സെന്റ് തോമസ് കോളേജ് എന്നിവിടങ്ങളിലായിരുന്നു പഠനം. 1974 ൽ ബാംഗ്ലൂരിലെ ഇന്ത്യൻ ഇൻസ്റ്റിറ്റ്യൂട്ട് ഓഫ് സയൻസിൽ നിന്നും ക്രിസ്റ്റലോഗ്രാഫിയിൽ ഗവേഷണം പൂർത്തിയാക്കി. റിസർച്ച് ഗൈഡ് ആയിരുന്ന പ്രശസ്ത ശാസ്ത്രജ്ഞൻ ഡോ. ആർ.എസ്. കൃഷ്ണനോടൊപ്പം ക്രിസ്റ്റലോഗ്രാഫിയിൽ ഒരു പുസ്തകം പ്രസിദ്ധീകരിച്ചിട്ടുണ്ട്. 1977 ൽ കാലിക്കറ്റ് യൂണിവേഴ്സിറ്റിയിലെ ഫിസിക്സ് വിഭാഗത്തിൽ അധ്യാപകനായി സേവനം ആരംഭിച്ചു. 2007 ൽ വിരമിച്ചു. ക്വാണ്ടം മെക്കാനിക്സ്, ക്ലാസിക്കൽ മെക്കാനിക്സ്, ഗ്രൂപ്പ് തിയറി, സോളിഡ് സ്റ്റേറ്റ് ഫിസിക്സ് എന്നീ വിഷയങ്ങളിലെ അദ്ദേഹത്തിന്റെ ക്ലാസുകൾ പല തലമുറകളിലെ വിദ്യാർത്ഥികളെ സ്വാധീനിക്കുകയും പ്രചോദിപ്പിക്കുകയും ചെയ്യുകയുണ്ടായി.

അധ്യാപകനെന്നപോലെ, പാരമ്പര്യ ക്ഷേത്രകലാരൂപമായ അയ്യപ്പൻ തിയ്യാട്ട് കലാകാരനുമായിരുന്നു ഡോ.ടി.എൻ.വാസുദേവൻ. കൃഷ്ണനാട്ടം, കഥകളി മുതലായ കേരളീയ രംഗകലകളിലും കേരളീയ വാദ്യകലകളിലും കർണ്ണാടക-ഹിന്ദുസ്ഥാനി-കേരളീയ സംഗീത ശാഖകളിലും അഗാധമായ ജ്ഞാനമുണ്ടായിരുന്നു അദ്ദേഹത്തിന്. വാദ്യസംഗീത്തിൽ അനേകം സോദാഹരണ പ്രഭാഷണങ്ങൾ നടത്തിയിട്ടുണ്ട്. കേരളത്തിലെ താള-വാദ്യ പദ്ധതിയെക്കുറിച്ച് കലാമണ്ഡലത്തിൽ ക്ലാസുകൾ എടുത്തിട്ടുണ്ട്. സംസ്ഥാന സർക്കാർ നൽകിവരുന്ന വാദ്യകലാപുരസ്കാരമായ പല്ലാവൂർ പുരസ്കാര നിർണ്ണയ സമിതിയിൽ ചെയർമാനായും അംഗമായും ആറുവർഷങ്ങൾ പ്രവർത്തിക്കുകയുണ്ടായി. കാലടി പഞ്ചവാദ്യ ആസ്വാദക സംഘത്തിന്റെ വെങ്കിച്ചൻസ്വാമി പുരസ്കാരം നേടിയിട്ടുണ്ട്. എൽ.എസ്. രാജഗോപാലൻ രചിച്ച് കേന്ദ്രസാഹിത്യഅക്കാദമി പ്രസിദ്ധീകരിച്ച 'കേരളത്തിലെ ക്ഷേത്രവാദ്യങ്ങൾ' എന്ന ഗ്രന്ഥത്തിന്റെ മലയാള പരിഭാഷ തയ്യാറാക്കിയത് ഡോ. ടി.എൻ. വാസുദേവൻ ആയിരുന്നു. മലയാള സാഹിത്യത്തിലും ഇന്ത്യൻ സാഹിത്യത്തിലും പാശ്ചാത്യ സാഹിത്യത്തിലുമുള്ള ക്ലാസിക് ഗ്രന്ഥങ്ങളുടെ ഒരു വലിയ ശേഖരം അദ്ദേഹത്തിനുണ്ട്. ഫിസിക്സിന്റെ ചരിത്രവും ദർശനവും പോലതന്നെ അദ്ദേഹത്തിനു പ്രിയപ്പെട്ടതായിരുന്നു ക്ലാസിക് സാഹിത്യ കൃതികൾ. 2021 ഓഗസ്റ്റ് 2 ന് മുളങ്കുന്നത്തുകാവിൽ അന്തരിച്ചു.

ഡോ. ടി.എൻ. വാസുദേവൻ

ഒരു പ്രകൃത്യുപാസകന്റെ സൌമ്യദീപ്തി

ജി. ഹരികൃഷ്ണൻ

ഡോ.ടി.എൻ.വാസുദേവൻ മേളത്തെക്കുറിച്ച് – അദ്ദേഹത്തിന്റെ ഹൃദയത്തോട് ഏറ്റവും അടുത്തുനിൽക്കുന്ന കുട്ടനെല്ലൂർ പഞ്ചാരിയെക്കുറിച്ച് – അവസാനം എഴുതിയ കുറിപ്പിൽ "അസദൃശമായ ദൃശ്യ-ശ്രാവ്യ ഭാവനകൾ കൈമുതലായുണ്ടായിരുന്ന നമ്മുടെ പൂർവികന്മാർ"[1]ക്ക് അഭിവാദ്യങ്ങൾ അർപ്പിക്കുന്നുണ്ട്. ജീവിതവും പ്രകൃതിയും കലയും മേളിക്കുന്ന ദർശനം സ്വാഭാവികമായിരുന്ന ആ പൂർവികരുടെ ഗണത്തിൽപ്പെടുന്നു വാസുദേവൻ മാഷും. അവരോടൊപ്പം അക്ഷരകാലത്തിന്റെ അമേയമാർഗ്ഗങ്ങളിൽ ചരിയ്ക്കാനുള്ള അനുഗ്രഹം ലഭിച്ചിരുന്നു അദ്ദേഹത്തിന്. ആ ആന്തര സഞ്ചാരങ്ങളിൽ പൊഴിഞ്ഞ വർണ്ണങ്ങളാണ് നമുക്ക് ലഭിച്ചിരിക്കുന്ന ഏതാനും ലേഖനങ്ങൾ.

പ്രമേയത്തിന്റെ സ്വഭാവമനുസരിച്ചാണ് ഈ ലേഖനങ്ങൾ പൊതുവെ ക്രമീകരിച്ചിരിക്കുന്നത്.

ആദ്യ മൂന്ന് ലേഖനങ്ങളും കർണ്ണാടകസംഗീതത്തെക്കുറിച്ചാണെങ്കിൽ, നാലും അഞ്ചും ലേഖനങ്ങളിൽ കഥകളിസംഗീതം പ്രധാന പ്രമേയങ്ങളിൽ ഒന്നാണ്. തന്റെ അസാധാരണമായ കേൾവിജ്ഞാനത്തോട് സ്വന്തം പഠനമനനങ്ങളിലൂടെ രൂപപ്പെടുത്തിയ

വീക്ഷണങ്ങൾ മേളിപ്പിച്ചുകൊണ്ട് വാസുദേവൻ മാഷ് സംഗീതത്തെക്കുറിച്ചെഴുതുമ്പോൾ പ്രസരിക്കുന്നത് ഒരേസമയം ഗാംഭീര്യവും ലാളിത്യവും. മനോധർമ്മസംഗീതത്തെയും കല്പിതസംഗീതത്തെയും കുറിച്ചുള്ള ചർച്ചയിൽ ഇതനുഭവവേദ്യമാണ് (ദക്ഷിണേന്ത്യൻ സംഗീതം: ഒരവലോകനം). കഥകളിയെക്കുറിച്ചുള്ള ഗ്രന്ഥത്തിലെ ചില തെറ്റുകൾ ചൂണ്ടിക്കാണിച്ചുകൊണ്ട് ഒരുകുത്തൊഴുക്കിൽ മാഷ് പറഞ്ഞുപോകുന്ന കാര്യങ്ങൾ കഥകളിസംഗീതത്തേയും രാഗങ്ങളേയും കുറിച്ച് അദ്ദേഹത്തിനുള്ള അഗാധ ജ്ഞാനത്തിന്റെ ചില മുത്തുകൾ പ്രത്യക്ഷമാക്കുന്നു (കഥകളിത്തവും കഥകളിയിലെ രാഗങ്ങളും). ഗണിത സമവാക്യങ്ങളുടെ കൃത്യതയോടെ മാഷ് ഭാഷ ഉപയോഗിക്കുന്നതിലെ ലാവണ്യത്തിന് ഒരുദാഹരണം മാത്രം ചൂണ്ടിക്കാണിക്കട്ടെ: "ജന്യരാഗങ്ങളുടെ സ്ഥിതി ചോദ്യത്തെത്തേടിയുള്ള ഉത്തരങ്ങൾ പോലെയാണ്."[2] രണ്ടാമത്തെയും നാലാമത്തെയും ലേഖനങ്ങൾ ഗ്രന്ഥനിരൂപണം എന്ന പരിമിതിയെ അവയിലെ ഉന്മിഷിതമായ ചിന്തകൾ കൊണ്ട് അനായാസം അതിവർത്തിക്കുന്നു. അപ്പോഴും നമുക്ക് വ്യക്തമാവുന്നത്, പ്രകൃഷ്ട ഗ്രന്ഥങ്ങളുടെ ഏറ്റവും സൂക്ഷ്മമായ വായന സഫലമാവുന്നത് വാസുദേവൻ മാഷിൽ ആയിരിക്കാമെന്നും.

'രാഗങ്ങളുടെ നിറങ്ങൾ' എന്ന ലേഖനം സവിശേഷമാണ്. ഋഷഭ സ്വരസ്ഥാനങ്ങളിൽനിന്നും ഗാന്ധാര സ്വരസ്ഥാനങ്ങളിലേയ്ക്കുള്ള ആറ് സ്വരസഞ്ചാരങ്ങൾ ഒരു മട്രിക്സിന്റെ ആറ് നിരകളെ കുറിക്കുന്നു എന്ന് സങ്കൽപ്പിക്കുന്നു. ധൈവത സ്വരസ്ഥാനങ്ങളിൽനിന്നും നിഷാദ സ്വരസ്ഥാനങ്ങളിലേയ്ക്കുള്ള ആറ് സ്വരസഞ്ചാരങ്ങളാണ് ആ മട്രിക്സിന്റെ ആറ് കോളങ്ങളെ കുറിക്കുന്നത്. ഈ രണ്ട് വിഭാഗം സ്വരസഞ്ചാരങ്ങൾ ശുദ്ധമദ്ധ്യമത്തോട് ചേരുമ്പോൾ ആദ്യത്തെ 36 മേളകർത്താരാഗങ്ങൾ ഉണ്ടാകുന്നു, മട്രിക്സിന്റെ 36 സ്ഥാനങ്ങളിൽ ഓരോന്നിലും ഒരോ മേളകർത്താരാഗം സ്വാഭാവികമായി ക്രമീകരിക്കപ്പെടുന്നു. രണ്ട് വിഭാഗം സ്വരസഞ്ചാരങ്ങൾ പ്രതിമദ്ധ്യമത്തോട് ചേരുമ്പോൾ ഉണ്ടാകുന്ന അടുത്ത 36 മേളകർത്താരാഗങ്ങളും മട്രിക്സിന്റെ അതേ സ്ഥാനങ്ങളിൽത്തന്നെ ക്രമീകരിക്കപ്പെടുന്നു. ഇങ്ങനെ 72 മേളകർത്താരാഗങ്ങളെ 36 ഇരട്ടകളായി, 6 x 6 മട്രിക്സ് ആയി ക്രമീകരിക്കുക എന്ന ആശയം വാസുദേവൻ മാഷ് സ്വയം കണ്ടെത്തിയതാണോ, മറ്റേതെങ്കിലും സ്രോതസ്സിൽനിന്നും കൈക്കൊണ്ടതാണോ എന്ന് വ്യക്തമല്ല, അദ്ദേഹം സൂചക ഗ്രന്ഥങ്ങളൊന്നും നൽകിയിട്ടില്ല. സംഗീതത്തിലെ രാഗങ്ങൾ മട്രിക്സ് രൂപത്തിൽ ക്രമീകരിക്കാം

എന്ന കണ്ടെത്തൽ തന്നെ അത്ഭുതകരമാണ്. അതിനെയും അധി കരിക്കുന്ന, അടിസ്ഥാന ഷഡ്ജത്തിൽനിന്ന് താരഷഡ്ജത്തിലേ യ്ക്കുള്ള ഒരോ വ്യത്യസ്ത സ്വരസഞ്ചാരവും തനതായ ഓരോ നിറം സൃഷ്ടിക്കുന്നുവെന്നുള്ള അടുത്ത നിരീക്ഷണം. രാഗം എന്നാൽ നിറം കൂടിയാണെന്ന് – അക്ഷരാർത്ഥത്തിൽത്തന്നെ. മേളകർത്താരാഗങ്ങ ളുടെ മട്രിക്സിലെ ഓരോ സ്ഥാനത്തിനും അനുഗുണമായി നിറങ്ങളുടെ ഒരു മട്രിക്സും മാഷ് സങ്കൽപ്പിക്കുന്നു, ആറ് അടിസ്ഥാന നിറങ്ങൾ കലർന്നുണ്ടാകുന്നത്. ഈ ആശയവും സ്വകീയമോ മറ്റേതെങ്കിലും സ്രോതസ്സിൽ നിന്നോ എന്ന് വ്യക്തമല്ല. രണ്ട് വ്യത്യസ്ത ഇന്ദ്രിയാനുഭൂ തികൾ പരസ്പരം കലരുന്ന 'സിനസ്തേഷ്യ' എന്ന ഗുണവിശേഷമുണ്ടാ യിരുന്നോ അദ്ദേഹത്തിന്? ഇല്ലെങ്കിൽപ്പോലും, സ്വന്തം ദൃശ്യ-ശ്രാവ്യ ഭാവനകൊണ്ട് സിനസ്തേഷ്യയ്ക്കു തുല്യമായ അനുഭൂതി മണ്ഡലത്തി ലെത്താൻ മാഷ്ക്ക് എപ്പോഴും സാധ്യമായിരുന്നു എന്നു വേണം കരുതാൻ. "തോടിയുടെ നീലയും മായാമാളവഗൌളയുടെ പച്ചയും പ്രകൃതിയിലെ ശാന്തഗാംഭീര്യം സൃഷ്ടിക്കുമ്പോൾ ശങ്കരാഭരണം, കല്യാണി, നാട്ട രാഗങ്ങളുടെ മഞ്ഞയും ചുവപ്പുമെല്ലാം പ്രകൃതിയുടെ പ്രചണ്ഡഗാംഭീര്യം സൃഷ്ടിക്കുന്നു."[3]

രാഗസംഗീതത്തിൽ ഊന്നിക്കൊണ്ടാണ് ആദ്യ അഞ്ചു ലേഖ നങ്ങളിലെ പ്രധാന പ്രമേയങ്ങളെല്ലാമെങ്കിൽ, അടുത്ത അഞ്ചു ലേഖനങ്ങളിലെ ഊർജ്ജപ്രവാഹം താളസംഗീതത്തിന്റെയാണ്. താളസംഗീതത്തിൽ വാസുദേവൻ മാഷ്ക്കുള്ള സാങ്കേതിക പരി ജ്ഞാനത്തിന്റെ കൊടുമുടികളും ആഴങ്ങളും 'പഞ്ചവാദ്യത്തിന്റെ താള ശില്പ'ത്തിൽ കാണാം. ഈ സാങ്കേതിക ജ്ഞാനം അദ്ദേഹത്തിന്റെ അനുപമമായ സൌന്ദര്യ ദർശനത്തിന് ഒരിയ്ക്കലും തടസ്സമാവുന്നില്ല. കലാ സൌന്ദര്യത്തിന്റെ നൂതനാനുഭൂതികളിലേയ്ക്ക് വെളിച്ചം കൊളു ത്തുന്ന ദീപങ്ങളാവുന്നു എല്ലാ അറിവുകളും. "വാദ്യസംഗീതത്തിന് അഥവാ വാദ്യകലകൾക്ക് പൊതുവേ ആരോഹണം മാത്രമേയു ള്ളുവെങ്കിലും പഞ്ചവാദ്യത്തിലെ തിമില-മദ്ദളം സംഭാഷണങ്ങൾ പഴയ നാറാണത്തു ഭ്രാന്തനെ ഓർമ്മിപ്പിക്കും. തിമിലക്കാർ കൊട്ടി ക്കയറ്റുന്നു. മദ്ദളക്കാർ കൊട്ടിയിറക്കുന്നു. രണ്ടുപേരുടെയും ഊഴം കഴിഞ്ഞാൽ നാം പഴയ സ്ഥലത്തുതന്നെ. തിമിലക്കാർ കൊട്ടിക്കയറ്റു മ്പോൾ സൃഷ്ടിച്ചെടുക്കുന്ന ആക്കം (Momentum) മുഴുവൻ മദ്ദളക്കാരുടെ ഇറക്കത്തിൽ വ്യക്തമായി നിഴലിക്കുന്നു. ആ ഇറക്കത്തിന്റെയൊരു സൌന്ദര്യമൊന്നു വേറെത്തന്നെ!"[4]

മേളങ്ങൾ പൂത്ത് തളിർത്ത് മണക്കുന്ന പൂരങ്ങളോട് വാസുദേവൻ മാഷ്ക്കുള്ള നിത്യാഭിനിവേശം അവ "പൊയ്പ്പോയ ഒരു കാലഘട്ടത്തിന്റെ സ്മരണകൾ"[5] ഉണർത്തുന്നു എന്നതാണ്. പെരുവനം ഗ്രാമോത്സവത്തിൽ ആ സ്മരണകൾ ഏറ്റവും സാന്ദ്രമാകുന്നു. "നൂറ്റാണ്ടുകളുടെ പാരമ്പര്യം ഇന്നും കെടാതെ സൂക്ഷിക്കുന്ന പെരുവനം-ആറാട്ടുപുഴ പൂരങ്ങൾ മദ്ധ്യകേരളസംസ്കാരത്തിന്റെ തായ്വേരുകളാണ്. കേരളത്തിന്റെ സാംസ്കാരിക തലസ്ഥാനമായ തൃശ്ശൂരിന്റെ ഗുരുത്വകേന്ദ്രം പെരുവനം ഗ്രാമത്തിൽ കിടക്കുന്നു. 'തൃശ്ശൂര്ത്തം' എന്നോ മറ്റോ പറയാവുന്ന എന്തോ ഒന്ന് പെരുവനത്തിന് ചുറ്റുമാണ് ശക്തിയായി മണക്കുന്നത്."[6]

എൽ.എസ്.രാജഗോപാലൻ രചിച്ച Temple Musical Instruments of Kerala എന്ന ഗ്രന്ഥത്തിന് 'കേരളത്തിലെ ക്ഷേത്രവാദ്യങ്ങൾ' എന്ന പരിഭാഷ തയ്യാറാക്കിയത് ഡോ. ടി. എൻ. വാസുദേവൻ ആയിരുന്നു. ഈ പരിഭാഷയോടൊപ്പം ചേർത്ത വിവർത്തകക്കുറിപ്പിൽ, കുറുംകുഴലിനെ ഹരികാംബോജി രാഗം വഴി കേരളത്തിലെ സോപാന സംഗീതത്തോടു ബന്ധപ്പെടുത്തുന്ന ഗ്രന്ഥകർത്താവിന്റെ നിരീക്ഷണം എടുത്തുപറഞ്ഞുകൊണ്ട് വാസുദേവൻ മാഷ് എഴുതുന്നു, "എൽ.എസ്.ആറിന്റെ ഈ അഭ്യൂഹം ശരിയോ തെറ്റോ എന്നത് മറ്റൊരു കാര്യം. എന്നാൽ അദ്ദേഹം ആവാഹിച്ച ഈ രംഗത്തിൽ കാല്പനികത കരകവിഞ്ഞൊഴുകുന്നു."[7] വസ്തുതാപരമായ സത്യത്തെ അതിവർത്തിക്കുന്ന കലാസ്വാദനത്തിന്റെ സത്യം എന്ന സ്വന്തം ദർശനം കൂടി വെളിപ്പെടുത്തുന്നുണ്ട് ഈ വരികൾ. വ്യത്യസ്ത വസ്തുതകളേയും അനുഭൂതികളേയും ചേർത്തുവെച്ച സൃഷ്ടിക്കുന്ന രൂപകങ്ങളുടെ ആഘോഷമായിരുന്നു മാഷ്ക്ക് കലാസ്വാദനം.

രൂപകസമൃദ്ധി അതിന്റെ തികവിൽ എത്തുന്നത് മാഷുടെ ദർശനത്തിൽ പ്രകൃതിയും കലയും മേളിക്കുമ്പോഴാണ്. എഴുത്തിൽ ഉടനീളമുണ്ട് ഈ ലയം. ആകാശനിറങ്ങൾ ചാലിച്ചെഴുതുന്ന വരികളിൽ മാഷ് നമ്മെയും ക്ഷണിക്കുന്നു സൌന്ദര്യത്തിന്റെ ലോകങ്ങളിലേയ്ക്ക്. മാഷുടെ കൽപ്പനയിലെ ഒരു കഥകളി സദസ്സ് ഇങ്ങനെ: "കഥകളി അതിന്റെ പൂർണ്ണത പ്രാപിക്കുന്നത് അതിനെ പോറ്റി വളർത്തിയ ക്ഷേത്രാന്തരീക്ഷത്തിലാണ്. പ്രകൃതി ശക്തികൾകൂടി പങ്കെടുക്കുന്ന ഒരു കോസ്മിക് ഡ്രാമ ആവണം കഥകളി. 'സലജ്ജോഹം' ആടുന്ന കാലകേയവധത്തിലെ അർജ്ജുനനേയും, 'ദയിതേ നീ കേൾ കമനീയാകൃതേ' എന്ന മാരധനാശിപദം ചൊല്ലിയാടുന്ന രണ്ടാം ദിവസത്തെ നളനേയും, പാടിപ്പദം ചൊല്ലിയാടുന്ന കത്തിവേഷങ്ങളേയും

എല്ലാമെല്ലാം ഉറ്റുനോക്കിക്കൊണ്ടിരിക്കുന്നവർ കളിയരങ്ങത്തെ ആസ്വാദകർ മാത്രമല്ല; ആവരുത്. അങ്ങകലെ കൺചിമ്മുന്ന താരകങ്ങളും ആതിരനിലാവുപൊഴിക്കുന്ന ചന്ദ്രനും വൃശ്ചികക്കാറ്റും ആകാശവും എല്ലാം ഉറക്കമൊഴിച്ച് കളികാണാനിരിക്കണം. ശങ്കരാഭരണവും സുരുട്ടിയും ധന്യാസിയുമെല്ലാം ചക്രവാളങ്ങളിൽ വിലയിക്കണം. അവിടെ കഥകളി സാഫല്യത്തിലെത്തുന്നു."[8] രാഗങ്ങൾക്ക് നിറങ്ങൾക്കൊപ്പം പ്രകൃതിയിലെ ഭാവങ്ങളുമുണ്ട് മാഷുടെ അനുഭവത്തിൽ: "മായാമാളവഗൗള രാഗത്തിൽ നിഴലിക്കുന്ന വർഷക്കാലപ്പച്ചപ്പും പന്തുവരാളിയിൽ നിലീനമായ സന്ധ്യാവേളകളും മദ്ധ്യമാവതി, വൃന്ദാവനസാരംഗ, ആഭേരി എന്നിവയിൽ നിറഞ്ഞുനിൽക്കുന്ന വേനൽക്കാല നട്ടുച്ചകളും ശുദ്ധധന്യാസിയിൽ ത്രസിക്കുന്ന 'വേനൽമഴപ്പിറ്റേന്നി'ന്റെ സുവർണ്ണഭാവങ്ങളും..."[9] മാഷ്ക്ക് മേളം എന്നാൽ പ്രകൃതിയും കലയുമായുള്ള മേളം തന്നെയാണ്, പോരാ, ജീവിതവുമായുള്ള മേളം കൂടിയാണ്: "പഞ്ചാരി ഒന്നാം കാലത്തിലെ ഓരോ ഇടക്കലാശം കഴിഞ്ഞാലും ഒരു മുഴുവൻ താളവട്ടം (96 അക്ഷരകാലം) കൊമ്പു വിളിക്കാറുണ്ട്. ആലവട്ടവും വെൺചാമരവും വീശുന്ന സമയമാണത്. ഓരോ കലാശവും കഴിഞ്ഞാൽ താഴ്വര വീണ്ടും പൂക്കുന്നു. തളിർക്കുന്നു. മണക്കുന്നു. ഒരു വേനൽമഴയ്ക്കുശേഷം പിറ്റേ ദിവസം കാലത്തനുഭവപ്പെടുന്ന ഗൃഹാതുരത്വം. മേളത്തിന്റെ ഒരു പിറന്നാൾ കൂടി കഴിയുന്നു. നമുക്കൊരു പിറന്നാൾസദ്യയും. വേനൽമഴ പെയ്താൽ പിറ്റേദിവസം നമുക്ക് അല്പം അലസമായിത്തന്നെ ചെലവഴിക്കണം. എന്തിനെന്നോ? കാടുപിടിച്ച പറമ്പിലൊന്നു ചുറ്റിനടക്കാൻ. ഒരു പകൽ മുഴുവൻ നീണ്ടുനിൽക്കുന്ന പ്രാർത്ഥനയിൽ പങ്കെടുക്കാൻ."[10]

കലാസ്വാദനവും വീട്ടുതൊടിയിലെ കൃഷിപ്പണിയും വായനയും നടത്തവും അധ്യാപനവും യാത്രയും എല്ലാം ജീവിതം മുഴുവൻ നീണ്ടുനിൽക്കുന്ന പ്രാർത്ഥനകളായിരുന്നു വാസുദേവൻ മാഷ്ക്ക്. ഓരോ രാഗത്തിലേയും കൃതികളും അവയോരോന്നും പാടിക്കേട്ട സ്ഥലകാലങ്ങളും അനായാസം ഓർത്തെടുക്കുന്നതിലുള്ള ഉത്സാഹത്തോടെ തന്നെ ഓരോ മരത്തിന്റേയും പേരുചൊല്ലി വിളിക്കുന്നതും മണ്ണിൽ കിളയ്ക്കുന്നതും പച്ചമഞ്ഞൾ പൊട്ടിച്ച് മണക്കുന്നതും. ജീവൻമശായിയേയും യുഗളപ്രസാദനേയും ഭുജംഗയ്യനേയും ചന്ത്രക്കാരനേയും പോലെ സ്വന്തക്കാരായിരുന്നു മാക്സ്‌വെല്ലും ഐൻസ്റ്റൈനും നീൽസ്ബോറും ഓപ്പൻഹീമറും. മലമക്കാവും പെരുവനവും പോലെ മനസ്സിലുണ്ടായിരുന്നു ലാഹോറും ഗഡ്‌വാളും. മറ്റൊരു ഭാരതപ്പുഴയായിരുന്നു ഗംഗ.

പൊരിവെയിലത്ത് മരങ്ങളുടെ നട്ടുച്ചമൌനത്തിന് കാതോർത്തുകൊണ്ട് ഒറ്റയ്ക്ക് നീണ്ട മാഷുടെ നടത്തങ്ങൾ. ഉപാസന പ്രകൃതിയോടായിരുന്നു, ദൈവം പ്രപഞ്ചവും.

ആഴവും പരപ്പുമുള്ള സ്വന്തം ആന്തരിക ലോകത്തിന്റെ വളരെക്കുറച്ച ഭാഗം മാത്രമേ മാഷ് എഴുത്തിലേയ്ക്ക് പകർത്തിയുള്ളൂ എന്നത് നമ്മുടെ നഷ്ടമാണ്. മണിക്കൂറുകൾ നീണ്ട ഓരോ സംഭാഷണവും കഴിയുമ്പോൾ അത്ഭുതാനന്ദങ്ങളോടെ ഞാൻ അപേക്ഷിക്കാറുണ്ടായിരുന്നു ഈ പറഞ്ഞതൊക്കെ ഒന്ന് പകർത്തിവെയ്ക്കാൻ. മാഷ് കുട്ടിയെപ്പോലെ ചിരിയ്ക്കും. പത്ത് ലേഖനങ്ങളും രണ്ട് ചെറിയ കുറിപ്പുകളുമുള്ള ഈ സമാഹാരത്തിലൂടെ കടന്നുപോകുമ്പോൾ ഞാൻ ഓർക്കുന്നത് മാഷ് എഴുതാതെ പോയ പുസ്തകങ്ങളെക്കുടിയാണ്. മാഷെ അറിയുന്നവർക്ക് അദ്ദേഹം എഴുതിയവ പോലെ പ്രചോദനം തരുന്നവയാണ് എഴുതാതെ പോയവയും.

വിവിധ ആനുകാലികങ്ങളിലും മാഗസിനുകളിലും സുവനീറുകളിലുമൊക്കെ ചിതറിക്കിടന്നിരുന്ന വാസുദേവൻ മാഷുടെ ലേഖനങ്ങൾ സമാഹരിക്കാൻ മുൻകൈയെടുത്തതിന് മാഷുടെ സഹോദരന്മാരും അയ്യപ്പൻ തിയ്യാട്ട് കലാകാരന്മാരുമായ ശ്രീ. തിയ്യാടി രാമൻ നമ്പ്യാർ, പ്രൊഫ. മുളകുന്നത്തുകാവ് കൃഷ്ണൻ നമ്പ്യാർ, മാഷുടെ മകനും ശാസ്ത്രജ്ഞനുമായ ഡോ.ടി.വി.നീലകണ്ഠൻ എന്നിവരോട് നമ്മൾ കടപ്പെട്ടിരിക്കുന്നു. കേന്ദ്ര സംഗീത നാടക അക്കാദമിയും ഗുരുവായൂരിലെ ദ്വൈപായന ഫൌണ്ടേഷനും ചേർന്ന് പ്രസിദ്ധീകരിച്ച എൽ.എസ്.രാജഗോപാലന്റെ 'കേരളത്തിലെ ക്ഷേത്രവാദ്യങ്ങൾ' എന്ന ഗ്രന്ഥത്തിൽനിന്നും വാസുദേവൻ മാഷുടെ വിവർത്തകക്കുറിപ്പ് പുനഃപ്രസിദ്ധീകരിക്കാൻ അനുമതി നൽകിയതിന് ദ്വൈപായന ഫൌണ്ടേഷനിലെ ഡോ. എ. ഹരീന്ദ്രനാഥിനോട് കൃതജ്ഞത അറിയിക്കുന്നു.

ഈ പുസ്തകത്തിന്റെ രണ്ടാംഭാഗത്ത് ഡോ.ടി.എൻ.വാസുദേവനെക്കുറിച്ചുള്ള ഓർമ്മക്കുറിപ്പുകളാണ്. സൌമ്യവും ദീപ്തവുമായ മാഷുടെ ജീവിതം അദ്ദേഹത്തെ നേരിട്ടറിഞ്ഞവരുടെ വഴികളിൽ ചൊരിഞ്ഞ പ്രഭ അവരുടെ വാക്കുകളിൽ പ്രതിഫലിക്കുന്നത് നമുക്ക് കാണാം. മാഷുടെ സുഹൃത്തുക്കളായ വാദ്യരംഗത്തെ കുലപതികളും കലാനിരൂപകരും, മാഷോടൊപ്പം മേളപ്പറമ്പുകളിലും കഥകളി സദസ്സുകളിലും കച്ചേരികളിലും കൂട്ടുചേർന്നിരുന്ന കലാസ്വാദകരും, മാഷുടെ സഹപ്രവർത്തകരായ അധ്യാപകരും ആദ്ദേഹത്തിന്റെ വിദ്യാർത്ഥികളും, ആ ജീവിതത്തോട്ടും ദർശനത്തോട്ടും അടുത്തുനിൽക്കാൻ ഭാഗ്യം ലഭിച്ച

ബന്ധുക്കളും ഈ ഓർമ്മക്കുറിപ്പുകൾ എഴുതിയവരിലുണ്ട്. ഇവരിൽ പ്രശസ്തരും അപ്രശസ്തരുമുണ്ട്. പലരും പതിവായി എഴുതുന്നവരല്ല. എങ്കിലും വാസുദേവൻ മാഷോടുള്ള ആത്മാർത്ഥമായ സ്നേഹാദരവുകൾ ഓരോ വരിയേയും വാക്കിനേയും സുന്ദരമാക്കുന്നു. ഈ ഓർമ്മക്കുറിപ്പുകളിലൂടെ വാസുദേവൻ മാഷുടെ ഒരു രേഖാചിത്രം എഴുതിയതിന് ഓരോരുത്തരും നമ്മുടെ സ്നേഹത്തിന് അർഹരാണ്. ഈ ഓർമ്മക്കുറിപ്പുകൾ സമാഹരിക്കുന്നതിൽ പ്രധാന പങ്കുവഹിച്ച, മാഷുടെ വിദ്യാർത്ഥിയും പിന്നീട് കോഴിക്കോട് യൂണിവേഴ്സിറ്റിയിൽ സഹപ്രവർത്തകനുമായ പ്രൊഫ. ആന്റണി ജോസഫിനോടും വാസുദേവൻ മാഷുടെ സഹോദരൻ പ്രൊഫ. മുളകുന്നത്തുകാവ് കൃഷ്ണൻ നമ്പ്യാരോടും കൃതജ്ഞത അറിയിക്കട്ടെ. ഈ സമാഹാരത്തിന്റെ പ്രസിദ്ധീകരണം സന്തോഷത്തോടെ ഏറ്റെടുത്ത കോഴിക്കോട്ടെ ഇൻസൈറ്റ് പബ്ലിക്കയ്ക്ക് സ്നേഹോഷ്മളമായ അഭിവാദ്യങ്ങൾ.

മുളങ്കുന്നത്തുകാവ് അമ്പലത്തിനു പിറകിൽ വാസുദേവൻ മാഷുടെ വീട്ടിലേയ്ക്ക് നീളുന്ന വഴിയിലേയ്ക്ക് കാൽചവിട്ടുമ്പോൾ മറ്റൊരു സ്ഥലകാലത്തിലേയ്ക്കുള്ള തീർത്ഥാടനം ആരംഭിക്കുകയായിരുന്നു ഓരോതവണയും എനിയ്ക്ക്. വർത്തമാനകാലത്തിന്റെ ആവേഗങ്ങളിൽനിന്നും ആസക്തികളിൽനിന്നും മാറിനടക്കാൻ ഏതാനും ചുവടുകൾ മതി എന്ന് സ്വന്തം ജീവിതം കൊണ്ട് കാട്ടിത്തന്നു മാഷ്. അദ്ദേഹത്തെ ഓർക്കുമ്പോൾ, മലനിരകളിലും താഴ്വാരങ്ങളിലും പുഴയോരങ്ങളിലും തൃശ്ശൂർത്തം മണക്കുന്ന വഴികളിലും ആവേശത്തോടെ നടക്കുന്ന ദീർഘപാദനായ തനിനാട്ടുംപുറത്തുകാരനാണ് മനസ്സിൽ. നടന്നുകൊണ്ടിരിക്കുന്ന മാഷ്, എന്റെ ഗുരുനാഥൻ, ഇപ്പോഴും.

ഉദ്ധരണികൾ ഈ സമാഹാരത്തിലെ താഴെപറയുന്ന ലേഖനങ്ങളിൽ നിന്ന് :

1. കുട്ടനെല്ലൂരിൽ ഒരു കുംഭമാസ രാത്രി
2. ദക്ഷിണേന്ത്യൻ സംഗീതം : ഒരവലോകനം
3. രാഗങ്ങളുടെ നിറങ്ങൾ
4. പഞ്ചവാദ്യത്തിന്റെ താളശില്പം
5, 6. കേരളത്തിന്റെ താളവട്ടങ്ങൾ
7. കേരളത്തിലെ ക്ഷേത്രവാദ്യങ്ങൾ : വിവർത്തകക്കുറിപ്പ്
8. ക്ലാസിക്കൽ കലകൾ : ഒരെത്തിനോട്ടം
9, 10. കേരളീയ വാദ്യകലകളും പ്രകൃതിയും

ഡോ. ടി.എൻ. വാസുദേവൻ
(1946 - 2021)

ഉള്ളടക്കം

ഭാഗം ഒന്ന്

ഡോ.ടി.എൻ.വാസുദേവന്റെ ലേഖനങ്ങൾ

കർണ്ണാടക സംഗീതത്തിലെ ത്രിമൂർത്തികൾ 23

ദക്ഷിണേന്ത്യൻ സംഗീതം: ഒരവലോകനം 26

രാഗങ്ങളുടെ നിറങ്ങൾ 36

കഥകളിത്തവും കഥകളിയിലെ രാഗങ്ങളും 43

ക്ലാസിക്കൽ കലകൾ: ഒരെത്തിനോട്ടം 50

കേരളത്തിന്റെ താളവട്ടങ്ങൾ 59

കേരളീയ വാദ്യകലകളും പ്രകൃതിയും 67

പഞ്ചവാദ്യത്തിന്റെ താളശില്പം 74

മേളം: കേരളത്തിലെ ക്ലാസ്സിക്കൽ വാദ്യകല 80

കേരളത്തിലെ ക്ഷേത്രവാദ്യങ്ങൾ: വിവർത്തകക്കുറിപ്പ് 86

AYYAPPAN THIYYATTU 93

കുട്ടനെല്ലൂരിൽ ഒരു കുംഭമാസ രാത്രി 95

ഭാഗം രണ്ട്

ഡോ.ടി.എൻ.വാസുദേവനെക്കുറിച്ചുള്ള ഓർമ്മക്കുറിപ്പുകൾ

മണ്ണിന്റെ മകൻ
ഡോ. വി. ആർ. പ്രബോധചന്ദ്രൻ നായർ 99

ബഹുസ്വരതയുടെ ദീപ്തലോകങ്ങൾ
ഡോ. പി. വി കൃഷ്ണൻ നായർ 105

ശാസ്ത്രവും ഒരു കലയായിരുന്ന വാസുദേവൻസാറിന്
ഐ. ഇബ്നു സൗദ് 107

ഡോ. ടി. എൻ. വാസുദേവൻ, ഒരനുസ്മരണം
പ്രൊഫ. കെ. നീലകണ്ഠൻ 110

ഞങ്ങളുടെ ഏട്ടൻ
തിയ്യാടി രാമൻ നമ്പ്യാർ 112

വാസുദേവയെനി...
പ്രൊഫ. സി. രാജേന്ദ്രൻ 130

കലാസ്വാദനം ജീവിതം തന്നെ
പ്രൊഫ. എം. എൻ. കാരശ്ശേരി 132

വാദ്യചിന്തകളിലെ വേറിട്ട വ്യക്തിത്വം
പദ്മശ്രീ പെരുവനം കുട്ടൻ മാരാർ 136

കലാമർമ്മജ്ഞനു പ്രണാമം
പദ്മശ്രീ മട്ടന്നൂർ ശങ്കരൻകുട്ടി മാരാർ 140

എന്റെ ഏട്ടൻ
ടി. എൻ. നാരായണൻകുട്ടി 144

ഗണിത ശാസ്ത്രം ഭാഷയാക്കിയ വാസുദേവൻ
പ്രൊഫ. ജോർജ്ജ് എസ്. പോൾ 157

സൂക്ഷ്മാനുഭവ പ്രഭുത്വം
വി. കലാധരൻ 160

കൊന്നപ്പൂക്കളും നക്ഷത്രങ്ങളും
ഡോ. ടി. എസ്. മാധവൻകുട്ടി കോട്ടൂക്കൽ 164

ഓർമ്മകളുടെ അമൃതപ്രവാഹം
പ്രൊഫ. മുളകുന്നത്തുകാവ് കൃഷ്ണൻ നമ്പ്യാർ 169

മദ്ധ്യമാവതി
ജി. ഹരികൃഷ്ണൻ 185

മദ്ധ്യമാവതിയിലെ സൗമ്യമൂർത്തി
കാലടി കൃഷ്ണൻ 198

വാസുദേവം പ്രണമാമ്യഹം
കെ. ബി. രാജാനന്ദ് 203

സാത്വികം, സുന്ദരം ഈ ജീവിതം
ഡോ. ഇ. പി. സുരേഷ് 206

ധിഷണയുടെ തേജസ്സ്
പി. മണിമോഹൻ 210

മരത്തിനിടയിൽ കാണാമേ 213
പി. എൻ. ഗണേശ് 213

ഊതിക്കാച്ചും മനസ്സ്
ശ്രീവൽസൻ തിയ്യാടി 215

പൂരനിലാവിൽ കുതിർന്ന സ്മൃതിചിത്രങ്ങൾ
ഡോ. എ. എൻ. കൃഷ്ണൻ 261

പ്രകൃതിയിൽ അലിയാൻ കൊതിച്ച മനുഷ്യൻ
കെ.എ.ശങ്കരൻ 267

അജ്ഞാത നക്ഷത്രം
ശ്രീദേവി അമ്പലപുരം 273

ടി. എൻ. വാസുദേവൻ സാറിന്റെ ജീവിത ദർശനങ്ങൾ6
ആന്റണി ജോസഫ് 276

ടി.എൻ.വി. എന്ന മഹാഗുരു
ഡോ. മിനി. പി. ബാലകൃഷ്ണൻ 280

വന്ദ്യഗുരുവിന്റെ ഓർമ്മകൾക്കു മുൻപിൽ
ഗിരിജ പാതേക്കര 282

കുട്ടനെല്ലൂർ പഞ്ചാരിയുടെ ഉപാസകൻ
വിനോദ് കണ്ടെംകാവിൽ 286

കൂടപ്പിറപ്പ് അല്ലാത്ത എന്റെ ഏട്ടൻ
വി.ആനന്ദകുമാർ 291

ഏട്ടൻ - എന്റെ വഴികാട്ടി
നന്ദിനി തിയ്യാടി മലമക്കാവ് 296

ഭാഗം ഒന്ന്

ഡോ.ടി.എൻ.വാസുദേവന്റെ ലേഖനങ്ങൾ

കർണ്ണാടക സംഗീതത്തിലെ ത്രിമൂർത്തികൾ

ത്യാഗരാജൻ, മുത്തുസ്വാമി ദീക്ഷിതർ, ശ്യാമശാസ്ത്രി എന്നീ പ്രതിഭാശാലികളെ കർണ്ണാടക സംഗീത രംഗത്തെ ത്രിമൂർത്തികൾ എന്നു പറയുന്നു. തമിഴ്നാട്ടിൽ തഞ്ചാവൂർ ജില്ലയിൽ തിരുവാരൂർ എന്ന ഗ്രാമത്തിലാണ് ഇവർ മൂവരും ജനിച്ചതെന്ന വസ്തുത ശ്രദ്ധേയമാണ്. ത്യാഗരാജന്റേയും ദീക്ഷിതരുടെയും ശ്യാമശാസ്ത്രിയുടെയും കൃതികൾ പാടാത്ത ഒരു കച്ചേരിയെപ്പറ്റി സങ്കല്പിക്കാൻ പോലും സാദ്ധ്യമല്ല. ത്യാഗരാജസ്വാമി തന്റെ മഹനീയാദർശങ്ങളെ രാമഭക്തി മുറ്റിനിൽക്കുന്ന കീർത്തനങ്ങളുടെ രൂപത്തിൽ പാടി. ദീക്ഷിതർ താൻ സന്ദർശിച്ച ക്ഷേത്രങ്ങളെക്കുറിച്ച് പണ്ഡിതോചിതമായ ഭാഷയിൽ പാടിയെങ്കിൽ ശ്യാമശാസ്ത്രി ദേവി കാമാക്ഷിയെക്കുറിച്ച് ഒരു പരിശുദ്ധഭക്തന്റെ അർപ്പണ ഭാവത്തോടെ പാടി. ത്യാഗരാജനും ശ്യാമശാസ്ത്രികളും അന്നത്തെ സാംസ്കാരിക ഭാഷയായ തെലുങ്കിൽ കൃതികൾ രചിച്ചു, ദീക്ഷിതർ സംസ്കൃതത്തിലും.

ത്യാഗരാജകൃതികൾ കവിഭാവനയുടേയും സംഗീത മാധുരിയുടേയും ഉദാത്തവും കുലീനവുമായൊരു ജീവിത വീക്ഷണത്തിന്റെയും സമഞ്ജസസമ്മേളനമാണ്. ശ്രീരാമനാണ് അദ്ദേഹത്തിന്റെ ഇഷ്ടദേവത. ഇരുന്നൂറോളം രാഗങ്ങളിലായി രണ്ടായിരത്തിലധികം കൃതികൾ അദ്ദേഹം രചിച്ചിട്ടുണ്ട്. എത്രയോ അപൂർവ്വമായ രാഗങ്ങളിൽ

അദ്ദേഹം കൃതികൾ രചിച്ചിട്ടുണ്ട്. അദ്ദേഹത്തിന്റെ പഞ്ചരത്ന കൃതികൾ പ്രസിദ്ധമാണ്. അവ യഥാക്രമം നാട്ടരാഗത്തിൽ 'ജഗദാനന്ദകാരക', ഗൌളയിൽ 'ദുദുഗുഗല', ആരഭിയിൽ 'സാധിഞ്ചനെ', വരാളിയിൽ 'കനകനരുചിര', ശ്രീരാഗത്തിൽ'എന്തരോമഹാനുഭാവുലു'എന്നിവ യാണ്. ഇപ്പോഴും കാവേരീനദിയുടെ തീരത്തുള്ള തിരുവയ്യാറിൽ അദ്ദേഹത്തിന്റെ സമാധി സ്ഥാനത്ത് കൊല്ലംതോറും നടത്തിവരുന്ന ത്യാഗരാജോത്സവത്തിൽ പഞ്ചരത്ന കൃതികൾ പാടികേൾക്കുന്നത് അവാച്യമായൊരനുഭൂതിയാണ് കാഴ്ചവെക്കുന്നത്. ത്യാഗരാജസ്വാമി കളുടെ കൃതികളെ ഉദ്ധരിക്കാൻ തുടങ്ങുന്നത് സാഹസമായിരിക്കും. കല്യാണിരാഗത്തിൽ 'നിധിച്‌സാലസുഖമാ' ശങ്കരാഭരണത്തിൽ 'സ്വരരാഗസുധ', തോടിയിൽ 'കൊലുവമരഗദ', ഖരഹരപ്രിയയിൽ 'ചക്കനിരാജമാർഗ്ഗമു', 'പക്കാലനിലബഡി', 'രാമനീസമാനമെവരു', മദ്ധ്യമാവതിയിൽ 'രാമകഥാസുധ', 'ധന്യാസിയിൽ' സംഗീതജ്ഞാ നമു', ദേവഗാന്ധാരിയിൽ 'ക്ഷീരസാഗരശയന', ഹിന്ദോളത്തിൽ 'സാമജവരഗമന', മായാമാളവഗൌളയിൽ 'തുളസിദലമുലചേ', പന്തുവരാളിയിൽ 'നിന്നുനേരനമ്മി', ബേഗഡയിൽ 'നാദോപാസന' എന്നിവ സംഗീതപ്രേമികൾക്ക് എന്നെന്നും പ്രിയപ്പെട്ട കൃതികളാണ്. ആന്ദോളികയിൽ 'രാഗസുധാരസ', ജയന്തശ്രീയിൽ 'മരുഗേലരാ', മാർഗ്ഗഹിന്ദോളത്തിൽ 'ചലമേലരാ', സാരമതിയിൽ 'മോക്ഷമുഗലദാ' എന്നീ കൃതികൾ അവയുടെ രാഗങ്ങൾക്ക് പര്യായമായി നിൽക്കാൻ പോന്നവയാണ്.

ത്യാഗരാജന്റെ സമകാലീനനായിരുന്ന മുത്തുസ്വാമി ദീക്ഷിതർ. ചെറുപ്പത്തിൽ വാരണാസിയിൽ കുറച്ചുകാലം താമസിക്കാൻ സംഗതി വന്ന ദീക്ഷിതർ ഹിന്ദുസ്ഥാനി സംഗീതമഭ്യസിച്ചു. തൽഫ ലമായി ദീക്ഷിതരുടെ കൃതികളിൽ ഹിന്ദുസ്ഥാനി സംഗീതത്തിന്റെ സ്വാധീനം കാണാം. വിളംബകാലത്തിലാണ് അദ്ദേഹത്തിന്റെ കൃതികളധികവും. ഗമകപ്രയോഗങ്ങളുടെ ആധിക്യം ശ്രദ്ധേയമാണ്. മദ്ധ്യമകാലസാഹിത്യം ദീക്ഷിതർ കൃതികളുടെ മറ്റൊരു സവി ശേഷതയാണ്. ശക്ത്യുപാസനയുടേയും താന്ത്രിക വിദ്യയുടേയും അന്തരീക്ഷം അദ്ദേഹത്തിന്റെ സംഗീതത്തിൽ അലയടിക്കുന്നതു കാണാം. ദേവ്യുപാസനയുടെ സോപാനമായ നവാവരണകൃതികൾ, ജ്യോതിഷപാണ്ഡിത്യം സ്ഫുരിക്കുന്ന നവഗ്രഹ കൃതികൾ എന്നിവ ഉദാഹരണങ്ങളാണ്. ഹംസദ്ധ്വനിയിലുള്ള 'വാതാപി ഗണപതിം ഭജേഹം', ഷൺമുഖപ്രിയയിലുള്ള 'സിദ്ധിവിനായകം' എന്നീ കൃതികൾ മദ്ധ്യമകാലത്തിലാണെങ്കിലും ദിക്ഷിതർ കൃതികളുടെ

വ്യക്തിത്വം നിറഞ്ഞു നിൽക്കുന്നത് വിളംബകാലത്തിലുള്ള കൃതികളിലാണ്. ഉദാഹരണമായി പന്തുവരാളിയിൽ 'രാമനാഥം ഭജേഹം', കാംബോജിയിൽ 'ശ്രീ സുബ്രഹ്മണ്യായ നമസ്തേ', ഭൈരവിയിൽ 'ബാലഗോപാലം', വസന്തയിൽ 'ഹരിഹരപുത്രം' എന്നിവ. ഹിന്ദുസ്ഥാനി സംഗീതത്തിന്റെ സ്വാധീനം വെളിപ്പെടുത്തുന്ന കൃതികളാണ് യമൻ രാഗത്തിലുള്ള 'നന്ദഗോപാലം', ദ്വിജാവന്തിയിലുള്ള 'അഖിലാണ്ഡേശ്വരി', 'ചേതശ്രീ ബാലകൃഷ്ണം', വൃന്ദാവനസാരംഗയിലെ 'ശ്രീരംഗപുരവിഹാരം' എന്നിവ. കർണ്ണാടക രാഗങ്ങളിൽ രചിക്കപ്പെട്ട ദീക്ഷിതർ കൃതികളിൽപ്പോലും ഉത്തരേന്ത്യൻ സംഗീതത്തിലെ ധ്രുപദുകളുടെ നിഴലാട്ടം കാണാം.

തികച്ചും ഭിന്നമായൊരു വ്യക്തിത്വമാണ് ശ്യാമശാസ്ത്രിയുടേത്. ത്യാഗരാജ കൃതികൾ ഭാവപ്രധാനവും ദീക്ഷിതർ കൃതികൾ രാഗപ്രധാനവുമാണെങ്കിൽ ശ്യാമശാസ്ത്രിയുടെ കൃതികൾ താളപ്രധാനമാണെന്നു പൊതുവെ പറയാം. ആനന്ദഭൈരവി രാഗത്തിനോടും മിശ്രചാപ്പതാളത്തോടും അദ്ദേഹത്തിന് പ്രത്യേകമായൊരാഭിമുഖ്യമുണ്ടായിരുന്നു. തോടിയിലുള്ള 'നിന്നെ നമ്മിനാനു', ശങ്കരാഭരണത്തിൽ 'സരോജദളനേത്രി', മദ്ധ്യമാവതിയിൽ 'പാലിംസു കാമാക്ഷി' എന്നിവ പ്രസിദ്ധങ്ങളാണ്. മധുരമീനാക്ഷിയെ സ്തുതിച്ചുകൊണ്ടുള്ള അദ്ദേഹത്തിന്റെ നവരത്നമാലിക പ്രത്യേകം പ്രസ്താവ്യമാണ്. ഭൈരവിയിലെ പ്രസിദ്ധ അടതാളവർണ്ണമായ 'വിരിബോണി' സൃഷ്ടിച്ച പച്ചിമിറിയം ആദിയപ്പയ്യയാണ് ശ്യാമശാസ്ത്രികളുടെ ഗുരുവെന്നത് ശ്രദ്ധേയമാണ്. ശാസ്ത്രികളുടെ പുത്രനായ സുബ്ബരായ ശാസ്ത്രികളാവട്ടെ ത്യാഗരാജ സ്വാമികളുടെ ശിഷ്യത്വവും സ്വീകരിച്ചിരുന്നു. സുബ്ബരായശാസ്ത്രികൾ രചിച്ച രീതിഗൌളരാഗത്തിലുള്ള 'ജനനീ നിനുവിനാ' പിതാവായ ശ്യാമശാസ്ത്രികളേയും, ഹമീർകല്യാണി രാഗത്തിലുള്ള 'വെങ്കടശൈലവിഹാര' മുത്തുസ്വാമി ദീക്ഷിതരേയും അനുസ്മരിപ്പിക്കുന്നു.

(1980, മുളങ്കുന്നത്തുകാവ് അയ്യപ്പക്ഷേത്രം ഉത്സവ സുവനീർ)

ദക്ഷിണേന്ത്യൻ സംഗീതം: ഒരവലോകനം

പ്രകൃതിയുടേയും ജീവിതത്തിന്റേയും സാർവ്വലൌകികവും സാർവ്വകാലികവുമായ വശ്യതയും ചൈതന്യവും കലകളിൽ പൊതുവെ സംഗീതത്തിൽ വിശേഷിച്ചും നിഴലിക്കുന്നു. കല പ്രകൃതിയുടെ അനുകരണമാണ്. ജീവിതത്തിന്റെ പുനഃസൃഷ്ടിയുമാണ്. സുകുമാരകലകളിൽ നട്ടുനായകത്വം തത്വാന്വേഷികളും സൗന്ദര്യ ചിന്തകരും സംഗീതത്തിനു കല്പിച്ചു. എല്ലാകലകളും അവസാനം സംഗീതത്തിന്റെ പരിപൂർണ്ണതയെ പുൽകാൻ വെമ്പുന്നതായി അവർ തിരിച്ചറിഞ്ഞു. മഹത്തരങ്ങളായ സൃഷ്ടികൾ അവസാനം അവയുടേതായ ഒരു താളം, ഒരു സംഗീതം സൃഷ്ടിക്കുന്നു എന്നു പറയാറില്ലേ? അത്തരം സന്ദർഭങ്ങളിൽ ലാളിത്യത്തിന് പുതിയമാനം സിദ്ധിക്കുന്നു. ഭാഷയുടെ അതിർവരമ്പുകളെ ലംഘിക്കുന്നതും അതുകൊണ്ടുതന്നെ. തർജ്ജമ ആവശ്യമില്ലാത്തതും സാദ്ധ്യമല്ലാത്തതുമായ ഒന്നാണ് സംഗീതം. ഭാരതീയ സംഗീതത്തിന്റെ ഊടും പാവുമത്രെ രാഗതാളങ്ങൾ. വിശ്വസംഗീതത്തിന് ഭാരതം നല്കിയ സംഭാവന എന്താണെന്നു ചോദിച്ചാൽ രാഗങ്ങൾ (Melodic modes) എന്ന് നിസ്സംശയം പറയാം. പാശ്ചാത്യസംഗീതം ലയ (Harmony) ങ്ങളുടെ സമഗ്രതയിൽ ശ്രദ്ധിച്ചപ്പോൾ ഭാരതീയസംഗീതം രാഗ(Melody)ത്തിന്റെയും താള(Rhythm)ത്തിന്റെയും അഗാധതയിൽ ആണ്ടിറങ്ങി.

താളങ്ങൾ പ്രകൃതിയെ നേരിട്ട് അനുകരിക്കുമ്പോൾ രാഗം മാനസികപ്രകൃതിയുടെ അമൂർത്തമായ ആവിഷ്ക്കാരമാണ്. പ്രകൃതിയുടെ താളാത്മകത മനുഷ്യനെ ആദിമകാലം മുതലെ ആകർഷിച്ചിട്ടുണ്ട്. താളാനുസൃതമായ ചലനങ്ങളുടെ ചാരുത ആദിമമനുഷ്യൻ കണ്ടറിഞ്ഞു. വിശ്രമസമയത്തെ വിനോദങ്ങളിലും ഈശ്വരാരാധനയിലും താളം സുപ്രധാനമായൊരു പങ്കുവഹിച്ചു. കാലക്രമേണ താളം (Rhythm) എന്ന ആദിമഭാവം രാഗം (Melodic mode) എന്ന സംസ്കൃതവിഭവമായി ഉരുത്തിരിഞ്ഞു. നൂറ്റാണ്ടുകളോ ആയിരത്താണ്ടുകളോ നീണ്ടുനിന്നതാണീ പ്രക്രിയ. ഈ പ്രക്രിയയുടെതന്നെ സമാന്തരമായ മറുവശമാണ് താളോപകരണങ്ങളുടെ (Percussion instruments) ആവിർഭാവവും വളർച്ചയും.

ഭാരതീയസംഗീതത്തിന്റെ ചരിത്രത്തിൽ കൂടുതൽ പ്രാധാന്യമർഹിക്കുന്നതാണ് രാഗങ്ങളുടെ ഉദ്ഭവവും വളർച്ചയും. രാഗങ്ങളും (Melodic modes) അവയുടെ ആദിമരൂപങ്ങളായ ഈണങ്ങളും (Melodies) താളങ്ങളെ അപേക്ഷിച്ച് കൂടുതൽ അമൂർത്തവും സൂക്ഷ്മവുമാണ്. ഭാരതീയസംഗീതം രാഗസംഗീതം (Melodic music) ആയി പരിണമിച്ചതിന്റെ അടിസ്ഥാനകാരണം അതിന്റെ വൈദിക സ്രോതസ്സാണ്. വേദോച്ചാരണത്തിനിടയിൽ സംവാദിസ്വരങ്ങളുടെയും അവയുടെ ഗോത്രങ്ങൾ സൃഷ്ടിക്കുന്ന ഈണങ്ങളുടെയും പ്രാധാന്യം വ്യക്തമാക്കപ്പെട്ടു. മേൽപ്പറഞ്ഞ ഗുണങ്ങൾക്ക് പ്രാമുഖ്യം കൊടുത്ത ഒരു വേദശാഖ (സാമവേദം) തന്നെ ഉരുത്തിരിഞ്ഞു. സാമവേദത്തിൽ ഈണങ്ങൾ രാഗങ്ങളായി ഉരുത്തിരിഞ്ഞിരുന്നില്ല. ഈ ഉരുത്തിരിയലിന്റെ കഥയാണ് ഭാരതീയസംഗീതത്തിന്റെ ചരിത്രം.

കാലക്രമേണ ശക്തമായ വ്യക്തിത്വമുള്ള രാഗങ്ങൾ തിരിച്ചറിയപ്പെട്ടു. രാഗങ്ങൾ അപഗ്രഥന വിധേയമായപ്പോഴാണ് അവ സുനിശ്ചിതങ്ങളായ സ്വരങ്ങളിലൂടെയുള്ള ആരോഹണാവരോഹണങ്ങൾ ആസ്വാദകഹൃത്തിൽ സൃഷ്ടിക്കുന്ന ഹൃദയഹാരിയായ നിറങ്ങളാണെന്ന് അംഗീകരിക്കപ്പെട്ടത്. സപ്തസ്വരങ്ങളും അവയുടെ വകഭേദങ്ങളും (ഉദാ: കൈശികി - കാകളി നിഷാദങ്ങൾ, ശുദ്ധ-പ്രതി മദ്ധ്യമങ്ങൾ) വ്യക്തമായി നിർണ്ണയിക്കപ്പെട്ടു. മറ്റൊരു ഭാഷയിൽ പറഞ്ഞാൽ സംഗീതകല അഭിവൃദ്ധിപ്പെട്ടതിന്റെ ചുവടുപിടിച്ചുകൊണ്ട് സംഗീതശാസ്ത്രം ഉടലെടുത്തു. സംഗീതശാസ്ത്ര(Musicology)ത്തിന്റെ അടിസ്ഥാനം പൂർണ്ണമായും സംഗീതമെന്ന കലയാണെന്നർത്ഥം.

സൗന്ദര്യം അപഗ്രഥന വിധേയമാക്കുമ്പോൾ ഏറ്റവും പ്രസക്തമായിവരുന്നൊരു പദമാണ് പ്രതിസാമ്യം (Symmetry) എന്നത്.

പ്രതിസാമ്യം ലാളിത്യത്തിന്റെയും ഒരളവാണ്. പ്രതിസാമ്യത്തോട് പ്രതിബദ്ധത പുലർത്തുന്നതിനെയാണ് ശൈലീകരണം (Stylization) എന്നുപറയുന്നത്. പ്രതിസാമ്യം അന്വേഷിക്കുന്ന കലകളെയാണ് ശൈലീകൃതകലകൾ (Stylized arts) എന്നു വിവക്ഷിക്കുന്നത്. നാട്യശാസ്ത്രത്തിന്റെ ഭാഷയിൽ പറഞ്ഞാൽ കാലധർമ്മി എന്നുപറയേണ്ടിവരും; നാട്യകലയിൽ ഇതിന്, നാട്യധർമ്മി എന്നും. പഴയഭാഷയിൽ പറഞ്ഞാൽ ശാസ്ത്രീയസംഗീതം കാലധർമ്മിയായ സംഗീതമാണ്. ആധുനികശാസ്ത്രത്തിന്റെ ഭാഷയിൽ പറഞ്ഞാൽ ശാസ്ത്രീയസംഗീതം ശൈലീകൃതമായ സംഗീതപദ്ധതിയാണ്. അതിന്റെ സൗന്ദര്യദർശനത്തോട് തികച്ചും സമാനത പുലർത്തുന്നത് കലകളുടെ രംഗത്ത് ഭരതനാട്യം, കഥകളി മുതലായ ശൈലീകൃതകലകളും ശാസ്ത്രരംഗത്ത് തികച്ചും ശൈലീകൃതമായ സൈദ്ധാന്തിക ഭൗതികവും (Theoretical Physics) ആണ്.

അടിസ്ഥാനപരമായി ഭാരതീയസംഗീതം ഒന്നാണെങ്കിലും കാലക്രമേണ അത് രണ്ടായി ഒഴുകാൻ തുടങ്ങി. ഉത്തരേന്ത്യൻ പദ്ധതിയായ ഹിന്ദുസ്ഥാനി ശൈലിയും ദക്ഷിണേന്ത്യൻ പദ്ധതിയായ കർണ്ണാടകസംഗീതശൈലിയും അഭിവൃദ്ധിപ്പെട്ടു. വൈദേശികാക്രമണങ്ങളുടെ പ്രസരം മൂലമായി ഉത്തരേന്ത്യൻ സംഗീതത്തിൽ പേർഷ്യൻ സ്വാധീനം ശക്തിയായി നിഴലിച്ചു. ദക്ഷിണേന്ത്യൻ സംഗീതശൈലി ശുദ്ധഭാരതീയമായി അതിന്റെ പ്രയാണം അനുസ്യൂതം തുടർന്നു.

ദക്ഷിണേന്ത്യൻ സംഗീതത്തിന് ഉറച്ച അടിത്തറയിട്ടത് പതിനാറാം നൂറ്റാണ്ടിൽ ജീവിച്ചിരുന്ന പുരന്ദരദാസനാണ്. മൂന്നു നൂറ്റാണ്ടുകൾക്കുശേഷം ത്യാഗരാജസ്വാമികളുടെ കാലത്താണ് (പത്തൊമ്പതാം നൂറ്റാണ്ട്) ദക്ഷിണേന്ത്യൻ സംഗീതം ഇന്നത്തെ നിലയിലെത്തിയത്. ത്യാഗരാജസ്വാമികളും അദ്ദേഹത്തിന്റെ സമകാലീനന്മാരായിരുന്ന മുത്തുസ്വാമി ദീക്ഷിതരും ശ്യാമശാസ്ത്രികളും കർണ്ണാടകസംഗീതത്തിന്റെ സുവർണ്ണകാലം സൃഷ്ടിച്ചു. അക്കാലത്തു കേരളത്തിൽ ജീവിച്ചിരുന്ന സ്വാതിതിരുനാൾ മഹാരാജാവ് ഈ അവസരത്തിൽ പ്രത്യേകം പ്രസ്താവ്യനാണ്. സ്വാതിതിരുനാളിന്റെ കാലത്താണ് കേരളം ദക്ഷിണേന്ത്യൻ സംഗീതത്തിന്റെ ഭൂപടത്തിൽ ഔപചാരികമായി പ്രവേശിച്ചത്.

ബ്രിട്ടീഷ് ഭരണകാലത്ത് പൊതുവേ ഭാരതീയ കലകളോടുണ്ടായിരുന്ന ഉദാസീനമനോഭാവം സ്വാതന്ത്ര്യലബ്ധിക്കുശേഷം മാറിയിട്ടുണ്ടെന്ന വസ്തുത ശുഭോദർക്കമാണ്. ഇന്ന് ശാസ്ത്രീയസംഗീതത്തിന് വളരെയധികം പ്രചാരവും പ്രശസ്തിയും ലഭിച്ചിരിക്കുന്നു എന്ന വസ്തുത

അനിഷേധ്യമാണ്. ഫ്യൂഡൽ വ്യവസ്ഥിതിയിൽ കൊട്ടാരങ്ങളിൽ ലഭിച്ചിരുന്ന പ്രോത്സാഹനം ഇന്ന് ഭരണകൂടവും കൂടുതൽ ജനകീയതലത്തിൽ സംഗീതസഭകളും കൊടുക്കുന്നുണ്ട്. കേരളത്തിൽ താരതമ്യേന സംഗീതപാരമ്പര്യം കൂടുതൽ അവകാശപ്പെടാവുന്ന തിരുവിതാംകൂർ ഭാഗത്ത് ക്ഷേത്രോത്സവങ്ങളിൽ വളരെയധികം സംഗീതകച്ചേരികൾ അരങ്ങേറുന്നുണ്ട്. വിദ്യാർത്ഥികളുടെ ഇടയിൽ സംഗീതപഠനം, യുവജനോത്സവങ്ങളെ ലക്ഷ്യമാക്കിയിട്ടാണെങ്കിലും, ഒരു കമ്പമെന്ന നിലയിലും വളർന്നിരിക്കുന്നു. ചുരുക്കിപ്പറഞ്ഞാൽ സംഗീതാസ്വാദനവും സംഗീതാഭ്യസനവും വളരെയധികം പരപ്പ് കൈവരിച്ചിരിക്കുന്നൊരു കാലമാണ് നമ്മുടേത്. ആഴത്തിന്റെ കാര്യം ചിന്ത്യമാണെങ്കിലും ഒരു കാര്യം വളരെ വ്യക്തമാണ്. ശാസ്ത്രീയസംഗീതാഭ്യസനത്തിന്റെ കാര്യത്തിൽ, പൊങ്ങച്ചമനോഭാവം ഒരു വലിയ ഭാഗമാണെങ്കിലും, ശാസ്ത്രീയസംഗീതാസ്വാദനത്തിന്റെ കാര്യത്തിൽ ഇന്നത്തെ ആളുകൾ കൂടുതൽ സത്യസന്ധരാണ്. പണ്ടത്തെ ഫ്യൂഡൽ വ്യവസ്ഥിതിയിൽ സംഗീതാസ്വാദനം കുറെയൊക്കെ അടിച്ചേൽപ്പിക്കപ്പെട്ടിരുന്നു. അഭിജാതരുടെ ഇടയിൽ വൈകുന്നേരം സംഗീതക്കച്ചേരി ശ്രദ്ധിക്കൽ, മറ്റു വിനോദങ്ങളുടെ അസാന്നിദ്ധ്യം കാരണം, ഒരു മാമൂൽ ആയി മാറിയിരുന്നു. ഇന്നാകട്ടെ സ്ഥിതിയാകെ മാറി. വിനോദത്തിനുള്ള ഉപാധികൾ വ്യവസായവൽക്കരിക്കപ്പെട്ടപ്പോൾ (ഉദാഹരണം, സിനിമ), പരോക്ഷമായിട്ടെങ്കിലും ശാസ്ത്രീയകലകൾക്ക് അതൊരു അനുഗ്രഹമായാണ് കലാശിച്ചത്. അതായത് ഇന്ന് ശാസ്ത്രീയസംഗീതം ആസ്വദിക്കുന്നവർ അപ്രകാരം ചെയ്യുന്നത് സംഗീതത്തിലുള്ള താൽപര്യംകൊണ്ട് മാത്രമാണ്. അല്ലാതെ ആരെയും ബോധിപ്പിക്കാനോ മറ്റുള്ളവരുടെ അംഗീകാരം നേടാനോ അല്ലെന്നർത്ഥം. അപവാദങ്ങൾ ഉണ്ടായിക്കൂടെന്നില്ല. സംഗീതാസ്വാദനം ഗൗരവമുള്ള ഒരു സപര്യയായി എടുത്തിട്ടുള്ളവർ, ഒരു ന്യൂനപക്ഷമാണെങ്കിലും, ഇവിടെയുണ്ട്. ഭൂരിപക്ഷത്തിന്റെ ഇഷ്ടാനിഷ്ടങ്ങളെ വളരെയധികം സ്വാധീനിക്കുന്നവർ ഈ ന്യൂനപക്ഷമായതുകൊണ്ട്, ഇക്കൂട്ടരുടെ ന്യൂനപക്ഷസ്വഭാവം ഒരു നിലയ്ക്കും ശാസ്ത്രീയസംഗീതത്തിനെ ജനകീയമാക്കുന്നില്ലതാനും.

ഈ അവസരത്തിലാണ് ശ്രീ. എ.കെ.രവീന്ദ്രനാഥിന്റെ 'ദക്ഷിണേന്ത്യൻ സംഗീതം' എന്ന സംഗീതശാസ്ത്രഗ്രന്ഥം പ്രസക്തമാവുന്നത്. സംഗീതശാസ്ത്രം പഠിച്ചിട്ടാരും സംഗീതത്തിൽ തത്പരരാകാറില്ലെങ്കിലും സംഗീതതൽപരരായവർക്ക് സംഗീതശാസ്ത്രത്തിൽ കൗതുകം ജനിക്കുന്നത് സാധാരണമാണ്. രാഗതാളങ്ങളുടെ അനുഗൃഹീത

ലോകത്തിലെ വൈചിത്ര്യങ്ങളും നമ്മുടെ സംഗീതപാരമ്പര്യത്തിന്റെ വേരുകളും സംഗീതത്തിന്റെയും വാഗ്ഗേയകാരന്മാരുടെയും ചരിത്രവും മനസ്സിലാക്കുന്ന സംഗീതപ്രേമികൾ പതിന്മടങ്ങ് സംസ്കൃതചിത്തരായാണ് സംഗീതത്തെ വീണ്ടും സമീപിക്കുന്നത്. സംഗീതത്തിന്റെ ശ്രീകോവിലിലേക്ക് പ്രവേശനം കാംക്ഷിക്കുന്നവർക്ക് രവീന്ദ്രനാഥിന്റെ ഗ്രന്ഥം വലിയൊരനുഗ്രഹമാണ്. നേരത്തെ സൂചിപ്പിച്ച മാതിരി സംഗീതത്തിൽ ജന്മവാസനയുള്ളവർക്കും സംഗീതക്കച്ചേരികളുടെ സംസ്കാരം വ്യക്തിത്വത്തിൽ അലിഞ്ഞുചേർന്നിരിക്കുന്നവർക്കുമാണ് ഇത്തരമൊരു ഗ്രന്ഥം ഏറ്റവും ഉപകരിക്കുക. സംഗീതവിദ്യാർത്ഥികൾക്കും സംഗീതാധ്യാപകർക്കും പ്രൊഫഷണൽ തലത്തിലും ഈ ഗ്രന്ഥം അമൂല്യമാണ്.

പൊതുവെ രണ്ടായി വിഭജിച്ചിരിക്കുന്ന ഈ ഗ്രന്ഥത്തിലെ ഒന്നാം ഭാഗത്തിൽ ഭാരതീയ സംഗീതത്തിന്റെ, വിശിഷ്യ കർണ്ണാടകസംഗീതത്തിന്റെ, ഉത്ഭവം, ചരിത്രം, സംഗീതശാസ്ത്രം എന്നിവക്കു പുറമെ വാഗ്ഗേയകാരന്മാരുടെ ജീവചരിത്രക്കുറിപ്പുകളും ചേർത്തിരിക്കുന്നു. രണ്ടാം ഭാഗത്തിൽ സംഗീതത്തിന്റെ ബാലപാഠങ്ങൾ അലങ്കാരങ്ങൾ മുതൽ വർണ്ണങ്ങൾ വരെ ചേർത്തിട്ടുണ്ട്.

ഭാരതീയ സംഗീതത്തിന്റെ പ്രാഗ്രൂപമായ മാർഗ്ഗിസംഗീതത്തിൽ പ്രാദേശികസംഗീതത്തിന്റെ (ദേശി സംഗീതം) ചേരുവകൾ കാലക്രമേണ കടന്നുകൂടുകയും ഇന്നത്തെ ക്ലാസ്സിക്കൽ സംഗീതമായി പരിണമിക്കുകയും ചെയ്തു. ആഴത്തിൽ വേരൂന്നുമ്പോഴാണ് എന്തും ക്ലാസ്സിക്കൽ സ്വഭാവം കൈവരിക്കുന്നത്. ദേശി സംഗീതം ജനജീവിതവുമായി ബന്ധപ്പെട്ടു കിടക്കുന്നു. എന്നാലും അതിന് ആഴത്തിൽ വേരോട്ടുവാൻ മാർഗ്ഗിസംഗീതത്തിന്റെ ദൈവികമെന്നുപറയാവുന്ന പ്രചോദനം കാരണമായി. അക്കാരണത്താൽ ഇന്നത്തെ ക്ലാസ്സിക്കൽ സംഗീതം മാർഗ്ഗിസംഗീതമോ ദേശിസംഗീതമോ എന്നു ചോദിച്ചാൽ, രണ്ടുമാണെന്നു പറയേണ്ടിവരും. അതിൽ വൈരുധ്യമൊന്നുമില്ല. ക്ലാസ്സിക്കൽ സംഗീതത്തിന്റെ ആന്തരികസ്വഭാവം മാർഗ്ഗിയുടേയും, ബാഹ്യമായ സ്വഭാവങ്ങൾ ദേശിയുടേതുമാണ്. ഇവ രണ്ടുംകൂടിയുള്ള മേളനത്തിന്റെ സങ്കീർണ്ണതയിലാണ് ശാസ്ത്രീയസംഗീതത്തിന്റെ ആഴം സ്ഥിതിചെയ്യുന്നത്.

നാദം, ശ്രുതി, സ്വരം, സ്ഥായി, ഗ്രാമം, മൂർച്ഛന, ജതി എന്നീ സാങ്കേതികസംജ്ഞകളെ വിശകലനം ചെയ്തശേഷം ഗ്രന്ഥകാരൻ രാഗങ്ങളെക്കുറിച്ച് വിസ്തരിച്ചുപന്യസിച്ചിരിക്കുന്നു. കർണ്ണാടകസംഗീതശാസ്ത്രത്തിന്റെ 'പിരിയോഡിക് ടേബിൾ' ആയ എഴുപത്തിരണ്ടു

മേളകർത്താപദ്ധതിയും വിവരിച്ചശേഷം ജന്യരാഗങ്ങളെക്കുറിച്ച് സവിസ്തരം പ്രതിപാദിക്കുന്നു. ഈ സന്ദർഭത്തിൽ നാം വ്യക്തമാ യോർക്കേണ്ട ഒരു വസ്തുതയുണ്ട്. ജന്യരാഗങ്ങളുടെ സ്ഥിതി ചോദ്യ ത്തെത്തേടിയുള്ള ഉത്തരങ്ങൾ പോലെയാണ്. പല ജന്യരാഗങ്ങളും അവയുടെ ജനകരാഗങ്ങൾ (സപ്തസ്വരങ്ങളുമുള്ള മേളകർത്താരാഗ ങ്ങൾ) തിരിച്ചറിയും മുമ്പ് പ്രയോഗത്തിലുണ്ടായിരുന്നു. കൂടാതെ പല ജന്യരാഗങ്ങളും ജനകരാഗങ്ങളെക്കാൾ പ്രശസ്തിയാർജ്ജിച്ച വയുമാണ്. ജനക-ജന്യ വിഭജനം അതിന്റെ പ്രാധാന്യം കൈവരി ക്കുന്നത് പ്രയോഗത്തെക്കാളധികം സൈദ്ധാന്തികപക്ഷത്താണ്.

ഭാരതീയസംഗീതം പാശ്ചാത്യസംഗീതത്തെ അപേക്ഷിച്ച് കൂടുതൽ മനോധർമ്മസംഗീതം ഉൾക്കൊള്ളുന്നു. എന്നിരുന്നാലും, ഉത്തരേന്ത്യൻ സംഗീതത്തോടു താരതമ്യപ്പെടുത്തുമ്പോൾ ദക്ഷിണേ ന്ത്യൻ സംഗീതം മനോധർമ്മ സംഗീതത്തിനും (Extempore music) കല്പിതസംഗീതത്തിനും (Composed music) തുല്യപ്രധാന്യം കൊടു ത്തിട്ടുണ്ട്. രാഗവിസ്താരം, നിരവൽ, സ്വരവിസ്താരം, രാഗം-താനം- പല്ലവി എന്നിവ മനോധർമ്മസംഗീതത്തിനും, വർണ്ണം, കീർത്തനം, കൃതി, പദം, ജാവളി, തില്ലാന എന്നിവ കല്പിത സംഗീതത്തിനും ഉദാഹരണങ്ങളാണ്.

മനോധർമ്മസംഗീതത്തെയും കല്പിതസംഗീതത്തെയും അക്ഷ രാർത്ഥത്തിലെടുക്കുന്നത് നമ്മെ വഴിതെറ്റിച്ചേക്കും. കല്യാണിരാ ഗത്തിലുള്ള 'വനജാക്ഷി' എന്ന അടതാളവർണ്ണം എം.ഡി.രാമനാ ഥനെപ്പോലൊരു മഹാഗായകൻ പാടുന്നതു ശ്രദ്ധിച്ചാലറിയാം, സുനിശ്ചിതത്വത്തിൽ അനിശ്ചിതത്വവും അനിശ്ചിതത്വത്തിൽ സുനിശ്ചിതത്വവും ശാസ്ത്രീയസംഗീതത്തിന്റെ വ്യക്തിമുദ്രയാണെന്ന്. ത്യാഗരാജൻ മുതലായവരുടെ കൃതികൾ കല്പിതസംഗീതത്തിലാണ് സാധാരണയായി ഉൾപ്പെടുത്താറെങ്കിലും, ഒരു ഉത്തമഗായകന്റെ കയ്യിൽ കൃതികളെക്കുറിച്ചുള്ള സുനിശ്ചിത സങ്കല്പം അനിശ്ചിതത്വ ത്തിനു വഴിമാറിക്കൊടുക്കുന്നു. അതേസമയം മനോധർമ്മത്തിന്റെ അചുംബിത മേഖലകളിൽക്കൂടി നമ്മെ നയിക്കുന്ന നല്ലൊരു ഗായകൻ രാഗരൂപത്തെക്കുറിച്ചുള്ള സുനിശ്ചിതത്വസങ്കല്പത്തിന് പുതിയ അടിയുറച്ചമാനം സമ്മാനിക്കുകയും ചെയ്യുന്നു. വ്യക്തതയും അവ്യക്തതയും തമ്മിൽ വേർതിരിക്കുന്ന അതിർവരമ്പുകളിവിടെ വളരെ നേരിയതാണ്. പ്രതിഭാശാലികൾ 'പരീക്ഷണകുതുകികൾ' ആണെന്നൊരു തെറ്റിദ്ധാരണയുണ്ട്. പ്രതിഭയുടെ ഉൾക്കനം കുറഞ്ഞ വരും പ്രകടനപരതയിൽ അഭിരമിക്കുന്നവരുമാണ് പരീക്ഷണങ്ങൾ

നടത്തുന്നത്. ത്യാഗരാജനും ഷെയ്ക്സ്പിയറും ഡോസ്റ്റോവ്സ്കിയുമെല്ലാം ഉൾവിളിയുടെ ബലമുണ്ടായിരുന്നതുകൊണ്ട് മഹത്തായ കലയെ സൃഷ്ടിച്ചു; പരീക്ഷിച്ചു നോക്കാൻ അവർ തുനിഞ്ഞില്ല. അവരുടെ സൃഷ്ടികൾ പിൻഗാമികൾക്ക് പ്രമാണമായിത്തീർന്നു. എല്ലാകലകളും പരിഷ്കരണങ്ങളിലൂടെയല്ലേ ഇന്നത്തെ നിലയിലെത്തിയത് എന്ന ചോദ്യം വിസ്മരിക്കുന്നില്ല. ശാസ്ത്രീയ സംഗീതം പോലെ ആഴങ്ങളിൽ വേരുന്നിയ കലകൾ പ്രതിഭാശാലികളുടെ ധീരമായ ഉൾവിളികളുടെ ഫലമായാണ് ഇന്നത്തെ നിലയിൽ എത്തിയത് എന്നുതന്നെ അതിനുത്തരം. ഇന്നലത്തെ പ്രതിഭാശാലി അനിശ്ചിതത്വത്തിലൂടെ സുനിശ്ചിതത്വത്തിന്റെ പുതിയതലങ്ങൾ സൃഷ്ടിക്കുന്നു. ഈ പുതിയ സുനിശ്ചിതത്വമാണിന്നത്തെ ചിട്ട. അതിൽ ഊന്നിച്ചവിട്ടിയാലേ അനിശ്ചിതത്വത്തിന്റെ അജ്ഞാതമേഖലകളിലേക്ക് ശക്തിയായി കുതിക്കാൻ സാധിക്കൂ. ഇന്നത്തെ മനോധർമ്മമാണ് നാളത്തെ ചിട്ട. കലകളെക്കുറിച്ച്, പ്രത്യേകിച്ചും, ക്ലാസ്സിക്കൽ കലകളെക്കുറിച്ചുള്ള ചർച്ചകളിൽ ഇക്കാര്യം പലരും വിസ്മരിക്കുന്നപോലെ തോന്നാറുണ്ട്.

ഇക്കാര്യം കുറച്ചൊന്നൂന്നിപ്പറയാൻ കാരണമുണ്ട്. മദ്ധ്യമാവതിയും ഷൺമുഖപ്രിയയും തോടിയും കല്യാണിയും ശങ്കരാഭരണവുമെല്ലാം നൂറുതവണ കേട്ടാലും നൂറ്റൊന്നാമത്തെ തവണയും ആർത്തിയോടെ കേൾക്കാൻ നമ്മെ പ്രേരിപ്പിക്കുന്ന ആ ഘടകം എന്താണ്? ഇതിനു സമാനമായി, കഥകളിയിൽ കാലകേയവധത്തിലെ അർജ്ജുനനേയും കിർമ്മീരവധത്തിലെ ധർമ്മപുത്രരേയും രണ്ടാം ദിവസത്തെ നളനേയും പേർത്തും പേർത്തും കണ്ടിരിക്കാൻ പ്രേരിപ്പിക്കുന്ന ആ ഘടകം എന്താണ്? ശൈലീകൃതമല്ലാത്ത, ക്ലാസ്സിക്കൽ വൃത്തത്തിനുപുറത്തുള്ള റിയലിസ്റ്റിക് കലകളിൽ 'പരീക്ഷണങ്ങൾ' ദിവസേനയെന്നോണം നടന്നിട്ടും എന്തുകൊണ്ടിതു സംഭവിക്കുന്നില്ല? ഉത്തരം വളരെ വ്യക്തമാണ്. ക്ലാസ്സിക്കൽ വൃത്തത്തിനു പുറത്ത് സുനിശ്ചിതത്വം സുനിശ്ചിതത്വമായും അനിശ്ചിതത്വം അനിശ്ചിതത്വമായും മോരും മുതിരയുമെന്നപോലെ വേർതിരിഞ്ഞു നില്ക്കുന്നു. ഇതുകൊണ്ടാണ് സങ്കല്പങ്ങളെ ഊട്ടിയുറപ്പിക്കാൻ അവയ്ക്കു കഴിയാതെ പോകുന്നത്. ഉത്തമ കല മഹാവൃക്ഷങ്ങളെപ്പോലെയാണ്. ഇന്നലെയുടെ ആഴങ്ങളിൽ ശക്തിയായി വേരൂന്നുന്നു, അതുകൊണ്ടുതന്നെ ഇന്നത്തെ വായു ശ്വസിക്കാൻ മാത്രമല്ല, ഉയരങ്ങളിൽ വളർന്ന് നാളത്തെ വളർച്ചയെ വ്യക്തമായിക്കാണാനും സാദ്ധ്യമാകുന്നു. ക്ലാസ്സിക്കൽ കലകളുടെ വളർച്ച കൂടുതൽ ക്ലാസ്സിക്കൽ ആകുന്നതിലാണ്, അല്ലാതെ ലഘൂകരിക്കുന്നതിലല്ല. വളരെയധികം ലഘൂകരണം

ലാളിത്യം സൃഷ്ടിക്കുന്നില്ല. കാലാതിവർത്തിയായ സൃഷ്ടികളിലാണ് യഥാർത്ഥത്തിലുള്ള ലാളിത്യം നിറഞ്ഞുനില്ക്കുന്നത്. ഭൈരവി അടതാളവർണ്ണമായ 'വിരിബോണി'യിലും ദേവഗാന്ധാരിയിലുള്ള 'ക്ഷീരസാഗരശയന' എന്ന ത്യാഗരാജകൃതിയിലും ലാളിത്യത്തിന്റെ തുടിപ്പുകളുണ്ട്. ലളിതഗാനങ്ങളെന്ന പേരിൽ നമ്മുടെ നാട്ടിൽ അരങ്ങേറുന്ന പല അല്പായുസ്സുകൾക്കും ലാളിത്യമല്ല, ഒരുതരം 'പൈങ്കിളിത്തം' ആണുള്ളത്. ലാളിത്യം കാലാതിവർത്തിയാണ്, ക്ലാസ്സിക്കൽ ആണ്. തലമുറകളോളമായി സങ്കല്പങ്ങളെ ഊട്ടിവളർത്തുന്ന ക്ലാസ്സിക്കൽ കലകളാണ് യഥാർത്ഥ ജനകീയകലകൾ, അല്ലാതെ ആ പേരിൽ അരങ്ങേറുന്ന പൈങ്കിളിക്കലകൾ അല്ല.

നമുക്ക് 'ദക്ഷിണേന്ത്യൻ സംഗീത'ത്തിലേക്ക് തിരിച്ചുവരുക. താളങ്ങളെക്കുറിച്ചുള്ള വിവരണത്തിനുശേഷം ഗ്രന്ഥകാരൻ മനോധർമ്മസംഗീതം, കല്പിത സംഗീതം എന്നിവയെക്കുറിച്ച് സവിസ്തരം പ്രതിപാദിക്കുന്നു. കർണ്ണാടകസംഗീതത്തിലെ വർണ്ണങ്ങൾ (താനവർണ്ണങ്ങൾ) പ്രത്യേകം ശ്രദ്ധ അർഹിക്കുന്നു. വർണ്ണങ്ങൾ ഒരേസമയം സംഗീതത്തിലെ അഭ്യാസഗാനങ്ങളാണ്. കല്പിതസംഗീതത്തിലെ അവസാനവാക്കുമാണ്. കേരളീയ വാദ്യകലയിലെ അദ്വിതീയമായ തായമ്പകയെ ഓർമ്മിപ്പിക്കാറുണ്ട് ഇത്. തായമ്പകയിൽ മനോധർമ്മം അനുവദിച്ചിട്ടുണ്ടെന്നത് ഈ സമാനതയെ ഇല്ലാതാക്കുന്നില്ല. ദക്ഷിണേന്ത്യൻ സംഗീതത്തിന്റെ തനിമ ദൃശ്യമാവുന്നത് വർണ്ണങ്ങളിലാണ്. വർണ്ണരചന പ്രതിഭാശാലികൾക്കേ സാദ്ധ്യമാവൂ. ബാലമുരളികൃഷ്ണയെപ്പോലുള്ള വാഗ്ഗേയകാരന്മാർ ആധുനികകാലത്തും വർണ്ണങ്ങൾ സൃഷ്ടിച്ചുവരുന്നു. കല്പിതസംഗീതത്തിൽ കർണ്ണാടകസംഗീതത്തിന്റെ തനിമ വർണ്ണത്തിൽ പ്രകടമാവുന്നത് കല്പനസ്വരങ്ങളിലാണ്. മഹാഗായകനായ ശെമ്മാങ്കുടി ശ്രീനിവാസയ്യരുടെ സ്വരപ്രസ്താരം സർഗ്ഗാത്മക സംഗീതത്തിന്റെ മകുടോദാഹരണമാണ്. ലോകോത്തരം എന്ന വാക്കിൽ കുറഞ്ഞ യാതൊന്നുകൊണ്ടും അതിനെ വിശേഷിപ്പിച്ചുകൂടാ.

കർണ്ണാടകസംഗീതം കേരളത്തിൽ പ്രചാരമാർജ്ജിക്കുന്നതിനുമുമ്പ് കേരളത്തിലുണ്ടായിരുന്നതും ഇന്ന് പ്രധാനമായും കഥകളി സംഗീതത്തിൽക്കൂടി നിലനിൽക്കുന്നതുമായ സോപാനസംഗീതത്തെക്കുറിച്ചുള്ള പ്രതിപാദനവും കുറച്ചുകൂടി ആവാമെന്നു തോന്നി. അതുപോലെത്തന്നെ കേരളീയ വാദ്യകലകളെക്കുറിച്ചൊരു ചർച്ചയും ദക്ഷിണേന്ത്യൻ സംഗീതത്തെക്കുറിച്ച് മലയാളത്തിലെഴുതുന്ന ഒരു ഗ്രന്ഥത്തിൽ പ്രസക്തമാണെന്നു തോന്നുന്നു. വാദ്യോപകരണങ്ങളുടെ

ഒരു വൃന്ദം (Ensemble) (ഉദാ: പഞ്ചവാദ്യം, പഞ്ചാരി, പാണ്ടി മുതലായ മേളങ്ങൾ, തായമ്പക എന്നിവ) കേരളീയന്റെ താളാവബോധത്തിൽ ഒരു പ്രധാന പങ്കുവഹിക്കുന്നുണ്ട്. ശരാശരിമലയാളിക്ക് മറ്റു ദക്ഷിണേന്ത്യക്കാരെ അപേക്ഷിച്ച് സംഗീതം കുറവാണെന്നത് ഒരു പരമാർത്ഥമാണ്. എന്നാൽ ഇതു രാഗസംഗീതത്തിലേ ആവുന്നുള്ളൂ. താളബോധത്തിൽ മലയാളി പിന്നിലല്ല. പ്രത്യേകിച്ചും താളംകൊണ്ടുള്ള വാസ്തുശില്പത്തിന്റെ സൃഷ്ടിയിൽ മലയാളി മറ്റുള്ളവരുടെ മുന്നിൽത്തന്നെയാണ്. കേരളത്തിന്റെ സാംസ്കാരികതലസ്ഥാനമായി അറിയപ്പെടുന്ന തൃശ്ശൂരിന്റെ ഏറ്റവും തനിമയാർന്ന സംഭാവനയും മേളങ്ങൾ എന്നറിയപ്പെടുന്ന ഈ ആർക്കിടെക്ച്ചർ ആയിരിക്കും.

സംഗീത വിദ്യാർത്ഥിക്കും സംഗീതാസ്വാദകനും ഏറ്റവും വിലപ്പെട്ട ഭാഗം ഈ ഗ്രന്ഥത്തിലെ രാഗലക്ഷണം (പേജ് 148-223) എന്ന ചർച്ചയായിരിക്കും. കർണ്ണാടകസംഗീതത്തിലെ വ്യക്തിത്വം തുളുമ്പുന്ന 80 രാഗങ്ങളുടെ ജീവൻ നമുക്കിവിടെ സ്പഷ്ടമാവുന്നു ഇവയിൽ സപ്തസ്വരങ്ങളുമുള്ള മേളകർത്താരാഗങ്ങളും (ഉദാ. ശങ്കരാഭരണം, തോടി, കല്യാണി, ഖരഹരപ്രിയ) ജന്യരാഗങ്ങളും (ഉദാ. കാംബോജി, ധന്യാസി, കേദാരഗൗള, മദ്ധ്യമാവതി, ആരഭി, ഹംസധ്വനി) ഉണ്ട്. 176 ജന്യരാഗങ്ങളുടെ ആരോഹണാവരോഹണങ്ങൾ ഗ്രന്ഥത്തിന്റെ അവസാനം (പേജ് 540-547) കൊടുത്തിട്ടുള്ളത് ഉപയോഗപ്രദമാണെങ്കിലും, ഇവയിൽ നിന്ന് കൂടുതൽ രാഗങ്ങളെ രാഗലക്ഷണത്തിന്റെ ചർച്ചയിൽ പെടുത്തിയാൽ നന്നായിരുന്നുവെന്ന് നാമിവിടെ ആശിച്ചുപോകുന്നു. ഗ്രന്ഥത്തിന്റെ കഴിഞ്ഞ പതിപ്പിനെ അപേക്ഷിച്ച് 80 രാഗങ്ങളുടെ ഒരു രാഗസൂചി (Raga index) കൊടുത്തിട്ടുള്ളതും പ്രയോജനപ്രദമാണ്.

ഗ്രന്ഥത്തിന്റെ ഒന്നാംഭാഗത്തിൽ അവസാനം കൊടുത്തിരിക്കുന്ന ജീവചരിത്രക്കുറിപ്പുകൾ (പേജ് 223-273) ദക്ഷിണേന്ത്യൻ സംഗീതത്തിന്റെ രാജശില്പികളെ നമുക്കു പരിചയപ്പെടുത്തുന്നു. സംഗീത പിതാമഹനായ പുരന്ദരദാസൻ മുതൽ അനശ്വരരായ ത്യാഗരാജൻ, ദീക്ഷിതർ, ശ്യാമശാസ്ത്രി, സ്വാതിതിരുനാൾ, ജയദേവൻ, പട്ടണം സുബ്രഹ്മണ്യയ്യർ, മഹാവൈദ്യനാഥയ്യർ എന്നീ 47 പേരുടെ ലഘുജീവചരിത്രങ്ങൾ അമൂല്യങ്ങളാണ്. വാഗ്ഗേയകാരന്മാരും മഹാവിദ്വാന്മാരുമായ ഇവരുടെ പ്രതിഭ ഇന്നു നമ്മുടെ പൈതൃകമാണ്.

ഗ്രന്ഥത്തിന്റെ രണ്ടാംഭാഗം സംഗീതവിദ്യാർത്ഥികൾക്കും സംഗീതാദ്ധ്യാപകർക്കും വിലപ്പെട്ടതാണ്. പ്രാഥമികപാഠങ്ങളായ മായാമാളവഗൗളയിലെ വരിശകൾ, 20 രാഗങ്ങളിലെ ഗീതങ്ങൾ,

ലക്ഷണഗീതങ്ങൾ, ജതിസ്വരങ്ങൾ, സ്വരജതികൾ, ആദിതാളത്തിലും അടതാളത്തിലുമുള്ള താനവർണ്ണങ്ങൾ, പദവർണ്ണങ്ങൾ, ദരുവർണ്ണങ്ങൾ എന്നിവ സംഗീതസംജ്ഞകൾ (Notation) കൊടുത്ത് വിവരിച്ചിരിക്കുന്നു.

ചില്ലറ ചില തെറ്റുകൾ കടന്നുകൂടിയിരിക്കുന്നത് അടുത്ത പതിപ്പിൽ വരാതെ നോക്കാവുന്നതാണ്. ജന്യരാഗങ്ങളുടെ പട്ടികയിൽ (പേജ് 540-547) പന്തുവരാളി ഉൾക്കൊള്ളിക്കേണ്ട ആവശ്യമില്ല. പന്തുവരാളി (കാമവർദ്ധനി) 51-ആം മേളരാഗമായി 158-ആം പേജിൽ വിവരിക്കപ്പെട്ടിട്ടുണ്ട്. അതേസമയം നാട്ടഭൈരവിയുടെ ജന്യരാഗമായ ഭൈരവി അതേ പട്ടികയിൽ അതിന്റെ അസാന്നിദ്ധ്യംകൊണ്ട് ശ്രദ്ധേയമാണ്. ഒരുപക്ഷേ, ഭൈരവിയുടെ ആരോഹണത്തിലുള്ള ചതുശ്രുതിധൈവതം പട്ടികയിൽ കൊടുക്കുമ്പോൾ ഭൈരവിക്ക് പ്രശ്നങ്ങൾ സൃഷ്ടിച്ചേക്കുമെന്നതായിരിക്കും. ഉദയരവിചന്ദ്രികയ്ക്ക് ശുദ്ധധന്യാസി എന്നും പേരുള്ളതുകൊണ്ടുമാത്രം പട്ടികയിൽ ഇത് രണ്ടുതവണ ആവർത്തിക്കേണ്ട കാര്യമുണ്ടോ? ദ്വിജാവന്തിയെക്കുറിച്ചുള്ള വിവരണത്തിൽ (പേജ് 212) ആ രാഗത്തിലുള്ള കൃതിയായി 'ചേതശ്രീ ബാലകൃഷ്ണം' എന്ന ദീക്ഷിതർ കൃതിയുടെകൂടെ 'അഖിലാണ്ഡേശ്വരി' എന്ന, അദ്ദേഹത്തിന്റെ തന്നെ അതേപോലെ പ്രശസ്തമായ, കൃതികൂടി ഉദ്ധരിക്കാമായിരുന്നു. മുത്തുസ്വാമിദീക്ഷിതരുടെ കാശിവാസത്തിന്റെ ഓർമ്മക്കായി ഉത്തരേന്ത്യൻ രാഗമായ ജയ്ജയ്വന്തിയോടടുത്ത ദ്വിജാവന്തിയിൽ നമുക്കീ രണ്ടു കൃതികൾ ലഭിച്ചു. ഹിന്ദുസ്ഥാനി സംഗീതത്തെക്കുറിച്ചുള്ള ചർച്ചയിൽ (പേജ് 143) സാവേരി, കാനഡ എന്നീ കർണ്ണാടകരാഗങ്ങൾക്കു തുല്യമായ ഹിന്ദുസ്ഥാനിരാഗങ്ങൾ യഥാക്രമം ജോഗിയ, ശഹാന കാനഡ എന്നു തിരുത്തേണ്ടിയിരിക്കുന്നു; ക്രമം മറിച്ചാണ് കൊടുത്തിരിക്കുന്നത്.

കമനീയമായി അച്ചടിച്ച ഈ ആധികാരിക ഗ്രന്ഥം പ്രസിദ്ധീകരിച്ച കേരളസർക്കാരിന്റെ സാംസ്കാരിക പ്രസിദ്ധീകരണവകുപ്പ് സംഗീതപ്രേമികളുടെ അഭിനന്ദനമർഹിക്കുന്നു. ശ്രീ രവീന്ദ്രനാഥിൽ നിന്ന് സംഗീതത്തെക്കുറിച്ച് കൂടുതൽ ഗ്രന്ഥങ്ങൾ നമുക്കു കൈവരട്ടെ എന്നും പ്രത്യാശിക്കുന്നു.

എ.കെ. രവീന്ദ്രനാഥിന്റെ 'ദക്ഷിണേന്ത്യൻ സംഗീതം' [മൂന്നാം പതിപ്പ് (1982), പേജ് 550] എന്ന ഗ്രന്ഥത്തിന് എഴുതിയ നിരൂപണം.

(1990, സംസ്കാര കേരളം ത്രൈമാസികം)

രാഗങ്ങളുടെ നിറങ്ങൾ

പ്രകാശത്തിന് നിറം അനുഭവപ്പെടുന്നത് പ്രകാശത്തിന്റെ അഭീക്ഷ്ണതയിൽ (ഫ്രീക്വൻസി) കൂടിയാണല്ലോ. അതേസമയം ശബ്ദത്തിന് നിറംകൊടുക്കുന്നത് അതിന്റെ ഫ്രീക്വൻസിയിൽക്കൂടിയല്ല, മറിച്ച് ഒരു octave-ലൂടെയുള്ള പ്രയാണത്തിൽ കൂടിയാണ്. ഈ പ്രയാണത്തിൽ കണ്ടുമുട്ടുന്ന പ്രധാന നാഴികക്കല്ലുകളാണ് സ്വരങ്ങൾ. അടിസ്ഥാന ഷഡ്ജത്തിൽ നിന്ന് താരഷഡ്ജത്തിലേക്കുള്ള യാത്ര പല വഴിയിൽക്കൂടിയാകാം. ഒരോ വഴിയും ഓരോ നിറം സൃഷ്ടിക്കുന്നു. അതിനാൽ ഈ പ്രയാണങ്ങളെ രാഗങ്ങളെന്നു വിളിക്കുന്നു. പ്രസിദ്ധരാഗങ്ങളെല്ലാം അടിസ്ഥാന ഷഡ്ജത്തിൽ നിന്ന് താരഷഡ്ജത്തിലേക്കുള്ള രാജപാതകളാണ്, അപ്രസിദ്ധ രാഗങ്ങൾ ഒറ്റയടിപ്പാതകളും. വ്യക്തിത്വം കൂടുതലുള്ള രാഗങ്ങൾ മനസ്സിൽ ശക്തമായ നിറങ്ങളെ സൃഷ്ടിക്കുന്നു. ഈ നിറങ്ങൾ പ്രകൃതിയിലെ നിത്യഹരിത ഭാവങ്ങളാണ്. സാഗരത്തിന്റെ അപാര നീലിമ സൃഷ്ടിക്കാൻ തോടി രാഗത്തിനേ കഴിയൂ. ഹിമാലയ ശൃംഗങ്ങളുടെ പീതഗാംഭീര്യം സൃഷ്ടിക്കാൻ ശങ്കരാഭരണം തന്നെ വേണം. രാഗങ്ങൾ മനസ്സിൽ സൃഷ്ടിക്കുന്ന അമൂർത്തഭാവങ്ങൾ പ്രകൃതി സമ്മാനിക്കുന്ന നിറങ്ങളെപ്പോലെ മാനുഷികഭാവങ്ങളെ അതിവർത്തിക്കുന്നു.

കർണ്ണാടക സംഗീതത്തിലെ 72 മേളകർത്താരാഗങ്ങൾ വഴിക്കുവഴി കേൾക്കുമ്പോൾ മനസ്സിൽ നിറഞ്ഞുവഴിയുന്ന നിറങ്ങളുടെ

വിന്യാസം (pattern) രസാവഹമാണ്. ഈ 72 രാഗങ്ങളിലും സ, രി, ഗ, മ, പ, ധ, നി എന്നീ 7 സ്വരങ്ങളുമുണ്ട്. സ, പ എന്നീ സ്വരങ്ങൾ എല്ലാ രാഗങ്ങളിലും മാറ്റമില്ലാതെയിരിക്കുമ്പോൾ മ എന്ന സ്വരം ആദ്യത്തെ 36 രാഗങ്ങളിൽ ശുദ്ധമദ്ധ്യമമായും അവസാനത്തെ 36 രാഗങ്ങളിൽ പ്രതിമദ്ധ്യമമായും വരുന്നു. ബാക്കിയുള്ള രി, ഗ, ധ, നി എന്നീ സ്വരങ്ങളുടെ വകഭേദങ്ങൾ എങ്ങനെയെല്ലാം വരുന്നു എന്നു നോക്കാം.

ചിത്രം (1)						
			ഗ3	അന്തര ഗാന്ധാരം	1	(രി1– ഗ1)
ഷഡ്ശ്രുതി ഋഷഭം	രി3		ഗ2	സാധാരണ ഗാന്ധാരം	2	(രി1– ഗ2)
ചതുഃശ്രുതി ഋഷഭം	രി2		ഗ1	ശുദ്ധ ഗാന്ധാരം	3	(രി1– ഗ3)
ശുദ്ധ ഋഷഭം	രി1				4	(രി2– ഗ2)
					5	(രി2– ഗ3)
					6	(രി3– ഗ3)

ചിത്രം(1)-ൽ കൊടുത്തിരിക്കുന്നപോലെ ഋഷഭത്തിന് മൂന്ന് സ്വരസ്ഥാനങ്ങളും അതേപോലെ ഗാന്ധാരത്തിന് മൂന്ന് സ്വരസ്ഥാനങ്ങളുമുണ്ട്. ഇവ തമ്മിൽ (രി1 – ഗ1), (രി1 – ഗ2), (രി1 – ഗ3), (രി2 – ഗ2), (രി2 – ഗ3), (രി3 – ഗ3) എന്നീ ആറു തരത്തിൽ മേളിക്കാം. ഇവക്ക് യഥാക്രമം 1, 2, 3, 4, 5, 6 എന്ന് പേർ കൊടുത്തിരിക്കുന്നു.

ചിത്രം (2)						
			നി3	കാകളി നിഷാദം	1	(ധ1– നി1)
ഷഡ്ശ്രുതി ധൈവതം	ധ3		നി2	കൈശികി നിഷാദം	2	(ധ1– നി2)
ചതുഃശ്രുതി ധൈവതം	ധ2		നി1	ശുദ്ധ നിഷാദം	3	(ധ1– നി3)
ശുദ്ധ ധൈവതം	ധ1				4	(ധ2– നി2)
					5	(ധ2– നി3)
					6	(ധ3– നി3)

മേൽപ്പറഞ്ഞതിനു സമാനമായി ധ, നി എന്നീ സ്വരങ്ങളിൽക്കൂടി ചിത്രം (2)-ൽ കൊടുത്തിരിക്കുന്നപോലെ ആറു സഞ്ചാരങ്ങൾ ഉണ്ട്. ചിത്രം (1)-ൽ കാണിച്ചിരിക്കുന്ന ഓരോ സഞ്ചാരത്തിനും ചിത്രം (2)-ൽ കാണിച്ചിരിക്കുന്ന ആറു സഞ്ചാരങ്ങളും ആവാം. ഇവയെല്ലാം

	ചിത്രം (3)					
	1	2	3	4	5	6
1	(11) കനകാംഗി സാലഗം	(12) രത്നാംഗി ജലാർണ്ണവം	(13) ഗാനമൂർത്തി ഝാലവരാളി	(14) വനസ്പതി നവനീതം	(15) മാനവതി പാവനി	(16) താനരൂപി രഘുപ്രിയ
2	(21) സേനാവതി ഗവാംബോധി	(22) ഹനുമത്തോടി ഭവപ്രിയ	(23) ധേനുക ശുഭപന്തുവരാളി	(24) നാടകപ്രിയ ഷഡ്വിധമാർഗ്ഗിണി	(25) കോകിലപ്രിയ സുവർണ്ണാംഗി	(26) രൂപവതി ദിവ്യമണി
3	(31) ഗായകപ്രിയ ധവളാംബരി	(32) വകുളാഭരണം നാമനാരായണി	(33) മായാമാളവഗൌള കാമവർദ്ധനി	(34) ചക്രവാകം രാമപ്രിയ	(35) സൂര്യകാന്തം ഗമനശ്രമ	(36) ഹാടകാംബരി വിശ്വംഭരി
4	(41) ഝങ്കാരധ്വനി ശ്യാമളാംഗി	(42) നഠഭൈരവി ഷണ്മുഖപ്രിയ	(43) കീരവാണി സിംഹേന്ദ്രമധ്യമം	(44) ഖരഹരപ്രിയ ഹേമവതി	(45) ഗൌരീമനോഹരി ധർമ്മവതി	(46) വരുണപ്രിയ നീതിമതി
5	(51) മാരരഞ്ജിനി കാന്താമണി	(52) ചാരുകേശി ഋഷഭപ്രിയ	(53) സരസാംഗി ലതാംഗി	(54) ഹരികാംബോജി വാചസ്പതി	(55) ധീരശങ്കരാഭരണം മേചകല്യാണി	(56) നാഗനന്ദിനി ചിത്രാംബരി
6	(61) യാഗപ്രിയ സുചരിത്ര	(62) രാഗവർദ്ധനി ജ്യോതിസ്വരൂപിണി	(63) ഗാംഗേയഭൂഷണി ധാതുവർദ്ധനി	(64) വാഗധീശ്വരി നാസികാഭൂഷണി	(65) ശൂലിനി കോസലം	(66) ചലനാട്ട രസികപ്രിയ

ക്കൂട്ടിയാൽ 6 x 6 = 36 സ്വരവ്യത്യാസങ്ങൾ ഉരുത്തിരിയുന്നു. ശുദ്ധമദ്ധ്യമത്തോട് ഈ സ്വരവിന്യാസങ്ങൾ ചേർക്കുമ്പോൾ ആദ്യത്തെ 36 മേളകർത്താരാഗങ്ങളും, പ്രതിമദ്ധ്യമത്തോട് ചേർക്കുമ്പോൾ അവസാനത്തെ 36 മേളകർത്താരാഗങ്ങളും ലഭിക്കുന്നു. ഈ 72 മേളകർത്താരാഗങ്ങളെ വഴിക്കുവഴിയായി ചിത്രം (3)-ൽ കാണിച്ചിരിക്കുന്നു. ചിത്രം (3)-ൽ രാഗങ്ങളുടെ നമ്പർ ചേർത്തിരിക്കുന്നത് പ്രത്യേകം ശ്രദ്ധിക്കേണ്ടിയിരിക്കുന്നു. ചിത്രം (3)-ൽ ശുദ്ധമദ്ധ്യമ – പ്രതിമദ്ധ്യമ രാഗങ്ങൾ ഇരട്ടകളായി ഒരേ കള്ളിയിൽ തന്നെയാണ് വരുന്നത്. കാരണം അവയിലെ രിഗ – ധനി സഞ്ചാരങ്ങൾ ഒരേമാതിരിയാണ് എന്നതുതന്നെ.

ചിത്രം (3)-ൽ രാഗങ്ങൾ ഒരു 6 x 6 'മട്രിക്സ്'' ആയിട്ടാണ് ചേർത്തിരിക്കുന്നത്. ചിത്രം (3)-ലെ ഓരോ നിരയുടേയും നമ്പർ പ്രതിനിധാനം ചെയ്യുന്നത് ചിത്രം (1)-ലെ ഓരോ സ്വരസഞ്ചാരത്തെയും ആണ്. അതുപോലെ, ചിത്രം (3)-ലെ ഓരോ കോളത്തിന്റെയും നമ്പർ പ്രതിനിധാനം ചെയ്യുന്നത് ചിത്രം (2)-ലെ ഓരോ സ്വരസഞ്ചാരത്തെയും. ചിത്രം (1)-ലെ 1 എന്ന സ്വരസഞ്ചാരത്തോടുകൂടി ചിത്രം (2)-ലെ 1, 2, 3, 4, 5, 6 എന്നീ സഞ്ചാരങ്ങൾ ഒന്നായി ചേർക്കുമ്പോൾ 11, 12, 13, 14, 15, 16 എന്ന ലേബലുള്ള രാഗങ്ങൾ ലഭിക്കുന്നു. ഇവ യഥാക്രമം കനകാംഗി, രത്നാംഗി, ഗാനമൂർത്തി, വനസ്പതി, മാനവതി, താനരൂപി എന്നീ ആറു ശുദ്ധമദ്ധ്യമ രാഗങ്ങളും, സാലഗം, ജലാർണ്ണവം, ഝാലവരാളി, നവനീതം, പാവനി, രഘുപ്രിയ എന്നീ ആറ് പ്രതിമദ്ധ്യമരാഗങ്ങളും ആണ്. (ചിത്രം (3)-ൽ ആദ്യത്തെ നിര നോക്കുക). അതുപോലെത്തന്നെ, ചിത്രം (2)-ലെ 1 എന്ന സ്വരസഞ്ചാരത്തോടുകൂടി ചിത്രം (1)-ലെ 1, 2, 3, 4, 5, 6 എന്നീ സഞ്ചാരങ്ങൾ ഒന്നായി ചേർക്കുമ്പോൾ 11, 21, 31, 41, 51, 61 എന്നീ ലേബലുള്ള രാഗങ്ങൾ ലഭിക്കുന്നു. ഇവ യഥാക്രമം കനകാംഗി, സേനാവതി, ഗായകപ്രിയ, ഝങ്കാരധ്വനി, മാരരഞ്ജിനി, യാഗപ്രിയ എന്നീ ആറ് ശുദ്ധമദ്ധ്യമരാഗങ്ങളും, സാലഗം, ഗവാംബോധി, ധവളാംബരി, ശ്യാമളാംഗി, കാന്താമണി, സുചരിത്ര എന്നീ ആറ് പ്രതിമദ്ധ്യമരാഗങ്ങളും ആണ്. (ചിത്രം (3)-ൽ ആദ്യത്തെ കോളം നോക്കുക). ഇതുപോലെത്തന്നെ ചിത്രം (3)-ന്റെ എല്ലാ നിരകളും കോളങ്ങളും വിവരിക്കാൻ സാധിക്കും.

മേൽപ്പറഞ്ഞ 72 മേളകർത്താരാഗങ്ങളും വഴിക്കുവഴി കേൾക്കാനുള്ള ഏറ്റവും നല്ല അവസരം മഹാവൈദ്യനാഥശിവന്റെ മേളരാഗമാലിക പാടുമ്പോഴാണ്. ശ്രീരാഗത്തിൽ 'പ്രണതാർത്തി ഹരപ്രഭോ

പുരാരേ' എന്നാരംഭിക്കുന്ന പ്രസ്തുത കൃതിയിൽ, കനകാംഗി മുതൽ ചലനാട്ട വരെ കേൾക്കുമ്പോൾ വയലറ്റ് നിറം മുതൽ ചുവപ്പുവരെയുള്ള നിറങ്ങൾ മനസ്സിൽ വഴിഞ്ഞൊഴുകുന്നു. വീണ്ടും സാലഗം മുതൽ രസികപ്രിയവരെ കേൾക്കുമ്പോഴും ഇതേ അനുഭവം തന്നെ. പ്രതിമദ്ധ്യമരാഗങ്ങൾക്ക് തത്സമമായ ശുദ്ധമദ്ധ്യമ രാഗങ്ങളെ അപേക്ഷിച്ച് അല്പം മങ്ങലേറ്റ മാതിരി അനുഭവപ്പെടും. കൂടുതൽ വിശദമായി ഇതു മനസ്സിലാക്കാൻ മേളകർത്താരാഗങ്ങളുടെ മട്രിക്സിനൊപ്പം (ചിത്രം (3)) വയലറ്റ് (V), നീല (B), പച്ച (G), ക്രീം കളർ (C), മഞ്ഞ (Y), കടുംചുവപ്പ് (R) എന്നീ നിറങ്ങൾകൊണ്ടുള്ള ഒരു 6 x 6 മട്രിക്സ് വിഭാവനം ചെയ്യാം. ഇത് ചിത്രം (4)-ൽ കൊടുത്തിരിക്കുന്നു. ചിത്രം (3), ചിത്രം (4) എന്നിവ ഒരുമിച്ച് പരിഗണിച്ചാൽ, ഓരോ മേളകർത്താരാഗത്തിനും സമാനമായ നിറം ലഭിക്കും.

ചിത്രം (4)

	1 V	2 B	3 G	4 C	5 Y	6 R
1 V	(11) VV	(12) VB	(13) VG	(14) VC	(15) VY	(16) VR
2 B	(21) BV	(22) BB	(23) BG	(24) BC	(25) BY	(26) BR
3 G	(31) GV	(32) GB	(33) GG	(34) GC	(35) GY	(36) GR
4 C	(41) CV	(42) CB	(43) CG	(44) CC	(45) CY	(46) CR
5 Y	(51) YV	(52) YB	(53) YG	(54) YC	(55) YY	(56) YR
6 R	(61) RV	(62) RB	(63) RG	(64) RC	(65) RY	(66) RR

കനകാംഗിയുടെ വയലറ്റിൽനിന്ന് രത്നാംഗിയിലെത്തുമ്പോൾ വയലറ്റ് പശ്ചാത്തലത്തിൽ നീലനിറം സ്ഫുരിക്കുന്നു. ഗാനമൂർത്തിയിൽ വയലറ്റു പശ്ചാത്തലത്തിൽ പച്ചനിറം, അതേ പശ്ചാത്തലത്തിൽ വനസ്പതിയിൽ ക്രീം കളർ, മാനവതിയിൽ മഞ്ഞയും, താനരൂപിയിൽ കടും ചുവപ്പും. സേനാവതി മുതൽ ആറ് രാഗങ്ങളുടെ പശ്ചാത്തലം നീലയാണ്. അപ്രകാരം നീലയുടെ പശ്ചാത്തലത്തിൽ സേനാവതിയിൽ വയലറ്റും ഹനുമത്തോടിയിൽ നീലയും ധേനുകയിൽ പച്ചയും നാടകപ്രിയയിൽ ക്രീം നിറവും കോകിലപ്രിയയിൽ മഞ്ഞയും രൂപവതിയിൽ ചുവപ്പും സ്ഫുരിക്കുന്നു. ഗായകപ്രിയ മുതൽ ഹാടകാംബരി വരെയുള്ള ആറു രാഗങ്ങളിൽ പച്ചയുടെ പശ്ചാത്തലത്തിൽ വയലറ്റ്, നീല, പച്ച, ക്രീം കളർ, മഞ്ഞ, കടുംചുവപ്പ് എന്നീ നിറങ്ങൾ യഥാക്രമം തുടിച്ചുനില്ക്കുന്നു. ഝങ്കാരധ്വനി മുതൽ ആറു രാഗങ്ങളിൽ ക്രീം കളറിന്റെ പശ്ചാത്തലത്തിൽ ഇതേ ആറു നിറങ്ങൾ ആവർത്തിക്കുന്നു. മാരരഞ്ജിനി മുതൽ നാഗനന്ദിനി വരെയുള്ള ആറു രാഗങ്ങളിൽ ഈ ആവർത്തനം മഞ്ഞനിറത്തിന്റെ പശ്ചാത്തലത്തിലും യാഗപ്രിയ മുതൽ ചലനാട്ട വരെയുള്ള രാഗങ്ങളിൽ ഇതേ ആവർത്തനം ചുവപ്പിന്റെ പശ്ചാത്തലത്തിലും നടക്കുന്നു. ചിത്രം (4) ൽ ഈ നിറങ്ങൾ കൊടുത്തിരിക്കുന്നു.

പ്രതിമദ്ധ്യമ രാഗങ്ങളിലും (സാലഗം മുതൽ രസികപ്രിയവരെ) ഇതേ സ്വഭാവംതന്നെ അനുഭവപ്പെടുന്നു. പക്ഷേ ശുദ്ധമദ്ധ്യമത്തിനു പകരം പ്രതിമദ്ധ്യമം വരുമ്പോൾ രാഗത്തിന് ആകെക്കൂടി ഒരു മങ്ങൽ സംഭവിക്കുന്നു എന്നു പറയാതെ വയ്യ. ഈ മങ്ങൽ കാരണമാവണം പൊതുവെ പ്രതിമദ്ധ്യമരാഗങ്ങൾ ശുദ്ധമദ്ധ്യമരാഗങ്ങളെപ്പോലെ പ്രശസ്തിയാർജ്ജിക്കാത്തത്. (കല്യാണി, ഷൺമുഖപ്രിയ, പന്തുവരാളി എന്നിവ പ്രശസ്തി നേടിയ പ്രതിമദ്ധ്യമരാഗങ്ങളാണെന്ന വസ്തുത മറക്കുന്നില്ല. ഇവ മേൽപറഞ്ഞ പൊതുസ്വഭാവത്തിന് അപവാദം മാത്രമാണ്.)

അടുത്തതായി 11, 22, 33, 44, 55, 66, എന്നീ ആറ് ഇരട്ടകളെ നമുക്കു പരിശോധിക്കാം. ഇവ യഥാക്രമം 11 കനകാംഗി – സാലഗം, 22 ഹനുമത്തോടി – ഭവപ്രിയ, 33 മായാമാളവഗൌള – കാമവർദ്ധനി (പന്തുവരാളി), 44 ഖരഹരപ്രിയ – ഹേമവതി, 55 ധീരശങ്കരാഭരണം – മേചകല്യാണി, 66 ചലനാട്ട – രസികപ്രിയ എന്നിവയാണ്. ചിത്രം (4)-ൽ കാണിച്ച മാതിരി ഇവ മനസ്സിൽ ഉണർത്തുന്ന നിറങ്ങൾ VV, BB, GG, CC, YY, RR എന്നിവയാണ്. നേരത്തെ പറഞ്ഞുവെച്ച ഭാഷയിൽ പറഞ്ഞാൽ, ഇവ ശുദ്ധമായ വയലറ്റ്, നീല, പച്ച, ക്രീം കളർ, മഞ്ഞ, ചുവപ്പ് എന്നിവയാണ്.

കർണ്ണാടക സംഗീതത്തിലെ ഏറ്റവും വ്യക്തിത്വം മുറ്റി നിൽക്കുന്ന പല മേളകർത്താരാഗങ്ങളും ഈ പറഞ്ഞവയിൽ പെടുന്നു. അതുപോലെത്തന്നെ ഏറ്റവും പ്രശസ്തിയാർജ്ജിച്ച പല ജന്യരാഗങ്ങളും ഈ ജനകരാഗങ്ങളുടെ (മേളകർത്താരാഗങ്ങൾ) കുടുംബങ്ങളിൽപ്പെടുന്നു. മറ്റൊരു സംഗതികൂടി ഈ അവസരത്തിൽ ഓർക്കുന്നത് രസകരമാണ്. ഹിന്ദുസ്ഥാനി സംഗീതത്തിലെ രാഗ കുടുംബങ്ങളായ പല ഥാട്ടുകളും മേൽപറഞ്ഞ രാഗങ്ങൾക്കു സമാനങ്ങളാണ്. ഉദാഹരണമായി ബിലാവൽ, യമൻ, കാഫി, ഭൈരവ്, പൂരിയ മുതലായവ.

മഹാവൈദ്യനാഥശിവന്റെ മേളരാഗമാലിക മുഴുവൻ കേട്ടാൽ രാഗപ്രപഞ്ചത്തിൽക്കൂടി എന്നപോലെത്തന്നെ വർണ്ണപ്രപഞ്ചത്തിൽക്കൂടിയും ഒരു തീർത്ഥയാത്ര നേടിയ നിർവൃതിയാണ് മനസ്സിൽ നിറഞ്ഞുനിൽക്കുക. അടുത്തകാലത്തായി ഡോ. ബാലമുരളീകൃഷ്ണയും മേളരാഗങ്ങളിൽ കൃതികൾ രചിച്ചിട്ടുണ്ട്. രാഗങ്ങളും നിറങ്ങളും മനസ്സിൽ പൊലിപ്പിച്ചെടുക്കുന്ന ഭാവങ്ങളുടെ one-to-one correspondence ശ്രദ്ധേയമാണ്. തോടിയുടെ നീലയും മായാമാളവ ഗൌളയുടെ പച്ചയും പ്രകൃതിയിലെ ശാന്തഗാംഭീര്യം സൃഷ്ടിക്കുമ്പോൾ ശങ്കരാഭരണം, കല്യാണി, നാട്ട രാഗങ്ങളുടെ മഞ്ഞയും ചുവപ്പുമെല്ലാം പ്രകൃതിയുടെ പ്രചണ്ഡഗാംഭീര്യം സൃഷ്ടിക്കുന്നു. ജന്യരാഗങ്ങൾ സൃഷ്ടിക്കുന്ന വർണ്ണ പ്രപഞ്ചവും ഏറെക്കുറെ ഇതേ വിന്യാസം തന്നെ കാഴ്ചവെക്കുന്നു. രാഗങ്ങളും നിറങ്ങളും തമ്മിലുള്ള ബന്ധത്തെക്കുറിച്ച് കൂടുതൽ ഗവേഷണം അഭികാമ്യമാണ്. സംഗീതജ്ഞരും മനശ്ശാസ്ത്രജ്ഞന്മാരും ഭൗതികശാസ്ത്രജ്ഞൻമാരുമെല്ലാം ഈ പഠനത്തിൽ പങ്കാളികളാവേണ്ടതാണ്.

(1986, ദൃശ്യകല മാഗസിൻ)

കഥകളിത്തവും കഥകളിയിലെ രാഗങ്ങളും

കേരളത്തിന്റെ കലയായ കഥകളി അരനൂറ്റാണ്ടോളമായി ജനപ്രീതിയാർജ്ജിച്ചിരിക്കുന്നു, അന്താരാഷ്ട്രതലത്തിലും അറിയപ്പെടുന്നു. നൃത്ത-നൃത്യ-നാട്യങ്ങൾക്ക് തികച്ചും കേരളീയമായ വ്യാകരണം സൃഷ്ടിച്ച കഥകളി വളരെയധികം സാങ്കേതികമായി കരുതപ്പെടുന്നു. വാസ്തവത്തിൽ തൗര്യത്രിക (നൃത്ത-ഗീത വാദ്യങ്ങൾ) ത്തോട് നൈസർഗ്ഗികമായി പ്രതികരിക്കുന്ന സഹൃദയന് കഥകളി സാങ്കേതികമായി തോന്നുകയില്ല. സമാനഹൃദയന്റെ സഹൃദയത്വത്തിൽ സാങ്കേതികത്വം അലിഞ്ഞലിഞ്ഞില്ലാതാവുന്നു. സാഹിത്യരസികന് ഒരു കൃതിയിലെ കഥാപാത്രത്തോടും മറ്റും തോന്നാന്ന ആത്മബന്ധം കഥകളിഭ്രാന്തന് കലാശങ്ങളോടും മുദ്രകളോടും രാഗങ്ങളോടും എല്ലാം തോന്നും. കഥകളിയുടെ ഭാഷ മുദ്രകളാണെന്നൊരു തെറ്റിദ്ധാരണയുണ്ട്. കഥകളിയുടെ ഭാഷ ചലനത്തിന്റെ ഭാഷയാണ്. കുറേക്കൂടി കൃത്യമായി പറഞ്ഞാൽ, നൃത്യമാണ്. ശിഥിലരൂപിയായി തോന്നുന്ന കഥകളിയിൽ ഉടനീളം സ്ഫുരിക്കുന്ന കലാചൈതന്യം നൃത്യത്തിന്റേതാണ്. കഥകളി ശിഥിലരൂപിയല്ലെന്നർത്ഥം. ആട്ടക്കഥയും തൗര്യത്രികവും പരസ്പരപൂരകങ്ങളായി നൃത്യത്തിലേക്കുള്ള തീർത്ഥാടനത്തിനു നമ്മെ സഹായിക്കുന്നു.

കഥകളി തികച്ചും ശൈലീകൃതമാണ്. വ്യാപകമായ അർത്ഥത്തിൽ ശൈലീകരണം പ്രതിസാമ്യത്തിന്റെ സിമ്മെട്രിയുടെ അനാവരണമാണ്. പ്രകൃതിയെ പുനഃസൃഷ്ടിക്കുന്ന നൃത്ത-ഗീത-വാദ്യങ്ങൾ

ശൈലീകൃതമാവാതെ വയ്യ. കഥകളിയെക്കുറിച്ചുള്ള ഏതൊരു ചർച്ചയും തൗര്യത്രികത്തെ സ്പർശിക്കാതെ സാദ്ധ്യമല്ല. നിർഭാഗ്യവശാൽ കഥകളിയെന്നാൽ ആട്ടക്കഥയെന്ന തെറ്റിദ്ധരിച്ചതിന്റെ ഫലമായി കഥകളി നിരൂപണം വളരെയധികം വഴിതെറ്റിപ്പോകാറുണ്ട്. കെ.പി.എസ്. മേനോന്റെ കഥകളിരംഗം, കഥകളി ആട്ടപ്രകാരം എന്നീ ഗ്രന്ഥങ്ങൾ കഥകളിയെ നൃത്യകലയായിത്തന്നെ കണ്ടു. എന്നിരുന്നാലും കഥകളി സാഹിത്യം (ആട്ടക്കഥകളല്ല) എന്ന കൂട്ടത്തിൽ പെടുത്താവുന്ന പുസ്തകങ്ങൾ വളരെ വിരളമാണ്. കഥകളിയെക്കുറിച്ചു വായിച്ച് ആരും കഥകളി ഭ്രാന്തനായിത്തീരാറില്ലെങ്കിലും കഥകളി നൈസർഗ്ഗികമായി ആസ്വദിക്കുന്ന സഹൃദയന് ആ കലയെപ്പറ്റി എത്ര അറിവുനേടിയാലും അധികമാവില്ല. അങ്ങനെയുള്ളവർക്കുവേണ്ടി ഇതാ മഹത്തായൊരു റഫറൻസ് ഗ്രന്ഥം. കഥകളിയെക്കുറിച്ച് അറിഞ്ഞിരിക്കേണ്ടതെല്ലാം അടങ്ങിയിരിക്കുന്ന ഒരു വിജ്ഞാനകോശമാണ് പ്രശസ്ത പണ്ഡിതനും കലാപ്രേമിയുമായ പ്രൊഫസ്സർ അയ്മനം കൃഷ്ണക്കൈമൾ തയ്യാറാക്കിയിരിക്കുന്നത്.

740 -ൽ പരം പേജുകളിൽ വ്യാപിച്ചു കിടക്കുന്ന ഈ വിജ്ഞാനകോശത്തിൽ കഥകളിയോടു ബന്ധപ്പെട്ട കാര്യങ്ങളെല്ലാം അക്ഷരമാലയുടെ ക്രമത്തിൽ വിശദമായി പ്രതിപാദിച്ചിരിക്കുന്നു. സൗകര്യത്തിനായി ഈ ഗ്രന്ഥത്തെ നാലായി ഭാഗിച്ചിട്ടുണ്ട്. ഒന്നാംഭാഗത്തിൽ അഭിനയ സങ്കേതങ്ങളും (കഥകളി സങ്കേതങ്ങൾ എന്നു കൊടുക്കുന്നതായിരുന്നു കൂടുതൽ ശരി), രണ്ടാംഭാഗത്തിൽ ആട്ടക്കഥാകാരന്മാരും കഥകളും, മൂന്നാംഭാഗത്തിൽ കഥാപാത്രങ്ങൾ, നാലാംഭാഗത്തിൽ കലാകാരൻമാർ എന്നിങ്ങനെയാണ് വിഭജനം. അഭിനയ സങ്കേതങ്ങളെക്കുറിച്ചുള്ള വിഭാഗത്തിൽ നൃത്തം, സംഗീതം, വാദ്യങ്ങൾ, മുദ്രകൾ, കഥകളിവേഷം, സമ്പ്രദായഭേദങ്ങൾ എന്നീ വിഭാഗങ്ങളിൽപ്പെടുന്ന നാനൂറോളം വിഷയങ്ങളെക്കുറിച്ച് വിവരിച്ചിരിക്കുന്നു. കഥകളിയോട് അഗാധമായ പ്രേമവും നൃത്തഗീതവാദ്യങ്ങളിൽ പാണ്ഡിത്യവുമുള്ളവർക്കേ ഇതു സാധിക്കൂ. അതേപോലെത്തന്നെ കഥകളിയിൽ പ്രത്യക്ഷപ്പെടുന്ന പുരാണ കഥാപാത്രങ്ങളെക്കുറിച്ചുപന്യസിക്കുന്ന മൂന്നാംഭാഗം സാഹിത്യവിദ്യാർത്ഥികൾക്കു കൂടി വളരെ പ്രയോജനപ്പെടും. കഥാപാത്രങ്ങളുടെ മനോവ്യാപാരങ്ങളെ ആഴത്തിൽ മനസ്സിലാക്കിയ ഒരു പണ്ഡിതനെ നാമിവിടെ കാണുന്നു. ഒന്നാംഭാഗത്തെപ്പോലെ മൂന്നാംഭാഗവും കഥകളി വിദ്യാർത്ഥികൾക്കും കലാകാരൻമാർക്കും റഫറൻസിനുപകരിക്കും. ബന്ധപ്പെട്ട കുറെ വിവരങ്ങൾ അനുബന്ധങ്ങളായും കൊടുത്തിട്ടുണ്ട്.

കഥകളിയുടെ അടിത്തറയിടുന്ന കോട്ടയം കഥകൾ (ബകവധം, കല്യാണസൗഗന്ധികം, കിർമ്മീരവധം, കാലകേയവധം) നൃത്യത്തിന്റെ ദൃശ്യഭാഷ സൃഷ്ടിക്കുന്നു. കോട്ടയം കഥകളിൽ സൃഷ്ടി നടക്കുന്നത് അരങ്ങത്താണ്. കഥകളിയുടെ മർമ്മം കണ്ടറിഞ്ഞ കോട്ടയത്തു തമ്പുരാൻ ആട്ടക്കഥയേക്കാൾ പ്രാധാന്യം തൗര്യത്രികത്തിന് നൽകി. അതിവിളംബകാലത്തിലുള്ള പതിഞ്ഞ പദങ്ങൾ നൃത്യകലയുടെ വാസ്തുശില്പം സൃഷ്ടിക്കുന്നു. പതിഞ്ഞ പദങ്ങൾക്ക് കാലാതിവർത്തിയായൊരു മാനമുണ്ട്. അളവ് ഗുണമായി മാറുന്നൊരു അവസ്ഥാവിശേഷം. കോട്ടയം കഥകൾ നാടകീയതയ്ക്ക് ഊനം തട്ടിയാലും ഈ ശില്പഭദ്രത നിലനിർത്തുന്നു. കൂട്ടത്തിൽ നാടകീയത കൂടിയുണ്ടെങ്കിൽ സ്വർണ്ണത്തിന് 'സുഗന്ധം കിട്ടിയപോലെയായി.' പഞ്ചവാദ്യത്തിന്റെ പതികാലവും പഞ്ചാരിമേളത്തിന്റെ ഒന്നാം കാലവും സൃഷ്ടിച്ച കേരളീയന് പതിഞ്ഞ പദങ്ങളിലെ നൃത്തശില്പം ഒട്ടും അന്യമല്ല. പതിഞ്ഞ പദങ്ങളിൽനിന്ന് താരതമ്യേന മുക്തമായ നളചരിതത്തിൽ നാടകീയത മുറ്റിനിൽക്കുന്നുണ്ടെന്നു സമ്മതിച്ചുകൊണ്ടുതന്നെ ചോദിക്കട്ടെ: നളചരിതത്തിലെ സൃഷ്ടി മുഴുവൻ ആട്ടക്കഥയിലല്ലേ നടക്കുന്നത്? കളിയരങ്ങത്ത് ആ മഹത്തായ ആട്ടക്കഥ പാളിപ്പോകുന്നില്ലേ? ശൈലീകൃതകലയായ കഥകളിയിൽ കഥാപാത്രത്തേക്കാൾ വേഷത്തിനാണ് പ്രാധാന്യം. തികഞ്ഞ വ്യക്തിത്വം പുലർത്തുന്ന കഥാപാത്രങ്ങളേയും നാടകീയ മുഹൂർത്തങ്ങളേയും നൃത്തവൽക്കരിക്കാൻ വിഷമമാണ്. കഥകളിക്ക് നാടകമാവാൻ കഴിഞ്ഞേക്കാമെങ്കിലും അടിസ്ഥാനപരമായി കഥകളി ഭരതനാട്യവും കുച്ചിപ്പുഡിയുമൊക്കെപ്പോലെത്തന്നെ ഒരു നൃത്തശൈലിയാണ്.

ഇത്രയും പറയാൻ പ്രേരിപ്പിച്ചത് കഥകളി വിജ്ഞാനകോശത്തിൽ ശൈലീകരണത്തെക്കുറിച്ചും (പേജ് 235) പതിഞ്ഞ പദത്തെക്കുറിച്ചും (പേജ് 188) സമ്പ്രദായഭേദങ്ങളെക്കുറിച്ചും (പേജ് 238) ഉള്ള വിവരണങ്ങളാണ്. തെക്കൻ കേരളത്തിൽ പതിഞ്ഞ പദങ്ങളിൽ ശ്രദ്ധ താരതമ്യേന കുറവാണ്. വടക്ക് നാടകീയതയിൽ ശ്രദ്ധിക്കാതെ പതിഞ്ഞ പദങ്ങളുടെ ചൊല്ലിയാട്ടത്തിൽ കൂടുതൽ നിഷ്കർഷ കാണിക്കുന്നു. കഥകളി തെക്ക് കൂടുതൽ നാട്യത്തോടും വടക്ക് കൂടുതൽ നൃത്യത്തോടും അടുക്കുന്നു. നാട്യധർമ്മിയുടെ സാന്ദ്രത കൂടുതൽ വടക്കാണ്. നാടകീയതയിലുള്ള ശ്രദ്ധ കൂടുതൽ തെക്കൻ കഥകളിയെ ലോകധർമ്മിയിലേക്ക് വലിച്ചിഴയ്ക്കാറുണ്ട്.

കാലകേയവധത്തിലെ 'സലജ്ജോഹം' അടങ്ങുന്ന ആദ്യ രംഗങ്ങൾ പ്രേക്ഷകരിൽ നീരസമാണ് ജനിപ്പിക്കാറുള്ളതെന്ന

പ്രസ്താവത്തോട് (പേജ് 238) യോജിക്കാൻ വിഷമമുണ്ട്. ഗ്രന്ഥകാരൻ സാത്വികാഭിനയത്തിനുദാഹരണമായി കൊടുത്തിരിക്കുന്ന നളചരിതത്തിലെ 'വിജനേബത മഹദി വിപിനേ', 'മറിമാൻകണ്ണി' എന്നീ പദങ്ങൾ പാടികേൾക്കാൻ സുന്ദരമാണ്. പക്ഷേ, ദൃശ്യഭാഷയിൽ അവ കാണികളോട് സംവദിക്കുന്നുണ്ടോ എന്ന ചോദ്യം അവശേഷിക്കുന്നു. കഥകളിത്തത്തിൽ നളചരിതത്തിന്റെ പാളിച്ചയെപ്പറ്റി കുമ്മിണി വാസുദേവൻ നമ്പൂതിരിപ്പാട് അദ്ദേഹത്തിന്റെ 'പുറപ്പാട്' എന്ന പുസ്തകത്തിൽ ചൂണ്ടിക്കാണിച്ചിട്ടുണ്ട്. കഥകളിയിൽ ആട്ടക്കഥയ്ക്കുള്ള പ്രാധാന്യം സിനിമയിൽ തിരക്കഥയുടേതുപോലെയാണ്. നല്ല സാഹിത്യകൃതികൾക്ക് സിനിമയിൽ ദൃശ്യാവിഷ്കരണം കൊടുക്കുമ്പോൾ പരാജയപ്പെടുന്നത് അസാധാരണമല്ല. പ്രസിദ്ധ ചലച്ചിത്രങ്ങളുടെ തിരക്കഥകൾക്ക് വലിയ സാഹിത്യമൂല്യം ഉണ്ടായിക്കൊള്ളണമെന്നുമില്ല. സിനിമയെ വിലയിരുത്തുമ്പോൾ സിനിമാറ്റിക് എന്ന പദത്തിനുള്ള പ്രസക്തി തന്നെയാണ് കഥകളിയെ വിലയിരുത്തുമ്പോൾ കഥകളിത്തം എന്ന പദത്തിനും. രണ്ടും സാഹിത്യബാഹ്യവും അതേസമയം അതാതു കലയുടെ ആത്മാവുമായി ബന്ധപ്പെട്ടവയുമാണ്. കഥകളിവിജ്ഞാനകോശത്തിൽ പലേടത്തും ഗ്രന്ഥകാരൻ ഈ വസ്തുത വിസ്മരിക്കുന്നപോലെ അനുഭവപ്പെട്ടു. കോട്ടയം കഥകൾക്കുശേഷം പ്രതിനായകൻമാർക്ക് (കത്തിവേഷം) ആട്ടക്കഥകളിൽ പ്രാമുഖ്യം ലഭിച്ചു. അതായത് ആട്ടക്കഥകളിൽ ഒരു പൊളിച്ചെഴുത്ത് നടന്നു. അതേസമയം കത്തിവേഷങ്ങളുടെ പാടിരാഗത്തിലുള്ള ശൃംഗാരപദങ്ങളിൽ കോട്ടയം കഥകളുടെ കറകളഞ്ഞ ചൊല്ലിയാട്ടത്തിന്റെ ചൈതന്യം നാം കാണുന്നില്ലേ? ആട്ടക്കഥയിൽ നാമിതു കണ്ടേക്കില്ല. കഥകളിയിൽ നാമിതു കാണാൻ നിർബന്ധിതരാവുന്നതാനും.

ഈ മാതിരി ഒരു ആധികാരികഗ്രന്ഥത്തിൽ വരാൻ പാടില്ലാത്ത ചില തെറ്റുകൾ, അശ്രദ്ധകൊണ്ടാവാം, ഇതിൽ കടന്നുകൂടിയിട്ടുണ്ട്.

(1) കാനക്കുറിഞ്ഞിരാഗത്തെക്കുറിച്ചുള്ള വിവരണത്തിൽ (പേജ് 139-140) ഉദാഹരണങ്ങളായി കൊടുത്തിരിക്കുന്നത് ദക്ഷയാഗത്തിലെ 'രൂഢമാം മദേന ചന്ദ്രചൂഢമന്ദിരത്തിൽ വന്നു ഗൂഢമായ് കടന്നീടുന്ന മൂഢനാരെടാ' എന്ന നാട്ടക്കുറിഞ്ഞിപദവും ഉത്തരാസ്വയംവരത്തിലെ 'സാരവേദിയായ നിന്റെ' എന്ന കല്യാണി പദവുമാണ്. ഈ പദങ്ങൾ കാനക്കുറിഞ്ഞിയിൽ പാടാറുള്ളതായി അറിവില്ല. അറിയപ്പെടുന്ന കാനക്കുറിഞ്ഞി പദങ്ങളായ 'ജീവിതനായകവന്ദേ' (സന്താനഗോപാലം),

'എന്നുടെ പാണിഗ്രഹണം ഇന്ദുചൂഡൻ ചെയ്യിടേണം' (ദക്ഷയാഗം), 'മാരുതനന്ദന ശൃണുവൈകാതെ' (ബകവധം) ഇവ തീർച്ചയായും ഉദ്ധരിക്കാമായിരുന്നു. ഗ്രന്ഥകാരൻ കാനക്കുറിഞ്ഞിക്കു നൽകിയ വിവരണം ആ രാഗവുമായി ഒട്ടുംതന്നെ പൊരുത്തപ്പെടുന്നില്ല.

(2) ഇന്ദളം എന്ന ആദിദ്രാവിഡരാഗം ഹിന്ദോളത്തിന്റെ തത്ഭവമായി (പേജ് 96) പറഞ്ഞിരിക്കുന്നു. ഇന്ദളവും ഹിന്ദോളവും തമ്മിൽ ബന്ധമൊന്നുമുള്ളതായി അറിവില്ല. നളചരിതം നാലാം ദിവസത്തെ അശരീരി 'വാതോഹം ശൃണു നള ഭൂത വൃന്ദസാക്ഷീ' ഇന്ദളത്തിന്റെ നല്ല ഉദാഹരണമാണ്. ഈ രാഗം മറ്റു ആദിദ്രാവിഡ രാഗങ്ങളെപ്പോലെ ഹരികാംബോജിയുടെ ജന്യ രാഗമാവാനാണ് സാദ്ധ്യത. ഹിന്ദോളം വളരെ വ്യത്യസ്തമായി നഠഭൈരവിയുടെ ജന്യരാഗമാണ്. ഹിന്ദോളത്തിന്റെ ആഴവും ഇന്ദളത്തിനില്ല.

(3) അതേ പേജിൽത്തന്നെ (പേജ് 96) ഇന്ദിശ എന്ന രാഗത്തിന്റെ വിവരണത്തിൽ കഥകളിയിലെ ദണ്ഡകങ്ങൾ ഇന്ദിശയിലാണ് ചൊല്ലിവരുന്നതെന്ന പ്രസ്താവം സംശയങ്ങൾക്കിടം നൽകുന്നു. പാടിക്കേൾക്കുമ്പോൾ ദണ്ഡകങ്ങൾ മദ്ധ്യമാവതി, ദ്വിജാവന്തി, കേദാരഗൗള, പുറനീര എന്നിവ ഉൾക്കൊള്ളുന്ന ഒരു അവിയൽ മട്ടാണ്. കഥകളി ഗായകരോട് ചോദിച്ചാൽ വ്യക്തമായ രാഗലക്ഷണങ്ങൾ കിട്ടാറുമില്ല. തനി കേരളീയ രാഗങ്ങളായ പാടി, പുറനീര, കാനക്കുറിഞ്ഞി, ഇന്ദളം, ഇന്ദിശ, സാമന്തമലഹരി, ഗോപികാവസന്തം, ഘണ്ടാരം എന്നിവയ്ക്ക് വ്യക്തമായ രാഗലക്ഷണങ്ങൾ (ആരോഹണാവരോഹണങ്ങൾ) ഇതേവരെ നിർദ്ദേശിക്കപ്പെട്ടിട്ടില്ലെന്നതു തുലോം പരിതാപകരമാണ്. ഇവയിൽ പാടിരാഗം മാത്രം കഥകളിയിൽ ആഴമേറിയ വ്യക്തിത്വം പുലർത്തുന്നു. ഹരികാംബോജിയുടെ ജന്യരാഗമായ കഥകളിയിലെ പാടി കത്തിവേഷത്തിന്റെ ശൃംഗാരപദങ്ങൾക്ക് ഉപയോഗിക്കുന്നു. കൂടിയാട്ടത്തിന്റെ സംസ്കാരം വളരെയധികം സ്ഫുരിക്കുന്നു ഈ രാഗത്തിൽ. കർണ്ണാടകസംഗീതത്തിലെ പാടിരാഗം മായാമാളവഗൌളയുടെ ജന്യരാഗവും മലഹരിയോട് സാമ്യം പുലർത്തുന്നതുമാണ്.

(4) 230-ആം പേജിൽ വൃന്ദാവനസാരംഗ ശ്രീരാഗത്തിന്റെ ജന്യമാണെന്ന് തെറ്റായി രേഖപ്പെടുത്തിയിരിക്കുന്നു. വൃന്ദാവനസാരംഗയും ശ്രീരാഗവും 22-ആം മേളരാഗമായ ഖരഹരപ്രിയയുടെ ജന്യമാണ്.

(5) 140-ആം പേജിൽ കാപി രാഗത്തിനുദാഹരണമായി നളചരിതം നാലാം ദിവസത്തെ കേശിനിയുടെ പദമായ 'പൂമാതിനൊത്ത ചാരുതനോ വൈദർഭീ കേൾ നീ' എന്ന പദം കൊടുത്തിരിക്കുന്നത് തെറ്റിദ്ധാരണയ്ക്കിടം നൽകും. കഥകളി സംഗീതത്തിന്റെ ഏണും കോണുമൊത്ത കലാമണ്ഡലശൈലിയിൽ പ്രസ്തുത പദം ദർബാർ രാഗത്തിൽ മാത്രമേ പാടി വരാറുള്ളൂ. നളനെ തിരിച്ചറിഞ്ഞ കേശിനിയുടെ നിർവൃതി ഏറ്റവും നന്നായി അനുഭവപ്പെടുന്നത് ദർബാറിൽത്തന്നെയാണ്. കാപിരാഗത്തിനുദാഹരണമായി മൂന്നാം ദിവസത്തെ ഋതുപർണ്ണന്റെ പദമായ 'വസവസ സൂത മമനിലയേ' എന്ന പദം ഉദ്ധരിക്കാമായിരുന്നു.

(6) പേജ് 246-ൽ സാമന്തമലഹരി രാഗത്തിനുദാഹരണമായി കൊടുത്തിരിക്കുന്ന ഒരു പദം നരകാസുരവധത്തിലെ ലളിത ജയന്തനോട് പ്രേമാഭ്യർത്ഥന നടത്തുന്ന 'വൃത്രവൈരി നന്ദനാ' എന്ന വിശ്രുതപദമാണ്. നീലാംബരി രാഗത്തിൽ പാടുന്ന ചിട്ടയൊത്ത പ്രസ്തുത പദം സാമന്തമലഹരിക്ക് ഒരിക്കലും ഉദാഹരണമായിക്കൂടാത്തതാണ്. കൂടാതെ സാമന്തമലഹരി ഇന്ന് പ്രയോഗത്തിലുള്ളതായി അറിവില്ല.

(7) 202-ആം പേജിൽ മദ്ധ്യമാവതി രാഗത്തെക്കുറിച്ചുള്ള ചർച്ചയിൽ വെള്ളത്താടിക്ക് ഈ രാഗവുമായുള്ള ബന്ധത്തെപ്പറ്റി സൂചിപ്പിക്കേണ്ടതായിരുന്നു. മദ്ധ്യമാവതിയിലുള്ള പതിഞ്ഞ പദം വെള്ളത്താടിയുടെ ചിന്താപദമായി പ്രസിദ്ധമാണ്. (ഉദാ: സൌഗന്ധികത്തിലെ ഹനുമാന്റെ 'ആരിഹ വരുന്നതിവനാരുമെതിരില്ലയോ')

നാലാം ഭാഗത്തിൽ കലാകാരന്മാരെപ്പറ്റി പ്രതിപാദിക്കുമ്പോൾ ക്രിസ്തുവർഷവും കൊല്ലവർഷവും മാറിമാറിക്കൊടുത്തത് വായനക്കാരിൽ ആയാസമുളവാക്കും. എല്ലാം ക്രിസ്തുവർഷമാക്കി കൊടുക്കാമായിരുന്നു. കലാകാരൻമാരുടെ പേരിനു തൊട്ടുതന്നെ ബ്രാക്കറ്റിൽ നടൻ, അനുഗൃഹീതനടൻ എന്നും മറ്റുമുള്ള തലക്കെട്ടുകൾ ഒഴിവാക്കുന്നതല്ലേ ഭംഗി?

കഥകളിവേഷങ്ങൾ, ആടയാഭരണങ്ങൾ, വാദ്യോപകരണങ്ങൾ, ചതുർവിംശതി മുദ്രകൾ, നവരസങ്ങൾ, ജീവിച്ചിരിക്കുന്നവരും മൺമറഞ്ഞവരുമായ കലാകാരൻമാർ എന്നിങ്ങനെ ധാരാളം ചിത്രങ്ങൾ ഈ ഗ്രന്ഥത്തിന്റെ ആസ്വാദ്യത വർദ്ധിപ്പിക്കുന്നു. ഈ മാതിരി ആഴവും പരപ്പുമുള്ളൊരു ഗ്രന്ഥത്തിന്റെ രചനയ്ക്കു പിന്നിലുള്ള ഗ്രന്ഥകാരന്റെ ഉഗ്രതപസ്സ് നമ്മെ വിനീതരാക്കുന്നു. കഥകളി കലാകാരന്മാരും വിദ്യാർത്ഥികളും സർവ്വോപരി കഥകളിപ്രേമികളും വാങ്ങി സൂക്ഷിച്ചിരിക്കേണ്ടതാണീ മഹൽഗ്രന്ഥമെന്നതിനു സംശയമില്ല. വിജ്ഞാനഗ്രന്ഥങ്ങൾ വളരെകുറവാണ് മലയാളഭാഷയിൽ. ഈ ഗ്രന്ഥം പ്രസിദ്ധീകരിച്ച സാഹിത്യ പ്രവർത്തക സഹകരണസംഘം അഭിനന്ദനമർഹിക്കുന്നു.

....

അയ്യനം കൃഷ്ണക്കൈമൾ എഴുതിയ കഥകളി വിജ്ഞാനകോശം എന്ന ഗ്രന്ഥത്തിന്റെ നിരൂപണം. [സാഹിത്യപ്രവർത്തകസഹകരണ സംഘം, 150.00 ക]

(1987, മാതൃഭൂമി ആഴ്ചപ്പതിപ്പ്)

ക്ലാസിക്കൽ കലകൾ: ഒരെത്തിനോട്ടം

'കമ്മേഴ്സ്യൽ' എന്നു വിളിക്കാവുന്ന ഒരു സംസ്കാരം ജനജീവിതത്തെ കാര്യമായി സ്വാധീനിക്കാൻ തുടങ്ങിയിരിക്കുന്ന ഒരു കാലഘട്ടത്തിൽ ക്ലാസിക്കൽ കലകളുടെ സൗന്ദര്യത്തെക്കുറിച്ച് ചിന്തിക്കാൻ കൗതുകം തോന്നുന്നത് സ്വാഭാവികമാണ്. ക്ലാസിക്കൽ, ശാസ്ത്രീയം, സാമ്പ്രദായികം എന്നെല്ലാം പേരുകൾ സാധാരണയായി ഉപയോഗിക്കാറുണ്ടെങ്കിലും അവയുടെ അർത്ഥത്തെക്കുറിച്ച നാം കാര്യമായി ആലോചിക്കാറില്ല. ശാസ്ത്രീയം എന്നാൽ scientific എന്ന് ചിലരെങ്കിലും തെറ്റിദ്ധരിക്കാറുണ്ടെന്നു തോന്നുന്നു. ആധുനികശാസ്ത്രത്തിന്റെ വേലിയേറ്റമാവാം ഇതിനൊരു കാരണം. ഭാരതീയ സൗന്ദര്യദർശനത്തിന്റെ പൊരുളുകൾക്കനുസരിച്ച ശാസ്ത്രം കൊണ്ടർത്ഥമാക്കുന്നത് പാരമ്പര്യത്തേയും (tradition) പഴമയേയുമാണ്. 'Tradition is that profound experience of the past, an experience enriched by continuous experiments over a long time' എന്നു പാരമ്പര്യത്തെ വേണമെങ്കിൽ നിർവ്വചിക്കാം. കലകളുടെ ലോകത്തിൽ പാരമ്പര്യത്തിന്റെ സ്വാധീനം പ്രത്യക്ഷമാകുന്നത് സംഗീതത്തിലും നൃത്തത്തിലുമാണ്. കുറെയൊക്കെ അഭിനയരംഗത്തും. ഇവ performing arts എന്ന വിഭാഗത്തിൽപ്പെടുന്നു. ക്ലാസിക്കൽ കലകളുടെ സൗന്ദര്യാപഗ്രഥനത്തിൽ നമ്മുടെ പരിചിന്തനത്തിന് വിധേയമാകുന്നതും ഈ കലകൾ തന്നെയാണ്.

സംഗീതം

ഭാരതീയ പശ്ചാത്തലത്തിൽ ശാസ്ത്രീയത മുറ്റിനിൽക്കുന്ന കലാ സമ്പ്രദായങ്ങൾ കർണ്ണാടക സംഗീതം ഹിന്ദുസ്ഥാനി സംഗീതം, കഥകളി, ഭരതനാട്യം, കുച്ചിപ്പുഡി, കഥക്, മണിപ്പൂരി, മോഹിനിയാട്ടം, ഒഡീസ്സി നൃത്തം എന്നിവയാണ്. കൂടിയാട്ടം, കൃഷ്ണനാട്ടം, ഭാഗവതമേളം, യക്ഷഗാനം എന്നിവയും ഈ വിഭാഗത്തിൽപ്പെടുത്താം. ഭാരതീയസംഗീതം അടിസ്ഥാനപരമായി ഒന്നാണെങ്കിലും 12-ആം നൂറ്റാണ്ടിൽ വേർതിരിഞ്ഞു രണ്ടു കൈവഴികളായി ഒഴുകാൻ തുടങ്ങി. ഉത്തരേന്ത്യയിൽ ഹിന്ദുസ്ഥാനി ശൈലിയും ദക്ഷിണേന്ത്യയിൽ കർണ്ണാടക ശൈലിയും പ്രചരിച്ചു. ദക്ഷിണേന്ത്യൻ കലകളുടെ കാര്യമെടുത്താൽ മറ്റെല്ലാ കലകൾക്കും കർണ്ണാടക സംഗീതത്തോടുള്ള കടപ്പാട് വളരെ ശ്രദ്ധേയമാണ്. കർണ്ണാടക സംഗീതത്തെ ഒരു വിശിഷ്ട കലയെന്നു വിളിച്ചതുകൊണ്ടൊന്നും അതിന്റെ മഹത്വം മുഴുവൻ വെളിപ്പെടുന്നില്ല. അതിനെല്ലാമുപരി, കർണ്ണാടക സംഗീതം നമുക്കു സങ്കല്പിക്കാൻ കഴിയുന്നതിൽവെച്ച് ഏറ്റവും മഹത്തായൊരു പാരമ്പര്യമാണ്. അതിന്റെ പഴമയിലും തനതായ സൗന്ദര്യശാസ്ത്രത്തിലും അധൃഷ്യതയിലും അചഞ്ചല വിശ്വാസത്തോടെ ഈ സംഗീത പാരമ്പര്യം നിലനിൽക്കുന്നു. 3000 വർഷത്തെ തുടർച്ചയായ പാരമ്പര്യം അവകാശപ്പെടാൻ കർണ്ണാടക സംഗീതത്തിനു മാത്രമേ കഴിയൂ. നിത്യയൗവന യുക്തമായ ഈ സംഗീത സരണി മറ്റുള്ള കലകളെ ഇന്നും മുലപ്പാലൂട്ടുന്നു. ദക്ഷിണേന്ത്യക്ക് മുഴുവൻ അവകാശപ്പെടാമെങ്കിലും കർണ്ണാടക സംഗീതത്തിന്റെ ഈറ്റില്ലം കാവേരി നദിയുടെ തീരത്തുള്ള തഞ്ചാവൂർ പ്രദേശങ്ങളാണ്. ത്യാഗരാജസ്വാമികളുടെ സമാധിസ്ഥാനമായ തിരുവയ്യാറിൽ കാവേരിയിലെ ഓരോ മണൽത്തരിക്കും രാഗതാളങ്ങളുടെ എന്തെല്ലാം കഥകൾ പറയാനുണ്ടായിരിക്കുകയില്ല!

ഭാരതീയ സംഗീതത്തിന്റെ തനതായ സംഭാവനകളാണ് രാഗങ്ങളും (melodic modes) താളങ്ങളും (rhythmic modes). കർണ്ണാടക സംഗീതരംഗത്ത് ഇന്ന് ഇരുന്നൂറോളം രാഗങ്ങൾ പ്രയോഗത്തിലുണ്ട്. ശങ്കരാഭരണം, കല്യാണി, തോടി, ഖരഹരപ്രിയ, കാംബോജി, പന്തുവരാളി തുടങ്ങിയ രാഗങ്ങൾ പുരാതന പ്രസിദ്ധങ്ങളാണ്. ഹിന്ദുസ്ഥാനി സംഗീതത്തിൽ ഇവ യഥാക്രമം ബിലാവൽ, യമൻ, ഭൈരവി, കാഫി, ഖമാജ്, പൂരിയ ധനാശ്രീ എന്നീ പേരുകളിൽ അറിയപ്പെടുന്നു. ഒരുപക്ഷേ, ക്ലാസിക്കൽ സംഗീതത്തിന്റെ ലക്ഷ്യം തന്നെ രാഗതാളങ്ങളുടെ ആന്തരികഭാവങ്ങളെക്കുറിച്ചുള്ള

നിരന്തരമായ അന്വേഷണമാണ്. രാഗങ്ങളുടെ ശ്രീകോവിലിലേക്കുള്ള സോപാനങ്ങളാണ് സ്വരങ്ങൾ. സ്വരങ്ങളെക്കൊണ്ട് രാഗസ്വരൂപം ഏറെക്കുറെ വ്യക്തമാക്കാമെങ്കിലും രാഗങ്ങളുടെ തനിമ ഒരു പ്രഹേളികയാണ്. ഈ തനിമ അന്വേഷിച്ചുകൊണ്ട് സ്വരസോപാനത്തിൽക്കൂടിയുള്ള ഒരിക്കലും അവസാനിക്കാത്തൊരു യാത്രയിലാണ് ഭാരതീയ സംഗീതത്തിന്റെ സാഫല്യം. രാഗങ്ങളുടെ നിത്യനൂതനത്വം ഇതുകൊണ്ടുതന്നെ അനുഭവവേദ്യമാണ്. രാഗങ്ങളുടെ ക്ലാസിക്ക് സൗന്ദര്യത്തിന് നിദാനം ഈ അവ്യക്തതയാണ്. അനുനിമിഷം നവചൈതന്യം സ്ഫുരിക്കുന്ന ജീവനുള്ള ഒരു വ്യക്തിത്വം ഓരോ രാഗത്തിന്റെയും സ്വന്തമാണ്. കുമാരസംഭവം, ശാകുന്തളം, നളചരിതം എന്നീ ക്ലാസിക്കുകൾ സാഹിത്യാസ്വാദകനിൽ ഉളവാക്കുന്ന ഉൽകൃഷ്ടഭാവങ്ങൾ തന്നെയാണ് ശങ്കരാഭരണവും ഷൺമുഖപ്രിയയും തോടിയും ആരഭിയുമൊക്കെ സംഗീതാസ്വാദകനിലും ഉണ്ടാക്കുന്നത്.

ശൈലീകരണം

കല എന്നാൽ പ്രകൃതിയുടെ അനുകരണമാണെന്നാണ് പറയാറുള്ളത്. അങ്ങനെയാണെങ്കിൽ സംഗീതം എന്തിനെ അനുകരിക്കുന്നു എന്ന ചോദ്യം ഉദിക്കുന്നു. രാഗങ്ങളും താളങ്ങളുമെല്ലാം മനുഷ്യ മനസ്സിന്റെ നിത്യഹരിതഭാവങ്ങളെയാണ് അനുകരിക്കുന്നത്. എല്ലാ കലകളും സംഗീതത്തിലേക്ക് കുതിക്കുന്നു എന്നാണ് വെർലെയിൻ പറഞ്ഞത്. ശബ്ദം, അർത്ഥം, ഭാവം, സംസ്കാരം എന്ന സോപാനത്തിൽ സംഗീതം ശബ്ദാർത്ഥങ്ങളെ മറികടന്ന് നേരിട്ട് ഭാവസംസ്കാരതലങ്ങളെ സ്പർശിക്കുന്നു. എല്ലാ കലകളുടേയും ലക്ഷ്യം ആത്യന്തികമായി ഇതുതന്നെയാണല്ലോ. വെർലെയിൻ ഉദ്ദേശിച്ചതും ഇതുതന്നെയാവണം. വ്യാപകമായ അർത്ഥത്തിൽ ശബ്ദാർത്ഥങ്ങൾക്കതീതമായ സൗന്ദര്യത്തെ സംഗീതമെന്നു വിളിക്കാം.

ക്ലാസിക്കൽ കലകൾക്കു പൊതുവായുള്ള ഒരു സ്വഭാവവിശേഷമാണ് ശൈലീകരണം (stylization). ഒരുദാഹരണം കൊണ്ടിത് വ്യക്തമാക്കാം. ഷൺമുഖപ്രിയരാഗത്തിലുള്ള 'സിദ്ധിവിനായകം' എന്ന ദീക്ഷിതർ കൃതിയെടുക്കുക. ഇവിടെ ഷൺമുഖപ്രിയരാഗം രൂപവും ഗണേശസ്തുതി അതിന്റെ ഭാവവുമാണെന്നു തോന്നിയേക്കാം. സംഗീതത്തിന്റെ വീക്ഷണ കോണിൽ നിന്നു നോക്കിയാൽ വാസ്തവം മറിച്ചാണ്. കൃതിയുടെ സാഹിത്യം അതിന്റെ രൂപവും ഷൺമുഖപ്രിയ ഭാവവുമാണ്. അതായത് സിദ്ധിവിനായകം എന്ന കൃതിയുടെ രൂപത്തിൽക്കൂടി ഷൺമുഖപ്രിയയുടെ രാഗഭാവം ആവിഷ്ക്കരിക്കുകയാണിവിടെ ലക്ഷ്യം. രൂപകതാളത്തിൽ നിബദ്ധമായ

ഈ കൃതി പാടിയതിനുശേഷം തനിയാവർത്തനം (ലയവിന്യാസം) എടുക്കുകയാണെന്നു വെയ്ക്കു. രൂപത്തിന്റെ സൗന്ദര്യം തന്നെ ഇവിടുത്തെ ഭാവം.

കഥകളിയിൽ

കഥകളിയുടെ കാര്യമെടുക്കാം. ശൈലീകരണത്തിന്റെ എത്ര വേണമെങ്കിലും ഉദാഹരണങ്ങൾ ചൂണ്ടിക്കാണിക്കാം. സാഹിത്യം, സംഗീതം, വാദ്യം, നൃത്തം, അഭിനയം, ചിത്രകല എന്നീ സുകുമാര കലകളുടെ അത്ഭുതകരമായ സമ്മേളനം കഥകളിയിൽക്കാണാം. ഇതേ കാരണംകൊണ്ടുതന്നെ പലരും കഥകളി ആസ്വദിക്കുന്നത് ഇതിലേതെങ്കിലും വീക്ഷണകോണിൽ നിന്നായിരിക്കും. ഭൂരിപക്ഷം കഥകളി ആസ്വാദകരും കഥകളിയിലെ അഭിനയമാണ് ആസ്വദിക്കുന്നത്. ഇത് തികച്ചും സ്വാഭാവികമാണ്. കഥകളിയിലെ ദൃശ്യാംശമാണ് ഭൂരിപക്ഷത്തെ സ്വാധീനിക്കാറുള്ളത്. ശ്രാവ്യാംശം ഒരു ന്യൂനപക്ഷത്തെ മാത്രമേ ആകർഷിക്കാറുള്ളൂ. ഇക്കാരണംകൊണ്ടാവാം, കഥകളിയിലെ സാഹിത്യമൂല്യവും നാടകീയാംശങ്ങളും ധാരാളം ചർച്ച ചെയ്യപ്പെട്ടുമ്പോൾ കഥകളി സംഗീതവും വാദ്യപ്രയോഗങ്ങളും കലാശങ്ങളും വേണ്ടവിധം ശ്രദ്ധിക്കാതെ പോകുന്നത്. നളചരിതത്തിലെ സാഹിത്യമൂല്യത്തോട് മഹത്വത്തിൽ കിടനിൽക്കാൻ കോട്ടയം കഥകളിലെ (ബകവധം, സൗഗന്ധികം, കിർമ്മീരവധം, കാലകേയവധം) ചൊല്ലിയാട്ടത്തിനും ഇരയിമ്മൻതമ്പിയുടെ ആട്ടകഥകളിലെ (കീചകവധം, ഉത്തരാസ്വയംവരം, ദക്ഷയാഗം) സംഗീതത്തിനും കഴിയും. ഒരുദാഹരണം പറഞ്ഞുവെന്നുമാത്രം. പക്ഷേ നളചരിതത്തിലെ സാഹിത്യമൂല്യം പേർത്തും പേർത്തും ചർച്ചചെയ്യപ്പെട്ടുമ്പോൾ കോട്ടയംകഥകളിലെ ചൊല്ലിയാട്ടത്തിന്റെ മേന്മ ഒരു ചെറിയ വിഭാഗം കഥകളിപ്രേമികളുടെ മനസ്സിൽ മാത്രം പച്ചപിടിച്ചുനിൽക്കുന്നു. നേരത്തെ പറഞ്ഞുവെച്ച ശൈലീകരണത്തിന് ഒരു ത്തമോദാഹരണമാണ് കഥകളിയിലെ കത്തിവേഷം. ധീരോദ്ധതന്മാരായ രാവണൻ, ദുര്യോധനൻ, ബാണൻ, നരകാസുരൻ, കീചകൻ, ജരാസന്ധൻ മുതലായ കഥാപാത്രങ്ങളുടെ മാനസികാവ്യാപാരങ്ങൾ ആവിഷ്ക്കരിക്കാൻ തികച്ചും പര്യാപ്തമാണ് കത്തിവേഷം. പക്ഷേ ഇപ്പറഞ്ഞത് സാഹിത്യത്തിന്റെ വീക്ഷണകോണിൽ കൂടിയാണ്. സംഗീതപരമായി മറ്റൊന്നുകൂടി സംഭവിക്കുന്നുണ്ട്. അതായത്, കത്തിവേഷം രാവണദുര്യോധനാദികളെ ആവിഷ്ക്കരിക്കുന്നതോടൊപ്പം രാവണദുര്യോധനപ്രഭൃതികൾ കത്തിവേഷമെന്ന ശുദ്ധസംഗീതഭാവത്തെ ആവിഷ്ക്കരിക്കുന്നു. സംഗീതഭ്രമമുള്ള കഥകളി

ആസ്വാദകനെ സംബന്ധിച്ചേടത്തോളം കത്തിവേഷം കഥാപാത്രങ്ങൾക്കതീതമായി തനതായൊരു വ്യക്തിത്വം കൈവരിക്കുന്നു! കത്തിവേഷങ്ങളുടെ ശൃംഗാരപദങ്ങൾക്കുപയോഗിക്കാറുള്ള 'പാടി' രാഗമോ? കത്തിവേഷത്തെ ആവിഷ്ക്കരിക്കുന്ന പാടി (അതോ, പാടി രാഗത്തെ ആവിഷ്ക്കരിക്കുന്ന കത്തിയോ?) സംഗീതാത്മകത്വത്തിൽ ക്ലാസിക്കൽ സംഗീതത്തിന്റെ ഉത്തുംഗശൃംഗങ്ങളെ വെല്ലാൻ പര്യാപ്തമാണ്. സംഗീതാവബോധം ഇല്ലാത്ത ഒരു കഥകളി ആസ്വാദകൻ ഇതറിയുന്നില്ലെന്നു മാത്രം. കഥകളിഭ്രാന്തന്മാർ 'ഏകലോചന'ത്തേയും 'കമലദള'ത്തേയും 'കേകി'യേയും സ്വപ്നം കാണുമ്പോൾ ഒരുപക്ഷേ അവരറിയാതെ അവരിൽ സംഗീതം സ്വാധീനം ചെലുത്തുകയാവണം. കാരണം ഇവയെല്ലാം ഉൾക്കൊള്ളുന്ന പാടിപ്പദങ്ങളും തിരനോട്ടവുമെല്ലാം കത്തി എന്ന സംഗീതഭാവത്തിന് രൂപം കൊടുക്കുകയാണ്. കത്തിയുടെ തിരനോട്ടത്തിന്റെ സൗന്ദര്യം അപാരമത്രെ. പ്രത്യേകിച്ചും തെക്കൻ കഥകളിയിൽ (കപ്ലിങ്ങാടൻ ചിട്ട) തിരനോട്ടസമയത്ത് കഥകളിയിലെ ശ്രവ്യാംശത്തിന് ദൃശ്യാംശവ്യാഖ്യാനം കൊടുക്കുകയാണെന്ന് തോന്നിപ്പോകുംവിധം സമന്വയം വന്നുകാണാറുണ്ട്. വെള്ളത്താടിയും മദ്ധ്യമാവതി രാഗവും തമ്മിലും ഏതാണ്ടിതേ തന്മയീഭാവം ശ്രദ്ധേയമാണ്. സൗഗന്ധികത്തിലെ 'ആരിഹ വരുന്നതിവനാരുമെതിരല്ലയൊ' എന്ന ഹനുമാന്റെ ചിന്താപദം ചൊല്ലിയാട്ടത്തിന്റെ അഭൌമ സൗന്ദര്യത്തിന്റെ ഉത്തമ മാതൃകയാണ്. പുരാണ കഥാപാത്രങ്ങൾക്കും ശൈലീകരണത്തിന്റെ ഫലമായി സംഗീതപരമായ ഒരു പുതിയ മാനം തന്നെ നൽകുന്നതിൽ കഥകളി മഹത്തായ വിജയം കൈവരിച്ചിരിക്കുന്നു!

കഥകളിസംഗീതം

കഥകളിയിലെ സംഗീതം കർണ്ണാടക സംഗീതത്തെ അടിസ്ഥാനപ്പെടുത്തിയതാണെങ്കിലും പ്രയോഗരീതിയിൽ വ്യത്യാസമുണ്ട്. കർണ്ണാടകസംഗീതത്തിലെ അമ്പതോളം രാഗങ്ങൾ മാത്രമേ കഥകളിയിൽ ഉപയോഗിച്ചുവരാറുള്ളൂ. എന്നാൽ പാടി, പുറനീര, ഘണ്ടാരം, ഇന്ദളം, മാരധനാശി എന്നീ രാഗങ്ങൾ കഥകളിയിൽ മാത്രം ഉപയോഗിക്കുന്നവയാണ്. ഈ ആദിദ്രാവിഡ രാഗങ്ങളിൽ മുറ്റിനിൽക്കുന്ന കേരളത്തിന്റെ സൌരഭം ഹൃദയാവർജ്ജകമാണ്. ഉദാഹരണമായി, കർക്കടകത്തിലെ പുലർവേളയിൽ മദ്ധ്യകേരളത്തിൽ കേൾക്കാവുന്ന പാണന്റെ തുയിലുണർത്ത് പാട്ടിൽ പുറനീര രാഗത്തിന്റെ തുടിപ്പുകൾ വളരെ വ്യക്തമാണ്. കർണ്ണാടകസംഗീതത്തിൽ പ്രയോഗിക്കാറുള്ള ആദി, രൂപകം, മിശ്രചാപ്പ്, ഖണ്ഡചാപ്പ്, ഖണ്ഡജാതി അടതാളം

എന്നീ താളങ്ങൾ കഥകളിയിലും സർവ്വത്രയാണ്. ഇവ യഥാക്രമം ചെമ്പട, പഞ്ചാരി, മുറിയടന്ത, ചമ്പ, അടന്ത എന്നീ പേരുകളിൽ അറിയപ്പെടുന്നുവെന്നുമാത്രം. മദ്ധ്യകേരളത്തിലെ ക്ഷേത്രകലകളുടെ (തായമ്പക, പഞ്ചാരിമേളം, പഞ്ചവാദ്യം മുതലായവ) സൌരഭം ആസ്വദിക്കാനിടവന്നിട്ടുള്ളവർക്ക് കഥകളിമേളത്തിന്റെ ഹൃദ്യത ഒന്നുകൂടി വർദ്ധിച്ചതായി അനുഭവപ്പെടും. വട്ടംവെച്ചുകലാശം, തോങ്കാരം, ഇരട്ടിക്കലാശം, അഷ്ടകലാശം എന്നീ കലാശങ്ങൾ താളപ്രിയൻമാർക്കൊരു സദ്യതന്നെയാണ്. അഷ്ടകലാശം അപൂർവ്വമായി ചില ചമ്പതാളപദങ്ങളിൽ മാത്രമേ (ഉദാഹരണമായി, കാലകേയവധത്തിൽ അർജ്ജുനന്റെ ഇന്ദ്രാണിയോടുള്ള കാംബോജി രാഗത്തിലുള്ള പദം) പതിവുള്ളൂ. എന്നാൽ വട്ടംവെച്ചുകലാശം സർവ്വത്രയാണ്. പല താളങ്ങളിലും എടുക്കാറുമുണ്ട്. കഥകളിനൃത്തത്തിന്റെ താണ്ഡവശൈലിക്ക് വട്ടംവെച്ചുകലാശത്തിനെപ്പോലെ അനുയോജ്യമായി മറ്റു യാതൊന്നുമില്ല. താളത്തിന്റെ നൈസർഗ്ഗിക പ്രവാഹത്തിൽ ഇതിന്റെ മേന്മ അന്യാദൃശമത്രെ. താളവാദ്യപ്രിയൻമാർ എന്നുമെന്നും ആകാംക്ഷയോടെ ഉറ്റുനോക്കാറുള്ള ഒരുജ്ജ്വല പ്രകടനമാണ് കഥകളി തുടങ്ങുന്നതിനുമുമ്പ് അരങ്ങേറുന്ന മേളപ്പദം. ജയദേവകവിയുടെ ഗീതഗോവിന്ദത്തിലെ 'മഞ്ജുതര' എന്ന അഷ്ടപദി മോഹന രാഗത്തിൽ ആരംഭിച്ച് കല്യാണി, നാട്ടക്കുറിഞ്ഞി, ആരഭി, സാവേരി എന്നീ രാഗങ്ങളിൽക്കൂടി അവസാനം 'വിഹിത പത്മാവതി സുഖസമാജേ' എന്ന് മംഗളരാഗമായ മദ്ധ്യമാവതിയിലെത്തുമ്പോഴേക്കും, അതിനു സമാന്തരമായി ചമ്പമേളം 40 അക്ഷരകാലത്തിൽ ആരംഭിച്ച് കുറുകിക്കുറുകി 10 അക്ഷരകാലത്തിൽ എത്തിയിട്ടുണ്ടായിരിക്കും. രാഗതാളങ്ങളുടെ ഈ സോപാനം സ്വർഗ്ഗീയമായൊരനുഭൂതിയാണ് സൃഷ്ടിക്കുന്നത്. രാവണോത്ഭവത്തിലെ തപസ്സാട്ടം ഇത്രത്തോളം തന്നെ മനോഹരമാണ്. അടന്തമേളം നാലുകാലമായി തപസ്സാട്ടത്തിന് കൊട്ടുന്നു. രാവണന്റെ ആത്മഗതം പതിഞ്ഞ അടന്തയിൽ തുടങ്ങി തപസ്സിന്റെ ഓരോ പടി മുന്നോട്ടു കയറുമ്പോഴും മേളം ആറ്റിക്കുറുക്കി, ഉഗ്രതപസ്സിന്റെ അവസാനം പ്രപഞ്ചം മുഴുവൻ കത്തിയെരിയുന്ന പ്രതീതിയുളവാക്കുന്നു. കഥകളി മേളത്തിന്റെ വിജയവൈജയന്തിയാണിത്!

കഥകളിയിൽ അനുഷ്ഠാനകലകളും താന്ത്രികമാനം പരിരക്ഷിക്കപ്പെട്ടിട്ടുണ്ട്. ഉദാഹരണത്തിന്, ദുര്യോധന വധത്തിലെ രൗദ്രഭീമന്റെ രംഗം നൂറുതവണ ആസ്വദിച്ച ഒരു കളിഭ്രാന്തന് നൂറ്റൊന്നാമത്തെ തവണ കൂടുതൽ ആസ്വാദ്യമായേ തോന്നു. ആസ്വാദകൻ

പ്രകൃതിയിലെ ആദിപ്പൊരുളുകളുമായി സംവദിക്കുന്ന അപൂർവ്വ നിമിഷങ്ങൾ! അനുഷ്ഠാനകലകൾക്ക് (തെയ്യം, തിറ, തിയ്യാട്ട്, മുടിയേറ്റ് എന്നിവ) കഥകളിയെ വളരെയധികം സ്വാധീനിക്കാൻ കഴിഞ്ഞിട്ടുണ്ട്. കഥകളിയിലെ ശൂർപ്പണഖാങ്കം (നിണം), അല്പം ബീഭത്സമായിത്തോന്നിയേക്കാമെങ്കിലും, ഈ താന്ത്രികമാനം ഉൾക്കൊള്ളുന്നുണ്ട്. ഇന്നത്തെ തിയേറ്ററുകളിൽ കഥകളി അതിന്റെ പൂർണ്ണ സാഫല്യത്തിൽ എത്തുന്നില്ലെന്നതിന്റെ കാരണം ഇപ്പോൾ വ്യക്തമായിരിക്കുമല്ലോ. കഥകളി അതിന്റെ പൂർണ്ണത പ്രാപിക്കുന്നത് അതിനെ പോറ്റി വളർത്തിയ ക്ഷേത്രാന്തരീക്ഷത്തിലാണ്. പ്രകൃതി ശക്തികൾകൂടി പങ്കെടുക്കുന്ന ഒരു കോസ്മിക് ഡ്രാമ ആവണം കഥകളി. 'സലജ്ജോഹം' ആടുന്ന കാലകേയവധത്തിലെ അർജ്ജുനനേയും, 'ദയിതേ നീ കേൾ കമനീയാകൃതേ' എന്ന മാരധനാശിപദം ചൊല്ലിയാടുന്ന രണ്ടാം ദിവസത്തെ നളനേയും, പാടിപ്പദം ചൊല്ലിയാടുന്ന കത്തിവേഷങ്ങളേയും എല്ലാമെല്ലാം ഉറ്റുനോക്കിക്കൊണ്ടിരിക്കുന്നവർ കളിയരങ്ങത്തെ ആസ്വാദകർ മാത്രമല്ല; ആവരുത്. അങ്ങകലെ കൺചിമ്മുന്ന താരകങ്ങളും ആതിരനിലാവുപൊഴിക്കുന്ന ചന്ദ്രനും വൃശ്ചികക്കാറ്റും ആകാശവും എല്ലാം ഉറക്കമൊഴിച്ച് കളി കാണാനിരിക്കണം. ശങ്കരാഭരണവും സുരുട്ടിയും ധന്യാസിയുമെല്ലാം ചക്രവാളങ്ങളിൽ വിലയിക്കണം. അവിടെ കഥകളി സാഫല്യത്തിലെത്തുന്നു.

'കഥ'യറിയാതെ ആട്ടം കാണാം

കഥകളി ആസ്വാദനത്തെക്കുറിച്ച് സാമാന്യജനങ്ങൾക്കിടയിൽ പ്രചാരമുള്ള ഒരു തെറ്റിദ്ധാരണ ഈ സന്ദർഭത്തിൽ പ്രസക്തമാണ്. കഥകളി ഇഷ്ടപ്പെടാറുണ്ടോ എന്ന ചോദ്യത്തിന് പലരുടേയും മറുപടി, 'മുദ്രകൾ അറിയില്ല, അതിനാൽ മനസ്സിലാവാറില്ല' എന്നായിരിക്കും. ഇത് കലാസ്വാദനത്തെ പൊതുവെ ബാധിക്കാറുള്ള ഒരു തെറ്റിദ്ധാരണയെയാണ് വെളിപ്പെടുത്തുന്നത്. കല അറിയാത്തതുകൊണ്ടല്ല നാം ആസ്വദിക്കുന്നത്. മറിച്ചാണ്. ആസ്വദിക്കുന്നതുകൊണ്ട് അതിനെപറ്റി കൂടുതൽ അറിയുന്നുവെന്നുമാത്രം. അരസികന്മാരെ എല്ലാ കഥകളിമുദ്രയും പഠിപ്പിച്ചതുകൊണ്ടും പ്രയോജനമൊന്നുമില്ല. കാരണം മുദ്രകൾ കഥകളിയുടെ ബാഹ്യമായ ഭാഷമാത്രമാണ്. ഇംഗ്ലീഷ് പഠിച്ചവർ മുഴുവൻ ഇംഗ്ലീഷ് സാഹിത്യ തത്പരരായിരിക്കണമെന്നില്ലല്ലോ. ആന്തരിക ചൈതന്യം ഭാഷക്കതീതമാണ്. അത് വാഗർത്ഥങ്ങൾക്കതീതമായി ഭാവി സംസ്കാരതലത്തിൽ ഹൃദയവുമായി നേരിട്ട് സംവദിക്കുന്നു. അത്തരത്തിലുള്ള ഒരു സഹൃദയൻ കഥകളി

മുദ്രകൾ സാവധാനം മനസ്സിലാക്കിക്കൊള്ളും. ആസ്വാദകഹൃത്തിന്റെ അടിത്തട്ടിലെ നിലീനഭാവങ്ങളെ പലപ്പോഴും വാഗർത്ഥങ്ങളുടെ സഹായമില്ലാതെത്തന്നെ കല തൊട്ടുണർത്തുന്നു. ആ ആസ്വാദന പ്രക്രിയയുടെ ഉത്തമോദാഹരണം സംഗീതമാണ്. കേവല സംഗീത ത്തിൽ വാഗർത്ഥങ്ങൾ അപ്രസക്തങ്ങളാണല്ലോ. വാഗർത്ഥങ്ങളുടെ കേളീരംഗമായ സാഹിത്യ ലോകത്തുപോലും കവിതയുടെ സൗന്ദര്യം ആന്തരികമായ ഒരു താളവുമായി വളരെയധികം ബന്ധപ്പെട്ടിരിക്കു ന്നു. ഇവിടെ കവിത സംഗീതവുമായി മേളിക്കുന്നു. പാരമ്പര്യവുമായി അഭേദ്യമായ ബന്ധം പുലർത്തുന്ന ഒരു സാഹിത്യരൂപമാണ് കവിത. സംഗീതം പോലെത്തന്നെ. കവിത ഇഷ്ടമാണോ എന്ന ചോദ്യത്തിന് 'കവിതയിലെ ഭാഷ മനസ്സിലാവാറില്ല, അതിനാൽ ഇഷ്ടപ്പെടാൻ കഴിയുന്നില്ല.' എന്ന ഉത്തരം ഏറെക്കുറെ ബാലിശമാണ്. ഭാഷ മനസ്സിലാക്കിക്കൊടുക്കാം, എന്നാൽ കവിത ഇഷ്ടപ്പെടുമോ എന്ന ചോദ്യം വീണ്ടും അവശേഷിക്കും. കവിതയ്ക്ക് തൊട്ടുണർത്താൻ കഴിയുന്ന നീലീന സൗരഭം ആസ്വാദകഹൃത്തിലുണ്ടോ എന്നതിനെ ആശ്രയിച്ചിരിക്കും കവിതയോടുള്ള ആഭിമുഖ്യം.

ജനകീയത

ക്ലാസിക്കൽ കലകൾ എന്തുകൊണ്ട് ജനകീയമാവുന്നില്ല എന്ന ചോദ്യം കൂടെക്കൂടെ കേൾക്കാറുണ്ട്. വാസ്തവം തന്നെ. കർണ്ണാടക സംഗീതവും ഹിന്ദുസ്ഥാനി സംഗീതവും കഥകളിയും ഭരതനാട്യ വുമൊന്നും ജനകീയ കലകളായി അറിയപ്പെടുന്നില്ല. ജനങ്ങളിൽ ഒരു ചെറിയ ന്യൂനപക്ഷം മാത്രമേ അവ ആസ്വദിക്കാറുള്ളൂ. ശാസ്ത്രീയ കലകൾ കൂടുതൽ സാങ്കേതികത്വം പുലർത്തുന്നുവെന്നും അതിനാലാണ് അവ ജനസാമാന്യത്തിൽനിന്നകന്നു നിൽക്കുന്ന തെന്നും പറഞ്ഞു കേൾക്കാറുണ്ട്. ഇതിൽ അല്പം യാഥാർത്ഥ്യമുണ്ട്. ശാസ്ത്രീയ കലാരൂപങ്ങളിൽ സംഗീതത്തിന്റെ അഥവാ ശൈലീകര ണത്തിന്റെ സ്വാധീനം കൂടുതലാണ്. പാരമ്പര്യത്തിന്റെയും പഴമയു ടേയും ഗന്ധം അവയിൽ തങ്ങി നിൽക്കുന്നു. സാധാരണക്കാരനെ സംബന്ധിച്ചേടത്തോളം മേൽപ്പറഞ്ഞതെല്ലാം സാങ്കേതികത്വമായി പരിണമിക്കുന്നു. ഉദാഹരണമായി, സംഗീതജ്ഞൻ സ്വരപ്രസ്താര ത്തിലൂടെ രാഗതാളങ്ങളുടെ അഗാധതകളിൽ സഞ്ചരിക്കുമ്പോൾ സംഗീതസംസ്കാരം സിദ്ധിച്ചിട്ടില്ലാത്ത ഒരു സാധാരണക്കാരന് ഇതൊരു കസർത്തു മാത്രമായേ തോന്നൂ. അതുപോലെത്തന്നെ, രാഗാലാപം നടത്തുന്ന ഗായകൻ ഒരു പ്രത്യേക രാഗത്തിന്റെ അപൂർവ്വസൗഭാഗ്യങ്ങൾ ആസ്വാദകരുടെ മുമ്പിൽ തുറന്നിടുമ്പോൾ

സംഗീത സഹൃദയത്വം കൈവന്നിട്ടില്ലാത്ത സാമാന്യജനം അതിനെ ശബ്ദംകൊണ്ടുള്ള വ്യായാമമായി വ്യാഖ്യാനിക്കാറുണ്ട്. കഥകളിയിൽ കത്തിവേഷത്തിന്റെ തിരനോട്ടവും പാടിപ്പദവും ആവശ്യമില്ലെന്നു പറയുന്നവരുമുണ്ട്. ഭരതനാട്യത്തിന്റെ കാര്യത്തിലാണെങ്കിൽ, ശുദ്ധനൃത്ത രൂപങ്ങളായ ജതിസ്വരവും തില്ലാനയും സംഗീതാത്മകത്വംകൊണ്ട് നൃത്തത്തിലെ മാസ്റ്റർപീസുകളാണ്. അഭിനയ പ്രധാനങ്ങളായ പദങ്ങളോടു താരതമ്യപ്പെടുത്തുമ്പോൾ ഇവ സങ്കേതജടിലങ്ങളാണെന്നു ചിലർ പറഞ്ഞേക്കാം. ഓരോ കലയ്ക്കുംവേണ്ട സഹൃദയത്വം വളർത്തിയെടുക്കുകയാണിവിടെ അഭികാമ്യം. സാഹിത്യത്തിനുവേണ്ട സഹൃദയത്വമല്ല സംഗീതത്തിനു വേണ്ടത്. ചിത്രകലക്ക് മറ്റൊരുതരം സഹൃദയത്വമായിരിക്കും വേണ്ടിവരുക. ഒന്നിന്റെ മാനദണ്ഡം വെച്ച് മറ്റൊന്നിനെ അളക്കാതിരിക്കുകയാണ് നല്ലത്. നിർഭാഗ്യവശാൽ പലപ്പോഴും സംഭവിക്കുന്നതും അതാണ്.

സിനിമയുടെ സ്വാധീനം

ജനകീയ കലകളുടെ, പ്രത്യേകിച്ചും, സിനിമയുടെ പ്രചാരം ശാസ്ത്രീയ കലകളെ എങ്ങനെയാണ് സ്വാധീനിച്ചിട്ടുള്ളതെന്ന ചോദ്യം ഇവിടെ പ്രസക്തമാണ്. ക്ലാസിക്കൽ കലകളെ സിനിമ സ്വാധീനിച്ചിട്ടില്ല എന്നതാണ് വാസ്തവം. സിനിമ യഥാർത്ഥത്തിൽ ബാധിച്ചത് നാടൻ കലകളുടെ (folk arts) പ്രചാരത്തെയാണ്. പണ്ട് നാടൻ കലകൾ നിർവഹിച്ചിരുന്ന സാമൂഹ്യധർമ്മം ഇന്നത്തെ വ്യാവസായിക യുഗത്തിൽ നിനിമ നിർവ്വഹിക്കുന്നു എന്നു മാത്രം. പാരമ്പര്യത്തിലും പഴമയിലും വേരൂന്നിയിട്ടുള്ള ക്ലാസിക്കൽ കലകൾ സാമൂഹ്യധർമ്മമല്ല, സാംസ്കാരികധർമ്മമാണ് നിർവ്വഹിക്കുന്നത്. പാരമ്പര്യത്തെ കാലഘട്ടത്തിനനുസൃതമായി വ്യാഖ്യാനിക്കുക എന്നതത്രെ ക്ലാസിക് കലകളുടെ സ്വഭാവം.

1978

കേരളത്തിന്റെ താളവട്ടങ്ങൾ

മീനച്ചൂടിന്റെ മൂർദ്ധന്യത്തിൽ തൃശ്ശൂരിൽ നിന്ന് തെക്കോട്ട് ബസ്സിൽ യാത്ര ചെയ്യുന്ന ഒരാൾക്ക് ആനയും മേളവുമായി ഊരുചുറ്റുന്ന ഏതെങ്കിലും ദേവീദേവൻമാരെ കാണാതെ പോകാൻ സാദ്ധ്യമല്ല. ശാസ്താക്കൻമാരും ഭഗവതിമാരും മനുഷ്യരെപ്പോലെ അന്യോന്യം സന്ദർശിക്കുന്നു. ചിലയിടങ്ങളിലൊത്തു കൂടുന്നു. കുളങ്ങളിലോ പുഴകളിലോ ആറാട്ടുന്നു. യാത്രപറഞ്ഞു പിരിയുന്നു. പൊയ്പ്പോയ ഒരു കാലത്തിന്റെ സ്മരണകൾ പുനഃസൃഷ്ടിക്കുന്ന പെരുവനം ഗ്രാമോത്സവത്തിന്റെ ചിത്രങ്ങളാണ് മേല്പറഞ്ഞവയെല്ലാം. ആധുനിക യാന്ത്രികപരിഷ്കാരത്തിന്റെ ചുഴിയിൽപ്പെട്ട് നട്ടംതിരിയുന്ന മനുഷ്യന് അമ്പലക്കുളങ്ങളിൽ മുങ്ങിക്കുളിക്കുന്നതിന്റെ നിർവൃതി ലഭിക്കാൻ ഇതാ ഇവിടെ വന്നാൽ മതി.

നൂറ്റാണ്ടുകളുടെ പാരമ്പര്യം ഇന്നും കെടാതെ സൂക്ഷിക്കുന്ന പെരുവനം-ആറാട്ടുപുഴ പൂരങ്ങൾ മദ്ധ്യകേരളസംസ്കാരത്തിന്റെ തായ്‌വേരുകളാണ്. കേരളത്തിന്റെ സാംസ്കാരിക തലസ്ഥാനമായ തൃശ്ശൂരിന്റെ ഗുരുത്വകേന്ദ്രം പെരുവനം ഗ്രാമത്തിൽ കിടക്കുന്നു. 'തൃശ്ശൂർത്തം' എന്നോ മറ്റോ പറയാവുന്ന എന്തോ ഒന്ന് പെരുവനത്തിന് ചുറ്റുമാണ് ശക്തിയായി മണക്കുന്നത്.

കേരളത്തിലെ പഴയ ഗ്രാമങ്ങളാണല്ലോ തളിപ്പറമ്പ്, ശുകപുരം, പെരുവനം, ഇരിങ്ങാലക്കുട തുടങ്ങിയവ. ഇവയിൽ പെരുവനം ഗ്രാമം

ഇന്നത്തെ തൃശ്ശൂർ ജില്ലയുടെ നടുഭാഗം മുഴുവൻ ഉൾക്കൊള്ളുന്നു. വടക്ക് അകമല ശാസ്താവ്, തെക്ക് ഊഴത്ത് ശാസ്താവ്, പടിഞ്ഞാറ് എടമുട്ടം ശാസ്താവ്, കിഴക്ക് കുതിരാൻ ശാസ്താവ് – ഇവർ ഈ ഗ്രാമത്തിന് അതിർവരയിടുന്നു. തൃശ്ശൂരിനും ഇരിങ്ങാലക്കുടക്കും നടുവിൽ സ്ഥിതിചെയ്യുന്ന പെരുവനത്തെ മഹാദേവക്ഷേത്രമാണ് ഗ്രാമക്ഷേത്രം. പണ്ടിവിടെ മീനമാസത്തിൽ നൂറ്റിയെട്ട് ദേവീദേവന്മാർ സമ്മേളിച്ചിരുന്നുവത്രെ. പിന്നീടെന്തോ കാരണവശാൽ ഗ്രാമോത്സവം മുടങ്ങിയെന്നും നൂറ്റാണ്ടുകൾക്കു ശേഷം പുനരുദ്ധരിക്കപ്പെട്ടതാണ് ഇന്ന് കാണുന്ന പെരുവനം ഗ്രാമോത്സവത്തിന്റെ ചിട്ടയെന്നുമാണ് ഐതിഹ്യം. മൺമറഞ്ഞുപോയ ഉത്സവത്തിൽ പെരുവനത്തപ്പനാണ് (ശിവൻ) അദ്ധ്യക്ഷനായിരുന്നത്. ഇന്നത്തെ പൂരങ്ങളിൽ പെരുവനത്തപ്പൻ ഒരു മൂകസാക്ഷി മാത്രമാണ്. പെരുവനം ഗ്രന്ഥവരിയിൽ സൂചിപ്പിച്ചിരിക്കുന്നത് എ.ഡി. 583-ആം ആണ്ടിലാണ് ഇന്നത്തെ ചിട്ടയിലുള്ള ഗ്രാമോത്സവം തുടങ്ങിയതെന്നാണ്. 'ആയാതു ശിവലോകം' എന്ന കലിദിനവാക്യമാണ് പൂരം ആരംഭിച്ച കൊല്ലത്തിന്റെ സൂചനയായി ഗ്രന്ഥവരിയിൽ പറഞ്ഞിരിക്കുന്നത്. ഇപ്രകാരം 1982-ൽ നടന്ന പൂരം ആയിരത്തി നാനൂറാമത്തെയും ഇക്കൊല്ലത്തേത് ആയിരത്തി നാനൂറ്റി അഞ്ചാമത്തെയുമാണ്. ഈ കണക്കുകൂട്ടൽ ശാസ്ത്രീയമായി എത്രത്തോളം ശരിയാണെന്നത് ചരിത്ര ഗവേഷകൻമാർക്ക് മാത്രം പറയാവുന്നൊരു കാര്യമാണ്. അതെന്തായാലും പെരുവനം-ആറാട്ടുപുഴ പൂരങ്ങളുടെ പ്രാചീനമായ പരിവേഷം അനിഷേധ്യമായിത്തന്നെ നിലകൊള്ളുന്നു. ഇന്നത്തെ രീതിയിലുള്ള പൂരങ്ങളിൽ തൃപ്രയാർ തേവർ (ശ്രീരാമസ്വാമി) ആണ് അദ്ധ്യക്ഷസ്ഥാനത്തിരിക്കുന്നത്.

മാമാങ്കം പോലെ ചരിത്രസ്മരണകളുണർത്തുന്ന പെരുവനം ഗ്രാമോത്സവം പണ്ട് നിലനിന്നിരുന്ന ഗ്രാമപഞ്ചായത്തുകളുടെ പ്രാധാന്യം വെളിപ്പെടുത്തുന്നു. ഇവിടെ ദേവീദേവന്മാരുടെ ജീവിതവും മനുഷ്യരുടെ ജീവിതവും കെട്ടുപിണഞ്ഞാണല്ലോ കിടക്കുന്നത്. ഗ്രാമത്തലവൻമാർ തമ്മിലുള്ള പിണക്കങ്ങൾ ദേവീദേവന്മാരിലാരോപിക്കുന്നു. ഇന്നത്തെ ആറാട്ടുപുഴ-പെരുവനം പൂരത്തിൽ പണ്ടത്തെ നൂറ്റിയെട്ട് ദേവീദേവൻമാർക്ക് പകരം ഇരുപത്തിമൂന്ന് പേർ മാത്രമേ പങ്കെടുക്കുന്നുള്ളൂ. പ്രസിദ്ധമായ തൃശ്ശൂർ പൂരവും കുട്ടനെല്ലൂർ പൂരവും ആറാട്ടുപുഴ പൂരത്തിൽനിന്ന് ഭാഗം വാങ്ങി പിരിഞ്ഞുപോയവയാണ്. പിരിഞ്ഞുപോയ മറ്റൊരു പൂരമാണ് മാണിക്യമംഗലം പൂരം. പഴയ പെരുവനം ഗ്രാമോത്സവത്തിന്റെ ചുവടുപിടിച്ചുകൊണ്ട്

ഗ്രാമപരദേവതയായ തിരുവുള്ളക്കാവ് ശാസ്താവിന്റെ ക്ഷേത്രത്തിൽ കുംഭമാസത്തിലെ ഉത്രം നാളിൽ ഉത്സവം കൊടികയറുന്നു. അന്നു മുതൽ മീനത്തിൽ അത്തം നാൾ വരെ പെരുവനം ഗ്രാമം ഉത്സവത്തിന്റെ ലഹരിയിലാണ്. എന്നിരുന്നാലും മീനമാസത്തിലെ മകീര്യം നാൾ മുതലുള്ള അവസാനത്തെ ഏഴു ദിവസങ്ങളിലാണ് പൂരം തിമർത്ത് ആഘോഷിക്കുന്നത്. അങ്കുരാദി, ധ്വജാദി, പടഹാദി എന്നിങ്ങനെ ഉത്സവങ്ങളുള്ളതിൽ പടഹാദി മട്ടിൽ കൊട്ടിപ്പുറപ്പെടുകയാണിവിടെ. ആറാട്ടുപുഴ, ചാത്തക്കുടം, ഊരകം, ചേർപ്പ്, തൊട്ടിപ്പാൾ, നെട്ടിശ്ശേരി, തൃപ്രയാർ, അയ്യുകുന്ന്, നാങ്കുളം, ചക്കംകുളം, തൈക്കാട്ടുശ്ശേരി, ചിറ്റിച്ചാത്തക്കുടം, എടക്കുന്നി മുതലായി ഇരുപത്തിമൂന്ന് ക്ഷേത്രങ്ങൾ ഇന്ന് പങ്കാളികളാണ്. ഗ്രാമോത്സവത്തിന്റെ വലിയവിളക്ക് മീനത്തിലെ പൂയം നാളിൽ പെരുവനത്തും, ആറാട്ടുവിളക്ക് മീനത്തിലെ പൂരം നാളിൽ ആറാട്ടുപുഴയിലും കൊണ്ടാടുന്നു. ആറാട്ടുപുഴ പൂരത്തിൽ നിന്ന് പിരിഞ്ഞുപോയ കുട്ടനെല്ലൂർ പൂരം കുംഭത്തിലെ പൂരം നാളിലും തൃശ്ശൂർ പൂരം മേടത്തിലെ പൂരം നാളിലും ആഘോഷിക്കുന്നു. ആറാട്ടുപുഴ പാടത്ത് പൂരത്തിന് നേതൃത്വം വഹിക്കുന്ന തൃപ്രയാർ തേവർ എത്തുന്നതുവരെ ആതിഥേയനായ ആറാട്ടുപുഴ ശാസ്താവ് കാര്യാന്വേഷണ വ്യഗ്രനായി നിലപാടു തറമേൽ നിൽക്കുന്നു. തേവരുടെ ആഗമന വർത്തമാനമറിഞ്ഞാൽ എല്ലാം അദ്ദേഹത്തെ ഏല്പിച്ച് കൃതകൃത്യനായി സ്വസ്ഥാനത്തേക്ക് മടങ്ങുന്നു. തേവരുടെ പൂരം കഴിഞ്ഞാൽ ആറാട്ടുപുഴ പൂരത്തിലെ പ്രമുഖ പങ്കാളികളായ ഊരകത്തമ്മ തിരുവടി (ഭഗവതി)യും ചേർപ്പിൽ ഭഗവതിയും തേവരുടെ ഇരുഭാഗത്തും നിന്ന് അകമ്പടി സേവിക്കുന്നു. ഈ പ്രസിദ്ധമായ കൂട്ടിയെഴുന്നള്ളിപ്പിൽ ഇന്ന് അമ്പതോളം ആനകൾ അണിനിരക്കാറുണ്ട്. ഉദയസൂര്യനെ അഭിമുഖീകരിച്ചുകൊണ്ട് നെറ്റിപ്പട്ടം, കുട, ആലവട്ടം, വെൺചാമരത്തോടെ നില്ക്കുന്ന ഗജവീരൻമാർ കൺകുളിർപ്പിക്കുന്ന കാഴ്ചയാണ്. കൂട്ടിയെഴുന്നള്ളിപ്പിനുശേഷമുള്ള ആറാട്ടുകുളിക്കുശേഷം അതിഥികളോരോരുത്തരായി ആറാട്ടുപുഴ ശാസ്താവിനോട് യാത്രപറഞ്ഞു പിരിയുന്നു. അടുത്ത കൊല്ലം പൂരം നാളിൽ കാണാമെന്ന് പറഞ്ഞു തൃപ്രയാൽ തേവരും പിരിയുന്നു. ആനകൾ തമ്മിൽ തുമ്പിക്കയ്യുയർത്തിയുള്ള യാത്രപറയൽ മനസ്സിനെ ആർദ്രമാക്കുന്നു. ദേവീദേവൻമാർ സ്വന്തം തട്ടകങ്ങളിൽ മടങ്ങിയെത്തി ഉത്രം വിളക്കിനുശേഷം ഉത്രം പാട്ടോടെ ഈ ദേവമേളയ്ക്ക് തിരശ്ശീലവീഴുന്നു.

പൊയ്പ്പോയ ഒരു കാലഘട്ടത്തിന്റെ സ്മരണകൾ ഊതിക്കത്തിക്കുന്ന ഈ പൂരങ്ങളുടെ കലാപരമായ സൗന്ദര്യത്തികവാണിത്. കേരളത്തിന് സംഗീതത്തിന്റെ പാരമ്പര്യം കുറവാണെന്നാണല്ലോ വെച്ചിരിക്കുന്നത്. ദക്ഷിണേന്ത്യൻ സംഗീതത്തിന്റെ ശക്തമായ ഉറവുകൾ തമിഴ്നാട്ടിലാണുണ്ടായിട്ടുള്ളത്. ശരാശരി കേരളീയന് സംഗീതത്തിന്റെ അവബോധം കുറവാണുതാനും. കേരളത്തിൽത്തന്നെ സംഗീത സംസ്കാരം കൂടുതലും തിരുവിതാംകൂർ ഭാഗത്തു നിലനിൽക്കുന്നു. പക്ഷേ, ഇത് ഒരു വശം മാത്രം. ഭാരതീയ സംഗീതത്തിന്റെ ഇഴകളായ രാഗതാളങ്ങളിൽ താളപദ്ധതിയുടെ കാര്യത്തിൽ കേരളം വളരെ മൗലികമായ സംഭാവനകൾ ചെയ്തിട്ടുണ്ട്. താളോപകരണങ്ങളുടെ ഓർക്കെസ്ട്രേഷൻ കേരളത്തിന്റെ തനതായ സംഭാവനയാണ്. ഈശ്വരാരാധനയുമായി ബന്ധപ്പെട്ടാണ് ഭാരതീയ സംഗീതം വളർന്നുവന്നത്. 'ട്രൈബൽ' എന്ന നിലവാരത്തിൽനിന്ന് ആരംഭിച്ച സംഗീതം നൂറ്റാണ്ടുകളുടെ ചൈതന്യം ഉൾക്കൊണ്ടിട്ടാണല്ലോ ക്ലാസിക്കൽ നിലവാരം കൈവരിക്കുന്നത്. രാഗസംഗീതത്തിന്റെ സുശക്തമായ സ്രോതസ്സുകളുള്ള തമിഴകത്തും മറ്റും താളം എന്നും രാഗത്തിനകമ്പടി മാത്രമായി നിലകൊള്ളുന്നു. രാഗസംഗീതം കുറവായ കേരളത്തിലാകട്ടെ 'ഉർവ്വശീശാപം ഉപകാരം' എന്ന മട്ടിൽ താളസംഗീതം സ്വതന്ത്രമായിത്തന്നെ ഒരു പാറ്റേൺ ആയി ഉരുത്തിരിഞ്ഞു. നൂറോളം താളവാദ്യങ്ങൾ പങ്കെടുക്കുന്ന ഒരു 'ഓർക്കെസ്ട്ര' ഒരുപക്ഷേ, കേരളത്തിൽ മാത്രമേ കാണാനൊക്കൂ. ക്ഷേത്രാരാധനയോടനുബന്ധിച്ച് കേരളത്തിൽ ചെണ്ട, മദ്ദളം, തിമില, ഇടയ്ക്ക, ഇലത്താളം, ചേങ്ങല, കൊമ്പ്, കുറുംകുഴൽ എന്നിങ്ങനെയുള്ള വാദ്യോപകരണങ്ങളും അവ പങ്കെടുപ്പിച്ചുകൊണ്ടുള്ള ലയവിന്യാസങ്ങളും ഉരുത്തിരിഞ്ഞുവന്നു. ഈ ക്ഷേത്രകലകളിൽ പലതും അനുഷ്ഠാനകലയുടെ പരിശുദ്ധി നിലനിർത്തിക്കൊണ്ടുതന്നെ ഹൃദയാവർജ്ജകമായ കലാസൗഭഗമാർജ്ജിച്ചു. പഞ്ചാരി, ചെമ്പട, പാണ്ടി, അടന്ത എന്നീ മേളങ്ങൾ തായമ്പക, കേളി, പഞ്ചവാദ്യം, കുറുംകുഴൽപ്പറ്റ്, കൊമ്പുപറ്റ് എന്നിവയെല്ലാം മേൽപ്പറഞ്ഞവയിൽ പെടുന്നു. ഇവയെല്ലാം താളത്തിന്റെ അമൂർത്ത വിന്യാസങ്ങൾ സൃഷ്ടിക്കുന്നു.

താളവും വട്ടവും

ആവർത്തനം വിരസമാണെന്ന ചൊല്ലിനെ താളം നിരാകരിക്കുന്നു. താളാത്മകമായ ആവർത്തനം ആകർഷകമാണ്. നമ്മളെല്ലാം താലോലിക്കുന്ന മധുരസ്മരണകളിൽ പലതും താളാത്മകമായി

ആവർത്തിക്കുന്നവയാണ്. ഓണം, വിഷു, തിരുവാതിര മുതലായ ആണ്ടറുതികൾ, ഇടവപ്പാതി, വൃശ്ചികക്കാറ്റ്, കണിക്കൊന്ന എന്നിങ്ങനെ ഉദാഹരണങ്ങൾ എത്രവേണമെങ്കിലും ആവാം. പ്രകൃതിയുടെ താളാത്മകമായ ആവർത്തനം വിരസമായ ജീവിതത്തിന് നിർവൃതിയുടെ ഊട്ടുംപാവുമിടുന്നു. വസന്തഗ്രീഷ്മാദി ഋതുക്കളുടെ നിരന്തരവും ചാക്രികവുമായ നൃത്തം ജീവിതത്തിന് അനശ്വരത്വത്തിന്റെ മാനം നൽകുന്നു. ചാക്രികമായതെല്ലാം അനാദിയാണ്. നമ്മുടെ പൂർവ്വികൻമാർ താളവട്ടങ്ങളുടെ സൗന്ദര്യത്തെക്കുറിച്ച് തികച്ചും ബോധവാന്മാരായിരുന്നു. നമ്മുടെ ക്ഷേത്രോത്സവങ്ങൾക്കെല്ലാം താളവട്ടങ്ങളുടെ ചൈതന്യമുണ്ട്. അക്കാരണം കൊണ്ടുതന്നെ അവ പ്രകൃതിയുമായി ഇഴപിരിയാനാവാത്തവിധം പൊരുത്തപ്പെട്ടു നിൽക്കുന്നു. മനുഷ്യമനസ്സിലെ നിലീനഭാവങ്ങളിൽ വളരെയധികവും താളാത്മകങ്ങളാണ്. ക്ഷേത്രോത്സവങ്ങൾ പ്രകൃതിപ്രതിഭാസങ്ങളെപ്പോലെത്തന്നെ മനസ്സിന്റെ ആന്തരിക ഭാവങ്ങളെ നേരിട്ടു തൊട്ടുണർത്തുന്നു. വാക്കുകൾ പരാജയപ്പെട്ടുന്നേടത്ത് സംഗീതവും നൃത്തവും ആരംഭിക്കുന്നുവെന്നൊരു ചൊല്ലുണ്ട്. കസാൻദ്സാക്കീസിന്റെ അനശ്വര കഥാപാത്രമായ സോർബയെ ഓർക്കുക. പരാജയപ്പെട്ടുമ്പോൾ അയാൾ നൃത്തം ചെയ്യുകയും സന്തൂരിയിൽ സംഗീതം ആലപിക്കുകയും ചെയ്യുന്നു. വാക്കുകൾ മനുഷ്യസൃഷ്ടികളാണ്. അത്രത്തോളം അവ സാങ്കേതികവുമാണ്. താളവട്ടങ്ങൾ പ്രകൃതിയിലുള്ളവയാണ്. അതുകൊണ്ടുതന്നെ കൂടുതൽ ലളിതവും സാർവ്വലൗകികവുമാണ്. ആധുനിക മനുഷ്യന് ഇന്ന് കൈമോശം വന്നുപോയിരിക്കുന്നത് താളവട്ടങ്ങളെയാണ്. നഷ്ടപ്പെട്ട വേരുകൾ താളവട്ടങ്ങളിൽ കൂടിയുള്ള തീർത്ഥാടനം വഴി നാമിന്ന് തേടിക്കൊണ്ടിരിക്കുന്നു.

കേരളത്തിലെ വാദ്യകലകളിൽ പ്രകൃതി പുനഃസൃഷ്ടിക്കപ്പെട്ടുന്നത് താളവട്ടങ്ങളിൽക്കൂടിയാണ്. താളവട്ടങ്ങൾ കൊണ്ടുള്ള ഭീമാകാരങ്ങളായ വാസ്തുശില്പങ്ങൾ തികച്ചും കേരളീയമാണ്. നാമിന്നവയെ മേളങ്ങളെന്നു വിളിക്കുന്നു. നേരത്തെ പറഞ്ഞ പഞ്ചാരി, പാണ്ടിമേളങ്ങൾ ഇവയിൽപ്പെടുന്നു. ഭൂതകാലത്തിന്റെ ആഴങ്ങളിൽ വേരൂന്നി, നൂറ്റാണ്ടുകളുടെ ചൈതന്യം നിറഞ്ഞുനിൽക്കുന്ന പഞ്ചാരി, പാണ്ടിമേളങ്ങൾ ഈജിപ്റ്റിലെ പിരമിഡുകളുടെ മാതിരി അനാദിയായൊരു ഭാവം കൈവരിച്ചിരിക്കുന്നു. ഈ മേളങ്ങൾ ഇന്ന് തനിമയോടെ നിലനിൽക്കുന്നത് തൃശ്ശൂരിന്റെ പരിസരങ്ങളിലാണ്. കൃത്യമായി പറഞ്ഞാൽ, നടേ പറഞ്ഞുവെച്ച പെരുവനം ഗ്രാമത്തിൽ. മേളരാജനായ പഞ്ചാരിയുടെ ശക്തിസൗന്ദര്യങ്ങൾ അനുഭവിക്കാൻ നാമിന്നു

പെരുവനം നടവഴിയിലും ആറാട്ടുപുഴ പാടത്തും കുട്ടനെല്ലൂർ കിഴക്കേ നടയിലും എടക്കുന്നി മതിലകത്തും പോയേ മതിയാകൂ. കൂടാതെ തൃപ്പൂണിത്തുറ പൂർണ്ണത്രയീശ ക്ഷേത്രത്തിലേയും ഇരിങ്ങാലക്കുട കൂടൽമാണിക്യ ക്ഷേത്രത്തിലേയും ഉത്സവങ്ങളിൽ കൊട്ടുന്ന പഞ്ചാരികളും പ്രസിദ്ധങ്ങളാണ്. പാണ്ടിമേളത്തിന്റെ മാസ്റ്റർപീസുകൾ തൃശ്ശൂർപൂരത്തിന്റെ ഇലഞ്ഞിത്തറ മേളവും പഴമ്പൂരത്തിന്റെ മേളങ്ങളുമാണ്. ചെണ്ട അസുരവാദ്യമാണെങ്കിലും പഞ്ചാരി ദേവമേളമായും പാണ്ടി അസുരമേളമായും കരുതപ്പെടുന്നു.

പതിനഞ്ച് ഉരുട്ടു ചെണ്ടകളും (ഇടന്തല) അതിന്റെ മൂന്നിരട്ടി വീക്കു ചെണ്ടകളും (വലന്തല) മുപ്പതോളം ഇലത്താളങ്ങളും പതിനഞ്ചു വീതം കുറുങ്കുഴലുകളും കൊമ്പുകളുമടങ്ങിയ ഒരു വാദ്യവൃന്ദത്തെക്കുറിച്ചാലോചിച്ചുനോക്കൂ. രാത്രിയുടെ നിശ്ശബ്ദതയിൽ നെറ്റിപ്പട്ടം കെട്ടിയ ഏഴാനകൾ അകമ്പടി സേവിക്കുന്ന ദേവതയെ അഭിമുഖീകരിച്ച് തീപ്പന്തങ്ങളാൽ മുന്നിലും പിന്നിലും വലയം ചെയ്യപ്പെട്ട് നൂറിലധികം വാദ്യകലാകാരൻമാർ നാലു മണിക്കൂറോളം നീണ്ടുനിൽക്കുന്നൊരു ശില്പം സൃഷ്ടിക്കുന്നു. ഇതാണ് പഞ്ചാരിമേളത്തിന്റെ ക്ലാസിക് രൂപം. ആറ് അക്ഷര കാലമുള്ള പഞ്ചാരിതാളം 96, 48, 24, 12, 6 അക്ഷര കാലങ്ങളിലായി അഞ്ച് കാലങ്ങൾ കൊട്ടുമ്പോൾ അഞ്ചു നിലകളുള്ള ഒരു വാസ്തുശില്പം രൂപം കൊള്ളുന്നു. ഇഷ്ടികകൾ ചെമ്പട താളവട്ടങ്ങളാണ്. കൈയും കോലുമായി (ഒറ്റക്കോൽ) ആണ് പഞ്ചാരി കൊട്ടുക. ചെമ്പട താളവട്ടങ്ങൾ അടച്ചും തുറന്നും പിടിക്കുമ്പോഴുള്ള സൗന്ദര്യം അനിർവചനീയമാണ്. 'മനസ്സേ ശാന്തമാകൂ' എന്ന കുലീന മന്ത്രം നാമവിടെ ശ്രദ്ധിക്കുന്നു.

രാത്രിയുടെ നിശ്ശബ്ദതയിൽ പ്രകൃതി ശക്തികളെ സാക്ഷിനിർത്തിക്കൊണ്ട് നടത്തുന്ന പഞ്ചാരിമേളം ഒരു സ്വപ്നത്തിന്റെ ഭ്രമാത്മകതയും അനുഷ്ഠാനകലയുടെ പരിശുദ്ധിയും ഒരേ സമയം നിലനിർത്തുന്നു. കുലീനതയുടെ കാര്യത്തിൽ പഞ്ചാരിക്കു തുല്യമായി പഞ്ചാരി മാത്രം. മനോധർമ്മം ഒട്ടും അനുവദിച്ചിട്ടില്ലാത്ത ഈ മേളം പ്രകൃതിയുടെ അനാദിയായ സൗന്ദര്യം അനാവരണം ചെയ്യുന്നു. മനോധർമ്മമില്ലാതെത്തന്നെ പ്രകൃതി അനന്തമായ സർഗ്ഗചൈതന്യം കാഴ്ചവെക്കുന്നുണ്ടല്ലോ.

ചെണ്ട, ഇലത്താളം, കൊമ്പ്, കുഴൽ, ആന, പന്തം എന്നിവ ജൈവമായി മേളിക്കുമ്പോൾ ഉരുത്തിരിയുന്ന ലയത്തിനാണ് മേളമെന്ന് പറയുന്നത്. ക്ഷേത്രസംസ്കാരത്തിന്റെ പരിമളം നമുക്കിവിടെ പൂർണ്ണമായി അനുഭവിക്കാം. സുപ്രസിദ്ധമായ പെരുമനം

പൂരത്തിന്റെ നടുനായകമായി വർത്തിക്കുന്ന ഊരകത്തിന്റെ പഞ്ചാരി ഒരു മാസ്റ്റർപീസ് ആണ്. കണ്ണഞ്ചിക്കുന്നവിധം പന്തങ്ങൾ കത്തിക്കുന്ന ഈ മേളത്തിന്റെ ദൃശ്യസൗഭാഗ്യം അസാമാന്യമാണ്. പൂരത്തിന്റെ അവസാനം നടക്കുന്ന ചേർപ്പിന്റെ പഞ്ചാരി കൂടുതൽ ശാലീനതയെഴുന്നതാണ്. ചെറുതാണെങ്കിലും ചാത്തക്കുടത്തിന്റെ പഞ്ചാരി ഒരു വശത്തും ആറാട്ടു പുഴയുടെ പാണ്ടി മറുവശത്തും നിരക്കുന്ന തുടക്കത്തിലെ രംഗവും ചേതോഹരം തന്നെ. ആറാട്ടുപുഴ പൂരത്തിന്റെ തുടക്കം കുറിച്ചുകൊണ്ട് നടക്കുന്ന ആതിഥേയനായ ആറാട്ടുപുഴ ശാസ്താവിന്റെ പഞ്ചാരിയായിരിക്കും, ഒരുപക്ഷേ, ഏറ്റവും ജനപ്രീതി നേടിയ പഞ്ചാരിമേളം. അഞ്ചാനക്കും കോലം വെക്കുന്ന എടക്കുന്നി ഉത്രം വിളക്ക് പഞ്ചാരി മേളത്തിന്റെ ക്ലാസിക് ശില്പമാതൃക എന്താണെന്ന് വെളിപ്പെടുത്തുന്നു. പഞ്ചാരി അഞ്ചാം കാലത്തിൽ എടക്കുന്നി വിളക്കിനു തുല്യം എടക്കുന്നി വിളക്ക് മാത്രം. എടക്കുന്നി മോഡലിൽ നടക്കുന്ന മറ്റൊരു മേളമാണ് ചക്കംകുളം അമ്പലത്തിൽ നടക്കുന്ന പുണർതം വിളക്ക്. പ്രകൃതിയുമായി പഞ്ചാരിമേളം നൂറുശതമാനം മേളിക്കുന്നത് കുട്ടനെല്ലൂർ ഭഗവതിയുടെ പൂരത്തിലാണ്. കുംഭത്തിലെ വെളുത്ത വാവിൻനാൾ (പൂരം നക്ഷത്രം) പൂർണ്ണ ചന്ദ്രനെ സാക്ഷി നിർത്തി ഏഴാനകൾക്ക് മുൻപിൽ വെളുപ്പാൻകാലത്ത് മൂന്ന് മണി മുതൽ പുലരുവോളം നടത്തുന്ന പഞ്ചാരി ഒരു ദിവ്യദർശനത്തിന്റെ നിർവൃതി പകരുന്നു. കുംഭത്തിലെ പൗർണ്ണമി കുട്ടനെല്ലൂരിൽ അനശ്വരതയാർജ്ജിക്കുന്നു.

പഞ്ചാരിമേളത്തിന്റെ സൗന്ദര്യവും കുലീനതയും ഇല്ലെങ്കിലും തികഞ്ഞ വ്യക്തിത്വം പുലർത്തുന്ന ഒന്നാണ് പാണ്ടിമേളം. കൂടുതൽ പരുക്കനും ആസുരവുമായ പാണ്ടിക്ക് ഒരു യുദ്ധഭേരിയുടെ മട്ടുണ്ട്. പഞ്ചാരിക്ക് ആര്യസംസ്കാരത്തിന്റെ കുലീനഭാവങ്ങളുള്ളപ്പോൾ പാണ്ടിക്ക് ദ്രാവിഡ സംസ്കാരത്തിന്റെയും ശക്തിപൂജയുടേയും ഭാവങ്ങളാണുള്ളത്. മീനത്തിലെ മകീര്യം നാളിൽ നടത്തുന്ന ഊരകത്തിന്റെ പൂരം പുറപ്പാടിന്റെ പാണ്ടി പ്രസിദ്ധമാണ്. ആറാട്ടുപുഴ പാടാത്തെ തേവരുടെ പാണ്ടിയും പെരുവനത്തെ ആറാട്ടുപുഴയുടെ പാണ്ടിയും പ്രസ്താവ്യമാണ്.

വാദ്യകലകളിൽവെച്ച് പാരമ്പര്യം കുറവായ പഞ്ചവാദ്യം പെരുവനം-ആറാട്ടുപുഴ പൂരങ്ങളിൽ ചെറിയൊരു പങ്കുമാത്രമേ വഹിക്കുന്നുള്ളൂ. ആറാട്ടുപുഴയിൽ തൃപ്രയാർ തേവർക്കും പെരുവനത്ത് ചേർപ്പിൽ ഭഗവതിക്കും പഞ്ചവാദ്യമുണ്ട്. ഇതു രണ്ടും ഇടക്കാലത്ത് തുടങ്ങിവെച്ചതാണ്. പഞ്ചവാദ്യം കൂടുതൽ ശക്തിയാർജ്ജിച്ചിരിക്കുന്നത് തൃശ്ശൂർ

പൂരത്തിലാണ്. അതുപോലെത്തന്നെ ആനകളുടേയും ചമയങ്ങളുടേയും പൂർണ്ണത തൃശ്ശൂർ പൂരത്തിലാണ് ദർശിക്കുവാൻ കഴിയുക. പഞ്ചാരിയുടെ അഭാവം തൃശ്ശൂർ പൂരത്തിന് വലിയൊരു കുറവുതന്നെയെന്നും പറയേണ്ടിയിരിക്കുന്നു.

പെരുവനം ഗ്രാമോത്സവത്തിന്റെ പ്രാഗ്രൂപം ശിവനും പാർവതിയും തമ്മിലുള്ള വിവാഹത്തെ സൂചിപ്പിക്കുന്ന മദനോത്സവമായിരുന്നെന്ന് കരുതപ്പെടുന്നു. മദ്ധ്യകേരളത്തിൽ ഇന്നും മീനമാസത്തിൽ പൂരം നാളിൽ പെൺകുട്ടികൾ ഗണപതിക്കിടുന്ന ചടങ്ങ് പതിവുണ്ട്. വടക്കേ മലബാറിൽ മീനമാസത്തിലെ പൂരം വസന്തോത്സവമായി ആഘോഷിക്കുന്നുവെന്നതും ശ്രദ്ധേയമാണ്.

ഭൂപരിഷ്കരണം വന്നതോടെ പെരുവനം-ആറാട്ടുപുഴ പൂരങ്ങളുടെ ആഘോഷം താൽക്കാലികമായ തളർച്ചയെ നേരിട്ടുവെങ്കിലും, നാട്ടുകാരുടെ ശ്രമഫലമായി അടുത്തകാലത്ത് വീണ്ടും അഭിവൃദ്ധി പ്രാപിച്ചിട്ടുണ്ട്. മാത്രമല്ല, ഇന്ന് ഈ പൂരങ്ങൾ കൂടുതൽ ജനകീയ പങ്കാളിത്തം അനുഭവിക്കുന്നുണ്ട് എന്ന വസ്തുത വളരെ ആശാസ്യമായ ഒരു മാറ്റമായി കണക്കാക്കാം. ഇന്നത്തെ മാറിയ പരിതഃസ്ഥിതിയിൽ ജനങ്ങളുടെ പങ്കാളിത്തം ഭാവിയിലേക്കുള്ള ഈടുവെപ്പാണ്. ഫ്യൂഡൽ വ്യവസ്ഥിതി തകർന്നാലും, കഥകളിയെപ്പോലെ ഫ്യൂഡൽ വേരുകളുള്ള കലകൾ ഇന്നത്തെ ജനാധിപത്യ വ്യവസ്ഥിതിയിൽ ക്ലാസിക്കൽ കലകളായി ഭദ്രതയും തനിമയും പുലർത്തി നിലനിൽക്കുന്നുണ്ടല്ലോ. തികഞ്ഞ ക്ലാസിക്കൽ ഭദ്രതയാർന്ന പഞ്ചാരിമേളവും സാമ്പത്തികസാമൂഹ്യ വ്യവസ്ഥിതികളെ അതിവർത്തിക്കുന്നു. താളവട്ടങ്ങൾക്ക് പ്രകൃതിപോലെ എക്കാലത്തും പ്രസക്തിയുണ്ടെന്ന് തീർച്ചയാണ്.

(1987, മാതൃഭൂമി ആഴ്ചപ്പതിപ്പ്)

കേരളീയ വാദ്യകലകളും പ്രകൃതിയും

കേരളത്തിലെ ക്ഷേത്രവാദ്യകലകളായ പഞ്ചാരി, ചെമ്പട, പാണ്ടി മുതലായ മേളങ്ങൾ, പഞ്ചവാദ്യം, തായമ്പക, കേളി, കുഴൽപ്പറ്റ്, കൊമ്പുപറ്റ്, വിളക്കാചാരം, ഇടക്ക പ്രദക്ഷിണം, പാണി, ഈട്ടും കൂറും കൊട്ടൽ, സന്ധ്യവേല എന്നിവ അവയിൽ നിറഞ്ഞുനിൽക്കുന്ന സൗന്ദര്യാംശംകൊണ്ടും ആത്മീയാംശംകൊണ്ടും സമ്പന്നമാണ്. ക്ഷേത്രാരാധനയോടനുബന്ധിച്ച് വളർന്നുവന്ന ഈ കലകളിൽ പലതും പതുക്കെപ്പതുക്കെ അവയിലെ സൗന്ദര്യാംശം കൊണ്ടു സമൂഹത്തിന്റെ പൊതുസ്വത്തായി മാറി. ഉദാഹരണങ്ങൾ, പഞ്ചാരി, ചെമ്പട, പാണ്ടി മുതലായ മേളങ്ങളും പഞ്ചവാദ്യം, തായമ്പക, കേളി മുതലായവയും. സാഹിത്യം, നാടകം, സിനിമ എന്നീ കലകളിൽ കാണുന്നപോലെ സാമൂഹ്യപരിവർത്തനത്തിനുള്ള സന്ദേശങ്ങളോ പ്രബോധനങ്ങളോ ഒന്നും തന്നെ നമ്മുടെ വാദ്യകലകളിൽ കണ്ടെന്നുവരില്ല. നമ്മുടെ ക്ഷേത്രവാദ്യകലകൾ ശുദ്ധസംഗീതത്തിനോടാണ് ഇക്കാര്യത്തിൽ കൂടുതൽ അടുത്തുനിൽക്കുന്നത്. ശുദ്ധസംഗീതം ശബ്ദാർത്ഥതലങ്ങളെ മറികടന്ന് ഭാവസംസ്കാരതലങ്ങളിൽ നേരിട്ട് പ്രവേശിച്ച് ആസ്വാദകനോട് സംവദിക്കുന്നു. ഭാരതീയ സംഗീതത്തിന്റെ ഊടും പാവുമായി വർത്തിക്കുന്ന രാഗങ്ങളും താളങ്ങളും മേൽ പറഞ്ഞതിന് ഏറ്റവും നല്ല ഉദാഹരണങ്ങളാണ്. ശങ്കരാഭരണം, തോടി, മദ്ധ്യമാവതി,

ഹിന്ദോളം, ശുദ്ധധന്യാസി എന്നീ രാഗങ്ങൾക്ക് എന്തു നവോത്ഥാന സന്ദേശമാണ് സമൂഹത്തിന് നൽകാനുള്ളതെന്ന് ചോദിച്ചാൽ അതിനുള്ള ഉത്തരം ഒരു മറു ചോദ്യമായിരിക്കും. കേവല പ്രകൃതിക്ക് എന്തൊരു സന്ദേശമായിരിക്കും നമുക്കു നൽകാനുണ്ടായിരിക്കുക എന്നതുതന്നെ. അതേ സന്ദേശം തന്നെയാവും രാഗതാളങ്ങൾ നമുക്കു തരുന്നുണ്ടാവുക.

കേവലപ്രകൃതിയും ഭക്തിയും അഭേദ്യമായി ബന്ധപ്പെട്ടിരിക്കുന്നു. കലകളിലെ ക്ലാസ്സിസിസം (Classicism) ഈ ബന്ധത്തിന്റെ കയ്യൊപ്പാണ്. പ്രകൃതിയുടെ അനവദ്യസൗന്ദര്യത്തിനു മുമ്പിൽ മനുഷ്യൻ വിനീതനാകുന്നു. ഞാനെന്ന ഭാവം ഇല്ലാതാകുന്നു. ഈ മാനസിക ഭാവത്തിന്റെ ആവിഷ്കരണമാണ് പ്രാർത്ഥന. ക്ലാസ്സിസിസത്തിന്റെ മുഖമുദ്ര ഈ വിനയവും പ്രാർത്ഥനയുമാണ്. പ്രാർത്ഥനയിലൂടെ മനുഷ്യൻ പ്രപഞ്ചസ്രഷ്ടാവിനോട് ഐക്യം പ്രാപിക്കുന്നു. അമരത്വം നേടുന്നു. നമ്മുടെ ക്ഷേത്രകലകളുടെ പൊരുളും ഇതുതന്നെ.

സഹ്യപർവ്വതനിരകളുടേയും ഇടവപ്പാതിയുടേയും പ്രഭാവം കാരണമാകാം, ദക്ഷിണേന്ത്യയുടെ മുഖ്യധാരയിൽനിന്നും വ്യതിരിക്തമാണ് കേരളത്തിലെ ക്ഷേത്രവാദ്യകലകളുടെ വഴി. രാഗസംഗീതത്തിന്റെ രാജപാതയിൽനിന്നും മാറി താളസംഗീതത്തിന്റെ വേറിട്ടൊരു പാതയിൽ കൂടിയായിരുന്നു കേരളത്തിന്റെ പ്രയാണം. കേരളത്തിൽ രാഗസംഗീതം താളസംഗീതത്തിന് അകമ്പടിയായിട്ടാണുണ്ടായത്. സ്വാതിതിരുനാളിന്റെ കാലത്തു മാത്രമാണ് ദക്ഷിണേന്ത്യൻ സംഗീതത്തിന്റെ രാജപാതയായ കർണ്ണാടക സംഗീതം കേരളത്തിൽ ശക്തിയായി കടന്നുവന്നത്. അതിനുമുമ്പുണ്ടായ ഭക്തിപ്രസ്ഥാനത്തിന്റെ അലകളിൽക്കൂടി ഗീതഗോവിന്ദം (അഷ്ടപദി) കേരളത്തിൽ വന്നെങ്കിലും അതിന്റെ സ്വാധീനം അനുഭവപ്പെട്ടത് തൗര്യത്രിക സംഗീതത്തിന്റെ കേരളീയ വ്യാഖ്യാനമായ സോപാന സംഗീതത്തിലായിരുന്നു (ഉദാഹരണം: കൃഷ്ണനാട്ടം, അഷ്ടപദിയാട്ടം, കഥകളി). സോപാനസംഗീതം പ്രധാനമായും കൈകാര്യം ചെയ്തിരുന്ന മാരാർ സമുദായമാകട്ടെ (ക്ഷേത്രങ്ങളിൽ പൂജയ്ക്ക് നടയടച്ചാൽ സോപാനത്ത് അഷ്ടപദി പാടിയിരുന്നവർ ഇവരായിരുന്നു) സ്വന്തം കുലത്തൊഴിലായിക്കണ്ടത് മേളം, തായമ്പക മുതലായ താളവാദ്യകലകളെയായിരുന്നു.

ഭാവാവിഷ്ക്കരണത്തിന് രാഗങ്ങളെക്കാൾ താളങ്ങളെ അധികം ആശ്രയിക്കാൻ തുടങ്ങിയ കേരളീയൻ ഒരു കാര്യത്തിൽ വളരെ നിഷ്കർഷിച്ചു. രാഗസംഗീതത്തിൽ ആവിഷ്കൃതമാകുന്ന

കേവലപ്രകൃതിയുടെ നിത്യനൂതനത നമ്മുടെ താളവാദ്യ കലകളിലും പകരാൻ ശ്രമിച്ചു. അതത്ര എളുപ്പമല്ല.

മായാമാളവഗൗള രാഗത്തിൽ നിഴലിക്കുന്ന വർഷക്കാലപ്പച്ചപ്പും പന്തുവരാളിയിൽ നിലീനമായ സന്ധ്യാവേളകളും മദ്ധ്യമാവതി, വൃന്ദാവനസാരംഗ, ആഭേരി എന്നിവയിൽ നിറഞ്ഞുനിൽക്കുന്ന വേനൽക്കാല നട്ടുച്ചകളും ശുദ്ധധന്യാസിയിൽ ത്രസിക്കുന്ന 'വേനൽ മഴപ്പിറ്റേന്നി'ന്റെ സുവർണ്ണഭാവങ്ങളും താളങ്ങളിൽ ചാലിച്ചെടുക്കുക അസാദ്ധ്യമാണ്. എന്നാലും ഒന്നുചെയ്യാം, തുലാവർഷം അവസാനി ച്ചാൽ അടുത്ത ഇടവപ്പാതി ആരംഭിക്കുന്നതുവരെയുള്ള കേരളത്തിലെ ഹേമന്ത-ശിശിര-വസന്ത-ഗ്രീഷ്മ ഋതുക്കളുടെ നിറവും പൂത്തതാ ഴ്വരകളുടെ മണവുമെല്ലാം 'സഹ്യന്റെ മകനെ' സാക്ഷിനിർത്തി ക്ഷേത്രാങ്കണങ്ങളിൽ ആവിഷ്കരിച്ചെടുക്കാം. ചുരുക്കിപ്പറഞ്ഞാൽ, ആനയെഴുന്നെള്ളിപ്പിൽ സഹ്യാദ്രിത്താഴ്വരകളുടെ സമസ്തസൗന്ദര്യവും നിഴലിക്കുന്നു. വൃശ്ചികം മുതൽ മേടം വരെയുള്ള ഈ കാലയളവിൽ സഹ്യന്റെ മക്കളെ അണിനിരത്തുന്ന ഈ ദൃശ്യവിരുന്നിന് ശ്രവ്യവ്യാഖ്യാനം കൊടുക്കാനുള്ള ശ്രമത്തിൽനിന്ന് കാലക്രമേണ ഉരുത്തിരിഞ്ഞതത്രേ നമ്മുടെ പഞ്ചാരി, പാണ്ടി, ചെമ്പട മുതലായ മേളങ്ങൾ. അഭിജാതമായ ഈ വാദ്യത്തറവാട്ടിലെ താരതമ്യേന പ്രായം കുറഞ്ഞ ആധുനികനാണ് പഞ്ചവാദ്യം. സംഗീതത്തിലെ വിവിധ രാഗങ്ങൾ പ്രകൃതിയുടെ വ്യത്യസ്ത ഭാവങ്ങൾ ഓരോന്നായി ആവിഷ്കരിക്കുമ്പോൾ നമ്മുടെ പഞ്ചാരിമേളം ഈ ഭാവങ്ങളുടെ ആകത്തുകയായ ഒരു സിംഫണി (Symphony) ആവിഷ്കരിക്കുന്നു. ഒന്നുകൂടി വ്യക്തമായി പറഞ്ഞാൽ, ക്ഷേത്രവാദ്യങ്ങളുടെ ഒരു വാദ്യ വൃന്ദം (Ensemble) ആയ പഞ്ചാരിമേളം പ്രകൃതിയുടെ നിലീനഭാവ ങ്ങളുടെ ഒരു സിംഫണി സൃഷ്ടിക്കുന്നു.

പഞ്ചാരി ഒന്നാം കാലത്തിലെ ഓരോ ഇടക്കലാശം കഴിഞ്ഞാലും ഒരു മുഴുവൻ താളവട്ടം (96 അക്ഷരകാലം) കൊമ്പു വിളിക്കാറുണ്ട്. ആലവട്ടവും വെൺചാമരവും വീശുന്ന സമയമാണത്. ഓരോ കലാശവും കഴിഞ്ഞാൽ താഴ്വര വീണ്ടും പൂക്കുന്നു. തളിർക്കുന്നു. മണക്കുന്നു. ഒരു വേനൽമഴയ്ക്കുശേഷം പിറ്റേ ദിവസം കാലത്തനുഭവ പ്പെടുന്ന ഗൃഹാതുരത്വം. മേളത്തിന്റെ ഒരു പിറന്നാൾ കൂടി കഴിയുന്നു. നമുക്കൊരു പിറന്നാൾസദ്യയും. വേനൽമഴ പെയ്താൽ പിറ്റേദിവസം നമുക്ക് അല്പം അലസമായിത്തന്നെ ചെലവഴിക്കണം. എന്തിനെ ന്നോ? കാടുപിടിച്ച പറമ്പിലൊന്നു ചുറ്റിനടക്കാൻ. ഒരു പകൽ മുഴുവൻ നീണ്ടുനിൽക്കുന്ന പ്രാർത്ഥനയിൽ പങ്കെടുക്കാൻ.

പഞ്ചാരി ഒന്നാംകാലത്തിലെ ആവർത്തിക്കപ്പെടുന്ന കലാശങ്ങളും അവയിൽനിന്നു പൊട്ടിമുളയ്ക്കുന്ന കൊമ്പുവിളികളും സൃഷ്ടിക്കുന്ന വന്യ സൗന്ദര്യത്തിൽ നിന്നും പ്രചോദനം ഉൾക്കൊണ്ടിട്ടായിരിക്കണം വൈലോപ്പിള്ളിയുടെ 'സഹ്യന്റെ മകൻ' എന്ന കവിത ജനിച്ചത്. വള്ളുവനാട്ടിൽ വാദ്യകലകൾ ചെണ്ടയിൽ കേന്ദ്രീകൃതമാണെങ്കിൽ തൃശ്ശൂർ ഭാഗത്ത് അവ ആനയിൽ കേന്ദ്രീകൃതമാണ്. ആനകളുടെ വന്യതയെ അപഭംഗം (refract) ചെയ്ത് ആനയെഴുന്നെള്ളിപ്പിന്റെ ഒരു ഭദ്രസംസ്കൃതി (classical cultural tradition) മദ്ധ്യകേരളത്തിൽ സൃഷ്ടിക്കപ്പെട്ടിരിക്കുന്നു. നിലാവു നിറഞ്ഞ രാത്രികളുടെ നിശ്ശബ്ദയാമങ്ങളിൽ ആനയെ എഴുന്നെള്ളിക്കുക, പോരാ, പഞ്ചാരികൊട്ടി സങ്കീർത്തനം നടത്തുക – എന്നാൽ തൃശ്ശൂർ പ്രദേശങ്ങളായി. മദ്ധ്യകേരളത്തിൽ താളവട്ടങ്ങൾ പൂത്തുലയുന്ന കുംഭം-മീനം-മേടം മാസങ്ങളിൽ നമുക്ക് കേരളത്തിലെ ഏറ്റവും പഴമയാർന്ന അന്തരീക്ഷം അനുഭവിക്കാം. കുംഭത്തിലെ കുട്ടനെല്ലൂർ പൂരവും മീനത്തിലെ പെരുവനം-ആറാട്ടുപുഴ പൂരങ്ങളും കൂടുതലും പഞ്ചാരിയിൽ കേന്ദ്രീകൃതങ്ങളാണെങ്കിൽ, ഊത്രാളിപൂരം (കുംഭം), നെന്മാറ-വല്ലങ്ങിവേല (മീനം), തൃശ്ശൂർപൂരം (മേടം) എന്നിവ പഞ്ചാവാദ്യം-പാണ്ടിമേളം-വെടിക്കെട്ടിൽ കേന്ദ്രീകൃതമാണ്. പെരുവനം- ആറാട്ടുപുഴ-കുട്ടനെല്ലൂർ പൂരങ്ങൾ വെളുത്തവാവിനോടടുത്ത രാത്രികളിലെ നിശ്ശബ്ദയാമങ്ങളിലാണ് നടക്കുക എന്നുകൂടി ഇവിടെ പറയേണ്ടതാണ്. പഞ്ചാരിയുടെ സ്വപ്ന സൗന്ദര്യം (dreamy quality) പൊലിപ്പിച്ചെടുക്കാൻ ഏറ്റവും അനുയോജ്യം നിലാവുള്ള രാത്രികളാണ്. പാണ്ടിയുടെ ആസുരതാണ്ഡവത്തിന്റെ ഭാവവുമായി ഏറ്റവും പൊരുത്തപ്പെടുക ഉച്ചവെയിലായിരിക്കും. മേൽ പറഞ്ഞവയ്ക്ക് യഥാക്രമം കുട്ടനെല്ലൂർ പൂരത്തിന്റെ പഞ്ചാരിയും തൃശ്ശൂർ പൂരത്തിന്റെ ഇലഞ്ഞിത്തറ മേളവും (പാണ്ടി) ഉദാഹരണങ്ങളാവും. കുംഭത്തിലെ പൗർണ്ണമി രാവിൽ പന്തങ്ങളുടെ മാത്രം വെളിച്ചത്തിൽ വെളുപ്പാൻ കാലത്ത് മൂന്നുമണിക്കാരംഭിച്ച് ഏഴുമണിയോടെ അവസാനിക്കുന്ന കുട്ടനെല്ലൂർ പഞ്ചാരി നാലുമണിക്കൂർ നീണ്ടു നിൽക്കുന്ന ഒരു സങ്കീർത്തനം (psalm) ആണ്.

കൂട്ടത്തിൽ പറയട്ടെ, നമ്മുടെ മേളങ്ങളിൽ മനോധർമ്മമില്ലെന്നത് സർഗ്ഗാത്മകതയുടെ ഇല്ലായ്മയായി ചിലർ വ്യാഖ്യാനിക്കാറുണ്ട്. കേവലം ഉപരിപ്ലവമായൊരു കാഴ്ചപ്പാടാണ് മേൽപ്പറഞ്ഞ അഭിപ്രായത്തിനാധാരമെന്നു പറയേണ്ടിയിരിക്കുന്നു. കാല്പനിക (romantic) സ്വഭാവം പുലർത്തുന്ന തായമ്പകയിലെ മനോധർമ്മ പ്രകടനം (extempore improvisation) സംഘകലയായ മേളത്തിൽ

അനുവദിച്ചിട്ടില്ല. മേളത്തിൽ നിന്നും പ്രതീക്ഷിക്കുന്നത് അതൊട്ടല്ല താനും. മേളത്തിൽ പുനഃസൃഷ്ടിക്കുന്നത് കേവല പ്രകൃതിയെയാണ്. കേവല പ്രകൃതിയിൽ മനോധർമ്മം ഒട്ടുമില്ലെന്നും അതേസമയം അത് പരിപൂർണ്ണമായും സൃഷ്ട്യുന്മുഖം (സർഗ്ഗാത്മകം) ആണെന്നും ഈ ലേഖകൻ വിശ്വസിക്കുന്നു. പ്രകടിപ്പിക്കപ്പെട്ട (അവതരിപ്പിക്കപ്പെട്ട) കല പൊതുസ്വത്താണ്. കലാകാരന് അതിന്മേൽ ആസ്വാദകനേക്കാൾ കൂടുതൽ അവകാശമൊന്നുമില്ലതന്നെ. തുറന്നു പറഞ്ഞാൽ, മേളം ആസ്വാദകന്റെ കലയാണ്. സംഘകലകളിൽ പലതിനും ഈയൊരു വശമുണ്ടെന്നത് നാം വിസ്മരിക്കരുത്. മേളം അനുവാചകനിൽനിന്ന് കൂടുതൽ സമാനഹൃദയത്വം (സഹൃദയത്വം) ആവശ്യപ്പെടുന്നു. ആ സഹൃദയത്വത്തിന് മേയാൻ പാകത്തിൽ മേളത്തിൽ ആകമാനം നിശ്ശബ്ദതയുടെ മേച്ചിൽപ്പുറങ്ങൾ തുറന്നിട്ടിരിക്കുന്നു. നിമിഷനേരത്തേക്കു മാത്രം നമ്മെ രസിപ്പിക്കുന്ന ഒരു ഫലിതത്തിൽനിന്നോ സർക്കസ് അഭ്യാസത്തിൽനിന്നോ മേളം വ്യത്യസ്തത പുലർത്തുന്നു. മനോധർമ്മ പ്രകടനം (ഉദാഹരണം: തായമ്പക) അധികവും സർഗ്ഗാത്മകതയുമായി പൊരുത്തപ്പെടുന്നുണ്ടെങ്കിലും, ചില സമയത്തെങ്കിലും അത് സർക്കസ്സായി അധഃപതിക്കാറുണ്ടെന്നും നാം ഓർക്കുന്നതു നന്ന്. മനോധർമ്മം പാരമ്പര്യത്തിൽ (ചിട്ട) വേരുപിടിക്കുന്നൊരു ജൈവപ്രക്രിയ ആയാൽ മാത്രമേ അത് സർഗ്ഗാത്മകമാവുകയുള്ളൂ. താളത്തിന്റെ സമസ്യകളും സങ്കീർണ്ണതകളും പൂർണ്ണമായും ലാളിത്യത്തിനുവഴി മാറിക്കൊടുക്കുന്ന മേളത്തിൽ ഏതു പണ്ഡിതനും പാമരനും ഒരേപോലെ ഭാഗഭാക്കാവാം. അതിൽ നിങ്ങളും ഞാനുമില്ല, നമ്മളേ ഉള്ളൂ. വെറുതെയല്ല പെരുവനം നടവഴിയിലും ആറാട്ടുപുഴപാടത്തും വടക്കുംനാഥക്ഷേത്രത്തിലെ ഇലഞ്ഞിത്തറയിലും ആയിരക്കണക്കിനാളുകൾ കാണികളായി ഒത്തുചേരുന്നത്. മകരക്കൊയ്ത്തു കഴിഞ്ഞു കിടക്കുന്ന നെന്മാറയിലേയും ഊത്രാളിയിലേയും കട്ടവിണ്ട പാടത്ത് ജനം ഒത്തുചേരുമ്പോൾ നാമൊരു ജീവിതദർശനമാണ് കാണുന്നത്. പൂരങ്ങളിലും ഉത്സവങ്ങളിലും അരങ്ങുതിമർക്കുന്ന മേളങ്ങളും പഞ്ചവാദ്യവും കേവലം പരിപാടികളല്ല; ആവരുത്. പരിപാടികൾ നടക്കുന്നത് കോൺക്രീറ്റ് കെട്ടിടങ്ങൾക്കുള്ളിലാണ്. അവിടെ ആസ്വാദകർ അന്യരാണ്. നേരെമറിച്ച് പ്രകൃതിയുടെ മടിത്തട്ടിൽ ഇതൾ വിരിഞ്ഞു തളിർത്തു പൂത്തുലയുന്ന വാദ്യമേളങ്ങൾ നമുക്കു വെറുതെ കേട്ടുരസിക്കാൻ ഉള്ളതല്ല, കുളിച്ച് ഈറനുടുത്ത് തൊഴുകയ്യോടെ പങ്കെടുത്ത് നിർവൃതികൊള്ളാനുള്ളവയാണ്.

പഞ്ചവാദ്യത്തിലെ പ്രധാന പങ്കാളികളാണ് തിമിലയും മദ്ദളവും. രണ്ടുപകരണങ്ങളും വ്യത്യസ്ത ഭാഷ സംസാരിക്കുന്നു. എന്നാൽ അന്യോന്യം മനസ്സിലാക്കുകയും ചെയ്യുന്നു. ആശയവിനിമയത്തിനൊരു തടസ്സവുമില്ല. ഒരു 'ജുഗൽബന്ദി'യുടെ (dialogue) മട്ട്. പതികാലത്തിൽ പ്രത്യേകിച്ചും, പിന്നെ ഇടക്കാലത്തിലും, ചെമ്പട താളവട്ടങ്ങളുടെ ദൈർഘ്യം (span) വളരെയേറെയാണ്. അക്കാരണം കൊണ്ടുതന്നെ പഞ്ചവാദ്യത്തിൽ ചെമ്പടതാളവട്ടങ്ങൾ പൂത്തുലയുന്നതു കാണാം. പഞ്ചവാദ്യത്തിന്റെ താളം ത്രിപുടയാണെന്ന വസ്തുത തന്നെ ജനം അറിയുന്നത് അവസാനമുള്ള ത്രിപുട തനിയാവർത്തനത്തിലാണ്. പതികാലത്തിലും ഇടക്കാലത്തിലുമെല്ലാം തിമിലക്കാർ കൊട്ടിക്കയറുന്നു, മദ്ദളക്കാർ കൊട്ടിയിറക്കുന്നു. നാറാണത്തു ഭ്രാന്തനെയാണോർമ്മവരുന്നത്. തിമിലയുടെയും മദ്ദളത്തിന്റെയും ഊഴം കഴിഞ്ഞാൽ 'വഞ്ചി വീണ്ടും തിരുനക്കര' തന്നെ. തിമിലക്കാർ വീണ്ടും പ്രയത്നം തുടങ്ങുന്നു. പതികാലത്തിന്റെ അവസാനത്തിലുള്ള കൂട്ടിക്കൊട്ടിൽ ശരിക്കും താഴ്വര പൂത്ത പ്രതീതി കിട്ടുന്നു. പഞ്ചവാദ്യം തൃശ്ശൂരിനു തെക്കുള്ളവരും വടക്കുള്ളവരും തമ്മിലുള്ളൊരു 'ജുഗൽബന്ദി' കൂടിയാണ്. പാരമ്പര്യമായി തിമില ഒരു അനുഷ്ഠാന വാദ്യമായി വികസിച്ചുവന്നത് തൃശ്ശൂരിനു തെക്കുള്ള രാമമംഗലം, ചോറ്റാനിക്കര, അന്നമനട, കുഴൂർ എന്നിവിടങ്ങളിലായിരുന്നു. മദ്ദളം വികസിച്ചത് തൃശ്ശൂരിനു വടക്കുള്ള തിരുവില്വാമല, കടവല്ലൂർ, തിച്ചൂർ, വെള്ളാറ്റഞ്ഞൂർ എന്നിവിടങ്ങളിലും. ഇക്കാരണം കൊണ്ടുതന്നെ പഞ്ചവാദ്യത്തിനെ ഒരു South meets North സൗഹൃദസംഗമമായി വിശേഷിപ്പിക്കാം.

നമ്മുടെ വാദ്യകലാ സങ്കല്പങ്ങളെല്ലാം അധികവും ചെണ്ടയെ ചുറ്റിപ്പറ്റിയാണ് വികസിച്ചിട്ടുള്ളത്. തായമ്പക ചെണ്ടവാദനത്തിന്റെ ഉൽകൃഷ്ട മാതൃകയായി കണക്കാക്കപ്പെടുന്നു. താരതമ്യേന അവഗണിക്കപ്പെടുന്ന വിഭാഗങ്ങളാണ് ഇലത്താളം, കൊമ്പ്, കുറുംകുഴൽ എന്നിവ. കേരളത്തിൽ ഉടനീളമുള്ള പ്രകൃതിയുടെ പച്ചപ്പ് വാദ്യകലയിൽ കൊണ്ടുവരുന്നത് ഇലത്താളമാണ്. ഇലത്താളത്തിന്റെ താഴ്വര പൂക്കുന്നതിന്റെ കാഹളമാണ് കൊമ്പുവിളിയിൽ നാം കേൾക്കുന്നത്. എന്തെങ്കിലും സർക്കസ് കാണിച്ചാൽ മാത്രമേ ആസ്വദിക്കപ്പെടുകയുള്ളൂ എന്ന ഇന്നത്തെ കമ്പോളവൽകൃതമൂല്യബോധത്തിൽ കൊമ്പും കുഴലും ഇലത്താളവും, എന്തിനേറെ, ചെണ്ടയുടെ വലന്തലവാദനം പോലും ചർച്ചകളുടെ മുഖ്യധാരയിൽനിന്ന് അകറ്റി നിർത്തപ്പെട്ടിരിക്കുന്നു. മദ്ധ്യകേരളത്തിൽ തൃശ്ശൂരിനു ചുറ്റും മാത്രമേ ഈ ഉപകരണങ്ങൾ ഒരു വിഷയമാവുന്നുള്ളൂ എന്നത് നിർഭാഗ്യകരമാണ്.

തൃശ്ശൂരെങ്കിലും ശ്രദ്ധിക്കപ്പെടുന്നുണ്ടെന്നത് ആശ്വാസമാണെന്നും പറയാം.

അവസാനമായി കഥകളിമേളത്തെപ്പറ്റി അല്പം. ചെണ്ടയും മദ്ദളവും ഇടഞ്ഞു കൊട്ടുന്ന കേളിയുടെ ഏറ്റവും മൗലികവും സഫലവുമായ വ്യാഖ്യാനമാണ് കളിക്കൊട്ട്. കഥകളിമുദ്രകൾക്ക് മിഴിവുകൊടുക്കുന്നതിനു പുറമെ സിനിമയിൽ ക്യാമറ നിർവ്വഹിക്കുന്ന ജോലി കഥകളിയിൽ മേളക്കാർ ചെയ്യുന്നു. ചൊല്ലിയാട്ടത്തിലും ഇളകിയാട്ടത്തിലും കാലം താഴ്ത്തുകയും കയറ്റുകയും ചെയ്യുന്നതിനെയാണിവിടെ സൂചിപ്പിച്ചത്. ചെണ്ട സമത്തിലെടുത്താൽ മദ്ദളം പക്കിൽ. ചെണ്ട പക്കിലെടുത്താൽ മദ്ദളം സമത്തിൽ. മദ്ദളം സ്ഥിരം പ്രതിപക്ഷത്താണ്. എന്നാൽ ചെണ്ടയും മദ്ദളവും യോജിച്ചാലോ നവരസങ്ങൾ മുഴുവനും വിരിഞ്ഞുവരുന്നു.

കഥകളിമേളത്തിന്റെ അവസാനഖണ്ഡമായ 'ധനാശി'ക്കൊട്ട് ഒരു സാഹിത്യകൃതിയിലും നിഴലിക്കുന്നുണ്ട്. സി.വി.രാമൻപിള്ളയുടെ 'ധർമ്മരാജാ' എന്ന നോവൽ, കളപ്രാക്കോട്ടത്തമ്പിയുടെ ധനാശി തൊഴലോടെ, താഴെ പറയുന്ന വിധം അവസാനിക്കുന്നു. 'പൊന്നുതിരുമേനി... നൂറ്റിരുപതും പിന്നേം ചെന്നു...പേരും പെരുമയും ചേർന്ന്... നാട്ടാർക്ക്... തായും തകപ്പനുമായി... ശെൽവവും നിറശെൽവവും പെരുകി... എൺതിശയും തുലങ്ക... ആണ്ടരുള... മുമ്മൂർത്തിയും ഒരു മകൊണ്ട... മൂവുലകുടയ... താണുമാലയപ്പെരുമാൾ അനുഗ്രഹിക്ക... അടിയൻ!... അടിയൻ!'

കഥകളി മേളത്തിന് ഇതിനപ്പുറമുള്ള ഒരു പ്രശംസ കിട്ടാനില്ല.

(2011, കേരള സംഗീത നാടക അക്കാദമി പ്രസിദ്ധീകരണമായ 'കേളി' യുടെ അടന്ത വാദ്യകലാ പതിപ്പ്)

പഞ്ചവാദ്യത്തിന്റെ താളശില്പം

കേരളീയ വാദ്യകലകളിൽ അടുത്ത കാലത്തായി വളരെയധികം ജനപ്രീതിയാർജ്ജിച്ചിട്ടുണ്ടല്ലോ പഞ്ചവാദ്യം. മദ്ധ്യകേരളത്തിൽ വൃശ്ചികമാസം മുതൽ മേടമാസം വരെ ആറുമാസം പഞ്ചവാദ്യത്തിന്റെ മംഗലധ്വനി മുഴങ്ങാത്ത നാളുകൾ അപൂർവ്വമാണ്. പണ്ഡിതപാമരഭേദമെന്യേ ജനം പഞ്ചവാദ്യത്തിന്റെ ലയത്തിൽ മതി മറക്കാറുണ്ട്. താളങ്ങളെക്കുറിച്ചുള്ള അറിവുകൊണ്ടല്ല ആരും വാദ്യകല ആസ്വദിക്കുന്നതെങ്കിലും വാദ്യകലകളുടെ ആസ്വാദനം അവയുടെ താളശില്പത്തെക്കുറിച്ചറിയാൻ പ്രചോദനം നല്കുക സാധാരണയാണ്. ഈ അറിവ് വാദ്യകലകളെ കൂടുതൽ ആഴത്തിൽ ആസ്വദിക്കാൻ നമ്മെ പ്രാപ്തരാക്കുന്നു.

തൃപുടതാളം പഞ്ചവാദ്യത്തിൽ ഐതിഹാസികമാനം കൈവരിച്ച് ചിറകുവിരിയുന്നത് കാണാൻ രാസാവഹമാണ്. താളവട്ടങ്ങളുടെ പരപ്പുകാരണമാകാം, പഞ്ചവാദ്യത്തിന്റെ അവസാനഘട്ടംവരെ അതിലെ അടിസ്ഥാനതാളമായ തൃപുടയുടെ നിഴലാട്ടം കാണാൻ വിഷമമാണ്. 7 അക്ഷരകാലമുള്ള ഇതേ താളം അടിസ്ഥാനമായതു തന്നെയാണ് പാണ്ടിമേളമെങ്കിലും, താളശില്പങ്ങളുടെ വ്യത്യാസം കാരണം പഞ്ചവാദ്യവും പാണ്ടിമേളവും തമ്മിൽ യാതൊരു സാമ്യവും പ്രഥമദൃഷ്ട്യാ തോന്നിയേക്കില്ല.

അടിസ്ഥാനതാളവട്ടങ്ങളെ ചെമ്പടതാളവട്ടങ്ങൾകൊണ്ടു പെരുക്കുന്നത് കേരളീയ വാദ്യകലയുടെ മൗലിക സ്വഭാവമത്രെ. (പാണ്ടിമേളം ഇതിനൊരപവാദമാണ്). ഉദാഹരണമായി പ്രശസ്തിയാർജ്ജിച്ച പഞ്ചാരിമേളത്തിൽ 6 അക്ഷരകാലമുള്ള പഞ്ചാരി (രൂപകം) താളത്തെ 96, 48, 24, 12, 6 അക്ഷരകാലങ്ങളായി അഞ്ചു കാലങ്ങളിൽ വിന്യസിച്ചിരിക്കുന്നു. അതായത് പഞ്ചാരി ഒന്നാം കാലത്തിൽ 12 ഉം രണ്ടാംകാലത്തിൽ 6 ഉം മൂന്നാംകാലത്തിൽ 3 ഉം നാലാംകാലത്തിൽ 1½ യും അഞ്ചാംകാലത്തിൽ ¾ ഉം ചെമ്പട താളവട്ടങ്ങൾ ഉൾക്കൊള്ളിച്ചിരിക്കുന്നു. അതേപോലെത്തന്നെ ചെമ്പടമേളത്തിന്റെ നാലുകാലങ്ങൾ യഥാക്രമം 64, 32, 16, 8 അക്ഷരകാലങ്ങൾ (8, 4, 2, 1 ചെമ്പടതാളവട്ടങ്ങൾ) ഉൾക്കൊള്ളുന്നു. പഞ്ചാരിയുടെ അഞ്ചാംകാലത്തിൽ 6 അക്ഷരകാലമുള്ള പഞ്ചാരി വ്യക്തമായി ഉരുത്തിരിയുന്നു. അപ്രകാരം തന്നെ ചെമ്പടമേളത്തിന്റെ നാലാം കാലത്തിൽ 8 അക്ഷരകാലമുള്ള ചെമ്പട (ആദിതാളം) ഉരുത്തിരിയുന്നു. എന്നാൽ അത്ഭുതകരമെന്നു പറയട്ടെ, പഞ്ചവാദ്യത്തിന്റെ അഞ്ചാം കാലമെത്തിയാൽത്തന്നെ തൃപുടതാളം വ്യക്തമാവുന്നില്ല. ഇതെങ്ങനെയെന്നു നോക്കാം.

ഇന്നു കൊട്ടിവരുന്ന പഞ്ചവാദ്യം വ്യക്തമായ അഞ്ചുകാലങ്ങളായി വിഭജിച്ചിരിക്കുന്നു. പക്ഷേ കാലവിഭജനം പഞ്ചാരിമേളത്തിന്റേതിൽ നിന്ന് അല്പം വ്യത്യസ്തമാണ്. പഞ്ചവാദ്യത്തിന്റെ താളശില്പം രണ്ടു ചിത്രങ്ങളിൽ (ചിത്രം 1, ചിത്രം 2) കാണാം.

അഞ്ചു കാലങ്ങളിലും 7 ചെമ്പട താളവട്ടങ്ങളാണ്. അതായത് തൃപുടതാളത്തിന്റെ 7 അക്ഷരകാലങ്ങളെ ചെമ്പട താളവട്ടങ്ങൾകൊണ്ട് പെരുക്കിയിരിക്കുന്നു. ചെമ്പട താളവട്ടങ്ങളുടെ ദൈർഘ്യം (Span) ആണ് അഞ്ചുകാലങ്ങളിലും വ്യത്യസ്തമായിരിക്കുന്നത്. യഥാക്രമം 256, 128, 64, 32, 16 അക്ഷരകാലങ്ങളാണ് അഞ്ചുകാലങ്ങളിലുമുള്ള ചെമ്പടതാളവട്ടങ്ങളുടെ ദൈർഘ്യം. ഇവിടെ പ്രസക്തമാവുന്നൊരു ചോദ്യം ഒരു അക്ഷരകാലമെന്നാൽ എത്രയെന്നായിരിക്കും. പഞ്ചവാദ്യത്തിൽ താളം പിടിക്കുന്നതിന്റെ ചുമതല വഹിക്കുന്ന ഇലത്താളത്തിന്റെ അടികളാണ് ഇവിടെ പ്രമാണമായി സ്വീകരിക്കുന്നത്. ഇതേ പ്രമാണം സ്വീകരിച്ചാൽ പഞ്ചാരി ഒന്നാം കാലത്തിന് തക്കിട്ട മറിയുന്നതിനുമുമ്പ് 384ഉം തക്കിട്ട മറിഞ്ഞാൽ 192ഉം അക്ഷരകാലമുണ്ടെന്നു പറയേണ്ടിവരും. എന്നാലും പഞ്ചാരി മേളത്തിൽ താളം പിടിക്കുന്ന വീക്കച്ചെണ്ടയുടെ അടി അക്ഷരകാലത്തിന്റെ പ്രമാണമാക്കിയാണ് 96 അക്ഷരകാലമാക്കിപ്പറയുന്നത്.

	ചിത്രം 1 ചെമ്പട താളവട്ടങ്ങൾ	ചിത്രം 2 ഖണ്ഡങ്ങൾ
1	- - - - | - - - - | - - - - | x x x x |	- - - - | - - - - | - - - - | x x x x |
2	- - - - | x x x x | - - - - | x x x x |	- - - - | x x x x |
3	- - - - | x x x x | x x x x | x x x x |	- - - - | x x x x |
4	x x x x | x x x x | x x x x | x x x x |	- - - - | x x x x | x x x x | x x x x |
5	x x | x x | x x | x x | - - - x x x x x |	x x x x |
6	x x | x x | x x | x x | x x | - - - x x x |	x x x x |
7	- - - x x x | - - - x x x | x x x x |	x x x x |
		x x x x |
		x x | x x | x x | x x |
		- - - x x x x x |
		x x | x x | x x | x x | x x |
		- - - x x x |
		- - - x x x |
		- - - x x x |
		x x x x |
	- - - - അടച്ചു പിടിക്കുന്നു	x x x x തുറന്നു പിടിക്കുന്നു

ഇന്നത്തെ പഞ്ചവാദ്യം സൃഷ്ടിച്ചതിൽ പ്രധാന പങ്കുവഹിച്ച വെങ്കിച്ചൻസ്വാമിക്കുമുമ്പ് പഞ്ചവാദ്യത്തിന്റെ ഒന്നും രണ്ടും കാലങ്ങൾ (പതികാലം) നടപ്പുണ്ടായിരുന്നില്ല. മദ്ദളത്തിന് ഇന്നത്തെ പ്രാധാന്യവുമുണ്ടായിരുന്നില്ല. വെങ്കിച്ചൻസ്വാമി അന്നുവരെ കൊട്ടിയിരുന്ന പതിവിനു വിപരീതമായി മദ്ദളം കഴുത്തിൽ നിന്നിറക്കി അരയിലിട്ടു കൊട്ടാൻ തുടങ്ങി. പഞ്ചവാദ്യത്തിന് പുതിയൊരു ദിശയിലേക്കുള്ള പ്രയാണത്തിന് അതു തുടക്കം കുറിച്ചു. മദ്ദളം തിമിലക്ക് അകമ്പടിസേവിച്ചു നിൽക്കുന്നതിനുപകരം തിമിലയോട് ഒപ്പത്തിനൊപ്പം നിന്നു സംസാരിക്കുന്ന ഒരു 'ഡയലോഗ്' ആക്കി അദ്ദേഹം മാറ്റിയെടുത്തു. മാറ്റം അവിടെ അവസാനിച്ചില്ല. കൂടുതൽ ആഴത്തിലുള്ളത് വരാനിരിക്കുന്നതേയുള്ളൂ. തിമിലയും മദ്ദളവും തമ്മിലുള്ള സംഭാഷണം കൂടുതൽ ഫലപ്രദമാവാനെന്നോണം പഞ്ചവാദ്യമെന്ന മൂന്നുനില ക്കെട്ടിടത്തിനെ ഒരു അഞ്ചു നിലക്കെട്ടിടമാക്കി. അതെങ്ങനെയെന്നതാണ് കൂടുതൽ രസാവഹം. മൂന്നു നിലക്കെട്ടിടത്തിന്റെ താഴെ ഭൂഗർഭത്തിൽ രണ്ടുനില താഴ്ത്തിക്കെട്ടി. പഞ്ചവാദ്യത്തിന്റെ കാലം

നിരത്തൽ മേൽപ്പറഞ്ഞതിന്റെ സ്മരണ നിലനിർത്തുന്നു. പഴയ പഞ്ചവാദ്യത്തിന് കാലം നിരത്തിത്തുടങ്ങി പതികാലത്തിലേക്ക് കാലം താഴ്ത്തുകയാണ് പഞ്ചവാദ്യത്തിലിപ്പോഴും തുടരുന്നത്. പതികാലത്തിന്റെ ചെമ്പടതാളവട്ടങ്ങളുടെ ദൈർഘ്യം 256 അക്ഷരകാലമാക്കിയത് സവിസ്തരമായ മനോധർമ്മ പ്രകടനത്തിന് വേദിയൊരുക്കുന്നു. അതേസമയം അത്രയും നീണ്ട താളവട്ടങ്ങളിൽ കാലം നിരത്തുന്നത് പങ്കെടുക്കുന്നവരിലും കേട്ടുനില്ക്കുന്നവരിലും മുഷിപ്പുവരാൻ കാരണമായേക്കുമെന്ന വസ്തുതയും ഈ അവസരത്തിൽ നാമോർക്കേണ്ടതാണ്. അതിനാലായിരിക്കണം മദ്ധ്യമകാലത്തിൽ പഞ്ചവാദ്യത്തിന്റെ കാലം നിരത്തി പതികാലത്തിന്റെ നിലവറകളിലേക്ക് നാം വഴുതി വീഴുന്നത്.

കാലം നിരത്തി പതികാലത്തിന്റെ താഴ്വരയിലെത്തിയാൽ 7 ചെമ്പട താളവട്ടങ്ങളിൽ (ഓരോന്നിന്റേയും ദൈർഘ്യം 256 അക്ഷരകാലം) തിമിലവാദ്യക്കാർ മനോധർമ്മം പൊടിപൊടിക്കുന്നു. ഇതത്രയും ഒരു തവണകൂടി മറ്റൊരു സംഘം തിമിലയിൽ ആവർത്തിച്ചാൽ അതിനടുത്ത 7 താളവട്ടങ്ങളിൽ മദ്ദളക്കാർ മനോധർമ്മം തകർക്കുന്നു. അതായത് കാലം നിരത്തിയതിനുശേഷം രണ്ടുതവണ തിമിലയും ഒരു തവണ മദ്ദളവും മനോധർമ്മം കൊട്ടുന്നു. അടുത്ത തവണ കൂട്ടിക്കൊട്ടിനുള്ളതാണ്. എല്ലാ വാദ്യക്കാരും പങ്കെടുക്കുന്ന കൂട്ടിക്കൊട്ടലിൽ മനോധർമ്മപ്രകടനം ഇല്ലെങ്കിലും, മേളത്തിന്റെ അഥവാ ലയത്തിന്റെ ആധിക്യം കൊണ്ട് ജനശ്രദ്ധ പിടിച്ചുപറ്റാറുണ്ട്. കൂട്ടിക്കൊട്ടലിൽ കാലം മാറുന്നു. പതികാലത്തിന്റെ കുറുകിയ പതിപ്പായ രണ്ടാംകാലത്തിൽ ചെമ്പട താളവട്ടങ്ങൾ 7 എണ്ണം തന്നെ. ഓരോന്നും 128 അക്ഷരകാലങ്ങളാണെന്നു മാത്രം. കാലം മാറിയ ഉടനെ ഒരുവട്ടം മുഴുവൻ ഇടയ്ക്കക്കാർക്ക് മനോധർമ്മപ്രകടനത്തിനായി വിട്ടുകൊടുക്കുകയാണ് അടുത്തകാലത്തായി പതിവ്. തിമിലയിലും മദ്ദളത്തിലും മനോധർമ്മം കഴിഞ്ഞാൽ കൂട്ടിക്കൊട്ടുന്നു. കാലം മാറുന്നു. മൂന്നാം കാലത്തിൽ നാം പഴയ പഞ്ചവാദ്യത്തിലെത്തുന്നു. ചെമ്പടതാളവട്ടങ്ങൾ 7 തന്നെയാണെങ്കിലും ആഴം കുറഞ്ഞ് 64 അക്ഷരകാലം ആവുന്നു. പതികാലത്തെ അപേക്ഷിച്ച് മനോധർമ്മത്തിന്റെ ആഴം കുറവാണെങ്കിലും മേളക്കൊഴുപ്പ് കൂടുതൽ കൈവരുന്നു. താളത്തിന്റെ ചുക്കാൻ പിടിക്കുന്ന ഇലത്താളക്കാർ കൊഴുത്താരംഭിക്കുന്നു. തിമിലയും മദ്ദളവും തമ്മിലുള്ള്ള സംഭാഷണത്തിന്റെ വീറും ഉണർവ്വും വർദ്ധിക്കുന്നു. മനോധർമ്മത്തിൽ ചിട്ടയും ചിട്ടയിൽ മനോധർമ്മവും കൈകോർത്തു പിടിക്കുന്നത്

ഇവിടുന്നങ്ങോട്ട് പഞ്ചവാദ്യത്തിന് പുതിയൊരു മാനം കൈവരുത്തുന്നു. അടുത്ത രണ്ടു കാലങ്ങളും ഇതിന്റെ പതിപ്പുകൾ തന്നെ. ചെമ്പട താളവട്ടങ്ങളുടെ നീളം യഥാക്രമം 32 ഉം 16 ഉം ആവുന്നു. കൂട്ടിക്കൊട്ടൽ പല തവണ നടത്തിയിട്ടാണ് കാലം മാറുന്നത്. ചെമ്പട താളത്തിനുള്ളിൽ തിസ്രനടയും ഖണ്ഡനടയും പ്രയോഗിക്കാറുണ്ട്. പ്രത്യേകിച്ചും അഞ്ചാം കാലത്തിൽ ഖണ്ഡനട പ്രയോഗിക്കുന്നത് ഇന്നൊരു ചിട്ടയായി മാറിയിരിക്കുന്നു. തിമിലയും മദ്ദളവും കൊമ്പും മാറിമാറി ഖണ്ഡനട പ്രയോഗിക്കുന്നത് ഒരു പുതിയ ലയം തന്നെ സൃഷ്ടിച്ചെടുക്കാറുണ്ട്. ഖണ്ഡനടയിലെ ചെറിയൊരു പ്രവാസത്തിനു ശേഷം സ്വദേശമായ ചതുരശ്രനടയിലേക്കുള്ള ശക്തിയായ തിരിച്ചു വരവ് ആവേശകരമാണ്.

അഞ്ചുകാലങ്ങളും കൊട്ടിക്കലാശിച്ചാൽ പഞ്ചവാദ്യത്തിന്റെ അടിസ്ഥാനതാളമായ തൃപുട (7അക്ഷരകാലം) യിലെത്തുന്നു. പതിഞ്ഞ തൃപുടയിലും (14 അക്ഷരകാലം) മുറുകിയ തൃപുടയിലും (7അക്ഷര കാലം) തിമില, മദ്ദളം, ഇടയ്ക്ക എന്നിവ ചേർന്ന് തനിയാവർത്തനം നടത്തുന്നു. അതിനുശേഷം കൂട്ടിക്കൊട്ടലിനു തൃപുട കൊട്ടിക്കൂർപ്പിച്ച് ഏകതാളത്തിൽ നിർത്തുന്നു. അവസാനത്തെ ഭാഗം തിമിലയും ഇലത്താളവും മാത്രം പങ്കെടുക്കുന്ന തിമിലവറവ് അഥവാ തിമില ഇടയൽ ആണ്. ഏകതാളത്തിൽ ചതുരശ്രനടയിലുള്ള തിമിലവറവ് പഞ്ചവാദ്യത്തിനൊരു കിരീടം സമ്മാനിക്കുന്നു.

കാലം താഴ്ത്തിക്കൊട്ടിയാൽ താളവട്ടങ്ങൾക്ക് വാസ്തുശില്പത്തിന്റെ മാനം കൈവരുന്നു. താളവട്ടങ്ങൾ കാലാതിവർത്തിയായി മാറുന്നു. പഞ്ചവാദ്യത്തിലെ പതികാലത്തിന്റെയും പഞ്ചാരിമേളത്തിലെ ഒന്നാം കാലത്തിന്റെയും കഥകളിയിലെ പതിഞ്ഞ പദങ്ങളുടെയും പൊതുസ്വഭാവം ഇതുതന്നെ. കർണ്ണാടകസംഗീതത്തിലും നാലു കളചൌക്കത്തിൽ രാഗം-താനം-പല്ലവി പാടുമ്പോൾ ഇതുതന്നെ സംഭവിക്കുന്നു. ചരിത്രപരവും ഭൂമിശാസ്ത്രപരവുമായ കാരണങ്ങളാൽ കേരളത്തിൽ രാഗസംഗീതത്തിനേക്കാൾ അധികം വളർന്നുവന്നത് താളസംഗീതമാണ്. ക്ഷേത്രാരാധനയിൽ രാഗങ്ങൾക്കു പകരം താളങ്ങൾ ഉപയോഗിച്ചു. ആനയെഴുന്നള്ളിപ്പിന്റെ ഉത്തുംഗഗാംഭീര്യത്തിന് ശ്രവ്യവ്യാഖ്യാനം കൊടുക്കാൻ സുരസുന്ദരികളായ രാഗങ്ങൾക്ക് കെൽപുപോരാ, രാക്ഷസാകാരം പൂണ്ടുനില്ക്കുന്ന താളവട്ടങ്ങൾ തന്നെ വേണം അതിന്. ഈ താളവട്ടങ്ങൾ പഞ്ചാരിയിലും പഞ്ചവാദ്യത്തിലുമെല്ലാം നിറഞ്ഞുനിൽക്കുന്നു. പഞ്ചവാദ്യത്തിൽ കേവല പ്രകൃതി അനേകതലങ്ങളിൽ വിലയിച്ചിരിക്കുന്നു. പഞ്ചവാദ്യത്തിന്റെ

പതികാലമെന്ന താഴ്വരയിൽ ഭീമാകാരങ്ങളായ അനേകം താളവട്ടങ്ങൾ പൂത്തുലയുന്നു. പതികാലത്തിൽ ഒന്നാം ചെമ്പട താളവട്ടത്തിന്റെ നാലാംപദത്തിൽ (64 അക്ഷരകാലം ദൈർഘ്യം) തളിർക്കുന്ന ചെമ്പടകലാശത്തിന്റെ സൗന്ദര്യം മറ്റെവിടെ കിട്ടാനാണ്? പലപ്പോഴും പഞ്ചവാദ്യത്തിലെ താളവട്ടങ്ങളുടെ കേന്ദ്രാഭിമുഖസ്വഭാവം (Convergence), പ്രത്യേകിച്ചും പതിഞ്ഞ കാലങ്ങളിൽ, നദിയുടെ ഒഴുക്കിനെ ഓർമ്മിപ്പിക്കാറുണ്ട്. അകലെനിന്ന് വീക്ഷിക്കുമ്പോൾ ശാന്തമായൊഴുകുന്ന നദി. അടുക്കുന്തോറും അടിയൊഴുക്കുകളും ചുഴികളും കലങ്ങിമറിയലുകളും കൂടുതൽ വ്യക്തമാവുന്നു. 'എന്നാൽ പിന്നെക്കാണാം' എന്നു യാത്രപറഞ്ഞു മറയുന്ന അസംഖ്യം ചുഴികൾ. എല്ലാം നീണ്ടതാളവട്ടങ്ങളുടെ ഒഴുക്കിൽ വിലയിക്കുന്നു. പഞ്ചവാദ്യത്തിന് മറ്റൊരു തലവും ശ്രദ്ധേയമായിത്തോന്നാവുന്നതാണ്. വാദ്യസംഗീതത്തിന് അഥവാ വാദ്യകലകൾക്ക് പൊതുവേ ആരോഹണം മാത്രമേയുള്ളുവെങ്കിലും പഞ്ചവാദ്യത്തിലെ തിമില-മദ്ദളം സംഭാഷണങ്ങൾ പഴയ നാറാണത്തു ഭ്രാന്തനെ ഓർമ്മിപ്പിക്കും. തിമിലക്കാർ കൊട്ടിക്കയറുന്നു. മദ്ദളക്കാർ കൊട്ടിയിറക്കുന്നു. രണ്ടുപേരുടെയും ഊഴം കഴിഞ്ഞാൽ നാം പഴയ സ്ഥലത്തുതന്നെ. തിമിലക്കാർ കൊട്ടിക്കയറുമ്പോൾ സൃഷ്ടിച്ചെടുക്കുന്ന ആക്കം (Momentum) മുഴുവൻ മദ്ദളക്കാരുടെ ഇറക്കത്തിൽ വ്യക്തമായി നിഴലിക്കുന്നു. ആ ഇറക്കത്തിന്റെയൊരു സൗന്ദര്യമൊന്നു വേറെത്തന്നെ!

അവസാനമായി, പഞ്ചവാദ്യം താളത്തിന്റെ ശില്പവും (Sculpture) വാസ്തുശില്പവും (Architecture) സൃഷ്ടിക്കുന്നു. പഞ്ചവാദ്യം തിമിലിയുടെ കലയാണ്, മദ്ദളത്തിന്റെ കലയാണ്; അത് ഇലത്താളത്തിന്റെ കലയല്ലെങ്കിൽ മറ്റെന്താണ്?

(2003, ശ്രീ രുധിര മഹാകാളിക്കാവ് ക്ഷേത്രം ഉത്സവ സുവനീർ)

മേളം: കേരളത്തിലെ ക്ലാസ്സിക്കൽ വാദ്യകല

ഇന്ത്യയിലെ മറ്റു സംസ്ഥാനങ്ങളിലേതുമായി യാതൊരു സമാനതകളുമില്ലാത്ത ഒരു കലയാണ് കേരളത്തിലെ ചെണ്ടമേളം. തൃശ്ശൂർ ജില്ല കേന്ദ്രമായുള്ള മദ്ധ്യകേരളമാണ് ഇതിന്റെ തറവാട്. പഞ്ചാരി, പാണ്ടി, ചെമ്പട, അടന്ത, ധ്രുവം, ചമ്പ, അഞ്ചടന്ത എന്നിവയാണ് പ്രധാന ചെണ്ടമേളങ്ങൾ. പാണ്ടി ഒഴികെയുള്ള മറ്റു മേളങ്ങളുടെ പേരുകൾ അതാതു താളങ്ങളുടെയാണ്. ഉദാഹരണമായി പഞ്ചാരിമേളം അടിസ്ഥാനപരമായി പഞ്ചാരി താളത്തിലാണ്. പാണ്ടിമേളം ഒഴികെയുള്ള മറ്റു മേളങ്ങൾ മിക്കവാറും സമാനരീതിയിലാണ് കൊട്ടിവരുന്നത്. ഈ മേളങ്ങളുടെയെല്ലാം അടിസ്ഥാനമാതൃക പഞ്ചാരി മേളമാണ്. അതിനാൽ ഇവയെയെല്ലാം പഞ്ചാരിമട്ടിലുള്ള മേളങ്ങളായി നമുക്ക് തിരിച്ചറിയാം. ഈ ഗണത്തിൽ ഏറ്റവും സംഗീതാത്മകവും ജനപ്രീതി നേടിയതും പാരമ്പര്യം വഴിയുന്നതും പഞ്ചാരിമേളം തന്നെയാണ്. ഇവയിൽ നിന്നും വ്യത്യസ്തമായിട്ടുള്ള ഒരു മേളവഴിയാണ് പാണ്ടിയുടേത്.

ആനയെഴുന്നള്ളിപ്പ് കേരളത്തിൽ പൂര-ഉത്സവാഘോഷങ്ങൾക്ക് പ്രൗഢി പകരാനായി വളരെക്കാലമായി നിലവിലുണ്ട്. തൃശ്ശൂർ ഭാഗത്ത് ആനക്കമ്പം കുറെയധികം ശക്തിയായി നിലനിൽക്കുന്നു. ഉത്സവങ്ങളിലെ ശിവേലിയോടനുബന്ധിച്ച് കാലത്തു മുതൽ ഉച്ച

വരെ ക്ഷേത്രമതിൽക്കകത്ത് ആനയെഴുന്നള്ളിക്കുന്നു. പൂരങ്ങളുടെ ഭാഗമായി ഉച്ചതിരിഞ്ഞാൽ വെയിലത്തുതന്നെ ആനയെഴുന്നള്ളിപ്പുണ്ട്. വൈകുന്നേരം സൂര്യൻ അസ്തമിക്കുന്നതിനു മുമ്പും ശേഷവും ആനയെഴുന്നള്ളിക്കുന്നത് മനോഹരമായ കാഴ്ചയാണ്. അർദ്ധരാത്രിയുടെ നിശ്ശബ്ദതയിലോ വെളുപ്പാൻകാലത്തെ ബ്രാഹ്മമുഹൂർത്തത്തിലോ ആനയെഴുന്നള്ളിച്ചു കാണാനാണ് ഏറ്റവും ഭംഗി. ചുരുക്കിപ്പറഞ്ഞാൽ ദിവസത്തിൽ ഇരുപത്തിനാല് മണിക്കൂറും ആനയെഴുന്നള്ളിപ്പിന് അനുയോജ്യമാണ്. നെറ്റിപ്പട്ടം കെട്ടിയ ആനയുടെ പുറത്ത് കുട, ആലവട്ടം, വെൺചാമരം എന്നിവയും കൂടിയാൽ ദൃശ്യഭംഗി സമ്പൂർണ്ണമായി. ചുറ്റും നൂറുകണക്കിനോ, ചിലപ്പോൾ, ചിലയിടങ്ങളിൽ ആയിരക്കണക്കിനോ ജനം കൂടിയാലോ? വൈലോപ്പിള്ളിയുടെ 'സഹ്യന്റെ മകൻ' എന്ന കവിതയിൽ പറഞ്ഞപോലെ 'പൂത്ത താഴ്വര പോലെ മരുവീ പുരുഷാരം' എന്ന മട്ടിലായി പിന്നെ. എന്നാൽ ഈ പറഞ്ഞിടത്തോളം കൂട്ടിവായിച്ചാലും കേവലം ദൃശ്യഭംഗിയേ ആവുന്നുള്ളൂ. ഇതിനു സമാന്തരമായി ഊടിനു പാവെന്നപോലെ ശ്രാവ്യാംശം കൂടിയാൽ മാത്രമേ പൂർണ്ണത കൈവരുന്നുള്ളൂ. ഈ ശ്രാവ്യാംശമാണ് മേളം എന്നറിയപ്പെടുന്ന ചെണ്ടമേളങ്ങൾ കാഴ്ച വെക്കുന്നത്. ഏഴാനക്കുമുമ്പിൽ ഇരുന്നൂറോളം വാദ്യകലാകാരന്മാർ പങ്കെടുക്കുന്ന ഒരു താളവാദ്യവൃന്ദത്തെപ്പറ്റി (Percussion Ensemble) ആലോചിച്ചു നോക്കൂ. ഈ വാദ്യവൃന്ദത്തിൽ ചെണ്ട, ഇലത്താളം, കൊമ്പ്, കുറുങ്കുഴൽ രാത്രിയാണെങ്കിൽ പന്തം എല്ലാം ഉണ്ടാകും. ചെണ്ടയിൽ തന്നെ മുമ്പിൽ ഉരുട്ടുചെണ്ട എന്നറിയപ്പെടുന്ന ഇടംതല ചെണ്ടയും പിന്നിൽ വീക്കൻചെണ്ട എന്നറിയപ്പെടുന്ന വലംതല ചെണ്ടയും ഉണ്ടാകും. നല്ലൊരു മേളത്തിന് ഉരുട്ടുചെണ്ട പതിനഞ്ചോളം വേണം. വീക്കൻചെണ്ട നൂറിൽത്താഴെ ആവാം. വീക്കൻ ചെണ്ടയുമായി ഇടകലർന്ന് ഏകദേശം അത്ര തന്നെ ഇലത്താളവും ആവാം. ഉരുട്ടുചെണ്ടക്കാരെ അഭിമുഖീകരിച്ച് പതിനഞ്ചോ അതിലധികമോ കുറുംകുഴലും കുറുംകുഴലുകാർക്കു പിന്നിൽ ചുരുങ്ങിയത് അത്ര തന്നെ കൊമ്പും അണിനിരക്കുന്നു. രാത്രിയാണെങ്കിൽ ആനകൾക്ക് തൊട്ടു മുമ്പിൽ കൊമ്പുകാർക്കു പിന്നിലായി പന്തങ്ങൾ പിടിക്കും. മേളക്കാർക്കു പിന്നിലും മറ്റൊരു വരി പന്തം പിടിക്കും. എല്ലാം കൂടി ഒരു വാസ്തുശില്പ മഹാത്ഭുതം (Grand Architecture) തന്നെ. പണ്ടാരോ പറഞ്ഞ മാതിരി, ഈ ആനയെഴുന്നള്ളിപ്പിന്റെ ഭംഗി 'സഹിക്ക വയ്യ'.

പഞ്ചാരി, പാണ്ടി മുതലായ മേളങ്ങളെ ആനയെഴുന്നള്ളിപ്പിന്റെ ശ്രാവ്യാംശമായി കാണാനാണ് ഈ ലേഖകനിഷ്ടം. ഇന്നത്തെ

പഞ്ചാരിമേളം ഏകദേശം നാനൂറ്റി അറുപത്തഞ്ചിൽ അധികം കൊല്ലങ്ങൾക്കു മുമ്പ് സൃഷ്ടിക്കപ്പെട്ടതായി അറിയുന്നു. മദ്ധ്യകേരളത്തിലെ പെരുവനം-ആറാട്ടുപുഴ പൂരങ്ങൾ പ്രസിദ്ധമാണല്ലോ. പെരുവനം പൂരത്തിന്റെ നട്ടുനായകമായ ഊരകത്തമ്മ തിരുവടിയുടെ എഴുന്നള്ളിപ്പിനോടനുബന്ധിച്ചാണ് ഇന്നത്തെ പഞ്ചാരിയുടെ ജനനം. ചമ്പൂകാരനായ മഴമംഗലം നാരായണൻ നമ്പൂതിരിയും പണ്ടാരത്തിൽ രാമമാരാരും കൂടിയാണ് ഈ പഞ്ചാരി ചിട്ടപ്പെടുത്തിയത്. ഒരു വലിയ അഞ്ചുനിലക്കെട്ടിടത്തിന്റെ മട്ടാണ് അഞ്ചുകാലങ്ങളുള്ള പഞ്ചാരിമേളത്തിന്. ആറ് അക്ഷരകാലങ്ങളുള്ള പഞ്ചാരിയെ എട്ട് അക്ഷരകാലങ്ങളുള്ള ചെമ്പട കൊണ്ട് പെരുക്കി ബൃഹത്തായ ഒരു ഗോപുരം തീർക്കുന്നു. പഞ്ചാരി മേളത്തിന്റെ ഏറ്റവും കർണ്ണാനന്ദകരമായ ഭാഗം അതിന്റെ അടിത്തറ അഥവാ ഒന്നാം നിലയായ ഒന്നാംകാലം (പതികാലം) തന്നെയാണ്. നാലു മണിക്കൂർ നീണ്ടുനിൽക്കുന്ന വലിയ ഒരു പഞ്ചാരി മേളത്തിന്റെ കഷ്ടിപകുതി സമയം വരെ അതിന്റെ ഒന്നാംകാലത്തിനെടുക്കും. ഒന്നേമുക്കാൽ മണിക്കൂറിലധികം. ഒന്നാംകാലത്തിൽത്തന്നെ നേർകോൽ ഘട്ടം, തക്കിട്ട ഘട്ടം, കുഴമറിഞ്ഞ ഘട്ടം എന്നിങ്ങനെ മൂന്നു വ്യക്തമായ വിഭാഗങ്ങളുണ്ട്. ഇടക്കലാശങ്ങൾ കഴിഞ്ഞാൽ കൊമ്പ് വിളിക്കും. അപ്പോഴാണ് ആനപ്പുറത്തിരിക്കുന്നവർ ആലവട്ടവും വെൺചാമരവും വീശുന്നത്. രണ്ടാംകാലം മുതൽ ആദ്യഭാഗങ്ങളിൽ ഉരുളുകൈ എന്നൊരു പ്രയോഗവുമുണ്ട്. ക്ഷേത്രമതിൽക്കകത്തുനിന്നു കൊട്ടുന്നതിന്റെ അഞ്ചാംകാലം കഴിഞ്ഞാൽ 'വഹ' കൊട്ടുന്നു. ഒട്ടും മനോധർമ്മം അനുവദിച്ചിട്ടില്ലാത്ത ചെണ്ടമേളങ്ങളുടെ അവസാനം തായമ്പകയുടെ മട്ടിൽ 'വഹ' കൊട്ടുന്നത് കേൾക്കാൻ ഇമ്പമാണ്.

ഘടനക്കു പ്രാധാന്യം കൽപ്പിക്കുന്ന മേളം വാദ്യകലയുടെ ക്ലാസ്സിക്കൽ രാജപാതയാണ്. മനോധർമ്മത്തിനു പ്രാധാന്യം കൽപ്പിക്കുന്ന തായമ്പക വാദ്യകലയുടെ കാല്പനിക (Romantic) പാതയാണ്. ഇവ രണ്ടിന്റെയും നടുക്കാണ് രണ്ടിന്റെയും അംശങ്ങൾ സമഞ്ജസമായി സമ്മേളിക്കുന്ന പഞ്ചവാദ്യത്തിന്റെ സ്ഥാനം. വാദ്യകലയുടെ പ്രാചീന ശാഖയായി മേളത്തെയും നവഭാവുകത്വത്തിന്റെ പര്യായമായി പഞ്ചവാദ്യത്തെയും കാണാം. ഇരുപതാം നൂറ്റാണ്ടിന്റെ പൂർവാർദ്ധത്തിൽ സൃഷ്ടിക്കപ്പെട്ട ഇന്നത്തെ രീതിയിലുള്ള പഞ്ചവാദ്യം വളരെയധികം ജനപ്രീതി നേടിയിരിക്കുന്നു. എന്നിരുന്നാലും പഴയകാലത്തിന്റെ പ്രതിനിധിയായ മേളത്തിന് ഒട്ടും ജനപ്രീതി കുറഞ്ഞിട്ടില്ല എന്നതും ഒരു പരമാർത്ഥമാണ്. ഇതിനു കാരണം ഒന്നിനു പകരംവെക്കാൻ മറ്റേതിനെക്കൊണ്ടാവില്ല എന്നതാണ്. മറ്റൊരു കാരണം കൂടിയുണ്ട്.

പഞ്ചവാദ്യം മനോധർമ്മത്തിൽ ശ്രദ്ധിക്കുന്ന സമയത്ത് അതിന്റെ പിരിമുറുക്കവും ഗാംഭീര്യവും ചോർന്നുപോകുന്നു എന്നതാണ്. പഞ്ചവാദ്യം ഘടന(ചിട്ട)യിൽ ഊന്നുന്ന കൂട്ടിക്കൊട്ടൽ സമയത്ത് അത് വീണ്ടും ഗാംഭീര്യം കൈവരിക്കുന്നു. ചിട്ടയിൽ ഊന്നിനിൽക്കുമ്പോൾ മാത്രമാണ് ആനയെഴുന്നള്ളിപ്പിന്റെ ദൃശ്യഗാംഭീര്യത്തോട് നീതി പുലർത്താൻ സാധിക്കുന്നത്. പതിനഞ്ചാന നിരന്നു നിൽക്കുന്നതിനു മുമ്പിൽ മേളം നടക്കുന്നതു സങ്കൽപ്പിക്കുക. ഇനി പകരം പഞ്ചവാദ്യം സങ്കൽപ്പിക്കുക. അവസാനം തായമ്പകയും സങ്കൽപ്പിക്കുക. ആത്യന്തികവിജയം മേളത്തിന്റേതാണ്.

മേളമെന്ന പ്രാചീന കലാരൂപത്തെ വിമർശിക്കുന്നവരുണ്ട്. മനോധർമ്മമില്ല, കൊട്ടിയതുതന്നെ കൊട്ടുന്നു, ആവർത്തനവിരസത സർവ്വത്ര എന്നിവയാണ് സാധാരണ കേൾക്കുന്ന ആക്ഷേപങ്ങൾ. അവർ കഥയറിയാതെ ആട്ടം കാണുന്നു എന്ന് പറയേണ്ടിയിരിക്കുന്നു. പ്ലാവിൽനിന്നും മാവിൽ നിന്നും chocolate മിഠായികൾ പ്രതീക്ഷിച്ചാൽ നിരാശയായിരിക്കും ഫലം. ചക്കപ്പഴത്തിൽ നിന്നും മാമ്പഴത്തിൽ നിന്നും ഫാക്ടറി ഉത്പന്നങ്ങളുടെ ഫിനിഷ് കിട്ടില്ലായിരിക്കാം. പക്ഷെ ചക്ക-മാങ്ങാക്കാലം നമുക്ക് എന്തൊക്കെയോ മധുരവും വന്യവുമായ അനുഭവങ്ങൾ സമ്മാനിക്കുന്നു. കേരളപ്പഴമ ഇവയിൽ നിറഞ്ഞു നിൽക്കുന്നു. കാല്പനിക ഭാവനകൾ ഇല്ലാത്ത മേളങ്ങൾ ആസ്വാദകർക്ക് വേണ്ടുവോളം കാല്പനിക സൗന്ദര്യത്തിന്റെ നിലവറകൾ തുറന്നു കാണിക്കുന്നു എന്നതാണ് വാസ്തവം. മേളാസ്വാദകൻ കൂടുതൽ ഭാവനയുള്ളവനായിരിക്കണം. അവിടെ സൃഷ്ടി നടത്തുന്നത് കലാകാരന്മാരും അനുവാചകരും സർവ്വോപരി പ്രകൃതിയും ചേർന്നാണ്. ഇക്കാരണം കൊണ്ടാണ് ആനയെഴുന്നള്ളിപ്പിന്റെയും മേളത്തിന്റെയും പശ്ചാത്തലത്തിൽ പല കവിതകളും ഉരുത്തിരിഞ്ഞുവന്നിട്ടുള്ളത്. ഏറ്റവും നല്ല ഉദാഹരണം നേരത്തേ പറഞ്ഞുവെച്ച വൈലോപ്പിള്ളിയുടെ 'സഹ്യന്റെ മകൻ' എന്ന മനോഹരമായ കവിതയാണ്. മദ്ധ്യകേരളം തട്ടകമാക്കിയ പി.കുഞ്ഞിരാമൻ നായർ, വൈലോപ്പിള്ളി എന്നിവരുടെ കവിതകളിൽ മദ്ധ്യകേരളസംസ്കാരം പൂത്തുലയുന്ന മേളങ്ങൾ ഇടയ്ക്കിടെ തിരനോക്കുന്നു. മേളങ്ങളിൽ കേരളത്തിലെ പ്രകൃതി നിഴലിക്കുന്നു. വലംതലയുടെ ശബ്ദം ഫലപുഷ്ടി നിറഞ്ഞ മണ്ണിനെയും ഇലത്താളം പച്ചിലച്ചാർത്തിനെയും ആവിഷ്കരിക്കുന്നു. കൊമ്പു വസന്തം വിരിഞ്ഞു വരുന്നതിന്റെ കൊടിയടയാളമാണ്. കുറുംകുഴൽ കാടിന്റെ വന്യതയെ സമഗ്രമായി ആവിഷ്കരിക്കുന്നു.

വൃശ്ചികം മുതൽ മേടം വരെയുള്ള ആറു മാസമാണ് മദ്ധ്യകേരളത്തിൽ മേളങ്ങൾ പൂത്തുലയുന്നത്. പാണ്ടിയിൽ രൗദ്രഭാവവും പഞ്ചാരിയിൽ ലാസ്യവും നിറഞ്ഞു നിൽക്കുന്നു. പൊതുവെ പറഞ്ഞാൽ പാണ്ടിമേളം ഉച്ചവെയിലിന്റെ കാഠിന്യവുമായിട്ടാണ് മറ്റൊന്നുമല്ലെങ്കിൽ പകലുമായിട്ടാണ് കൂടുതൽ ചേരുന്നത്. പഞ്ചാരിയുടെ സ്വപ്നാത്മക സ്വഭാവം (Dreamy quality) രാത്രിയുമായാണ് കൂടുതൽ പൊരുത്തപ്പെടുന്നത്. കാല്പനികതയും വ്യക്തിസ്വാതന്ത്ര്യവും കൂടുതൽ താലോലിക്കുന്ന തായമ്പകയിൽ കൊട്ടുന്നയാളിന്റെ വ്യക്തിത്വം നിറഞ്ഞു നിൽക്കുന്നു. ഈ വൈയക്തികത (Personal stamp) മേളത്തിലില്ല. ക്ലാസ്സിസിസമാണ് (classicism) മേളങ്ങളുടെ ആത്മാവ്. മേളത്തിന്റെ മുഖമുദ്ര വിനയമാണ്, ഭക്തിയാണ്. ഞാനൊന്നുമല്ലെന്ന അഥവാ ജീവിതനദിയിൽ നമ്മളാകുന്ന കൊച്ചോളങ്ങൾ നമ്മളാൽ കഴിയുന്ന വിധത്തിൽ ഒഴുകി നടക്കുന്നു എന്ന തിരിച്ചറിവ് മേളത്തിലുടനീളം കാണാം. വ്യക്തികളുടെ ഞാനെന്ന ഭാവം (Ego) അപ്രത്യക്ഷമാകുന്നുണ്ടെങ്കിലും മേളത്തിൽ അതാതു പ്രദേശങ്ങളുടെ പഴമയും പെരുമയും മിത്തു(myth)കളും പുനർജ്ജനിക്കുന്നുണ്ട്. ഇക്കാര്യം കൂടുതൽ ഉദാഹരണങ്ങളിലൂടെ വ്യക്തമാക്കാം.

തൃശ്ശൂർ കേരളത്തിന്റെ സാംസ്കാരിക തലസ്ഥാനമായി അറിയപ്പെടുന്നു. തൃശ്ശൂരിന്റെ സാംസ്കാരിക തലസ്ഥാനമായി പെരുവനം ഗ്രാമത്തെ കണക്കാക്കാം. തൃശ്ശൂർ- ഇരിങ്ങാലക്കുട റൂട്ടിൽ ഏകദേശം മദ്ധ്യഭാഗത്താണ് പെരുവനം സ്ഥിതി ചെയ്യുന്നത്. 1435 കൊല്ലം മുമ്പ് ആരംഭിച്ച പെരുവനം-ആറാട്ടുപുഴ പൂരങ്ങളുടെ ഈറ്റില്ലം ഈ ഗ്രാമമാണ്. പെരുവനം, ഊരകം, ചേർപ്പ്, ചാത്തക്കുടം, ആറാട്ടുപുഴ, തൃപ്രയാർ എന്നീ നാട്ടിൻപുറങ്ങളിൽക്കൂടി മീനമാസത്തിൽ അശ്വതി മുതൽ പത്തു പന്ത്രണ്ടു ദിവസം ചുറ്റിക്കറങ്ങിയാൽ അവിടങ്ങളിൽ ഉയിർക്കൊള്ളുന്ന മേളസംസ്കാരം നമുക്ക് ബോദ്ധ്യപ്പെടും. കാർത്തിക വിളക്ക്, രോഹിണിവിളക്ക്, മകീര്യം പുറപ്പാട്, തിരുവാതിരവിളക്ക്, പുണർതം വിളക്ക്, പെരുവനം പൂരം (പൂയ്യം വിളക്ക്), ആറാട്ടുപുഴ പൂരം, ഉത്രംവിളക്ക് എന്നിങ്ങനെയുള്ള വാക്കുകൾ പഞ്ചാരിയുടെയും പാണ്ടിയുടെയും സുഗന്ധം പ്രസരിപ്പിക്കുന്നു, വിശേഷിച്ചും പഞ്ചാരിയുടെ.

ഫാൽഗുന-ചൈത്രമാസങ്ങളുടെ വെളുത്തപക്ഷത്തിൽ ഈ ഗ്രാമങ്ങളിലെ ഇരുപത്തഞ്ചോളം ദേവീദേവന്മാർ രാത്രികളെ പഞ്ചാരികൊട്ടി പൊലിപ്പിച്ചെടുക്കുന്നു. മീനമാസത്തിലെ പൂയ്യം നാളിൽ രാത്രി പെരുവനം നടവഴിയിൽ വരൂ. നമ്മൾ ഞെട്ടിപ്പോകും.

ഒന്നിനുപുറകെ മറ്റൊന്നായി പഞ്ചാരികൾ ചുരുളഴിയുന്നു. ആനകളു ടെയും കോപ്പിന്റെയും വാദ്യക്കാരുടെയും കാണാൻ വരുന്നവരുടെയും മാറ്ററക്കുന്ന വേദിയാണ് പെരുവനം നടവഴി. കേരളപ്പഴമ ഏറ്റവും ആഴത്തിൽ അനുഭവിക്കുന്ന ദിവസം. ആറാട്ടുപുഴയുടെ പാണ്ടിയും ചാത്തക്കുടത്തിന്റെ പഞ്ചാരിയും സന്ധ്യക്ക് മുഖാമുഖം. അർദ്ധരാത്രി ക്ക് നട്ടനായകമായി ഊരകത്തിന്റെ രാജകീയമായ പഞ്ചാരി. വെളു പ്പാൻകാലത്ത് ചേർപ്പിന്റെ സ്വപ്നാത്മകമായ പഞ്ചാരി. പെരുവനം നടവഴിയെ തൃശ്ശൂർക്കാർ ഒരു ഓമനപ്പേരിട്ട് വിളിക്കുന്നു – നടവഴി. മൂന്ന് ദിവസം കഴിഞ്ഞാൽ ആറാട്ടുപുഴ പാടത്ത് പതിനായിരങ്ങളെ സാക്ഷി നിർത്തി ശാസ്താവിന്റെ (സാക്ഷാൽ ആറാട്ടുപുഴ ശാസ്താവ്) പഞ്ചാരി അരങ്ങേറുന്നു. അന്ന് അർദ്ധരാത്രിക്കു ശേഷം പുലർച്ചെ നടക്കുന്ന കൂട്ടിയെഴുന്നള്ളിപ്പിൽ തൃപ്രയാർ തേവരുടെ ഇടത്തും വലത്തുമായി യഥാക്രമം ഊരകത്തമ്മ തിരുവടിയും ചേർപ്പിൽ ഭഗവതിയും അണിനിരക്കുന്നു. ഭൂമുഖത്തെ ഒരു എണ്ണം പറഞ്ഞ കാഴ്ച. പിറ്റേദിവസം രാത്രി ഒല്ലൂർ ഇടക്കുന്നി മതിലകത്ത് നടക്കുന്ന പഞ്ചാരിക്ക് എതിരില്ല. മാമ്പഴപ്പുളിശ്ശേരിയും ചക്ക ഉപ്പേരിയും കൂട്ടി ഊണു കഴിച്ച അഭിജാതരും സാത്വികരുമായ ജനങ്ങൾ നാലേകാൽ മണിക്കൂർ നീണ്ടുനിൽക്കുന്ന ഇടക്കുന്നിപ്പഞ്ചാരി കേൾക്കാൻ ഒത്തു ചേരുന്നു.

മദ്ധ്യകേരളത്തിലൊരു മദ്ധ്യവേനലിലെ രാത്രി സ്വപ്നം (Midsummer Night's Dream) ഉണ്ട്. കുംഭമാസത്തിലെ വെളുത്ത വാവിൻനാൾ അരങ്ങേറുന്ന കുട്ടനെല്ലൂർ പഞ്ചാരി. പൂർണ്ണചന്ദ്രനെ സാക്ഷിനിർത്തി ബ്രാഹ്മമുഹൂർത്തത്തിൽ നാലുമണിക്കൂർനേരം വിരിഞ്ഞു നിൽക്കുന്ന ഈ പഞ്ചാരിക്ക് ഒരു പേരേയുള്ളൂ – ഈശ്വ രന്റെ പഞ്ചാരി. നിരീശ്വരവാദികൾ പോലും പറഞ്ഞു പോകും, 'ഈശ്വരാ! ഇങ്ങനെയും ഒന്നോ?' വൈദ്യുതദീപങ്ങൾ മുഴുവൻ നാലു മണിക്കൂർ അണഞ്ഞിരിക്കും. ഏഴാനകൾക്കു മീതെ പൂർണ്ണചന്ദ്രൻ. ഏഴുമണിക്ക് നേരം പുലർന്നാൽ ചന്ദ്രൻ അസ്തമിക്കുന്നു. പഞ്ചാരി കഴിഞ്ഞു. ഇനി അങ്ങനെയൊരു കാഴ്ച അടുത്ത കൊല്ലം.

ഇരിങ്ങാലക്കുട കൂടൽമാണിക്യക്ഷേത്രത്തിലെയും തൃപ്പൂണിത്തുറ പൂർണ്ണത്രയീശക്ഷേത്രത്തിലെയും ഉത്സവപ്പഞ്ചാരികളും തൃശ്ശൂർപൂര ത്തിന്റെ ഇലഞ്ഞിത്തറമേളമടക്കമുള്ള പാണ്ടിമേളങ്ങളും – ഇനിയു മുണ്ട് മഹത്തായ മേളങ്ങൾ. പറഞ്ഞാൽ അവസാനമില്ല.

(2018, ശ്രുതിരേഖ മാഗസിൻ)

കേരളത്തിലെ ക്ഷേത്രവാദ്യങ്ങൾ: വിവർത്തകക്കുറിപ്പ്

ഇന്ത്യയുടെ തെക്കേ അറ്റത്ത് കിഴക്ക് പശ്ചിമഘട്ടവും പടിഞ്ഞാറ് അറബിക്കടലും സംരക്ഷിക്കുന്ന ഇടുങ്ങിയ ഒരു ഭൂപ്രദേശമാണ് കേരളം. ഭൂമിശാസ്ത്രപരമായ ഈ ഒറ്റപ്പെടൽ കേരളത്തിന്റെ സംസ്കാരത്തനിമയിൽ അഗാധമായ സ്വാധീനം ചെലുത്തിയിട്ടുണ്ട്. സംഗീതത്തിലും രംഗാവിഷ്കരണകലകളിലും ഇതിന്റെ ഉദാഹരണങ്ങൾ കണ്ടെത്താം. പാരമ്പര്യമായി ഭാരതീയ സംഗീതം രാഗതാളങ്ങളിൽ അധിഷ്ഠിതമാണ്. ഉത്തരേന്ത്യയിലെ ഹിന്ദുസ്ഥാനി സംഗീതവും ദക്ഷിണേന്ത്യയിലെ കർണ്ണാടക സംഗീതവും രാഗതാളാവിഷ്കരണങ്ങളിൽ അഭിരമിക്കുന്നു. കേരളത്തിലാകട്ടെ രാഗസംഗീതം താരതമ്യേന അവഗണനയിൽ പെട്ടു. അതേസമയം താളസംഗീതം പുതിയ മാനങ്ങൾ തേടി വളർന്നുകൊണ്ടിരുന്നു. പ്രകടമായ ഈ പരിമിതികൾക്ക് അതിന്റേതായ നേട്ടങ്ങളുമുണ്ട്. പാശ്ചാത്യ സംഗീതം സ്വരസല്ലയം (melodic harmony) സൃഷ്ടിക്കുന്നതുപോലെ കേരളത്തിന്റെ താളനിബദ്ധമായ സംഗീതം താളസല്ലയം (rhythmic harmony) സൃഷ്ടിക്കുന്നു. കേരളത്തിലെ ക്ഷേത്രങ്ങളിൽ വാദനം ചെയ്യപ്പെടുന്ന താളവാദ്യങ്ങളുടെ സമ്പന്നമായ മണ്ഡലങ്ങൾ ഇതിന് മതിയായ സാക്ഷ്യം വഹിക്കുന്നു. തൃശ്ശൂർ, പാലക്കാട്, എറണാകുളം എന്നീ ജില്ലകൾ അടങ്ങുന്ന മദ്ധ്യകേരളം പഞ്ചാരി, പാണ്ടി, പഞ്ചവാദ്യം മുതലായ വാദ്യവൃന്ദങ്ങളിലൂടെ ക്ലാസിക്കൽ തലത്തിലും തായമ്പകയിലൂടെ കൂടുതൽ കാല്പനികമായ തലത്തിലും ശ്രദ്ധ നേടിയിരിക്കുന്നു.

ഈ പശ്ചാത്തലത്തിലാണ് കേരളത്തിലെ ക്ഷേത്രവാദ്യങ്ങളെപ്പറ്റിയുള്ള, എൽ. എസ്. രാജഗോപാലന്റെ പണ്ഡിതോചിതമായ പഠനങ്ങൾ വിമർശനബുദ്ധിയോടെ അപഗ്രഥിക്കേണ്ടത്.

ക്ഷേത്രവാദ്യങ്ങളുടെ ഒരു സവിശേഷത പ്രത്യേകശ്രദ്ധ അർഹിക്കുന്നു. പഞ്ചാരിമേളം, പാണ്ടിമേളം, പഞ്ചവാദ്യം, തായമ്പക എന്നിവ ഒരേസമയം ശ്രേഷ്ഠവും ജനകീയവുമായ കലകളാണ്. തൃശ്ശൂർ, പെരുവനം, ആറാട്ടുപുഴ, കുട്ടനെല്ലൂർ പൂരങ്ങൾ, നെന്മാറ, ഊത്രാളി വേലകൾ, തൃപ്പൂണിത്തുറ. ഇരിങ്ങാലക്കുട ഉത്സവങ്ങൾ എന്നിവ കണ്ടാൽ ഇക്കാര്യം ബോദ്ധ്യപ്പെടും. ഇവിടങ്ങളിലെ വാദ്യമേളങ്ങൾക്ക് നൂറുകണക്കിനോ, പലപ്പോഴും ആയിരക്കണക്കിനോ പ്രേക്ഷകരുണ്ടാവും. ഇതിന്റെ കാരണം തേടി ദൂരെയെങ്ങും പോകേണ്ടതില്ല. ക്ഷേത്രവാദ്യമേളങ്ങൾ കേരളസാമൂഹ്യജീവിതത്തിന്റെ അവിഭാജ്യഘടകമാണ്. അവ ജനജീവിതവുമായി അത്യന്തം സൂക്ഷ്മതലത്തിൽ ജീവിതമൂല്യങ്ങളെ നവീകരിച്ചും, പുനർനിർവ്വചിച്ചും വേർപെടുത്താനാവാത്തവിധം കെട്ടുപിണഞ്ഞുകിടക്കുന്നു. ഈ കലാവിഷ്കരണങ്ങൾക്ക് അനുഷ്ഠാനപരമായ സംവേദനക്ഷമതയുടെ അഗാധമായ ഒരു ആന്തരപടലമുണ്ട്. ഇവ വസന്തം, ഗ്രീഷ്മം മുതലായ ഷഡ്ഋതുക്കളുടെ ചൈതന്യത്തോട് വേർപെടുത്താനാവാത്ത മട്ടിൽ കൂടിച്ചേർന്നിരിക്കുന്നു. സംവേദനക്ഷമതയുടെ ഈ അഗാധമായ അടരാണ് ഇക്കാലത്ത് എല്ലായിടത്തും, കേരളത്തിൽ പ്രത്യേകിച്ചും, നടമാടുന്ന ബഹുജനമാദ്ധ്യമങ്ങളുടേയും ഉപഭോക്തൃത്വത്തിന്റേയും മൂല്യശോഷകവും അപമാനവീകാരകവും (dehumanization) ആയ വെള്ളപ്പൊക്കത്തിനെതിരെ അനുഷ്ഠാനപരവും ശ്രേഷ്ഠവുമായ ഈ കലകളെ സംരക്ഷിക്കുന്നത്.

സാമാന്യമായി പറയുമ്പോൾ ക്ഷേത്രവാദ്യങ്ങളേയും വാദ്യമേളങ്ങളേയും സംബന്ധിച്ച പണ്ഡിതോചിതമായ കൃതികൾ ശോചനീയമാംവിധം കുറവാണെന്ന് കാണാം. ചില സ്മരണീയങ്ങളായ ഉദാഹരണങ്ങൾ അന്നമനട പരമേശ്വരമാരാരുടെ പഞ്ചവാദ്യം, പി. എസ്. വാര്യരുടെ കേരളീയ മേളകല (ചെണ്ടമേളം), എ. എസ്. എൻ. നമ്പീശന്റെ താളങ്ങൾ, താളവാദ്യങ്ങൾ, കെ.വി. രാജഗോപാലൻ കിടാവിന്റെ കേരളീയ ക്ഷേത്രവാദ്യകലകൾ, കലാമണ്ഡലം ശങ്കരവാര്യരുടെ മദ്ദളമെന്ന മംഗളവാദ്യം, കലാമണ്ഡലം ഈശ്വരനുണ്ണിയുടെ മിഴാവൊലി എന്നിവയാണ്. ഇത്തരുണത്തിൽ മുളയങ്കാവ് അരവിന്ദാക്ഷന്റെ തായമ്പക പാഠവും പ്രയോഗവും എന്ന ചെറിയ പുസ്തകവും പരാമർശിക്കാം. ഈ പുസ്തകങ്ങളെല്ലാം കേരളീയരുടെ

മാതൃഭാഷയായ മലയാളത്തിലാണ്. ഇവിടെ പ്രസക്തമായ എൽ. എസ്. രാജഗോപാലന്റെ Temple Musical Instruments of Kerala (2010), ഒരു പക്ഷേ, ഈ വിഷയത്തിൽ ഇംഗ്ലീഷിലെ ഒന്നാമത്തെ പുസ്തകമാവാം. ഇതിലെ വീക്ഷണം വ്യത്യസ്തമാണ്. വാദ്യമേളങ്ങളേക്കാൾ, വിവിധ ക്ഷേത്രവാദ്യങ്ങളെ ആസ്പദമാക്കിയാണ് ഈ പുസ്തകത്തിലെ പണ്ഡിതോചിതമായ ആഖ്യാനം. ഇതനുസരിച്ച് ഇടയ്ക്ക, ഇലത്താളം, കുറുങ്കുഴൽ, കൊമ്പ്, ചെണ്ട, തിമില, മിഴാവ്, മദ്ദളം എന്നീ വാദ്യങ്ങളെപ്പറ്റി പ്രത്യേകം അദ്ധ്യായങ്ങളുണ്ട്. 1967 മുതൽ 1980 വരെയുള്ള കാലഘട്ടത്തിൽ നടന്ന മദ്രാസ് മ്യൂസിക് അക്കാദമിയുടെ വാർഷിക സമ്മേളനങ്ങളിൽ ഗ്രന്ഥകാരൻ നടത്തിയ സോദാഹരണ പ്രഭാഷണങ്ങളാണ് ഈ അദ്ധ്യായങ്ങൾ. കൂടാതെ കേരളത്തിലെ നാടൻവാദ്യങ്ങൾ, താളവാദ്യങ്ങൾ, ഓണവില്ല് (ഒറ്റപ്പെട്ട ഒരു ലേഖനം), മണ്ണാന്മാരുടെ ഭഗവതിപ്പാട്ട്, പുള്ളുവരും പുള്ളുവൻപാട്ടും, എന്നീ അനുബന്ധങ്ങളും പുസ്തകത്തിലുണ്ട്.

മറ്റിടങ്ങളിലെന്നപോലെ കേരളത്തിലും സംഗീതം, നൃത്തം മുതലായ രംഗാവിഷ്കരണ കലകൾ ക്ഷേത്രാരാധനയോടനുബന്ധിച്ച് വളർന്നു വന്നു. ഈ കലകൾ ജനജീവിതവുമായി ഇഴുകിച്ചേർന്നിരിക്കുന്നു. ഈ അർത്ഥത്തിൽ, ചെണ്ട, മദ്ദളം, തിമില മുതലായ ക്ഷേത്രവാദ്യങ്ങളുടെ കാര്യത്തിലെങ്കിലും ശ്രേഷ്ഠകല (classical art), ജനകീയകല (popular art) എന്ന വിഭജനത്തിന് പ്രസക്തിയില്ലാതാവുന്നു. കേരളത്തിലെ വാദ്യങ്ങളിൽവെച്ച് ഏറ്റവും ശ്രേഷ്ഠവും ജനകീയവുമാണ് ചെണ്ട. എൽ. എസ്. ആർ നിരീക്ഷിക്കുന്നതുപോലെ കേരളത്തിൽ കൊട്ടി വായിക്കുന്ന എല്ലാ വാദ്യങ്ങളുടേയും പ്രതീകമാണ് ചെണ്ട. വാദ്യകലാഭ്യസനത്തിന്റെ നാന്ദിയാണ് ചെണ്ടയിലെ ഗണപതിക്കൈ. ചെണ്ടയിൽ നേടുന്ന പ്രാവീണ്യം തിമില, ഇടക്ക എന്നിവയെ സ്വാധീനമാക്കാൻ എളുപ്പത്തിൽ സഹായിക്കുന്നു. തായമ്പക വെളിവാക്കുന്നതുപോലെ കേരളത്തിലെ താളവേദിയിൽ ചെണ്ടയാണ് ഭരതവാക്യം.

എൽ. എസ്. ആർ. വായനക്കാരെ വ്യക്തിപരമായി തൊട്ടുണർത്തുന്ന രസകരമായ ഒട്ടേറെ നിരീക്ഷണങ്ങൾ നടത്തുന്നു. ഇടയ്ക്കയുടെ കുറ്റി അമർത്തിയാൽ ധ്വനിഭേദങ്ങൾ വരുത്താം. രാഗവും താളവും സൃഷ്ടിക്കാൻ കഴിയുന്ന ഒരേ ഒരു വാദ്യമാണ് ഇടയ്ക്ക. പഞ്ചവാദ്യത്തിന്റെ താളമാധുരിയാൽ വശീകൃതനായ ഗ്രന്ഥകാരൻ അതിനെ കേരളീയ വാദ്യവൃന്ദങ്ങളുടെ കൊട്ടുമുടിയിൽ പ്രതിഷ്ഠിക്കുന്നു. ഇത് വിവാദപരമായ ഒരു സംഗതിയാണ്. പഞ്ചവാദ്യം താരതമ്യേന

ആധുനികമത്രേ. ചെണ്ടമേളങ്ങളിൽ യാതൊരു മനോധർമ്മവുമി ല്ലാതെ ഒരേ ജതികൾ ആവർത്തിച്ച വായിക്കുന്നു എന്ന് എൽ. എസ്. ആർ പറയുന്നു. എന്നാൽ ഈ ചെണ്ടമേളങ്ങൾക്ക് കേരളത്തിന്റെ ഗതകാലചാരുതയെ അതിന്റെ എല്ലാ വൈവിദ്ധ്യങ്ങളോടും, പ്രകൃതിഭംഗിയോടും, ഐതിഹ്യങ്ങളോടും, പുരാവൃത്തങ്ങളോടുംകൂടി ആവാഹിക്കാനുള്ള അപൂർവ്വസിദ്ധിയുണ്ട് എന്ന വസ്തുത അദ്ദേഹം വിസ്മരിക്കുന്നു എന്നു തോന്നുന്നു. പഞ്ചവാദ്യത്തിനും ഈ കഴിവുണ്ട് എന്ന് സമ്മതിക്കാം. എന്നാൽ പഞ്ചവാദ്യത്തിൽ ശ്രേഷ്ഠതയും (classicism) കാല്പനികതയും (romanticism) തമ്മിൽ തുലനമുണ്ടാക്കാൻ നോക്കുമ്പോൾ അത് വാസ്തുശില്പപരമായ ചില പോരായ്മകൾ നേരിടുന്നു. ശ്രേഷ്ഠമായ ചെണ്ടമേളത്തിന് തനതും മൗലികവുമായ ധ്വനി ഉണ്ട്. അത് തികച്ചും കേരളീയമാണ്. മേളത്തിന്റെ എതിർ ചേരിയിലാണെങ്കിലും കാല്പനികമായ തായമ്പകയ്ക്കും അതിന്റേതായ രുചിയുണ്ട്. പഞ്ചവാദ്യം ശ്രേഷ്ഠതയുടെയും കാല്പനികതയുടെയും സന്തുഷ്ടമായ (അസന്തുഷ്ടമായ) ഒരു അനുരഞ്ജനമാണ്. 32, 64, 128 അക്ഷരകാലം (മാത്ര) ഉൾക്കൊള്ളുന്ന പഞ്ചവാദ്യത്തിലെ നീണ്ട ചെമ്പട താളവട്ടങ്ങൾ എൽ. എസ്. ആറിനെ അതീവമുഗ്ദ്ധനാക്കുന്നു. നീണ്ട താളവട്ടങ്ങൾ അതീവ ചാരുതയോടെ കൈകാര്യം ചെയ്യാനുള്ള കേരളീയതാളവാദകരുടെ കഴിവിനെ മറ്റുപ്രദേശങ്ങളിലുള്ളവർ കണ്ടുപഠിക്കണമെന്ന് അദ്ദേഹം പറയുന്നു. ശൂരപദ്മന്റെ വാദ്യത്തിൽ നിന്ന് പുറപ്പെട്ട 'മൃത്യുഞ്ജയ ഹര ഹര ശംഭോ' പഞ്ചവാദ്യത്തിലെ തിമിലയുടെ ജതിയായി ഉദ്ധരിക്കപ്പെടുന്നു.

എടുത്തു പറയേണ്ട മറ്റൊരു അമൂല്യനിരീക്ഷണം കുറുംകുഴലിനെ സംബന്ധിച്ചുള്ളതാണ്. കുറുംകുഴലിലെ തുളകൾ ഹരികാംബോജി രാഗത്തിനനുസരിച്ചാണെന്ന് എൽ.എസ്.ആർ നിരീക്ഷിക്കുന്നു. ഈ രാഗത്തിനൊരു സവിശേഷതയുണ്ട്. അതിന്റെ ജന്യരാഗങ്ങളായ സാമന്തമലഹരി, പാടി, ഘണ്ടാരം, പുറനീര, കാനക്കുറിഞ്ഞി, ഇന്ദളാ എന്നിവയെല്ലാംതന്നെ സോപാനസംഗീതത്തിലെ ആദിദ്രാവിഡ രാഗങ്ങളാണ്. കുറുംകുഴലിനെ കേരളത്തിലെ സോപാനസംഗീതത്തിനോട് ബന്ധപ്പെടുത്താവുന്ന ഒരേയൊരു വാദ്യമായി തിരിച്ചറിയുന്നു. കുറുംകുഴലിൽ പൂർവ്വകാമോദരിരാഗത്തിൽ ആലപിക്കുന്ന 'കാമിനീമണി' എന്ന സ്വാതിതിരുനാൾ പദം സ്വപ്നോപമമായ ഒരു അന്തരീക്ഷം സൃഷ്ടിക്കുന്നു. ഗ്രന്ഥകാരന്റെ ഈ പരാമർശം, ക്ഷേത്രോത്സവങ്ങളിലെ വിളക്കാചാരത്തിൽ ദേവതയുടെ തിടമ്പിനു മുന്നിൽ സ്ത്രീകൾ നൃത്തമാടിയിരുന്ന ഗതകാലസ്മരണകളെ ഉണർത്തുന്നു.

എൽ.എസ്.ആറിന്റെ ഈ അഭ്യൂഹം ശരിയോ തെറ്റോ എന്നത് മറ്റൊരു കാര്യം. എന്നാൽ അദ്ദേഹം ആവാഹിച്ച ഈ രംഗത്തിൽ കാല്പനികത കരകവിഞ്ഞൊഴുകുന്നു.

മിഴാവാണ് ഏറ്റവും അനുഷ്ഠാനപരമായ വാദ്യം. മിഴാവിന് ഒരു ക്ഷേത്രത്തിനോ യാഗശാലക്കോ അനുയോജ്യമായ സംസ്കാരചടങ്ങുകൾ (അനുഷ്ഠാനപരമായ ശുദ്ധീകരണം) നടത്തേണ്ടതുണ്ട്. എൽ.എസ്. ആർ. മിഴാവിന്റെ അനുഷ്ഠാനചടങ്ങുകൾ വിസ്തരിച്ച് വിവരിക്കുന്നു. പൗരാണിക നാടകരൂപമായ കൂടിയാട്ടവുമായുള്ള ദീർഘകാലത്തെ പരിചയം ഗ്രന്ഥകാരന്റെ നിരീക്ഷണങ്ങൾക്ക് ആധികാരികത്വം നൽകുന്നു.

കേരളീയവാദ്യങ്ങളിൽ ചെണ്ട പ്രഥമസ്ഥാനം അർഹിക്കുമ്പോൾ, ഏറ്റവുമധികം വൈവിധ്യമുള്ളത് മദ്ദളത്തിനാണ്. തിമില പഞ്ചവാദ്യത്തിൽ മുന്നിട്ടുനിൽക്കുന്നുവെന്ന് എൽ.എസ്.ആർ നിരീക്ഷിക്കുന്നു. എന്നാൽ അഭിപ്രായവ്യത്യാസങ്ങളുണ്ട്. മദ്ദളത്തെ പുരസ്കരിക്കുന്ന ശക്തമായ ഒരു വിഭാഗവുമുണ്ട്. തിരുവല്വാമല വെങ്കിച്ചൻസ്വാമി എന്ന മദ്ദളമാന്ത്രികനായിരുന്നു പഞ്ചവാദ്യത്തിലും കഥകളിമദ്ദളത്തിലും ഏറ്റവുമധികം പരിഷ്കാരങ്ങൾ വരുത്തിയത്. തൊപ്പിമദ്ദളം, വീരമദ്ദളം, ശുദ്ധമദ്ദളം എന്ന മദ്ദളത്തിന്റെ മൂന്ന് കൈവഴികളുടേയും വിശദാംശങ്ങളെ ഗ്രന്ഥകാരൻ അനുധാവനം ചെയ്യുന്നു.

തൃശ്ശൂരിന് ചുറ്റുവട്ടത്ത് നല്ലപോലെ പ്രചാരത്തിലുള്ള വാദ്യമാണ് കൊമ്പ് അഥവാ കൊമ്പുവാദ്യം. പട്ടാളച്ഛായ മാറ്റിയാൽ കൊമ്പ് കേരളത്തിലെ വസന്തത്തിന്റെ പുഷ്ടിയെ പ്രതിനിധാനം ചെയ്യുന്നു. ഇതേ പുഷ്ടി, പഞ്ചാരി-പാണ്ടി മേളങ്ങളിലും പഞ്ചവാദ്യത്തിലും നല്ലപോലെ തെളിഞ്ഞുകാണുന്നു. തൃശ്ശൂർ ജില്ലയിലെ മച്ചാട്ട് ഗ്രാമം കൊമ്പുവാദനത്തിൽ തനിമ കണ്ടെത്തിയിരിക്കുന്നു. തിമിരി, ബാരി, എന്നീ വിഭാഗങ്ങളിലുള്ള വാദ്യങ്ങളിൽ കൊമ്പിന്റെ ഇന്നത്തെ സ്ഥാനവും എൽ.എസ്.ആർ ചിത്രീകരിക്കുന്നു.

ഇലത്താളം വാദ്യങ്ങളിൽ താഴ്ന്ന കിടയിൽ നിൽക്കുന്നു എന്നാണ് വെപ്പ്. പുകഴ്ത്തപ്പെടാത്ത ഒരു വാദ്യം. എന്നാൽ എൽ.എസ്.ആർ അതിന്റെ മേന്മയെ വിസ്മരിക്കുന്നില്ല. ചെണ്ടമേളത്തിലോ, പഞ്ചവാദ്യത്തിലോ, തായമ്പകയിലോ, കേളിയിലോ, കഥകളിമേളത്തിലോ ആയാലും ഇലത്താളം വേറിട്ടുനിൽക്കുന്നു. ഇലത്താളമില്ലാതെ ഇവയൊന്നും വിഭാവനം ചെയ്യാൻ സാദ്ധ്യമല്ല. ഓരോന്നിലും അതിന്റേതായ ജീവൻ പകർന്നുകൊണ്ട് ഇവയിലെല്ലാം ഇലത്താളം ഒതുങ്ങിയ പങ്ക് നിർവ്വഹിക്കുന്നു. കേരളത്തിലെ പ്രകൃതിയുടെ

നിത്യമായ പച്ചപ്പിനെ ഇലത്താളം ആവിഷ്കരിക്കുന്നു. അതിന്റെ ചാരുതകൾ എൽ.എസ്.ആർ വേണ്ടുവോളം തിരിച്ചറിയുന്നു.

ഇടയ്ക്ക, ചെണ്ട, തിമില, മദ്ദളം, മിഴാവ്, കൊമ്പ്, കുറുംകുഴൽ, ഇലത്താളം എന്നീ വാദ്യങ്ങൾക്കുള്ള ഓരോ അദ്ധ്യായത്തിലും ഒരു ഗുരുവിന്റെ കീഴിൽ നേടുന്ന പരിശീലനത്തിലേക്ക് ഗ്രന്ഥകാരൻ വേണ്ട ശ്രദ്ധ ചെലുത്തുന്നുണ്ട്. പലപ്പോഴും അദ്ദേഹത്തിന്റെ നിരീക്ഷണങ്ങളും അഭിപ്രായങ്ങളും തികച്ചും വ്യക്തിപരമാവാം. എന്നാൽ ഇതൊന്നുകൊണ്ടുമാത്രം അതുല്യമായൊരു അന്തരീക്ഷം സൃഷ്ടിക്കപ്പെടുന്നു.

ഈ ലേഖനങ്ങൾ പ്രതിപാദിക്കുന്നത് വാദ്യങ്ങളെക്കുറിച്ചാണെങ്കിലും വാദ്യനിർമ്മാണത്തിലെ സൂക്ഷ്മാംശങ്ങളും ഇവയിൽ വിശദമായി ചർച്ച ചെയ്യപ്പെടുന്നു. രസതന്ത്രത്തിലും ഔഷധനിർമ്മാണത്തിലുമുള്ള ഗ്രന്ഥകാരന്റെ പരിശീലനവും, പ്രവൃത്തി പരിചയവും വാദ്യനിർമ്മാണം കണിശമായി വർണ്ണിക്കുന്നതിൽ അദ്ദേഹത്തിന് ആഹ്ലാദം പകരുന്നതായി തോന്നുന്നു. ഈ പുസ്തകത്തിന്റെ കരുത്തുകളിലൊന്നാണിത്. ഓരോ വാദ്യത്തിന്റെയും വിവരണത്തിലുടനീളം ഗ്രന്ഥകാരൻ അവയുടെ ചരിത്രപരമായ വികസനത്തിൽ സൂക്ഷ്മമായ അന്വേഷണൗത്സുക്യം നിലനിർത്തുന്നു. നാട്യശാസ്ത്രം, സംഗീതരത്നാകരം, മഹാഭാരതം, ചിലപ്പതികാരം തുടങ്ങി സംസ്കൃതത്തിലും തമിഴിലുമുള്ള ശ്രേഷ്ഠകൃതികളിൽ നിന്നും അദ്ദേഹം ധാരാളം ഉദ്ധരിക്കുന്നു. ഓരോ വാദ്യത്തിന്റെയും വികസനത്തിന്റെയും വേരുകളെ പറ്റിയുള്ള തന്റെ അന്വേഷണത്തിലൂടെ അദ്ദേഹം, പരിശീലനം കൊണ്ടല്ലെങ്കിൽക്കൂടി സഹൃദയത്വം കൊണ്ട് താൻ ഒരു സംഗീതഗവേഷകനും രംഗാവിഷ്കരണകലകളുടെ ആസ്വാദകനുമാണെന്നു തെളിയിക്കുന്നു.

പുസ്തകത്തിൽ അഞ്ച് അനുബന്ധങ്ങളുണ്ട്. കേരളത്തിലെ നാടൻ വാദ്യങ്ങളെപ്പറ്റിയുള്ള ആദ്യത്തെ അദ്ധ്യായം ഈ വിഷയത്തിൽ സമഗ്രമാണെന്ന് പറയാം. കേരളത്തിലെ താളവാദ്യങ്ങളെപ്പറ്റിയുള്ള അനുബന്ധം ഭാഗികമായെങ്കിലും മുമ്പുള്ള അദ്ധ്യായങ്ങളുടെ പകർപ്പാണെന്നു തോന്നാം. ഓണവില്ല്, മണ്ണാന്മാരുടെ ഭഗവതിപ്പാട്ട്, പുള്ളുവരും പുള്ളുവൻപാട്ടും എന്നീ അദ്ധ്യായങ്ങൾ കാവ്യാന്തരീക്ഷത്താൽ സമ്പന്നമാണ്. വായനക്കാരന്, പാമ്പിൻകാവുകൾ, വർണ്ണപ്പൊടിക്കളങ്ങൾ, സോപാനസംഗീതം, നാഗാരാധനയിലെ വന്യമായ ഹർഷോന്മാദം, ചിലപ്പതികാരത്തിലെ ഐതിഹ്യ കഥാപാത്രങ്ങൾ, കുമ്മാട്ടിക്കളി, പുള്ളുവൻ വീണയുടെ അഭൗമരാഗങ്ങൾ, പുള്ളുവൻകുടത്തിന്റെ താളശ്രേണികൾ എന്നിവയടങ്ങിയ

വിഭവസമൃദ്ധമായ ഒരു സദ്യ തന്നെ ലഭിക്കുന്നു. എൽ.എസ്.ആറിന്റെ ലേഖനങ്ങളിൽ കുറേ സമയം ചിലവഴിക്കുന്ന വായനക്കാരൻ വാദ്യങ്ങളെ അളവറ്റു സ്നേഹിക്കാൻ തുടങ്ങും. ക്ഷേത്രോത്സവങ്ങളിൽ രാത്രി വിളക്കിനെഴുന്നള്ളിക്കുമ്പോൾ അനുഭവപ്പെടുന്ന ചൈതന്യം ഈ പുസ്തകത്തിൽ ആവാഹിക്കാൻ ഗ്രന്ഥകാരന് കഴിഞ്ഞിരിക്കുന്നു. നാടൻപാട്ടുകളും വാദ്യങ്ങളും പകരുന്ന നാട്ടുവെളിച്ചം ഇതിൽ തുളുമ്പി നിൽക്കുന്നു. വിവർത്തകന്റെ അഭിപ്രായത്തിൽ ഈ പുസ്തകത്തിന്റെ തനിമ ഇക്കാര്യത്തിലാണ് തെളിഞ്ഞുവരുന്നത്.

അപൂർവ്വം ചില അവസരങ്ങളിൽ, ഗ്രന്ഥകാരന്റെ പ്രസ്താവനകളോട് വിവർത്തകൻ വസ്തുതാപരമായി വിയോജിക്കുന്നുണ്ട്. അത്തരം സന്ദർഭങ്ങളിൽ അതാതു പേജുകളിൽത്തന്നെ അടിഭാഗത്തായി വിവർത്തകക്കുറിപ്പുകൾ കൊടുത്തിട്ടുണ്ട്. വായനക്കാരന് ഒരുതരത്തിലും ആശയക്കുഴപ്പം വരരുതെന്ന നിർബന്ധം കൊണ്ട് ഇങ്ങനെ ചെയ്തതാണ്.

ചിതറിക്കിടക്കുന്ന ഈ ലേഖനങ്ങൾ പുസ്തകരൂപത്തിൽ സമാഹരിക്കുന്നതിലൂടെ സംഗീതനാടക അക്കാദമി (ന്യൂ ദൽഹി), ഡി.കെ. പ്രിന്റ് വേൾഡ്, എ. പുരുഷോത്തമൻ, എ. ഹരീന്ദ്രനാഥ് ഇവരെല്ലാം അമൂല്യമായ സേവനം നൽകിയിരിക്കുന്നു. പുരുഷോത്തമന്റെ സ്നേഹപൂർവ്വമായ നിർബന്ധമില്ലെങ്കിൽ ഞാൻ ഈ മൊഴിമാറ്റത്തിന് പുറപ്പെടുകയില്ലായിരുന്നു. മലയാളവിവർത്തനത്തിന്റെ DTP ഭംഗിയായി നിർവ്വഹിച്ചതിന് പുരുഷോത്തമനോടും ഹരീന്ദ്രനാഥിനോടും പ്രത്യേക നന്ദി.

(2019, എൽ.എസ്.രാജഗോപാലൻ രചിച്ച Temple Musical Instruments of Kerala എന്ന ഗ്രന്ഥത്തിന് ലേഖകൻ തയ്യാറാക്കിയ 'കേരളത്തിലെ ക്ഷേത്രവാദ്യങ്ങൾ' എന്ന പരിഭാഷയോടൊപ്പം ചേർത്ത കുറിപ്പ്)

AYYAPPAN THIYYATTU

Ayyappan Thiyyattu, a ritualistic art usually performed in Sastha temples, is a rare combination of diverse artistic idioms. It is rich in elements of Kalamezhuthu (traditional form of painting with powders), Thottam (ritualistic rendition of divine attributes), Koothu (pantomimic rendering of the stories of Ayyappa), Komaram (the thanthric dance of the oracle choreographed to complex rhythms).

Thiyyattu is performed at night in Sastha temples as an offering. Down the years, it has grown in the central and northern parts of Kerala. It is performed by a special community called Thiyyadi Nambiar families (8 in numbers) are traditionally attached to Sastha temples belonging to the Thrissur, Palakkad and Malappuram Districts. All the same, Thiyyattu is widely performed in the temples and Nambudiri Illams belonging to North Malabar.

The distinguishing feature of Ayyappan Thiyyattu is the rendering of the Koothu. The Koothu is the enactment of the story of the birth of Lord Ayyappa out of the divine union of Lord Shiva and Vishnumohini. Even though the stress is on Angika Abhinaya with practically no Sathvika Abhinaya, the Koothu has an innate charm of its own. Its elaborate version is the Udayasthamayam Koothu which shows Ayyappan Thiyyattu in its most elaborate and loftiest form. In the Udayasthamayam, as the name indicates, we have day-long rendition of the Amrutha Mathanam story in the idiom of the Koothu. The 'Cheriyeri', a ritual dance associated with the Udayasthamayam Koothu, creates patterns of the loftiest architectural beauty. The thantric 'Swasthikam-Ashtadala Padmam' weaves rich esoteric patterns in the idioms of Kalamezhuthu.

The 'Oracle Dance' bears the ethos of Kadathanadan Kalari. The Velichappadu (oracle dancer) should be a master of rhythmic footworks. At times the Komaram will be performing the marathon feat of 'Pantheerayiram' (rhythmic non-stop breaking of 12000 coconuts).

The Kalamezhuthu of Ayyappan Thiyattu follows the idiom common to Vettekkaran Pattu and Bhadrakali Thiyyattu. It is a marvelous feast of painting like the mural painting.

(1997)

കുട്ടനെല്ലൂരിൽ ഒരു കുംഭമാസ രാത്രി

അസദൃശമായ ദൃശ്യ-ശ്രാവ്യ ഭാവനകൾ കൈമുതലായുണ്ടായിരുന്ന നമ്മുടെ പൂർവികന്മാർ ചിട്ടപ്പെടുത്തിയ 'അനുഭവ'മാണ് മേളങ്ങൾ. ചെണ്ട, ഇലത്താളം, കൊമ്പ്, കുഴൽ, ആന, പന്തം എന്നിവ ജൈവമായി മേളിക്കുമ്പോൾ ഉരുത്തിരിയുന്ന ലയത്തിനാണ് മേളമെന്നു പറയുന്നത്. ക്ഷേത്രസംസ്കാരത്തിന്റെ പരിമളം നമുക്കവിടെ പൂർണമായി അനുഭവിക്കാം. ചെണ്ടയുടെ വലന്തലയുടെ നാദം ദിവ്യസ്പന്ദനമുണർത്തി നമ്മെ അന്തർമുഖരാക്കിത്തീർക്കുന്ന ആജ്ഞേയങ്ങളായ ഗുഹാമണ്ഡലങ്ങളാണ്. ഇടന്തലയാകട്ടെ, ദൈവീകവും ആസുരവുമായ ഭാവങ്ങളുണർത്തുന്ന വനസ്ഥലിയും. കുറുംകുഴലിൽ ശങ്കരാഭരണവും നീലാംബരിയും മുഖംമൂടി അൽപ്പമൊന്നു നീക്കി നമുക്ക് ദർശനംതരുന്നു. ഋതുചക്രങ്ങളുടെ ആവർത്തനങ്ങളെ വിളിച്ചറിയിക്കുകയാണ് കൊമ്പിന്റെ ആരവം. ഇലത്താളം ഭൂമിയിൽ പൊട്ടിമുളച്ച് വളർന്നു പടർന്നുപന്തലിക്കുന്ന ഹരിതാഭയും.

പ്രകൃതിയുമായി പഞ്ചാരിമേളം നൂറുശതമാനം മേളിക്കുന്നത് കുട്ടനെല്ലൂർ ഭഗവതിയുടെ പൂരത്തിനാണ്. കുംഭമാസത്തിലെ വെളുത്തവാവിൻ നാൾ (പൂരം നക്ഷത്രം) കാലത്തു മൂന്നു മണി മുതൽ പുലരുവോളം നടത്തുന്ന പഞ്ചാരി ഒരു ദിവ്യദർശനത്തിന്റെ നിർവൃതി പകരുന്നു. പഞ്ചാരി അതിന്റെ എല്ലാ സൗന്ദര്യവും പ്രകടിപ്പിക്കുന്ന അന്ത്യയാമങ്ങളിൽ കിഴക്കുനിന്നും പടിഞ്ഞാറോട്ടു തിരിഞ്ഞുനിന്ന

എഴുന്നള്ളിപ്പ് വീക്ഷിക്കുന്ന പ്രേക്ഷകന് ദേവിയുടെ തിടമ്പ് വഹിക്കുന്ന ആനയുടെ നേരെ മുകളിലായി പൂർണ്ണചന്ദ്രൻ ദർശനം തരുന്നു. മുൻപിൽ എരിയുന്ന എണ്ണയുടെ ഗന്ധം പരത്തുന്ന തീപ്പന്തങ്ങൾ തിളക്കുന്നത് ആനയുടെ മസ്തകങ്ങളിൽ അലങ്കരിച്ച നെറ്റിപ്പട്ടങ്ങളെയാണ്. മേളം അഞ്ചാംകാലത്തിലേക്കെത്തുമ്പോഴേക്കും ചന്ദ്രൻ ഏതാണ്ട് അസ്തമിച്ചിരിക്കും. പന്തങ്ങൾ ഓരോന്നായി കൺചിമ്മുന്നു. പകരം കിഴക്കുദിക്കുന്ന ബാലസൂര്യന്റെ കുങ്കുമത്തുടിപ്പാണ് ഇപ്പോൾ നെറ്റിപ്പട്ടങ്ങളിൽ...

(2020)

ഭാഗം രണ്ട്

ഡോ.ടി.എൻ.വാസുദേവനെക്കുറിച്ചുള്ള ഓർമ്മക്കുറിപ്പുകൾ

മണ്ണിന്റെ മകൻ

ഡോ. വി. ആർ. പ്രബോധചന്ദ്രൻ നായർ

ഡോ. സനൽ കുമാർ തമ്പുരാൻ കേരളസർവകലാശാലയിലെ അന്താരാഷ്ട്രകേരളപഠനകേന്ദ്രത്തിൽ മുതിർന്ന ഗവേഷകനായിരുന്ന കാലത്ത് അയ്യപ്പൻതിയ്യാട്ട് എന്ന അനന്യയമായ അനുഷ്ഠാനകലാരൂപത്തിന്റെയും ആ പരിപാടിയുടെ പ്രമുഖപ്രയോക്താക്കളായ മുളംകുന്നത്തുകാവിലെ തിയ്യാടികുടുംബത്തിന്റെയും വിശദമായ ഒരു ചിത്രം കലാമർമജ്ഞനായ അദ്ദേഹത്തിൽനിന്ന് എനിക്കു ലഭിച്ചു.

അയ്യപ്പൻ തിയ്യാട്ടിന്റെ ജൈത്രയാത്ര

ഇന്നാട്ടിൽ വേനലവധിക്കാലത്തു തരമാക്കിയ ഒരു പഠനപര്യടനത്തിലൂടെ പ്രായോഗികമലയാളവും കേരളസംസ്കാരവും എന്റെ ശിക്ഷണത്തിൽ പരിചയിച്ചുപോന്ന അമേരിക്കൻ സർവകലാശാലാവിദ്യാർഥിസംഘങ്ങൾക്കുവേണ്ടി ദൃശ്യവേദി എന്ന സാംസ്കാരികസംഘടനയുടെ സഹകരണത്തോടെ പ്രതിവർഷം വൻതോതിൽ നടന്നിരുന്ന കേരളരംഗകലോൽസവത്തിന്റെ ഭാഗമാക്കിക്കൂടെ അയ്യപ്പൻ തീയാട്ടും എന്ന് ഡോ തമ്പുരാൻ എന്നോടന്വേഷിച്ചു. സത്വരഫലം: 1993-ൽ ആലുവാപ്പുഴയ്ക്കു തെക്ക് ആദ്യമായി എന്നുപറയട്ടെ, കേരളതലസ്ഥാനത്ത് വിവേകാനന്ദസാംസ്കാരികകേന്ദ്രത്തിൽവച്ച് അയ്യപ്പൻ തീയാട്ടിന്റെ തിരിതെളിഞ്ഞു.

തുടർന്നാണ് തിരുവനന്തപുരത്തും പരിസരങ്ങളിലും അയ്യപ്പൻ തിയ്യാട്ട് പലവേദികളിലും അവതരണം കൊണ്ടതും കേരളകലാമണ്ഡലം, കേരളസംഗീതനാടക അക്കാദമി എന്നിവയുടേതുൾപ്പെടെയുള്ള വൻഅംഗീകാരങ്ങൾക്ക് ആ അനുഷ്ഠാനകലാരൂപം യഥോചിതം പാത്രമായതും. അയ്യപ്പൻതിയ്യാട്ടിനെക്കുറിച്ചിടത്തോളം കുലപതി സ്ഥാനീയനായ മുളം കുന്നത്തുകാവു തിയ്യാടി രാമൻ നമ്പ്യാർക്ക് ബാല്യം തൊട്ടേ എല്ലാപ്രകാരത്തിലും വഴിവിളക്കായിരുന്ന ഏട്ടൻ ഡോ ടി എൻ വാസുദേവന്റെ ബഹുമുഖമായ വിശിഷ്ടവ്യക്തിത്വം ആദ്യംക്കുടിക്കണ്ടപ്പോഴേ എന്നെ ആകർഷിച്ചു.

ലാളിത്യത്തിന്റെ നിറകുടം

സർവാംഗീണമായ സാത്വികതയുടെയും ലാളിത്യത്തിന്റെയും നിറകുടമായിരുന്നു അദ്ദേഹം. ബാംഗ്ലൂരുവിലെ ലോകപ്രശസ്തമായ ഇൻഡ്യൻ ഇൻസ്റ്റിറ്റ്യൂട്ട് ഓഫ് സയൻസിൽനിന്ന് ക്വാണ്ടം മെക്കാനിക്സ് എന്ന വിഷയത്തിൽ പി എച്ച് ഡി ബിരുദം സമ്പാദിച്ച് കാലിക്കറ്റ് സർവകലാശാലയിലെ ഫിസിക്സ് വിഭാഗത്തിൽ സേവനമികവുകൊണ്ട് സഹപ്രവർത്തകരെയും വിദ്യാർത്ഥികളെയും നിരന്തരം അൽഭുതപ്പെടുത്തിക്കൊണ്ടിരുന്ന വാസുദേവൻമാഷ്തന്നെയാണ് സന്ദർഭാനുസരണം മുണ്ടും ഷർട്ടും മാത്രം ധരിച്ചും മുണ്ടുമാത്രമായും അയ്യപ്പൻ തിയ്യാട്ടുവേദിയിൽ 'നാവടക്കുക, ജോലി ചെയ്യുക'എന്ന നിശ്ശബ്ദമന്ത്രം ഉരുവിട്ടുംകൊണ്ടെന്നോണം ഏതു ചുമതലയും സുസ്മേരവദനനായി ചുമലിലേറ്റിക്കൊണ്ട് സദാ തിളങ്ങിയത് എന്ന വസ്തുത കണ്ടറിഞ്ഞവർമാത്രം വിശ്വസിച്ചു.

മനപ്പൊരുത്തം: ബഹുവിഷയോന്മുഖത

'കഥകളികുതുകിയായ ഭാഷാശാസ്ത്രജ്ഞൻ എന്നേ പ്രബോധചന്ദ്രൻ മാഷേപ്പറ്റി ധരിച്ചിരുന്നുള്ളൂ; ഇപ്പഴാ തിയ്യാട്ടും നല്ല സംഗീതവുമൊക്കെക്കൂടി മാഷടെ ഇഷ്ടവിഷയങ്ങളാണെന്നു മനസ്സിലാവുന്നത്.'

വാസുദേവൻമാഷിന്റെ ആ ആദ്യ കമെന്റുതന്നെ ഞങ്ങളെ കൂട്ടിക്കെട്ടി.

'അവിഭക്താനി സർവാണി' എന്നില്ലേ മാഷേ!'

എന്ന എന്റെ പ്രത്യുക്തി അദ്ദേഹത്തിനു നന്നേ രുചിച്ചു.

'അതേ, അതുതന്നെയാ അതിന്റെ ശരി. ഇത് കാലിക്കറ്റ് യൂണിവേഴ്സിറ്റി കമ്മിഷന്റെ കൺവീനർ എന്ന നിലയിൽ ചെയ്ത പ്രസംഗത്തിലും മാഷ് ഉദ്ധരിച്ചു. എന്നിട്ട് ഒരു തമാശയും പറഞ്ഞു:'മണ്ണിന്റെ മക്കൾ-വാദം മൂർച്ഛിച്ച് എനിക്കു നന്നായറിയാവുന്ന ഒരു യൂണിവേഴ്സിറ്റിയിൽ മലയാളപഠനം ഈ ചുമരു വരെ, പിന്നെ ലിങ്ഗ്വിസ്റ്റിക്സ് ദാ ആ ഭിത്തിവരെ, അതിനുശേഷം ആ തൂണു മുതൽ സംസ്കൃതം, പിന്നെ ആ പാരപ്പെറ്റുവരെ ഫിലോസഫി എന്നു ചിട്ടപ്പെടുത്തിയിരിക്കയാ. ഓരോന്നിനും ഓരോ കള്ളറ; അത് വായുനിബദ്ധമാക്കിവയ്ക്കാനാണ് യുവതലമുറക്കാരായ ഗവേഷകർ പോലും തത്രപ്പെടുന്നത്. കഷ്ടം!

കേരളസർവകലാശാലയാണല്ലോ കേരളത്തിൽ ആദ്യമായി ക്രെഡിറ്റ് സെമിസ്റ്റർസിസ്റ്റം നടപ്പിലാക്കിയത്. അതിന്റെ ചുക്കാൻ വി സി എന്നെയാണ് ഏൽപിച്ചത്. എന്തൊരെതിർപ്പായിരുന്നെന്നോ നമ്മുടെ അധ്യാപകരിലെ ചില പ്രശസ്ത ബുദ്ധിജീവികൾക്കു പോലും! സ്വനവിജ്ഞാനവും സാമാന്യഭാഷാശാസ്ത്രവും വിവർത്തനവിജ്ഞാനവും തൊട്ടയലത്തെ ഭാഷാശാസ്ത്രവിഭാഗത്തിൽനിന്നു പഠിക്കാൻ കൊതിച്ച ഏതാനും മലയാളം-എം.എ-വിദ്യാർഥികൾക്ക് അതിനാവശ്യമായ അനുമതി മലയാളവകുപ്പിൽനിന്നു ലഭിച്ചില്ല! എത്രപരിചയം നേടിയ ഭാഷാദ്ധ്യാപകർക്കും ലിങ്ഗ്വിസ്റ്റിക്സിൽ എം എ ബിരുദമില്ലാതെ ബന്ധപ്പെട്ട ഭാഷാസംബന്ധവിഷയങ്ങളിൽപ്പോലും ഭാഷാശാസ്ത്രവകുപ്പിൽ പി എച്ച് ഡി ക്ക് രജിസ്ട്രേഷൻ സാധ്യമല്ലെന്ന വിചിത്രനിയമവും ഭാഷാശാസ്ത്രതീവ്രവാദികൾ പാസാക്കിയെടുത്തു. അങ്ങനെ അവർ ഭാഷാശാസ്ത്രത്തെ തികച്ചും മറ്റൊരു വിഷയവും തൊട്ടുതീണ്ടാതെ 'ശുദ്ധമാക്കി' നിലനിർത്തിപ്പോരുന്നു. തീരെ വിരളമായ സ്വന്തം ജോലിസാധ്യതകൾ മറ്റുരംഗങ്ങളിലും മിടുക്കുനേടിയവർ തട്ടിക്കൊണ്ടുപോകാതിരിക്കാനാണ് അസംബന്ധനിയമങ്ങൾകൊണ്ടുണ്ടായ അവരുടെ ഈ വേലികെട്ട്.'

'നമ്മുടെ അക്കാദമികരംഗം പൊതുവേ കൂപമണ്ഡൂകങ്ങളുടേതായിപ്പോകാൻ ഒരു കാരണം ഇതുതന്നെ.പലവിഷയങ്ങളുടെയും സംഗമസ്ഥലങ്ങലിൽനിന്നേ പുതുമകൾ പൊട്ടിക്കിളിർക്കു.'

പ്രകൃതിയുടെ പൈതൽ

കാലിക്കട്ട് സർവകലാശാലയിൽ അധ്യാപകനായപ്പോൾ ആദ്യം അദ്ദേഹം അധ്യാപകഹോസ്റ്റലിൽ ആയിരുന്നു താമസം. താമസിയാതെ അദ്ദേഹത്തിനു ക്വാർട്ടേഴ്സ് കിട്ടി. അവിടം ഏതാണ്ടൊരുമരുപ്പറമ്പുപോലെയായിരുന്നു. എന്നാൽ വാസുദേവകരസ്പർശംകൊണ്ട് അത്

പച്ചക്കദളിക്കുലകൾക്കിടയ്ക്കിടെ
'മെച്ചത്തിൽ നന്നായ് പ്പഴുത്ത പഴങ്ങളും'

മറ്റു പച്ചക്കറിയിനങ്ങളുമൊക്കെക്കൊണ്ടു വിതാനിച്ച മലർവാടിയായി മാറി.

കൗതുകമേഖലാവൈവിധ്യം
'പവിഴമല്ലിയിൽ വാഴ്സ ഹനുമാൻ
പരിചിൽ അമേയപ്രഭാവവാൻ'

എന്ന നാട്ടക്കുറിഞ്ഞിക്കൃതി എം. മധു എന്റെ ഒട്ടേറെ രാമായണകൃതികളിലൊന്നായി അവതരിപ്പിച്ചത് യൂറ്റ്യൂബിൽ കേട്ടു സന്തോഷിച്ച കഥ ഡോ. വാസുദേവൻ എന്നോടു പറയുകയുണ്ടായി. എന്നിട്ട് ഇത്രകൂടി കൂട്ടിച്ചേർത്തു:'ഹനുമാന്റെ ഇഷ്ടവൃക്ഷം പവിഴമല്ലി എന്ന വിശ്വാസത്തിന് സംഗീതം നൽകി എന്ന് അങ്ങേക്ക് അഭിമാനിക്കാം. ഇനി പവിവഴമല്ലിയും പാരിജാതവും മറ്റും കണ്ടാലറിയുന്നവർ ഇല്ലാതെയെന്നുവരും. അപ്പോൾ ഇത്തരം കൃതികൾക്ക് മറ്റൊരു മൂല്യവും ഉളവാകും. പിന്നെ , അമ്പലപ്പുഴ വിജയകുമാർ സോപാനശൈലിയിൽ പാടിയ ശാസ്താവിനെപ്പറ്റിയുള്ള അങ്ങയുടെ സംഗീതകൃതികൾ ഞങ്ങൾക്കൊക്കെ ഇഷ്ടമായി. അവയിൽപ്പലതും ബഹുധാരിയിലുള്ള പ്രസന്നവരദേ എന്ന ദേവീകീർത്തനവും മറ്റും തനിക്ലാസിക്കൽ ശൈലിക്കും ഇണങ്ങും.'

ഇങ്ങനെ കണ്ടതിലും കേട്ടതിലുമൊക്കെ വല്ല നന്മയും ശ്രദ്ധിക്കാൻ കഴിഞ്ഞാൽ അതിനെ അംഗീകരിക്കാനും വാഴ്ത്താനും കിട്ടിയ ഒരവസരവും അദ്ദേഹം പാഴാക്കിയില്ല.

ഉച്ചഭാഷിണീരഹിതമായ അക്കാലത്ത് ഉച്ചതയിൽ ജന്മനാ മെച്ചം ആ എന്ന സ്വരംതന്നെ എന്നറിഞ്ഞ് സ്വന്തം ശീലം ചിട്ടപ്പെടുത്തിയ സോപാനസംഗീതഗായകരെ 'ഒന്നു വേറെ തൊഴുന്നേൻ' എന്ന സ്വന്തം നിലപാട് അദ്ദേഹം വ്യക്തമാക്കി; Sound spectrograph എന്ന ഉപകരണത്തിന്റെ സഹായത്തോടെ നിർമിക്കാവുന്ന voice print എന്തെല്ലാം അൽഭുതങ്ങളുടെ ഇതളുകൾ വിടർത്തും

എന്ന വിഷയത്തെക്കുറിച്ചു നടന്ന ഞങ്ങളുടെ ചർച്ച മണിക്കൂറുകൾ നീണ്ടുപോയി.

തിരഞ്ഞെടുത്ത ചില ആലാപനശൈലികൾ സ്വനവിജ്ഞാന ദൃഷ്ട്യാ അപഗ്രഥിക്കുക എന്ന ജോലി എന്നെ ഏൽപ്പിക്കാനും മറന്നില്ല.

പരശ്ശതം മേളകലാകാരന്മാർ ഒത്തുചേർന്ന് അന്തരീക്ഷത്തിൽ പടുത്തുയർത്തുന്ന ശബ്ദഗോപുരങ്ങളുടെ അടിസ്ഥാനത്തിന്റെയും ആരൂഢത്തിന്റെയും കണക്കുകൾ അദ്ദേഹം തുടക്കക്കാർക്കും 'ഉള്ളംകൈനെല്ലിക്ക'യാക്കിക്കൊടുക്കും- കേട്ടിരിക്കാൻ ക്ഷമ വേണം എന്നുമാത്രം.

സോപാനസംഗീതപാരമ്പര്യത്തിലെ ആലാപനത്തിൽ ആകാരത്തിനുള്ള അഗ്രപൂജാരഹസ്യം അതിന് മറ്റെല്ലാ സ്വരങ്ങളെയും ബഹുദൂരം പിന്നിലാക്കുന്ന അനുനാദപരമമാണം (prominence of sonority) തന്നെ ഭാഷണോർജതന്ത്രതത്വപ്രകാരം ഞാൻ ചൂണ്ടിക്കാണിച്ചത് അദ്ദേഹം തലകുലുക്കിസ്സമ്മതിച്ചു; തുടർന്ന് എന്റെ 'സ്വനവിജ്ഞാനം' വാങ്ങി വായിക്കുകയുമുണ്ടായി.

സോപാനസംഗീതത്തിൽ പൊലിച്ചുകാണുന്നത് മിക്കപ്പോഴും ഹരികാംബോജിയുടെ ജന്യരാഗങ്ങളാണ് എന്ന് ഒരു സെമിനാറിൽ വച്ച് അദ്ദേഹം വളരെ സ്വാഭാവികരീതിയിൽ ചൂണ്ടിക്കാട്ടിയത് പ്രശസ്തസംഗീതാധ്യാപകരുൾപ്പെട്ട ശ്രോതാക്കൾക്ക് പുതിയ അറിവായി.

കേരളത്തിലെ താളമേളങ്ങളെക്കുറിച്ച് അദ്ദേഹം ഒരിക്കൽ നടത്തിയ സോദാഹരണപ്രഭാഷണം അതിന്റെ സമഗ്രതയും സൂക്ഷ്മതയുംകൊണ്ട് സദസ്സിനെ അൽഭുതപ്പെടുത്തി.

നമ്മുടെ മേളകല ലാറ്റിൻഅമേരിക്കൻജനതയെ കോരിത്തരിപ്പിക്കുന്നതു കണ്ട അനുഭവം അദ്ദേഹം പലവുരു അയവിറക്കിപ്പോന്നു.

കോട്ടയം കഥകളും കലാമണ്ഡലം രാമൻ കുട്ടിനായരുടെ തപസ്സാട്ടവും ചെങ്ങന്നൂരിന്റെ തിരനോട്ടവും എം ഡി രാമനാഥന്റെയും കലാമണ്ഡലം നമ്പീശന്റെയും ഘനഗംഭീരബാണിയും എണ്ണം പറഞ്ഞ എല്ലാ മേളങ്ങളും പുതുമഴച്ചാറ്റലും കണിക്കൊന്നപ്പൂവിന്റെ തിളക്കവും പറങ്കിയണ്ടിയുടെ ചിരിയും തുമ്പക്കുടത്തിൽ മിന്നുന്ന മഞ്ഞുതുള്ളിയും മുക്കുറ്റിയുടെ താലപ്പൊലിയും ജി-പി-ശ്രീ-കളുടെ കാവ്യലോകവും മാത്രമല്ല കാമ്പുള്ള പാശ്ചാത്യകഥാ-അനുക്ഷണവികസ്വരചക്രവാളങ്ങൾ ചൂണ്ടിക്കാണിക്കുന്ന ഇംഗ്ലീഷുപുസ്തകങ്ങൾ അദ്ദേഹത്തിന്റെ സന്തതസഹചാരികളായി.

ഏറ്റവും സാത്വികം എന്ന് അദ്ദേഹം എണ്ണിയത് കാർഷികവൃത്തിയെയാണ്. അധ്യാപനത്തെപ്പോലും അത് കടത്തിവെട്ടുന്നു എന്ന് അദ്ദേഹം കരുതി. ബാല്യം തൊട്ട് അന്ത്യമുഹൂർത്തം വരെ കൈക്കോട്ടുകൊണ്ട് അദ്ദേഹം പിറന്നുവളർന്ന മൂൺ മയീമാതിനെ പരിചരിച്ച് കൃതകൃത്യതയിൽ ലയിച്ചു.

'മതി മക്കളേ!' എന്ന സസ്നേഹവിലക്കും നിൻ-
മതിയിലെത്തിയില്ല കൈക്കോട്ടിൻ ധ്വനിമൂലം
മണ്ണിന്റെ പൊന്നോമനമകനാം സുഹൃത്തമ!
കണ്ണിന്നും കണ്ണായല്ലോ തിളങ്ങീ ഞങ്ങൾക്കു നീ!

ലേഖകൻ കേരള സർവകലാശാലയിൽ നിന്ന് ഭാഷാശാസ്ത്ര വിഭാഗം (ലിംഗ്വിസ്റ്റിക്സ്) മേധാവിയായി ഔദ്യോഗിക മേഖലയിൽനിന്നും വിരമിച്ചു. കേരള കലാമണ്ഡലം ചെയർമാനായി പ്രവർത്തിച്ചിട്ടുണ്ട്. കലാ നിരൂപകൻ, ഗ്രന്ഥകാരൻ, മലയാള ഭാഷയിൽ ഒട്ടേറെ ശാസ്ത്രീയ സംഗീതകൃതികളുടെ കർത്താവ് എന്ന നിലയിലും പ്രശസ്തൻ.

ബഹുസ്വരതയുടെ ദീപ്തലോകങ്ങൾ

ഡോ. പി. വി കൃഷ്ണൻ നായർ

കേരളത്തിലെ ശാസ്ത്രാദ്ധ്യാപനത്തിൽ ഒരു അതുല്യ ജ്യോതിസ്സായിരുന്നു ഡോ. ടി. എൻ. വാസുദേവൻ. അനേകം ലോകങ്ങളിൽ ഏക കാലത്ത് വ്യാപിക്കുന്ന സ്വഭാവമാണ് അദ്ദേഹത്തിന്ന് ഉണ്ടായിരുന്നത്. ശാസ്ത്രാധ്യാപനത്തിന്റെയും ഏകാന്തതയുടെയും ലോകം, യുക്തിബോധത്തിന്റെയും അനുഷ്ഠാനങ്ങളുടെയും ലോകം, പ്രത്യക്ഷത്തിൽ പ്രയോജനമില്ലാത്ത കലകളുടെയും സൌന്ദര്യത്തിന്റെയും ലോകം - ഇങ്ങനെ നിരവധി ലോകങ്ങളിലാണ് എന്റെ സുഹൃത്ത് കഴിഞ്ഞിരുന്നത്.

ഫിസിക്സും ഫിലോസഫിയും, താളവും അരങ്ങും അദ്ദേഹത്തിൽ ലയിച്ചു ചേർന്നു. പുതിയതെന്തും മനസ്സിലാക്കുന്ന ബുദ്ധി, ആഴവും മൌലികവുമായ ചിന്താരീതി, അറിവ് ആത്മബലമായ അപൂർവ്വ പ്രബുദ്ധത - ഇതെല്ലാം ഡോ. വാസുദേവനിൽ ഒന്നിച്ചു നിന്നു. ഐൻസ്റ്റീന്റെയും, ഹൈസൻബർഗിന്റെയും, കാപ്രയുടെയും, അലക്സിസ് കാറലിന്റെയും വംശജനായിരുന്നു അദ്ദേഹം. അതോടൊപ്പം ദസ്തയേവ്സ്കിയും, താരാശങ്കറും, യശ്പാലും, ഉറൂബും, എം. ടി യും, ഒ. വി. വിജയനും വായിച്ച് ജീവിതത്തിന്റെ വ്യത്യസ്തമായ ആഴങ്ങളിലേക്ക് വാസുദേവൻ ദൃഷ്ടി പായിച്ചു. ഊർജ്ജതന്ത്രത്തിൽ നോബൽ സമ്മാനം നേടിയ ഡോ. സുബ്രഹ്മണ്യം ചന്ദ്രശേഖറിനെപ്പോലെ

സംഗീതവും, സാഹിത്യവും, ഗണിതവും വാസുദേവന്ന് ബുദ്ധിയുടെ അഗാധമണ്ഡലങ്ങൾ തുറക്കാനുള്ള താക്കോലുകളായിരുന്നു.

സംശുദ്ധമായ ആ ജീവിതത്തിന്റെ മുഖമുദ്ര ലാളിത്യമായിരുന്നു. സ്നേഹമായിരുന്നു. വാസുദേവൻ പറഞ്ഞതും എഴുതിയതും ശേഖരിച്ച് സൂക്ഷിക്കുക എന്നതാണ് ഇനി നമ്മുടെ കടമ; കടം വീട്ടലാണ് കടമ.

ലേഖകൻ തൃശ്ശൂർ കേരളവർമ്മ കോളേജ്, കാലടി ശ്രീ ശങ്കര സർവകലാശാല എന്നിവിടങ്ങളിൽ ഹിന്ദി അധ്യാ പകനായി വിരമിച്ചു. കേരള സാഹിത്യ അക്കാദമിയുടെയും സംഗീത നാടക അക്കാദമിയുടെയും സെക്രട്ടറിയായി പ്രവർത്തിച്ചിട്ടുണ്ട്.

ശാസ്ത്രവും ഒരു കലയായിരുന്നു വാസുദേവൻസാറിന്

ഐ. ഇബ്ബു സൗദ്

രാജൻ ഗുരുക്കൾ സാർ മഹാത്മാഗാന്ധി യൂണിവേഴ്സിറ്റിയുടെ വൈസ്-ചാൻസിലറായിരുന്നപ്പോൾ, പ്രതിഭാധനരായ ശാസ്ത്ര-ഗവേഷകരുടെ സഹകരണത്തോടു കൂടി തുടങ്ങിയ Interdisciplinary MSc (5 year) പ്രോഗ്രാമിലെ വിദ്യാർത്ഥികൾക്കു വേണ്ടി Group Theory (ഗണസിദ്ധാന്തം) യും Spetroscopy (വർണ്ണവ്യാപ്തി) യും പഠിപ്പിക്കുവാനായി പ്രത്യേക ക്ഷണിതാവായി വാസുദേവൻ സാർ സർവ്വകലാശാലയുടെ ആസ്ഥാനത്തെത്തിയിരുന്നു. ഈ നവീന സംരഭത്തിന്റെ ചുമതലക്കാരൻ എന്ന നിലയിൽ സാറുമായി അടുത്ത് ഇടപഴികിയിരുന്നു. പ്രശസ്തമായ ബാങ്കളൂർ IISc (TATA Institute) യിലെ Ph.D യുള്ളവരെ വളരെ വിരളമായേ കേരളത്തിലെ ഗവേഷണ-അദ്ധ്യാപന രംഗത്തു കണ്ടിരുന്നുള്ളൂ. ഇതായിരുന്നു സാറിനോടുള്ള പ്രത്യേക ബഹുമാനത്തിന്റെ തുടക്കം. മാത്രവുമല്ല, സ്വദേശത്തുമാത്രം ചെയ്ത ഗവേഷണത്തെ മുൻനിർത്തി 1930 ൽ ഊർജ്ജതന്ത്രത്തിൽ നോബേൽ പുരസ്കാരം നേടിയ ഏക ഭാരതീയനായ സർ സി. വി. രാമന്റെ ഗവേഷണ പരമ്പരയിലെ ഒരു കണ്ണിയുമായിരുന്നു വാസുദേവൻ സാർ.

ശാസ്ത്രം സാറിനൊരു ഗൗരവ വ്യവഹാരമായിരുന്നു. ഒരു ശാസ്ത്രാധ്യാപകനുവേണ്ട ഉൾക്കാഴ്ചയും സാഹിത്യ-ക്ലാസിക്-ലളിത-അനുഷ്ഠാന കലകളിലുള്ള അഗാധമായ അറിവും സാറിന്റെ എല്ലാ പ്രവൃത്തികളിലും പ്രതിഫലിച്ചിരുന്നു. എളിമയും ചിട്ടയും സാറിന്റെ മുഖമുദ്രയായിരുന്നു. എല്ലാംകൊണ്ടും വാസുദേവൻ സാർ ഒരു ബഹുമുഖ പ്രതിഭയായിരുന്നു (polymath). എല്ലാ കാര്യങ്ങൾക്കും തന്റേതായ ധാരണയുള്ള ജീനിയസ്. പഠനത്തിന്റെ കാര്യത്തിൽ കുട്ടികളെ തരം തിരിക്കുന്നതിനോട് സാറിനു യോജിപ്പില്ലായിരുന്നു. പഠനം പരിഷ്ക്കരിക്കാനുള്ളതാണെന്നും അത് വിദ്യാർത്ഥികൾക്ക് ഒരിക്കലും ഒരു പീഡനമാകുവാൻ പാടില്ല എന്നുമുള്ളതായിരുന്നു കാരണം. ഗവേഷണവും അധ്യാപനവും ഒരു വ്യവസായമല്ലെന്നും അത് ലോകത്തിന്റെ സ്വാഭാവിക പ്രയാണത്തിന് തടസ്സമാകരുതെന്നും സാറിന് നിർബന്ധമുണ്ടായിരുന്നു. ആത്യന്തിക സത്യം ഒരിക്കലും കണ്ടെത്തുവാൻ കഴിയില്ലെന്നും ശാസ്ത്രം മറ്റൊരു കലയാണെന്നുമുള്ള ഐൻസ്റ്റീന്റെ കാഴ്ചപ്പാട് സാറ് ശരിവെച്ചിരുന്നു.

കൃഷിയുടെ പ്രാധാന്യത്തെക്കുറിച്ച് പറയുമ്പോൾ സാർ തിരുവള്ളുവരുടെ തിരുക്കുറളിലേക്കു പോകും

ഒരു കഷണം ചോക്കുമായി മാത്രം ക്ലാസ്സിലെത്തിയിരുന്ന സാർ ഗണിത-ശാസ്ത്ര പ്രമാണങ്ങളിലെ ഏറ്റവും മനോഹരവും സങ്കീർണ്ണവുമായ സമവാക്യങ്ങളിലൂടെ ലളിത സഞ്ചാരമാണ് നടത്തിയിരുന്നത്. ഒരു അക്കാദമി ശില്പശാലയിൽ വാസുദേവൻ സാറുടെ ഗ്രൂപ് തിയറി ക്ലാസ്സ് പുരോഗമിക്കുമ്പോൾ ഐ.ഐ.റ്റി. മുൻ പ്രൊഫസറായ എം. എസ്സ്. ഗോപിനാഥൻ പറഞ്ഞു, 'See, how simply he is giving the lecture !'

ഗണസിദ്ധാന്തവും പ്രതിസമതയും പഠിപ്പിക്കുമ്പോൾ സാർ സംഗീതത്തിലേയും പഞ്ചാരി-പാണ്ടി മേളങ്ങളുടെ rhythm (താളം) വുമായി group theory ക്കുള്ള ബന്ധത്തെ വിവരിക്കുമ്പോൾ, കലയുടെ ശാസ്ത്രീയ അടിത്തറയെയാണ് ക്ലാസ്സിൽ പരിചയപ്പെടുത്തുന്നത്. തൃശ്ശൂരിന്റ സംഘകാലപാരമ്പര്യത്തിൽ തെല്ല് അഭിമാനമുണ്ടായിരുന്ന സാർ പെരുവനത്തെയും ആറാട്ടുപുഴയിലെയും പൂരപ്പെരുമ പറയും. അങ്ങനെ സാറുമൊത്ത് ഞങ്ങൾ പെരുവനം പൂരത്തിനെത്തി.

വസന്തത്തിന്റെ വരവറിയിച്ചുകൊണ്ട് രാത്രിയുടെ അന്ത്യയാമങ്ങളിൽ മാനത്ത് തിളങ്ങിയ പൂർണ്ണ ചന്ദ്രനെയും ഭീമാകാരമായ തീവെട്ടിയെയും സാക്ഷിയാക്കി മേളക്കൊഴുപ്പിൽ തലയെടുപ്പോടെ നിന്ന സഹ്യന്റെ മക്കളുടെ കാഴ്ച സാറു ഞങ്ങൾക്ക് കാട്ടിതന്നു. മുടങ്ങാതെ

പൂരത്തിനെത്തിയിരുന്ന വൈലോപ്പിള്ളിയെക്കുറിച്ചും മാടമ്പിനെക്കുറിച്ചും മുല്ലേനേഴിയെക്കുറിച്ചും സാറുപറയുന്നത് ഞങ്ങൾ കേട്ടു.

ക്ഷേത്രത്തിൽ നിന്നു കൊണ്ടുവന്നിരുന്ന ചോറുരുളയുടെ പങ്കായിരുന്നു സാറ് ഏറ്റവും ഇഷ്ടപ്പെട്ടിരുന്ന ഭക്ഷണമെന്ന് ഒരിക്കൽ പറഞ്ഞു.

ഞാൻ സാറിനെ മുളംകുന്നത്തുകാവിൽ സന്ദർശിച്ചപ്പോഴെല്ലാം കൈക്കോട്ടുമായി സാർ പറമ്പിലായിരുന്നു. സാറ് യാത്ര അവസാനിപ്പിക്കുമ്പോഴും ആ കൈക്കോട്ട് സാറിന്റെ കൈകളിലുണ്ടായിരുന്നു എന്നു ഞാൻ കേട്ടു. മറ്റെന്തു സന്ദേശമാണ് ഈ പണ്ഡിത ശ്രേഷ്ഠൻ മലയാളിക്കു നൽകേണ്ടത്?

ആ മഹാപ്രതിഭയ്ക്ക് എന്റെ പ്രണാമം.

മഹാത്മാഗാന്ധി യൂണിവേഴ്സിറ്റിയിലെ ഇൻസ്റ്റിറ്റ്യൂട്ട് ഫോർ ഇന്റഗ്രേറ്റഡ് പ്രോഗ്രാംസ് ആന്റ് റിസർച്ച് ഇൻ ബേസിക് സയൻസസ് (IIRBS) എന്ന വിഭാഗത്തിൽ പ്രൊഫസറും ഹോണററി ഡയറക്ടറുമായിരുന്നു ലേഖകൻ.

ഡോ. ടി. എൻ. വാസുദേവൻ, ഒരനുസ്മരണം

പ്രൊഫ. കെ. നീലകണ്ഠൻ

തൃശ്ശിവപേരൂർ പട്ടണത്തിൽ നിന്ന് ഏതാണ്ട് എട്ട് കിലോമീറ്റർ വടക്ക് മുളങ്കുന്നത്തുകാവ് ക്ഷേത്രം സ്ഥിതി ചെയ്യുന്നു. അവിടെ ഭക്തജനങ്ങൾ'തിയ്യാട്ട്'' എന്ന ഒരു അനുഷ്ഠാനകല വഴിപാടായി നേരാറുണ്ട്. ഈ അനുഷ്ഠാനം നിർവഹിക്കുന്ന കുടുംബം'തിയ്യാടി' എന്ന പേരിൽ അറിയപ്പെടുന്നു. ഈ കുടുംബത്തിൽ ജനിച്ച വാസുദേവൻ അതീവ ബുദ്ധിമാനും ചെറുപ്പം മുതൽ ശാസ്ത്രവിഷയങ്ങൾ, ഭാഷ, സുകുമാര കലകൾ എന്നിവയിൽ തല്പരനുമായിരുന്നു.

ഊർജ്ജതന്ത്രത്തിൽ ബിരുദാനന്തര ബിരുദം റാങ്കോടുകൂടി ജയിച്ച് ബാംഗ്ളൂർ ഐ. ഐ. എസ്. സി. എന്ന പ്രശസ്ത സ്ഥാപനത്തിൽ ഡോ. ആർ എസ്. കൃഷ്ണൻ എന്ന ശാസ്ത്രജ്ഞന്റെ കീഴിൽ ഗവേഷണ ബിരുദം നേടി.

1977-ൽ ഡോ. വാസുദേവൻ കോഴിക്കോട് സർവ്വകലാശാലയിൽ അദ്ധ്യാപകനായി ചേർന്നു. ഏതാണ്ട് മൂന്നു പതിറ്റാണ്ട് സ്തുത്യർഹമായ അദ്ധ്യാപനംകൊണ്ട് ശിഷ്യരുടെയും സഹപ്രവർത്തകരുടേയും നിർല്ലോഭമായ സ്നേഹവും ബഹുമാനവും ആർജ്ജിച്ചു.

താത്വിക ഭൗതിക ശാസ്ത്രത്തിൽ അഗാധ പാണ്ഡിത്യമുണ്ടായിരുന്ന ഡോ. വാസുദേവന് സംഗീതം, ക്ഷേത്ര വാദ്യങ്ങൾ, നൃത്ത നൃത്യങ്ങൾ എന്നീ മേഖലകളിലും സ്തുത്യർഹമായ പ്രാവീണ്യം ഉണ്ടായിരുന്നു.

അദ്ധ്യാപനം അദ്ദേഹത്തിന് ഒരു തപസ്യയും അഭിനിവേശവുമായിരുന്നു. നിഷ്കളങ്കമായ ഒരു മനസ്സിന്റെ ഉടമയായിരുന്ന ഡോ. വാസുദേവന്റെ വിയോഗം അദ്ദേഹത്തിന്റെ വിദ്യാർത്ഥികൾക്കും സഹപ്രവർത്തകർക്കും വലിയ നഷ്ടം തന്നെയാണ്.

കോഴിക്കോട് സർവ്വകലാശാലയിൽ ഡോ. ടി. എൻ. വാസുദേവന്റെ സഹപ്രവർത്തകനായിരുന്ന ലേഖകൻ. ദീർഘകാലം ഫിസിക്സ് വിഭാഗം മേധാവിയായിരുന്നു.

ഞങ്ങളുടെ ഏട്ടൻ

തിയ്യാടി രാമൻ നമ്പ്യാർ

ഏട്ടൻ എന്നു ഞങ്ങൾ വിളിച്ചിരുന്ന, ഞങ്ങൾക്കെല്ലാം വല്ല്യേട്ടനായിരുന്ന ഡോ.ടി.എൻ. വാസുദേവൻ അച്ഛനമ്മമാരുടെ എട്ടു മക്കളിൽ ജ്യേഷ്ഠനായിരുന്നു. ഞങ്ങൾ നാലു അനുജന്മാർക്കും മൂന്നു അനുജത്തിമാർക്കും ഏതുവിഷയത്തിലായാലും മാർഗ്ഗദർശിയും ഗുരുവും സുഹൃത്തും ഞങ്ങളിൽ വലിയ സ്വാധീനം ചെലുത്തിയിരുന്ന ഒരു മഹാവ്യക്തിത്വവുമായിരുന്നു ഏട്ടന്റേത്. മാതാ-പിതാക്കളെപ്പോലെ, ഞങ്ങളെ (ഏട്ടനേയും) ഞങ്ങളാക്കിയതിൽ ബാല്യകാലത്ത് ഏറെ സ്വാധീനിച്ച മറ്റൊരു വ്യക്തിയാണ് ഗാന്ധിയനും ഗ്രന്ഥകാരനും സാഹിത്യകുതുകിയും അയ്യപ്പൻ തിയ്യാട്ടുരംഗത്തെ പ്രമുഖനുമായിരുന്ന മലമക്കാവ് തിയ്യാടി നാരായണൻ നമ്പ്യാർ എന്ന അമ്മാത്ത് മുത്തശ്ശൻ (അമ്മയുടെ അച്ഛൻ). ഇവരെപ്പോലെ നമ്മളിൽ അമിത സ്വാധീനം ചെലുത്തിയ മറ്റു ചില ഘടകങ്ങളാണ് അയ്യപ്പൻ തിയ്യാട്ടെന്ന ഞങ്ങളുടെ കുലപ്രവൃത്തിയും കലാകേന്ദ്രമായ മുളങ്കുന്നത്തുകാവ് എന്ന ജന്മനാടും എല്ലാറ്റിലുമുപരി നാടിന്റെ കേന്ദ്രസ്ഥാനമായ ശ്രീഅയ്യപ്പസ്വാമിക്ഷേത്രവും.

10 പേരടങ്ങുന്ന കുടുംബത്തിലെ, മൂത്ത ജ്യേഷ്ഠൻ മുതൽ 18 വയസ്സ് താഴെയുള്ള അനുജത്തി അടക്കമുള്ള എട്ടു പേരുടെ ഒരേ കാലത്തുള്ള പഠനച്ചെലവ്, തിയ്യാട്ടിൽ നിന്നുള്ള ക്ഷേത്രവരുമാനംകൊണ്ടുമാത്രം

അച്ഛന് താങ്ങാനാവുമായിരുന്നില്ല. തിയ്യാട്ടിനുപുറമെ സമീപക്ഷേത്രങ്ങളിലെ ഉത്സവം-പൂരം-വേലകളോടു അനുബന്ധിച്ചുള്ള മേളങ്ങൾക്ക് മാരന്മാരോടൊപ്പം ചെണ്ടയും ഇലത്താളവും കൊട്ടാൻ അച്ഛനും ഞങ്ങൾ ആൺമക്കളും പോകാറുണ്ടായിരുന്നു. സാമ്പത്തികവിഷമം ലഘൂകരിക്കാനായി വർഷങ്ങളോളം രണ്ടേക്കറയോളം വരുന്ന സ്വന്തം ഭൂമിയിൽ നമുക്കെല്ലാവർക്കും കിളച്ച് കഠിനാദ്ധ്വാനം ചെയ്യേണ്ടതായുംവന്നു. കുലപ്രവൃത്തിയിലുള്ള പഠനം ഞങ്ങൾ ആൺകുട്ടികൾക്ക് നിർബന്ധമായിരുന്നു. സാമ്പത്തികമായ ബുദ്ധിമുട്ടിലും പെൺമക്കളെ മൂന്നു പേരെയും വിവാഹം കഴിയുന്നതുവരെ അയല്പക്കത്തെ ഒരു ഭാഗവതരുടെ അടുത്ത് സംഗീതവും പഠിപ്പിച്ചിരുന്നു. ഭക്ഷണത്തിനുപോലും ബുദ്ധിമുട്ടിയിരുന്ന ആ അവസ്ഥയിലും, ഫീസിനും മറ്റു പഠനച്ചെലവുകൾക്കും ഒരു കുറവും വരുത്താതിരിക്കാൻ ഏറെ പണിപ്പെട്ടാണെങ്കിലും അച്ഛൻ എന്തെങ്കിലും നിവൃത്തിയുണ്ടാക്കുമായിരുന്നു എന്ന വസ്തുത ഇന്നാലോചിക്കുമ്പോൾ അത്ഭുതം തോന്നാറുണ്ട്.

ആറ്-ഏഴ് പതിറ്റാണ്ടുകാലത്തെ തിയ്യാട്ടെന്ന തന്റെ കുലപ്രവൃത്തി, അതും പ്രത്യേകിച്ച് നിത്യശ്ശീവേലിയും താന്ത്രികചടങ്ങുകൾക്കും വാദ്യത്തിനും പ്രാധാന്യമേറിയ അങ്കുരാദി ഉത്സവമുള്ള മുളങ്കുന്നത്തുകാവ് അയ്യപ്പസ്വാമി ക്ഷേത്രത്തിൽ, ജീവശ്വാസം പോലെ കൊണ്ടുനടന്നതുകൊണ്ടാകാം, തിയ്യാടി നീലകണ്ഠൻ നമ്പ്യാർ എന്ന അച്ഛന് അതുവിട്ട് മറ്റൊരു ജീവിതമുണ്ടായിരുന്നില്ല. രാവിലെ അഞ്ചു മുതൽ പത്തുമണിവരേയും വൈകുന്നേരം അഞ്ചു മുതൽ എട്ടുവരേയും അച്ഛന് തിയ്യാട്ടും തേവാരവുമായി ക്ഷേത്രത്തിൽ നിന്നു വിട്ടുനിൽക്കാനാവുമായിരുന്നില്ല. മുടക്കമില്ലാത്ത ക്ഷേത്രപ്രവൃത്തി, ഉത്സവങ്ങൾ, അനുഷ്ഠാനങ്ങൾ, ഓണം-വിഷു-തിരുവാതിര പോലുള്ള ആണ്ടറുതികൾ, ആചാരങ്ങൾ എന്നിവയായി അലിഞ്ഞുചേർന്ന അച്ഛനെ അയ്യപ്പന്റെ ഒരു പ്രതിരൂപമായാണ് നാട്ടുകാർപോലും കണ്ടിരുന്നത്. 'വിദുഷിയും കവയത്രിയും കൂടി ആയിരുന്ന അമ്മ - ശ്രീദേവി മരുവോളമ്മ, കലാ-സാഹിത്യവിഷയങ്ങളിൽ അച്ഛനായ നാരായണൻ നമ്പ്യാരുടെ ഒരു സ്ത്രീരൂപമായിരുന്നു. തായമ്പകയുടെ ഈറ്റില്ലമായ മലമക്കാവിൽ ജനിച്ചുവളർന്ന അവർ മുളങ്കുന്നത്തുകാവു വഴി തൃശ്ശൂരിന്റെ മേളസംസ്കാരം പൂർണ്ണമായും സ്വാംശീകരിച്ചിരുന്നു. 'ശുദ്ധഗതിക്കാരനെങ്കിലും മൂക്കിൻതുമ്പിൽ ശുണ്ഠിക്കാരനായ അച്ഛന്റെ ഇഷ്ടാനിഷ്ടങ്ങളറിഞ്ഞു നിശ്ശബ്ദമായി നിഴൽപോലെ പരിചരിച്ച അമ്മ അച്ഛന്റെ അക്ഷരാർത്ഥത്തിലുള്ള സഹധർമ്മിണിയായിരുന്നു.

ജന്മനാ ബുദ്ധിമാനായ ഏട്ടനെ തികഞ്ഞൊരു കലാസ്വാദകനാക്കിയ പശ്ചാത്തലം ഇതത്രേ.

ഏട്ടനേക്കാൾ ഒൻപത് വയസ്സ് താഴെയുള്ള ഞാൻ ഓർമ്മവെച്ച നാളുകളിൽ തന്നെ ഏട്ടൻ പഠനകാര്യത്തിൽ ഏറെ മിടുക്കനാണെന്ന് മനസ്സിലാക്കിയിരുന്നു. ഏഴാം ക്ലാസ്സ് മുതൽ സ്കോളർഷിപ്പ് ലഭിച്ച്, SSLCക്കും പ്രീ യൂണിവേഴ്സിറ്റിക്കും റാങ്ക് നേടി B.Sc.(ഫിസിക്സ്) ക്ക് ഓൾ കേരള ഫസ്റ്റ് റാങ്ക് നേടിയ ഏട്ടൻ, ഞങ്ങൾ എല്ലാവരും പഠിച്ചിരുന്ന തിരൂർ സെന്റ് തോമസ് ഹൈസ്കൂളിലെ എക്കാലത്തെയും നല്ല വിദ്യാർത്ഥിയെന്ന പേര് അന്നേ സമ്പാദിച്ചിരുന്നു. അനുജനായ എനിക്ക് അതിൽ വലിയ അഭിമാനവുമുണ്ടായിരുന്നു. പഠനകാര്യത്തിൽ ഒരു ശരാശരിക്കാരനായ എനിക്ക് ഹൈസ്കൂൾ തലത്തിലെത്തിയപ്പോഴായിരുന്നു ഏട്ടന്റെ ഈ കേമത്തം ഒരുപക്ഷേ കൂടുതലായി മനസ്സിലാക്കാൻ കഴിഞ്ഞത്.'താൻ വാസുദേവന്റെ അന്യേൻ തന്ന്യല്ലേ?' എന്ന പല മാഷുമ്മാരുടേയും ടീച്ചർമാരുടെയും ചോദ്യം അക്കാലത്ത് എന്നെ വല്ലാതെ ബുദ്ധിമുട്ടിച്ചിരുന്നു. വമ്പന്റെ പിന്നിലെ പിമ്പൻ അതനുഭവച്ചില്ലെങ്കിലേ തെറ്റുള്ളൂ. പ്രത്യേകിച്ച് ഗണിത-ശാസ്ത്ര വിഷയങ്ങളിൽ കഷ്ടിച്ചുമാത്രം കടന്നുകൂടിയിരുന്ന എന്നെ ഈ പരസ്യവിമർശനം കുറഞ്ഞൊന്ന് ലജ്ജിപ്പിച്ചിരുന്നുവെന്നും ഓർക്കാൻ ഇപ്പോൾ രസം തോന്നുന്നു. ഞാൻ ഹൈസ്കൂൾ വിട്ടപ്പോഴേക്കും ഏട്ടൻ രണ്ടാം റാങ്കോടെ M.Sc.കഴിഞ്ഞ് ബാംഗളൂരിൽ ഇന്ത്യൻ ഇൻസ്റ്റിട്യൂട്ട് ഓഫ് സയൻസിൽ ഗവേഷണത്തിനായി ചേർന്നിരുന്നു.

പി.എച്ച്.ഡി. എടുത്തതിനു ശേഷം ഇങ്ങോട്ടു തേടിവന്ന വാഗ്ദാനങ്ങളിൽ ഭ്രമിക്കാതെ നാട്ടിൽ - കാലിക്കറ്റ് സർവ്വകലാശാലയിൽ - തനിക്കേറ്റവും ഇഷ്ടപ്പെട്ട അധ്യാപകവൃത്തി സ്വീകരിക്കുകയാണ് ഏട്ടൻ ചെയ്തത്. ഏട്ടന്റെ ഔദ്യോഗികജീവിതത്തെക്കുറിച്ച് ശാസ്ത്രവിഷയത്തിൽ അജ്ഞനായ ഞാൻ ഇവിടെ കൂടുതൽ സ്പർശിക്കുന്നില്ല. ഞാൻ മനസ്സിലാക്കിയേടത്തോളം, ക്വാണ്ടം മെക്കാനിക്സ് ആയിരുന്നു ഏട്ടന്റെ ഇഷ്ടവിഷയം. ജോലിയിൽനിന്നു വിരമിച്ച ശേഷവും കേരളത്തിലെ അങ്ങോളമിങ്ങോളമുള്ള പ്രമുഖ കോളേജുകളിലും യൂണിവേഴ്സിറ്റികളിലും ആ വിഷയം പഠിക്കുന്ന വിദ്യാർത്ഥികളുടെ ഏറ്റവും പ്രിയപ്പെട്ട അദ്ധ്യാപകനായിരുന്നു ഏട്ടൻ.

ശാസ്ത്രജ്ഞനും അദ്ധ്യാപകനുമായിരുന്ന ഏട്ടൻ ഒരു ബഹുമുഖ പ്രതിഭയായിരുന്നുവെന്ന് ഒരുപക്ഷേ അദ്ദേഹത്തെ അടുത്തറിയാൻ കഴിഞ്ഞ വളരെക്കുറച്ചുപേരേ അറിഞ്ഞിരിക്കുകയുള്ളൂ. അർഹിക്കുന്ന

പ്രശസ്തി ആ ബഹുമുഖപ്രതിഭക്ക് ഉണ്ടായിരുന്നില്ല. അദ്ദേഹം സ്വയം ഒരു കലാകാരനും കഥകളി-വാദ്യമേള-അനുഷ്ഠാന-നാടൻ കലാരംഗങ്ങളിലെ ആസ്വാദകരിൽ മുമ്പനുമായിരുന്നു. കർണാടക-ഹിന്ദുസ്ഥാനിശൈലികളും ഒരുപോലെ ആഴത്തിൽ ഇറങ്ങിയാസ്വദിക്കുന്ന സംഗീതരസികനായിരുന്നു. ലോകസാഹിത്യം കൈക്കുമ്പിളിൽ കോരിയെടുത്തയാളും പ്രഭാഷകനും എഴുത്തുകാരനുമായിരുന്നു. കഠിനാദ്ധ്വാനശീലനും പ്രകൃതിയുടെ നിത്യോപാസകനായിരുന്ന ഏട്ടൻ ഒരു അവധൂതഛായയുള്ള സഞ്ചാരപ്രിയനുമായിരുന്നു. ഇനിയും പലതായ ഏട്ടന്റെ ബഹുമുഖമായ വ്യക്തിത്വത്തെ ആദരപൂർവം നോക്കിക്കാണുകയാണ് ഇവിടെ ചെയ്യുന്നത്.

കർണ്ണാടക-ഹിന്ദുസ്ഥാനി സംഗീത രസികൻ

ഏട്ടൻ നല്ലൊരു സമയം അഭിരമിച്ചിരുന്നത് സംഗീതത്തിലായിരുന്നു. മാറിമാറിയുള്ള റെക്കോഡ് സംഗീതം കൊണ്ട് മുഖരിതമായിരിക്കും സ്വതവേ ഏട്ടന്റെ ഭവനം. അരിയക്കുടി, ശെമ്മങ്കുടി, ആലത്തൂർ, ബാലമുരളീകൃഷ്ണ, മഹാരാജപുരം സന്താനം, കെ.വി. നാരായണസ്വാമി, എം.ഡി.രാമനാഥൻ, എം.എസ്. സുബ്ബലക്ഷ്മി, ലാൽഗുഡി, എം.എസ്. ഗോപാലകൃഷ്ണൻ, ചിട്ടി ബാബു എന്നിങ്ങനെ തുടങ്ങി രവി കിരൺ, ഹൈദ്രാബാദ് സഹോദരന്മാർ, സഞ്ജയ് സുബ്രഹ്മണ്യൻ, മാൻഡലിൻ ശ്രീനിവാസൻ പോലുള്ള ആധുനികന്മാരുടേയും പാട്ടുകൾ അതിലുണ്ടായിരിക്കും. ഹിന്ദുസ്ഥാനി സംഗീതത്തിലെ വ്യത്യസ്ത ഘരാനകളിലെ വായ്പ്പാട്ടും ഉപകരണങ്ങളുമായി പണ്ഡിറ്റ് രവി ശങ്കർ, ഭീംസെൻ ജോഷി, പണ്ഡിറ്റ് ജസ്‌രാജ്, ഹരിപ്രസാദ് ചൗരസ്യ, പർവീൺ സുൽത്താന, ബിസ്മില്ലാ ഖാൻ, ബഡെ ഗുലാം അലി ഖാൻ, കുമാര ഗന്ധർവ്വ എന്നിങ്ങനെ നീളുന്ന വമ്പന്മാരുടേതായിരിക്കും മറുഭാഗത്ത്.

ഇവിടെ ഒരു സംഗതി പറയേണ്ടിയിരിക്കുന്നു. ഔപചാരികമായി സംഗീതം പഠിച്ചിട്ടില്ലെങ്കിലും നിരന്തരമായ കേൾവിജ്ഞാനം കൊണ്ട് അപൂർവ്വരാഗങ്ങളെപ്പോലും രാഗഭാവം ശരിക്കുമറിഞ്ഞു അനായാസമായി ആസ്വദിക്കാൻ തക്കവണ്ണമുള്ള സംഗീതജ്ഞാനം ഏട്ടനുണ്ടായിരുന്നു. ഒരുകാലത്ത് ഏട്ടൻ കേൾക്കാത്ത സംഗീതരംഗത്തെ പമുഖ ഗായകരോ-ഉപകരണ വിദ്വാന്മാരോ ഉണ്ടായിരുന്നില്ല. അത്രമാത്രം ദക്ഷിണ-ഉത്തരേന്ത്യൻ കച്ചേരികൾ ഏട്ടൻ നേരിട്ടുതന്നെ കേട്ടിട്ടുണ്ട്. സംഗീതശാസ്ത്ര--നിരൂപണഗ്രന്ഥങ്ങളും ഏട്ടന്റെ ആസ്വാദനശക്തി വളർത്താൻ സഹായകമായിട്ടുണ്ട്.

മുൻപു സൂചിപ്പിച്ചിരുന്ന പോലെ, തൊട്ട അയൽവീട്ടിലെ ഭാഗവതരുടെ പ്രഭാതം മുതൽ പ്രദോഷം വരെ നീളുന്ന സംഗീതാഭ്യസനവും സഹോദരിമാരുടെ നിത്യേനയുള്ള സംഗീതസാധകവും കേട്ടിരുന്ന ഞങ്ങൾക്ക് പാട്ട് പഠിക്കാതെതന്നെ കർണ്ണാടക സംഗീതലോകത്തിലെ വൈവിധ്യമാർന്ന ഗാനങ്ങളേയും രാഗ-താളങ്ങളേയും അടുത്തറിയാൻ കഴിഞ്ഞിരുന്നു. ഏട്ടന്റെ തൊട്ടുതാഴെയുള്ള അനുജത്തി – ആര്യാദേവിയെന്ന എന്റെ വല്ല്യോപ്പോൾ - പിൽക്കാലത്ത് തൃപ്പൂണിത്തുറ വനിതാ കഥകളി സംഘത്തിൽ വർഷങ്ങളോളം പാട്ടുകാരിയായി പ്രവർത്തിച്ചിട്ടുണ്ട് എന്നതും ഇവിടെ പ്രസ്താവയോഗ്യമാണ്..

ബാംഗളൂരിൽ റിസർച്ച് ചെയ്തിരുന്ന കാലത്ത് ഏട്ടൻ എഴുതിയിരുന്ന കത്തുകളിലെ പ്രതിപാദ്യം മുഖ്യമായും അവിടെ കേൾക്കാൻ കഴിഞ്ഞിരുന്ന കർണ്ണാടക-ഹിന്ദുസ്ഥാനി കച്ചേരികളുടെ വിവരണങ്ങളായിരുന്നു. അത്തരത്തിലുള്ള പല എഴുത്തുകളും ഇന്നും നമ്മുടെ കൈവശമുണ്ട്. ഇന്ത്യൻ ഇൻസ്റ്റിറ്റ്യൂട്ട് ഓഫ് സയൻസിന്റെ അധ്യക്ഷനും ഏട്ടന്റെ ഗൈഡുമായിരുന്ന ഡോ. ആർ.എസ്. കൃഷ്ണൻ കേരള യൂണിവേഴ്സിറ്റി വി.സി. ആയിരുന്നകാലത്ത് റിസർച്ച് സ്കോളർ ആയി രണ്ടു-മൂന്നു കൊല്ലക്കാലം ഏട്ടൻ തിരുവനന്തപുരത്തുണ്ടായിരുന്നു. നവരാത്രി മണ്ഡപക്കച്ചേരികളും കഥകളിയുമായിരുന്നു അക്കാലത്തെ പ്രധാന ചർച്ചാവിഷയം.

കർണ്ണാടക സംഗീത രാഗങ്ങളെ ഹിന്ദുസ്ഥാനി രാഗങ്ങളുമായി താരതമ്യം ചെയ്ത് രണ്ടു രാഗസ്വഭാവത്തെയും ഗാനശൈലികളെയും വിശകലനം ചെയ്യാൻ ഏട്ടന് വലിയ താല്പര്യമായിരുന്നു. പാശ്ചാത്യസംഗീതത്തെയും പറഞ്ഞും ആസ്വദിച്ചും കേൾക്കാറുണ്ട്. കർണ്ണാടകസംഗീതത്തിലെ രാഗവും മേളങ്ങളിലെ താളലയവും ഹരികഥയിലെ ഭക്തിയും സമന്വയിക്കുന്ന സമ്പ്രദായഭജനയുടെ വലിയ വക്താവുമായിരുന്നു അദ്ദേഹം. ഏട്ടന്റെ ഷഷ്ടിപൂർത്തിയോടനുബന്ധിച്ച് സ്വന്തം ഭവനത്തിൽ വെച്ച് അരങ്ങേറിയ, ആ രംഗത്ത് പ്രശസ്തനായ തഞ്ചാവൂർ ത്യാഗരാജഭാഗവതരും സംഘവും അവതരിപ്പിച്ച സമ്പ്രദായ ഭജന ഇവിടെ സ്മരണീയമാണ്.

അയ്യപ്പൻ തിയ്യാട്ട് കലാകാരൻ

അയ്യപ്പൻ തിയ്യാട്ട് പാരമ്പര്യമായി ചെയ്തുവരുന്ന ഒരു കുടുംബത്തിൽ ജനിച്ച ഏട്ടൻ വളരെ സ്വാഭാവികമായി കുട്ടിക്കാലത്തുതന്നെ അയ്യപ്പൻ തിയ്യാട്ട് പഠിച്ചിരുന്നു. ആദ്യമാദ്യം അച്ഛനെ സഹായിച്ചും പിന്നീട് സ്വന്തമായും അടിയന്തിരത്തീയ്യാട്ട് കഴിച്ചിരുന്ന ആദ്ദേഹം

ബാംഗ്ളൂരിൽ പോകുന്നതുവരേക്കും ദൈനംദിന ചുമതലയെന്നവണ്ണം ആ പ്രവൃത്തി നിർവ്വഹിച്ചിരുന്നു. ഇതിന്നിടയിൽ അമ്മാത്ത് മുത്തശ്ശന്റെ അടുത്ത് കഥാഭാഗമായ ശാസ്താവതാരം കൂത്തും കോമരനൃത്തത്തിന്റെ ചുവടുകളായ ഈടും കൂറും കളപ്രദക്ഷിണവും കളത്തിലാട്ടവും ഉപരിപഠനമെന്ന നിലയിൽ ചിട്ടയായി അഭ്യസിക്കുകയുണ്ടായി. അത്യാവശ്യം രംഗപരിചയവും കിട്ടിയിരുന്നു. മുത്തശ്ശന്റെ കൂടെ ചമ്രവട്ടത്തും അച്ഛന്റെ കൂടെ നാട്ടിലെ മറ്റു സമീപസ്ഥ ക്ഷേത്രങ്ങളിലും തിയ്യാട്ടിന്നു കോമരസ്ഥാനമുണ്ടായതും, മുളങ്കുന്നത്തുകാവുക്ഷേത്രത്തിൽ വെച്ച് തിയ്യാട്ടിനു കഥാഭിനയമുണ്ടായതുമെല്ലാം ഏട്ടന്റെ മധുരസ്മരണകളായിരുന്നു. അഞ്ചെട്ട് കിലോമീറ്റർ ദൂരെയുള്ള പുതുരുത്തി അയ്യപ്പൻകാവിലും സമീപമുള്ള ഇല്ലങ്ങളിലും ആദ്യം അച്ഛന്റെ കൂടെയും പിന്നീട് ഞങ്ങൾ അനുജന്മാർ ആരെങ്കിലുമായി ഏട്ടന്റെ ചുമതലയിലും തിയ്യാട്ടു കഴിച്ചിരുന്നു. അനുഭവമായി ലഭിക്കുന്ന നെല്ല്, അരി, നാളികേരം ഇത്യാദികൾ ചാക്കിൽ കെട്ടി ചുമടെടുത്ത് വിജനമായ വഴിയിലൂടെ കാൽനടയായുള്ള രാത്രിയാത്രയും ഓർത്ത് അയവിറക്കാൻ സുഖമുള്ളതായിരുന്നു.

ഗീത-നൃത്ത-വാദ്യ-ആലേഖ്യ-അഭിനയാദി സുകുമാരകലകൾ സമഞ്ജസമായി സമ്മേളിക്കുന്ന ഒരു അതിപ്രാചീന കേരളീയ അനുഷ്ഠാനകലാരൂപമാണ് അയ്യപ്പൻ തിയ്യാട്ട്. കളം, പാട്ട്, മുദ്രാഭിനയക്കൂത്ത്, കോമരനൃത്തം എന്നീ രംഗക്രിയകൾ വാദ്യപശ്ചാത്തലത്തിൽ അവതരിപ്പിച്ചുകൊണ്ടുള്ള തിയ്യാട്ട് സാമാന്യം ഭംഗിയായി അഭ്യസിച്ച് അവതരിപ്പിക്കാറായ ഒരാൾക്ക് കൂടിയാട്ടം, കഥകളി, താള-മേളങ്ങൾ തുടങ്ങിയ കലാരൂപങ്ങളിലേക്കും ഒരു അനായാസ പ്രവേശനമുണ്ട്. ഏട്ടനെ കലാമർമ്മജ്ഞനാക്കിയ ഒരു പ്രധാന ഘടകം മേല്പറഞ്ഞ തന്റെ കുലപ്രവൃത്തിയിലുള്ള അഭ്യസനവും രംഗപരിചയവുമാണെങ്കിൽ, മറ്റൊന്ന് മുളങ്കുന്നത്തുകാവുക്ഷേത്രത്തിന്റെ കനത്ത വാദ്യകലാപശ്ചാത്തലവുമാണ്.

ബാംഗളൂരിൽ പോയകാലം മുതൽ പത്തുപതിനഞ്ച് കൊല്ലക്കാലം ഏട്ടൻ തിയ്യാട്ടുരംഗം തികച്ചും വിട്ടിരുന്നു. പിന്നീട് പന്തീരായിരം തേങ്ങേറ്-ഉദയാസ്തമനക്കൂത്തുമടക്കമുള്ള വലിയ തിയ്യാട്ടു രംഗത്തേക്ക് ഏട്ടനെ സജീവമായി തിരിച്ചുകൊണ്ടുവന്നത് ഞാനാണ്. നല്ല കാൽസാധകമുണ്ടായിരുന്നിട്ടും കോമരസ്ഥാനം ചെയ്യാൻ പിന്നീട് മടിച്ചെങ്കിലും, കളമെഴുത്ത്, പാട്ട്, വാദ്യം എന്നീ രംഗങ്ങളിൽ ഏട്ടൻ തികച്ചും സജീവമായിരുന്നു. കളംപാട്ടിൽ കണ്ടെത്താവുന്ന പുറനീര, പാടി, കാനക്കുറിഞ്ഞി, സാമന്തമലഹരി പോലുള്ള

രാഗങ്ങളെ പാടിയും മൂളിയും പരിചയപ്പെടുത്തി, ആ ഗാനശൈലി യുടെ ആദിദ്രാവിഡബന്ധത്തേക്കുറിച്ച് എന്നെ ബോധവൽക്കരിച്ചത് ഏട്ടനാണ്. ഈടും കൂറിൽ വളരെ വിരളമായിക്കൊട്ടുന്ന പതിഞ്ഞ നാലുകോൽ ഈടിന്റെ വാക്ക്ാരിയും ചുവടുകളും പറഞ്ഞുതന്നതും ഏട്ടനാണ്. ഈടും കൂറുമെന്ന കോമരനൃത്തത്തിന്റെ ചെണ്ടയിലെ വലന്തലവാദ്യം കൊട്ടാൻ തക്കവരായി ആളില്ലെങ്കിൽ അദ്ദേഹ മാണ് പലപ്പോഴും കൊട്ടിയിരുന്നത്. പാട്ടും വാക്ക്ാരിക്കൊട്ടുമായി തിയ്യാട്ടിനെക്കുറിച്ചുള്ള ഏട്ടന്റെ സോദാഹരണപ്രഭാഷണങ്ങൾ ഏറെ വിജ്ഞാനപ്രദമായിരുന്നു. കേരള കലാമണ്ഡലത്തിൽ തിയ്യാട്ട് പഠനവിഷയമായ എം.എ. (കഥകളിച്ചെണ്ട) വിദ്യാർത്ഥികൾക്ക് ഏട്ടൻ ക്ലാസ്സെടുക്കാറുണ്ട്. തിയ്യാട്ടു രംഗത്തെ സൈദ്ധാന്തികനമാ യിരുന്നു അദ്ദേഹം. കേരളത്തിലങ്ങോളമിങ്ങോളമുള്ള തിയ്യാട്ടുവേ ദികളിലും ചെന്നൈ, ബംഗളൂരു, ഹൈദരാബാദ്, സെക്കന്തരാബാദ് തുടങ്ങിയ പുറംവേദികളിലരങ്ങേറിയ തിയ്യാട്ടുകളിലും ഏട്ടൻ സംഘാംഗമായി പങ്കെടുത്തിട്ടുണ്ട്.

മുൻകാലത്ത് പഞ്ചവാദ്യമടക്കം മേളങ്ങൾക്കും തായമ്പകക്കും ഏട്ടൻ ഇലത്താളം കൊട്ടാൻ കൂടാറുണ്ടായിരുന്നു. മേളങ്ങൾക്ക് വലന്തലയിൽ താളവും കൊട്ടാറുണ്ട്.

കേരളീയ വാദ്യമർമ്മജ്ഞൻ

കലയുടെ ആഴങ്ങളിലേക്ക് ഇറങ്ങുന്നതോടൊപ്പം അവയുടെ ആത്മാവിനെ കണ്ടെത്തി കലാസൗന്ദര്യം ആസ്വദിച്ചിരുന്ന വ്യക്തിയായിരുന്നു ഏട്ടൻ. കലാകാരന്മാരെ ഇഷ്ടപ്പെടുമ്പോഴും, ഏതു കലാരൂപങ്ങളേയും വ്യക്തിനിഷ്ഠമാകാതെ വസ്തുനിഷ്ഠമായി ക്കാണാനായിരുന്നു അദ്ദേഹം എന്നും താൽപ്പര്യപ്പെട്ടിരുന്നത്. പഞ്ചാരി-പാണ്ടി-പഞ്ചവാദ്യം പോലുള്ള കേരളീയ വാദ്യകലകളുടെ താള-മേള ഘടനയുടെ കയ്യും കണക്കും ശാസ്ത്രരീത്യാ വിശകലനം ചെയ്ത് ആ നാദഗോപുരങ്ങളുടെ ദൃശ്യ-ശ്രാവ്യ-സൗന്ദര്യത്തെ ഏട്ടനോളം അറിഞ്ഞ് ആസ്വദിച്ചിരുന്ന മറ്റൊരാളെ എളുപ്പം കാണാനാവില്ല. ഗണിതശാസ്ത്രത്തിൽ എന്നും നൂറിൽ നൂറ് മാത്രം വാങ്ങിയിട്ടുള്ള ഏട്ടന് മേളങ്ങളിലെ താളവട്ടങ്ങളും ഖണ്ഡവിഭ ജനങ്ങളും നടമാറ്റങ്ങളും പരസ്പരബന്ധങ്ങളും വൈജാത്യങ്ങളും കണക്കിലെ കളിക്കുട്ടിയായിരുന്നു. കാലമിടുന്നതുമുതൽ ഏതു മേളമായാലും ഏട്ടനത് അനായാസേന ഹൃദിസ്ഥമാകുമായിരുന്നു. ഏറെ സങ്കീർണ്ണമായ പഞ്ചവാദ്യം കാലമിടുന്നതും കാലം താഴ്ത്തി ഒന്നാംകാലത്തിലെത്തി 896 അക്ഷരകാലകണക്കിലുള്ള വലുതും

ചെറുതുമായ താളവട്ടഖണ്ഡങ്ങൾ മാത്രതെറ്റാതെ ഏട്ടൻ തിമിലയുടേയോ മദ്ദളത്തിന്റെയോ (കേൾവി)ഭാഷയിലോ എല്ലാം കൂടിയുള്ള ശബ്ദഭാഷയിലോ വായ്ത്താരിയായി കൊട്ടുമായിരുന്നു. കൊമ്പിന്റെയോ ഇലത്താളത്തിന്റെ ശബ്ദഭാഷയിൽ വേണമെങ്കിലും ഏട്ടനതിനു വിഷമമില്ല. ത്രിപുടവട്ടത്തിനപ്പുറം പഞ്ചവാദ്യത്തിലെ 56 അക്ഷരകാലത്തിലുള്ള മുറുകിയ ചെമ്പടവട്ടക്കാലം അറിഞ്ഞാസ്വദിക്കുന്നവരെത്ര പേരുണ്ടാകുമെന്ന എ.എസ്.എൻ. നമ്പീശൻമാഷടെ ചോദ്യം ഓർക്കുമ്പോഴാണ് ഏട്ടനിലെ ആസ്വാദകതലത്തിന്റെ വലിപ്പം മനസ്സിലാവുക. പഞ്ചാരിയും മറ്റു കനിഷ്ഠമേളങ്ങളും പാണ്ടിയും തായമ്പകയും അവയിലെ കൂറുകളും ഏട്ടന് മേല്പറഞ്ഞവിധം കരതലാമലകം തന്നെയായിരുന്നു.

ആവർത്തനം വിരസമാണെന്ന ചൊല്ലിനെ താളം നിരാകരിക്കുന്നുവെന്നും താളാത്മകമായ ആവർത്തനം ആകർഷകമാണെന്നും ചാക്രികമായതെല്ലാം അനാദിയുമാണെന്ന ഏട്ടന്റെ മേളവിഷയത്തിലുള്ള ആസ്വാദനനിരീക്ഷണം ഏറെ ശ്രദ്ധേയമാണ്. നിയതവും താളാത്മകവും ചാക്രികവുമായി ആവർത്തിക്കുന്ന പ്രകൃതിയിലെ കാലവട്ടങ്ങളുടെ പുനഃസൃഷ്ടിയായാണ് ആവർത്തിച്ചുകൊട്ടുന്ന മാറ്റമില്ലാത്ത താളവട്ടങ്ങളിലൂടെ പടുത്തുയർത്തുന്ന മേളഗോപുരങ്ങളെ അദ്ദേഹം നോക്കിക്കണ്ടിരുന്നത്. സൂര്യനും ചന്ദ്രനും സഹ്യപുത്രന്മാരും ഫലവൃക്ഷങ്ങളും തോരണാലങ്കാരങ്ങളും പുരുഷാരവും ദേവസാന്നിദ്ധ്യത്തിൽ ഒന്നിക്കുന്ന മേളങ്ങളിൽ കേവലപ്രകൃതിയിലെ എല്ലാ ദൃശ്യ-ശ്രാവ്യസൗന്ദര്യങ്ങളും ഏട്ടൻ ദർശിക്കുന്നു.

വ്യത്യസ്ത ഭാഷ സംസാരിക്കുന്ന രണ്ടുകൂട്ടർ (തിമിലയും മദ്ദളവും) അതല്ലാത്ത മറ്റു രണ്ടു ഭാഷ മാത്രം സംസാരിക്കുന്ന ഓരോ സംഘത്തെ പിൻനിർത്തി (കൊമ്പും ഇലത്താളവും) അന്യോന്യം പരിചയപ്പെട്ട്, അവനവന്ന് സ്വാധീനമുള്ള ഭാഷയിൽ പരസ്പരം സൗമ്യമായി സംസാരിക്കുന്നതിനിടയിൽ തമ്മിൽതെറ്റി തല്ലുകൂടി തലപൊളിച്ച അഞ്ചാമതൊരുഭാഷ മാത്രം സംസാരിക്കാൻ കഴിയുന്നൊരാളുടെ (ഇടയ്ക്ക) മദ്ധ്യസ്ഥതയിൽ സന്ധിയാകുന്ന പഞ്ചവാദ്യത്തിന്റെ കൗതുകകരമായ സ്വഭാവം ഏട്ടൻ പറയാറുള്ളതാണ്. മേരുസമാനമായ പഞ്ചവാദ്യത്തിന്റെ വലിപ്പത്തിലും ഘടനയിലും ഏട്ടന് എക്കാലവും ഭ്രമമായിരുന്നു. എങ്കിൽത്തന്നെയും, സൗന്ദര്യദൃഷ്ട്യാ ഏട്ടന് ഏറ്റവും ഇഷ്ടപ്പെട്ട മേളം ഏണം കോണും ചിട്ടയുമൊത്ത, ഒരു കരടും തടയാത്ത വർണ്ണമട്ടിലുള്ള പഞ്ചാരിയാണ്. പെരുമനം ഗ്രാമോത്സവം, കുട്ടനെല്ലൂർ-തൃശ്ശൂർ പൂരങ്ങൾ, തൃപ്പൂണിത്തുറ-ഇരിങ്ങാലക്കുടെ

ഉത്സവങ്ങൾ എന്നിവയായി ബന്ധപ്പെട്ട മേളങ്ങളിലായിരുന്നു ഏറെ താല്പര്യം. അവയിൽത്തന്നെ, കുട്ടനെല്ലൂർ-പെരുവനം-ആറാട്ടുപുഴ, പാറമേക്കാവിന്റെ ഇലഞ്ഞിത്തറ-രാത്രിപ്പഞ്ചവാദ്യം എന്നീ മേളങ്ങളായിരുന്നു ദൃശ്യ-ശ്രാവ്യഭംഗിയിൽ (തിരുവമ്പാടിയുടെ മഠത്തിൽവരവും എടക്കുന്നി പഞ്ചാരിയും മറന്നുകൊണ്ടല്ല) അദ്ദേഹം ഏറ്റവും മികച്ചതായിക്കണ്ടിരുന്നത്. എതിരില്ലായ്മയിൽ ഇലഞ്ഞിത്തറയും (ശ്രീമൂലസ്ഥാനത്തെ പഴംപൂരത്തിന്റെ മേളങ്ങളും) ആറാട്ടുപുഴയും പെരുവനം പഞ്ചാരിയും മീതേ വരാമെങ്കിലും സൗന്ദര്യദൃഷ്ടിയിൽ മേളങ്ങളിലെ ഉദാത്തസൌന്ദര്യമായി (TRUE ക്ലാസ്സിക്കൽ എന്നും) അദ്ദേഹം വിശേഷിപ്പിച്ചിരുന്നത് പൂർണ്ണചന്ദ്രൻ തിലകംതൊട്ടരൂപത്തിൽ സാക്ഷിയാവുന്ന പ്രകൃതിയുടെ സൗന്ദര്യം അപ്പാടെ ആവാഹിച്ച് രാത്രിയുടെ നിശ്ശബ്ദയാമങ്ങളിൽ അരങ്ങേറുന്ന കുട്ടനെല്ലൂർ പഞ്ചാരിയാണ്. കുളിച്ച് ശുദ്ധമായി ഈറനായിനിന്നു കേൾക്കേണ്ട മേളമെന്നാണ് ഈ സാത്വികമേളത്തെ ഏട്ടൻ എക്കാലത്തും വിശേഷിപ്പിച്ചിരുന്നത്. ഏട്ടൻ കല്പിച്ച ഈ വിശേഷണം പലരും പിന്നീട് മേളചർച്ചകളിൽ ഉദ്ധരിച്ചു കേട്ടിട്ടുണ്ട്. 30--35 കൊല്ലത്തോളം ഏട്ടൻ ഈ മേളത്തിനു മുടക്കമില്ലാതെ പോയിരുന്നു. പല കനത്ത മേളാസ്വാദകരെയും കുട്ടനെല്ലൂർ, പെരുവനം, ആറാട്ടുപുഴ പോലുള്ള മേളങ്ങൾ നേരിൽക്കണ്ടുപരിചയപ്പെടുത്താൻ ക്ഷണിച്ചു കൂടെക്കൊണ്ടുപോകാറുണ്ട്.

കാല്പനികസ്വഭാവമേറിയതും ചെണ്ടയിലെ അവതരണസാധ്യത പൂർണ്ണമായും പ്രകടമാവുന്ന തായമ്പകയും ഏട്ടന്റെ ഇഷ്ടവിഷയം തന്നെ. തായമ്പകയിലെ മലമക്കാവ്-പാലക്കാട്-വടക്കൻ ശൈലികളും ഏട്ടൻ ഒന്നിനൊന്നു മീതെയായി കണ്ടിരുന്നു. മലമക്കാവിന്റെ ശില്പഭംഗിയേറിയ പതികാലവും പഞ്ചാരി-ചമ്പക്കൂറുകളും പാലക്കാടിന്റെ പതിഞ്ഞ അടന്തക്കൂറും എതിരില്ലാത്ത ആസുരമായ ഇരികിടയും ഒരുപോലെ ഇഷ്ടപ്പെട്ടുമ്പോഴും മലമക്കാവ് ശൈലിയോടായിരുന്നു ഏട്ടന് കൂടുതൽ പ്രതിപത്തി. ശില്പസൗന്ദര്യം നഷ്ടപ്പെടുത്തി തനി കഴിവുകാണിക്കലായിമാറി സർക്കസ് തലത്തിലെത്തുന്ന ഇന്നത്തെ തായമ്പകയെ സമീപകാലത്തു ഏട്ടൻ കടുത്തരൂപത്തിൽ വിമർശിക്കാറുണ്ട്. തായമ്പകക്കാർ മേളത്തിന്റെ ചിട്ടയും ശില്പഭംഗിയും മേളക്കാർ തായമ്പകക്കാരുടെ കഴിവും അന്യോന്യം അറിഞ്ഞാർജ്ജിക്കേണ്ടതാണെന്ന് അദ്ദേഹം പറയാറുണ്ട്.

പല്ലാവൂർ പുരസ്കാരജേതാവിനെ തെരഞ്ഞെടുക്കുന്ന ജൂറി അംഗമായും അദ്ധ്യക്ഷനായും വർഷങ്ങൾ ഏട്ടൻ പ്രവർത്തിച്ചിട്ടുണ്ട്.

കലാമണ്ഡലം, സംഗീത നാടക അക്കാദമി തുടങ്ങിയ സ്ഥാപനങ്ങളടക്കം പല കലാസംഘടനകളുടേയും ആഭിമുഖ്യത്തിൽ അരങ്ങേറിയിട്ടുള്ള പഞ്ചവാദ്യ-താള-മേള-കഥകളി ചർച്ചകളിലും ഏട്ടൻ പ്രബന്ധമവതരിപ്പിച്ചും മോഡറേറ്റർ ആയും അല്ലാതെയും പങ്കെടുത്തിട്ടുണ്ട്. കാലടി പഞ്ചവാദ്യ ആസ്വാദകസംഘം നൽകി വരുന്ന വെങ്കിച്ചൻസ്വാമി സുവർണ്ണ പുരസ്കാരം ഏട്ടന് ലഭിച്ചിരുന്നു.

കളിഭ്രാന്തൻ

കഥകളിയുടെ സമഗ്രമേഖലകളിലും ആഴത്തിൽ ഇറങ്ങാൻ കെല്പുള്ള നല്ലൊരു കളിഭ്രാന്തനായിരുന്നു ഏട്ടൻ. ദൃശ്യാംശത്തേക്കാൾ ശ്രാവ്യാംശത്തിനും, നാടകീയതയ്ക്കും കാല്പനികതത്വത്തേക്കാൾ നൃത്യത്തിനും സങ്കേതഭദ്രമായ ചിട്ടക്കും ചലനഭംഗിക്കും ഊന്നൽ നൽകിയിരുന്ന അദ്ദേഹം സ്വാഭാവികമായും വടക്കൻചിട്ടയുടെ ആസ്വാദകനായിരുന്നു. ചിട്ടപ്രധാനമായ കോട്ടയം കഥകൾ, സുഭദ്രാഹരണം, രാവണവിജയങ്ങൾ, ഉത്ഭവം, നരകാസുരവധം തുടങ്ങിയ കഥകളോടായിരുന്നു ഏറെ ആഭിമുഖ്യം. കഥകളിയുടെ ആസ്വാദനതലം ഈ വിധം ചിട്ടപ്രധാനമായ വടക്കനായിട്ടും കത്തിവേഷവിഷയത്തിൽ ഏട്ടൻ തനി തെക്കൻ (കപ്ലിങ്ങാടൻ) ശൈലിയുടെ ആസ്വാദകനായിരുന്നു എന്നത് വിരോധാഭാസമായി തോന്നാം. വടക്കൻ കത്തിവേഷങ്ങൾ കഥാപാത്രത്തിനോട് കൂടുതൽ അടുക്കുമ്പോൾ, തെക്കൻ കത്തികൾ കത്തിവേഷത്തിന്റെ ഭാവഹാവാദികളോട് കൂടുതൽ നീതിപുലർത്തുന്നതായാണ് ഏട്ടൻ പറയാറുള്ളത്. ഇനി എന്താണ് കത്തിവേഷത്തിന്റെ ഭാവം എന്നൊരാൾ ചോദിച്ചാൽ, മടവൂർ വാസുദേവൻനായരുടെ കത്തിവേഷത്തിന്റെ തിരനോട്ടവും മുഖത്തുവരുന്ന ചേഷ്ടകളും ഭാവങ്ങളും അലർച്ചയും അംഗചലനങ്ങളും അഭിനയരീതികളുമെന്നായിരിക്കും ആദ്ദേഹത്തിന്റെ എളുപ്പത്തിലുള്ള ഉത്തരം. ഒരു മടവൂരിലൊതുങ്ങിയതല്ല ഏട്ടന്റെ തെക്കൻ കത്തിവേഷഭ്രമം. ചെങ്ങന്നൂർ രാമൻ പിള്ള, പള്ളിപ്പുറം ഗോപാലൻ നായർ, ഹരിപ്പാട്ട് രാമകൃഷ്ണപ്പിള്ള, മങ്കൊമ്പ് ശിവശങ്കരപ്പിള്ള, ചെന്നിത്തല ചെല്ലപ്പൻ പിള്ള, കലാമണ്ഡലം കൃഷ്ണൻനായർ (വടക്കനായ കൃഷ്ണൻനായർക്ക് തെക്കൻ സ്വാധീനമുണ്ടായിരുന്നു) തുടങ്ങി എല്ലാ തെക്കൻ കത്തി വേഷങ്ങളേയും ഏട്ടൻ ഏറെ ഭ്രമിച്ചിരുന്നു. തന്റെ സങ്കല്പത്തിലുള്ള കത്തിയുടെ തിരനോട്ടവും അലർച്ചയും ഭാവഹാവാദികളും, തെക്കരേക്കാൾ മെയ്യും കണക്കൊത്ത ചിട്ടയും മറ്റെല്ലാ നൃത്യസൌന്ദര്യങ്ങളുമൊന്നിക്കുന്നവരെങ്കിൽപ്പോലും, വടക്കരിൽ ഒരിക്കലും കാണാനാവില്ലെന്ന് ഏട്ടൻ പറയാറുണ്ട്. ഈ

തെക്കൻഭ്രമം പക്ഷേ കത്തിവേഷത്തിൽ മാത്രമൊതുങ്ങിയതായിരുന്നു എന്നതാണ് വസ്തുത.

പതിഞ്ഞ പദങ്ങൾ, പതിഞ്ഞ ഇരട്ടി, 'അഞ്ചു കിടതകധീംതാം' പോലുള്ള പ്രവേശനങ്ങൾ, തപസ്സാട്ടം, മേളപ്പദം, പതിഞ്ഞ വട്ടം വെച്ച കലാശങ്ങൾ, കൂട്ടക്കലാശം, തോങ്കാരം തുടങ്ങി സൗഗന്ധികത്തിലെ പതിഞ്ഞപദമാടുന്ന ഭീമൻ, 'സലജ്ജോഹ'ത്തിന്നിരിക്കുന്ന അർജ്ജുനൻ, കിർമ്മീരവധത്തിലെ ധർമ്മപുത്രർ, വിജയങ്ങളിൽ രാവണന്മാർ, ചെറിയ നരകാസുരൻ, കാലകേയവധത്തിലെ ഉർവ്വശി, മറ്റു ലളിതമാർ-പെൺകരികൾ, വടക്കൻ രാജസൂയത്തിലെ ശിശുപാലൻ, തെക്കൻ രാജസൂയത്തിലെ ജരാസന്ധൻ, ബാണന്റെ ഗോപുരവർണ്ണന, 'ചെന്താർബാണമണിച്ചെപ്പും' (ബകവധം), മാലയിടൽ (സുഭദ്രാഹരണം), തോരണയുദ്ധത്തിലെ ഹനുമാൻ, ബാലിവധത്തിലെ ബാലി തുടങ്ങിയ കഥകളിയിലെ ചിട്ടപ്രധാനമായ സങ്കേതങ്ങളും വേഷങ്ങളും സന്ദർഭങ്ങളും ഏട്ടന് എന്നും ഭ്രമമായിരുന്നു. ആട്ടക്കഥകളിൽ സാഹിത്യപരമായി ഏറ്റവും ഇഷ്ടപ്പെടുന്ന നളചരിതത്തിലെ പല രംഗങ്ങളും ഏട്ടന് തികച്ചും പ്രിയപ്പെട്ടതായിരുന്നുവെങ്കിലും നൃത്യാംശത്തിന്റെ കുറവുകൊണ്ടായിരിക്കാം, അവ പാടിക്കേൾക്കാനായിരുന്നു കൂടുതൽ ഇഷ്ടം.

കഥകളിസംഗീതത്തിൽ എത്രകേട്ടാലും മതിവരാത്ത രാഗം ഏതെന്നു ചോദിച്ചാൽ 'പാടി'രാഗമെന്നായിരിക്കും ഏട്ടന്റെ ഉടനെയുള്ള മറുപടി. സംഗീതലോകത്തിന്ന് കേരളം നൽകിയ ഉജ്ജ്വല സംഭാവനയാണ് പാടിരാഗമെന്ന് ആദ്ദേഹം കരുതുന്നു. കളംപാട്ടിലും (കേശാദിപാദം-ഘനസംഘം) സോപാനത്തും ഭക്തിരസപ്രധാനമായിപ്പാടുന്ന പാടിരാഗം കത്തിവേഷത്തിന്റെ ശൃംഗാരപദരാഗമായിമാറുമ്പോഴുള്ള ഭാവമാറ്റം ഭംഗിയായി പാടാറുണ്ട്. കഥകളിയിൽ 56-32 അക്ഷരകാലങ്ങളിൽ, നാലുകളചൗക്കത്തിൽ അടന്ത-ചെമ്പട താളങ്ങളിലും മറ്റും പാടിവരുന്ന പ്രശസ്തങ്ങളായ പാടി-ശങ്കരാഭരണം-തോഡി-കാംബോജി രാഗങ്ങളിലുള്ള പതിഞ്ഞപദങ്ങൾ ചേങ്ങിലയിൽ താളംപിടിക്കുന്ന രീതിയിൽ, ഉണ്ണികൃഷ്ണക്കുറുപ്പിനേയും മാടമ്പിയേയും മറ്റും അനുകരിച്ച് നല്ല രാഗഭാവത്തിൽ ഏട്ടൻ പാടുമായിരുന്നു. ഇവകൂടാതെ, കാനക്കുറുഞ്ഞി, നവരസം, പുറനീര, ഇന്ദളം, സാമന്തമലഹരി, ഘണ്ടാരം തുടങ്ങിയ കേരളീയരാഗങ്ങളും യദുകുലകാംബോജി, ദ്വിജാവന്തി, മാരധനാശി, സുരുട്ടി, മദ്ധ്യമാവതി, സൗരാഷ്ട്രം, ദർബാർ എന്നിങ്ങനെയുള്ള പല പല രാഗങ്ങളും ഏട്ടന്റെ നാവിൻതുമ്പിൽ സദാസമയവും തത്തിക്കളിക്കുമായിരുന്നു.

കർണ്ണാടകസംഗീതം കൂടുതൽ കേൾക്കുമ്പോഴും നളചരിതം പോലുള്ള കഥകളിപ്പദങ്ങളായിരുന്ന അദ്ദേഹത്തിന്റെ നാവിൽനിന്ന് കൂടുതൽ കേട്ടിരുന്നത്.

കുട്ടനെല്ലൂർ-പെരുവനം-ആറാട്ടുപുഴ-ഇലഞ്ഞിത്തറ മേളങ്ങൾ, നവരാത്രിമണ്ഡപക്കച്ചേരി, കാലകേയവധത്തിലെ അർജ്ജുനൻ, ഉർവ്വശി, സൗഗന്ധികത്തിലെ ഭീമൻ, തപസ്സാട്ടത്തിലെ രാവണൻ, ചെറിയ നരകാസുരൻ തുടങ്ങി, ഇങ്ങേയറ്റത്ത് ആതിരനിലാവിൽ 'മംഗലയാതിര' പാടിക്കളിക്കുന്ന മലയാളമങ്കമാരുടെ കുലീനമായ ശാലീനസൗന്ദര്യത്തെയും ഏട്ടൻ മലനാടിന്റെ തികഞ്ഞ മാന-പ്രതിബിംബങ്ങളായി കണ്ടിരുന്നു. അതിൽത്തന്നെ പക്ഷേ കേരളത്തിന്റെ ആത്മാവിനെ മുഴുവനായും സ്പർശിക്കുന്ന മാനബിംബങ്ങളായി ഏട്ടൻ കരുതുന്ന ആദ്യസ്ഥാനങ്ങൾ മുഴുവൻ മേളങ്ങൾക്കുള്ളതായിരുന്നു. മരണശേഷം ഏട്ടന്റെ ആത്മാവ് മൂന്നായിതീർന്ന് പഞ്ചാരി മുഴങ്ങുന്ന കുട്ടനെല്ലൂർ നടവഴിയിലും, ശുദ്ധധന്യാസി ആലപിക്കുന്ന നവരാത്രി മണ്ഡപത്തിലും, പാടിരാഗവും സുരുട്ടിയും ("മാതലേ നിശമയ'/പുഷ്ക രവിലോചന) പാടുന്ന കഥകളിവേദിയിലും അലഞ്ഞുതിരിയുമെന്നു പറഞ്ഞിരുന്ന ഏട്ടന്റെ ആ വാക്കുകളിൽതന്നെ തന്റെ സ്വത്വവും പ്രതിഫലിച്ചിരുന്നു. കുറുക്കുകാളനും കടുമാങ്ങയും കുട്ടനെല്ലൂരും പാടിരാഗവും അനുഭവിക്കാൻ സുകൃതം വേണം എന്നായിരുന്നു ആദ്ദേഹത്തിന്റെ പക്ഷം.

കലാ-സംഗീത-സാഹിത്യരംഗങ്ങളിൽ ഏട്ടനിലെ ആസ്വാദകനുള്ള ആഴം വിളിച്ചോതുന്ന മൂന്നു സന്ദർഭങ്ങൾ (അഥവാ സംഗതികൾ) ഇവിടെ ഓർമ്മ വരുന്നു.

കഥാപാത്രത്തിന്റെ മനോവ്യാപാരത്തെ പ്രേക്ഷകർക്ക് അനുഭവവേദ്യമാകുംവിധം വേഷം വാദ്യപശ്ചാത്തലത്തിൽ 'പതിഞ്ഞ കിടതകധീംതാ'മിൽ തുടങ്ങി കിടതകധീംതാം ഒന്നൊന്നായി കാലംകേറ്റി നൃത്യരൂപേണ ചുവടുവെച്ച് രംഗത്തെത്തുന്ന കഥകളിയിലെ ഒരു സവിശേഷമായ പ്രവേശനരീതിയാണ് 'അഞ്ചു കിടതകധീംതാം'. കലാമണ്ഡലത്തിലെ ഒരു കഥകളിചർച്ചയിൽ പങ്കുകൊണ്ട്, മുതിർന്ന ആശാന്മാർ ഉപവിഷ്ടരായ അഭിജാതസദസ്സിനു മുമ്പാകെ ആ സങ്കേതഭദ്രമായ പ്രവേശനരീതിയുടെ വാദ്യപ്രയോഗത്തിന്റെ വായ്ത്താരി ആസ്വാദകഭാഷയിൽ ചൊല്ലി ഏട്ടൻ വിശദീകരിച്ചിരുന്നു.

വർഷങ്ങൾക്കു മുമ്പ് തൃശ്ശൂർ സംഗീതസഭയുടെ ശെമ്മങ്കുടി ശ്രീനിവാസയ്യർ അനുസ്മരണത്തിന് അത് നിർവഹിക്കാമെന്നേറ്റിരുന്ന ശിഷ്യനായ പ്രസിദ്ധ സംഗീതജ്ഞന് ആകസ്മികമായ എന്തോ

കാരണത്താൽ എത്താനായില്ല. മറ്റു മാർഗ്ഗമില്ലാത്തതിനാൽ സംഘാടകർ ശ്രോതാവായി എത്തിയിരുന്ന ശെമ്മങ്കുടിഭ്രാന്തനായ ഏട്ടനെ അനുസ്മരണപ്രഭാഷണത്തിന്നായി നിർബന്ധിക്കുകയായിരുന്നു. എത്ര ഒഴിഞ്ഞുമാറിയിട്ടും സമ്മതിക്കാത്ത സംഘാടകരുടെ നിർബന്ധത്തിനു വഴങ്ങേണ്ടിവന്ന ഏട്ടൻ ആ പ്രൗഢസദസ്സിനുമുമ്പാകെ ഒരു തയ്യാറെടുപ്പുപോലുമില്ലാതെ കർണ്ണാടകസംഗീതലോകത്തെ ഭീഷ്മപിതാമഹന്റെ സ്വരപ്രസ്താരത്തെയും ശൈലിയേയും സംഭാവനയേയും പണ്ഡിതോചിതമായ രീതിയിൽ, സംഘാടകരേയും അത്ഭുതപ്പെടുത്തുമാറ്, അനുസ്മരണപ്രഭാഷണം നടത്തുകയുണ്ടായി .

മലയാള ആഖ്യായികാകാരന്മാരിൽ ഏട്ടന് ഏറ്റവും ഇഷ്ടവും ബഹുമാനവുമായിരുന്ന, സാഹിത്യരംഗത്തേയും കഥകളിരസികന്മാരിലേയും മുമ്പനായിരുന്ന, സി.വി. രാമൻപിള്ളയുടെ ധർമ്മരാജയെന്ന ചരിത്രാഖ്യായികയിലെ '----അടിയൻ-------അടിയൻ' എന്നവസാനിക്കുന്ന ഭരതവാക്യത്തെ കഥകളിക്കൊട്ടിലെ ധനാശിക്കൊട്ടിന്റെ സാഹിത്യ-വാങ്മയരൂപമായാണ് ആദ്ദേഹം കണ്ടിരുന്നത്. അവയിൽ ഏട്ടൻ കണ്ട, മറ്റാരും ചൂണ്ടിക്കാണിച്ചുകണ്ടിട്ടില്ലാത്ത സാമ്യം - ആ വാക്യ-വാദ്യപ്രയോഗങ്ങളിൽ അനുഭവപ്പെടുന്ന ശബ്ദസാദൃശ്യം - എന്നെ അത്ഭുതപ്പെടുത്തുന്നു.

ആദ്യ രണ്ടുരംഗങ്ങളിൽ കാണിച്ച ഏട്ടന്റെ ചങ്കൂറ്റത്തേയും ശബ്ദസാദൃശ്യത്തിലെ സൌന്ദര്യദർശനത്തേയും ഏറെ ആദരത്തോടെ മാത്രമേ എനിക്ക് സ്മരിക്കാനാകൂ..

അനുഷ്ഠാനകലയായ കൃഷ്ണനാട്ടം കാണാൻ ലഭിക്കുന്ന ഒരവസരവും ഏട്ടൻ കളയാറില്ല. പദമാടുമ്പോൾ ഇരുഭാഗത്തേക്കും നൃത്തഹസ്തത്തോടെ കൈചലിപ്പിച്ചു മുഖ്യവേഷത്തോടൊപ്പം കൂട്ടുവേഷങ്ങളും പങ്കുചേരുമ്പോഴുണ്ടാവുന്ന കൃഷ്ണനാട്ടത്തിലെ ചലനഭംഗി കഥകളിയെ അതിശയിക്കുന്നതാണെന്ന് അദ്ദേഹം പറയാറുണ്ട്. അതുപോലെത്തന്നെ, കഥകളിയിൽ നൃത്തവും ഭക്തിയുമുണ്ടെങ്കിലും കൃഷ്ണനാട്ടമായി താരതമ്യം ചെയ്യുമ്പോൾ ആ രണ്ടു വിഷയങ്ങളിലും കഥകളി വളരെ പിന്നിലാണെന്നു പറയേണ്ടിവരുമെന്നും അഭിപ്രായപ്പെട്ടിരുന്നു. കൃഷ്ണനാട്ടത്തിലെ 'മുല്ലപ്പൂച്ചുറ്റൽ' എന്ന അലൗകികമായ നൃത്തവിശേഷത്തെ അനുഷ്ഠാനനൃത്തസൗന്ദര്യത്തിന്റെ അവസാനവാക്കായാണ് അദ്ദേഹം കണ്ടിരുന്നത്..

ഇപ്പറഞ്ഞതൊന്നുമല്ലാതെ പല നാടൻ കലാരൂപങ്ങളിലും ഏട്ടന് അവഗാഹമുണ്ടായിരുന്നു. കൈകൊട്ടിക്കളിപ്പാട്ടുകളും ഭംഗിയായി പാടാറുണ്ട്. 'നന്ദനന്ദനൻ ഗോവിന്ദൻ' പോലുള്ള ഒറ്റപ്പാട്ടുകളും

കുമ്മിയും കുറത്തിയും 'മംഗലയാതിര'യും'ആ വന്നേരി നാട്ടിൽ ...' ഇത്യാദി അപൂർവമായ നാടൻ പാട്ടുകളും പാടുമ്പോൾ ഗതകാലസ്മൃതിയിൽ, അവ ഭംഗിയായി പാടിയിരുന്ന അമ്മയേയും മറ്റും ഓർത്ത്, ഏട്ടന്റെ കണ്ണ് ഈറനണിയുമായിരുന്നു എന്ന് എനിക്കറിയാം. സോപാനസംഗീതം, പാനപ്പാട്ട്, പുള്ളുവൻപാട്ട്, തുയിലുണർത്തു പാട്ട് എന്നിവ കേൾക്കാൻ ഇഷ്ടപ്പെട്ടിരുന്ന മറ്റു ചില ഗാനശാഖകളാണ്.

കനത്ത സ്വന്തം ഗ്രന്ഥശേഖരം

ഒഴിവുദിനങ്ങളിൽ നല്ലൊരു സമയം ഏട്ടൻ ചെലവിട്ടിരുന്നത് ഗഹനങ്ങളായ ശാസ്ത്ര-സാഹിത്യ-കലാ ഗ്രന്ഥങ്ങളുടെ വായനക്കായിരിക്കും. തന്റെ മുഴുവൻ താല്പര്യങ്ങളും പ്രകടമാവുന്ന, ലക്ഷങ്ങൾ വിലമതിക്കുന്ന വൈവിധ്യമാർന്ന ഗ്രന്ഥശേഖരം ഏട്ടന്റേതായിട്ടുണ്ട്. അവയിലൂടെ ഒന്ന് കണ്ണോടിച്ചാൽ വായനയുടെ ആഴവും പരപ്പും താല്പര്യങ്ങളും മനസ്സിലാക്കാനാവും. അതിൽ പകുതിയോളവും പ്രശസ്തരായ പല നോബേൽ ജേതാക്കളുടെയടക്കമുള്ള തനിക്കേറ്റവുമിഷ്ടപ്പെട്ട ശാസ്ത്രഗ്രന്ഥങ്ങളാണ്. കേരളീയവും ഭാരതീയവു(സംസ്കൃതവും)മായ വൈവിധ്യമാർന്ന ശാഖകളിലെ പുസ്തകങ്ങൾക്ക് പുറമെ ഷേക്സ്പിയർ, ടോൾസ്റ്റോയ്, വിക്റ്റർ യൂഗോ, ദസ്തയേവ്സ്കി എന്നിവരിൽ തുടങ്ങി ഇംഗ്ലീഷ്, ഫ്രഞ്ച്, സ്പാനിഷ്, ജർമ്മൻ, റഷ്യൻ, ലാറ്റിൻ അമേരിക്കൻ അടക്കമുള്ള പാശ്ചാത്യവും പൗരസ്ത്യവുമായ, ലോകസാഹിത്യത്തിലെ പ്രശസ്തങ്ങളായ പുസ്തകങ്ങളും ധാരാളമായി അതിൽ കാണാനാകും. ഏട്ടന്റെ പുസ്തകാഭിപ്രായം തികച്ചും ആധികാരികമായിരുന്നു. മൂന്നു തവണകളായി മാസങ്ങൾ നീണ്ട അമേരിക്കൻ യാത്ര നടത്തിയിട്ടുള്ള തന്റെ യാത്രാനുഭവങ്ങൾ സഞ്ചാരക്കുറിപ്പായി പുസ്തകരൂപത്തിൽ പ്രസിദ്ധീകരിക്കാനുള്ള ശ്രമത്തിനിടയിലാണ് ദേഹവിയോഗമുണ്ടായത്. താമസമില്ലാതെതന്നെ അത് പുസ്തകമായി ഇറങ്ങും. താളവാദ്യങ്ങളെക്കുറിച്ച് കലാനിരൂപകൻ എൽ.എസ്. രാജഗോപാലൻ ഇംഗ്ലീഷിൽ എഴുതി കേന്ദ്ര സംഗീത നാടക അക്കാദമി പ്രസിദ്ധീകരിച്ച പുസ്തകം'കേരളത്തിലെ ക്ഷേത്രവാദ്യങ്ങൾ' എന്ന പേരിൽ ഏട്ടൻ മലയാളത്തിലേക്ക് വിവർത്തനം ചെയ്തിട്ടുണ്ട്. ശാസ്ത്ര-കലാ വിഷയങ്ങളിലും ഈടുറ്റ പല ലേഖനങ്ങളും ഏട്ടന്റേതായി പ്രസിദ്ധീകരിച്ചിട്ടുണ്ട്. എഴുതാനും പ്രസംഗിക്കാനും കലാനിരൂപണം നടത്താനും തികഞ്ഞ കഴിവുണ്ടായിട്ടും എഴുത്തുവിഷയത്തിൽ ഏട്ടനുണ്ടായിരുന്ന സ്വതഃസിദ്ധമായ മടി കൂടുതൽ പുസ്തകരചനക്ക് തടസ്സമായി എന്നു പറയാതിരിക്കാനാവില്ല.

കർഷകമനസ്സുള്ള പ്രകൃതിസ്നേഹി

പുതുമഴ പെയ്ത മണ്ണിന്റെ മണമേറ്റാൽ ഏട്ടനിലെ കർഷകന് പിന്നെ ഇരിക്കാനിവില്ല. തെങ്ങ്, കവുങ്ങ്, വാഴ എന്നിവയുടെ വാർഷികപരിചരണത്തിന്ന പുറമെ മഴയും വെയിലുംകൊണ്ട് കൈക്കോട്ടെടുത്ത് സ്വയം കിളച്ച് ചെയ്യുന്ന ചേന, ചേമ്പ്, ഇഞ്ചി, പയർ എന്നിവയടങ്ങിയ പച്ചക്കറിക്കൃഷി വർഷക്കാലത്തെ ആദ്ദേഹത്തിന്റെ ജീവിതതാളമായിരുന്നു. ചമ്മല ചുട്ട കാച്ചൽ, വെണ്ണീർ ശേഖരണം, ഉണക്കവിറകുവെട്ടി എടുത്തുവെയ്ക്കൽ, നന, ഇഞ്ചിക്കും ചേമ്പിനും മറ്റും ഉണക്കയില പുതയിടുക ഇത്യാദികളായിരുന്നു വേനൽക്കാല തോട്ടപ്പണികളിൽ പ്രധാനം. വേനലായാലും വർഷമായാലും ഉച്ചവരെ കൈക്കോട്ടും വെട്ടുകത്തിയുമായി പറമ്പിൽത്തന്നെയായിരുന്നു ഏട്ടന്റെ പണി. കഴിഞ്ഞകൊല്ലവും ആകാവുന്നത്ര ഉയരം കോണിയിൽകയറി സ്വയം കുരുമുളക് പൊട്ടിച്ചിരുന്നു. അദ്ധ്വാനത്തിന്നനുസരിച്ച് അനുഭവം കിട്ടുന്നുണ്ടോ എന്നതിലേറെ, അദ്ധ്വാനിക്കുക, കിട്ടുന്നതിൽ സന്തോഷം കണ്ടെത്തുക, നിവൃത്തിയുള്ളേടത്തോളം പച്ചക്കറികൾ വാങ്ങാതിരിക്കുക എന്നതായിരുന്നു തന്റെ സിദ്ധാന്തം. ഏട്ടൻ താമസിച്ചിരുന്ന യൂണിവേഴ്സിറ്റി ക്വാർട്ടേഴ്സിന്റെ പാറപ്പുറം പോലുള്ള പറമ്പുകളിൽ അപ്പുറം കാടു പിടിച്ചുകിടക്കുമ്പോൾ ഇപ്പുറമുള്ള ഏട്ടന്റെ ഭാഗം വാഴയടക്കമുള്ള മറ്റു പലയിനം പച്ചക്കറിക്കൃഷികളോടെ മാത്രമേ കണ്ടിട്ടുള്ളൂവെന്ന് ഏട്ടന്റെ അടുത്തസുഹൃത്ത് ഡോ. സനൽക്കുമാരൻ തമ്പുരാൻ പറയാറുണ്ട്.'ആറുമാസം ചക്ക-മാങ്ങ, മൂന്നു മാസം ചേന, ചേമ്പ്, പയറ്, താള്, മുരിങ്ങയില, പയറ്റില ഇത്യാദികൾ, മൂന്നു മാസം അങ്ങനേം ഇങ്ങനേം' എന്ന പഴയ അമ്പലവാസികൾക്കിടയിലുള്ള ചൊല്ല് ഏട്ടനെസംബന്ധിച്ചിടത്തോളം തീർത്തും അർത്ഥവത്തായിരുന്നു. ഇതിൽ ചക്കയുടെ ഉപയോഗം മാത്രം വൃശ്ചികം മുതൽ കർക്കിടകം വരെ എട്ടൊമ്പതുമാസത്തോളം നീളും. ചക്കയും മാങ്ങയുമായിരുന്നു ഏട്ടന് ഏറ്റവും ഇഷ്ടപ്പെട്ട ഫലവർഗ്ഗങ്ങൾ. ലളിതജീവിതം നയിച്ച ഏട്ടന്റെ ഭക്ഷണ-വസ്ത്ര-വാഹനാവശ്യങ്ങൾ വളരെ പരിമിതങ്ങളായിരുന്നു. നടക്കാനുള്ള ഒരവസരവും കളയുമായിരുന്നില്ല.

ഗ്രാമീണജീവിതം ഇഷ്ടപ്പെട്ടിരുന്ന ഏട്ടൻ തികഞ്ഞ പ്രകൃതിസ്നേഹിയും വൃക്ഷപ്രേമിയുമായിരുന്നു. വൃശ്ചികക്കാറ്റ്, ആതിരനിലാവ്, ഋതുഭേദങ്ങളിലെ പക്ഷികൂജനങ്ങൾ, പൂക്കൾ, മണങ്ങൾ എന്നിങ്ങനെ പ്രകൃതിയുടെ ഭാവഭേദങ്ങൾ സൂക്ഷ്മമായി നിരീക്ഷിച്ച് ആസ്വദിച്ചിരുന്നു. സ്വർഗ്ഗവാതിൽപക്ഷി-കയിൽ-വിഷുപ്പക്ഷി എന്നിവകളുടെ

ക്കജനങ്ങളും, നെൽപ്പാടത്ത് അറ്റക്കഴയിലൂടേയും ചെറുതോടുകളിലൂടേയും വെള്ളമൊഴുകുന്ന കളകളാരവവും ഏറെ പ്രിയപ്പെട്ടതായിരുന്നു. അതുപോലെത്തന്നെ പശുത്തൊഴുത്ത്, കന്നുപൂട്ടുന്നപാടം, ഉത്സവപ്പറമ്പ് (ആനപ്പിണ്ടത്തിന്റെയും പന്തത്തിന്റെയും മറ്റും), ചക്കപ്പഴം, മാമ്പഴം എന്നിവയുടേയും മറ്റും മണങ്ങൾ ഗ്രാമീണസൌഭാഗ്യങ്ങളായാണ് ഏട്ടൻ കരുതിയിരുന്നത്. തുമ്പപ്പൂ (ചിങ്ങം), മാവിൻപൂ-കശുമാവിൻപൂ (വൃശ്ചികം-ധനു), ഭാഗവതിക്കാവുകളിൽ കാണുന്ന അലരിപ്പൂ (മകരം), അശോകത്തെച്ചി (കുംഭം), കണിക്കൊന്ന-പുളി-മുല്ലപ്പൂക്കൾ (മീനം-മേടം), പൂമരം (എടവം) ദശപുഷ്പം (കർക്കിടകം) തുടങ്ങിയ പൂക്കളെ അതത് മാസങ്ങളുടെ പ്രതീകങ്ങളുമായാണ് കണ്ടിരുന്നത്. പറമ്പിലൂടേയും വഴിയിലൂടേയും നടക്കുമ്പോൾ പ്രകൃതിയായി അഭിരമിച്ച് മുമ്പിൽ കാണുന്ന ഓണത്തുമ്പയും അടക്കാമണിയനും മുത്തങ്ങയും മാമ്പൂവും പുല്ലും പൂക്കളും അചുംബിതഭ്രമിയിലെ മണ്ണും വിരലിൽ തിരുമ്മി ആവർത്തിച്ച് മണക്കുമായിരുന്നു.

പൈതൃകമായി ലഭിച്ച അര ഏക്കറോളം വരുന്ന പറമ്പിൽ പ്ലാവ്, മാവ്, തെങ്ങ്, കവുങ്ങ്, പുളി, സീത, മുരിങ്ങ, സപ്പോട്ട, നെല്ലി തുടങ്ങിയ ഫലവൃക്ഷങ്ങൾക്കപുറമെ, തേക്ക്, ഈട്ടി, ഞാവൽ, വേങ്ങ, കണിക്കൊന്ന, പാരിജാതം, , അകിൽ, പ്ലാശ്, മരോട്ടി, വഴണ, ഉങ്ങ് തുടങ്ങി ഇനിയും അപൂർവമായ പല മരങ്ങളും കാണാനാകും. അതിൽ കൂട്ടുകൂട്ടി തേർവാഴ്ച നടത്തുന്ന ജീവജാലങ്ങൾക്ക് ഏട്ടൻ എന്നും തിന്നാനും കുടിക്കാനും കൊടുക്കുമായിരുന്നു. ഒരു ജീവിയെ കൊല്ലുന്ന വേദനയാണ് മരം വെട്ടുന്നതിൽ ശുദ്ധസസ്യാഹാരിയായ അദ്ദേഹം അനുഭവിച്ചിരുന്നത്. സഞ്ജയ സാഹിത്യത്തിൽ വായിച്ചിട്ടുള്ളവിധം, സരസ്വതീദേവി ഒരു കൈയിൽ കലയും മറുകൈയിൽ സദാചാരവുമായി വന്ന് രണ്ടിലൊന്ന് തെരഞ്ഞെടുക്കാൻ ആവശ്യപ്പെട്ടാലെന്നപോലെ (വള്ളത്തോൾ കലാപക്ഷത്തും സഞ്ജയൻ സദാചാരപക്ഷത്തും നിന്നുവെന്നു കഥ) കലാ-പ്രകൃതി ബന്ധങ്ങളിൽ രണ്ടിലൊന്ന് ത്യജിക്കേണ്ട സാഹചര്യമുണ്ടായാൽ, ദുഃഖത്തോടെയാണെങ്കിലും, കലാരംഗമായിരിക്കും ഉപേക്ഷിക്കുകയെന്ന് ഏട്ടൻ പറയാറുണ്ട്. പ്രകൃതിയുമായുള്ള ബന്ധത്തിനുവേണ്ടി തന്റെ ഏതു താൽപര്യവും അടിയറവെയ്ക്കാൻ ഏട്ടൻ തയ്യാറാകുമായിരുന്നു. പ്രകൃതിവിശേഷങ്ങളിലെന്തിലും ശാസ്ത്രാധിഷ്ഠിതമായിത്തന്നെ ഈശ്വരാംശം കണ്ടിരുന്ന ഏട്ടന്റെ ആസ്തിക്യബോധവും ഏറെ ആഴമേറിയതായിരുന്നു.

തികഞ്ഞ മലയാളിയായിട്ടും, സംസ്കൃതത്തെയും ഹിമാലയത്തെയും കാളിദാസനേയും ഇതിഹാസങ്ങളേയും നമ്മുടെ

മാനബിന്ദുക്കളായിക്കണ്ടിരുന്ന ഏട്ടന് താനൊരു ഭാരതീയനാണെന്ന് അഭിമാനിക്കാനായിരുന്നു കൂടുതൽ ഇഷ്ടം. പൗരാണികവും ചരിത്രപ്രാധാന്യവുമേറിയതുമായ ഹിമവൽപര്യന്തമുള്ള ഒട്ടനവധി ക്ഷേത്രങ്ങളും സ്ഥലങ്ങളും സഞ്ചാരപ്രിയനായിരുന്ന ഏട്ടൻ പലതവണ ഭാരതപര്യടനത്രപത്തിൽ സന്ദർശിച്ചിട്ടുണ്ട്.

പൊതുവേദികളിൽ ഒരു അന്തർമുഖത്വം ഏട്ടനിൽ പ്രകടമായിരുന്നു. അഭിമുഖമായി വരുന്ന സ്വന്തപ്പെട്ടവരെപ്പോലും പലപ്പോഴും ഏട്ടൻ ശ്രദ്ധിച്ചില്ലെന്നുവരും. അതേസമയം, അടുത്ത സുഹൃത്തുക്കളുമായി ഇഷ്ടവിഷയങ്ങളെക്കുറിച്ച് സ്ഥലവും കാലവും തന്നെ മറന്ന് സംസാരിച്ചിരിക്കുമായിരുന്നു. കാരശ്ശേരി മാഷ് വിശേഷിപ്പിച്ചുകണ്ടതുപോലെ, താല്പര്യമുള്ളതെല്ലാം വിസ്തരിച്ചുകണ്ടും താല്പര്യമില്ലാത്തതെല്ലാം തരിമ്പും കാണാതെയുമുള്ളതുമാണ് ഏട്ടന്റെ നടത്തവും പ്രകൃതവും.

ഷൊർണ്ണൂർ മുണ്ടായ തിയ്യാടി വസന്ത മരുവോളമ്മ ഭാര്യയും, ഡൽഹി ജെ.എൻ.യു.വിൽനിന്ന് ബയോ-കെമിസ്ട്രിയിൽ ഡോക്ടറേറ്റ് ചെയ്ത് അമേരിക്കയിലെ ക്ളീവ് ലൻഡിൽ ജോലി ചെയ്യുന്ന ഡോ. ടി.വി. നീലകണ്ഠൻ മൂത്തപുത്രനുമാണ്. അവൻ ജയ്പൂർകാരിയായ ഡോ.മൻവീൻ എന്ന പെൺകുട്ടിയെ അഗ്നിസാക്ഷിയായി വൈദികവിധിപ്രകാരം നാട്ടിൽ ഏട്ടന്റെ ഭവനത്തിൽവെച്ച് വേളികഴിക്കുകയാണുണ്ടായത്. അവർക്ക് വാണിയെന്ന എട്ടുവയസ്സുകാരി പുത്രിയുണ്ട്. രണ്ടാമത്തെ മകൻ വിഷ്ണുനാരായണൻ 2006-ൽ ചെന്നൈയിൽ സൗണ്ട് എഞ്ചിനീറിംഗിനു പഠിക്കുന്നകാലത്ത് ഒരപകടത്തിൽ മരിച്ചത് ഏട്ടനെയും കുടുംബത്തെയും എന്തെന്നില്ലാതെ ഉലച്ചിരുന്നു..

ഞങ്ങളിൽ ഏറെ സ്വാധീനം ചെലുത്തിയിരുന്ന് അച്ഛൻ, അമ്മ, മുത്തശ്ശൻ എന്നിവരുടെ കാലശേഷം ആ മൂവരും ചേർന്നതിന്റെ ശതഗുണീഭവിച്ച സ്വാധീനശക്തിയുള്ള ഒരു ഏട്ടൻ എന്തുമേതും ചോദിക്കാനും സംശയം തീർക്കാനും ഞങ്ങൾക്കുണ്ടായിരുന്നു. തമ്മിൽ കാണുമ്പോഴും വിശേഷാവസരങ്ങളിൽ എല്ലാവരുമായി കൂടിച്ചേരുമ്പോഴും മണിക്കൂറുകളും ദിവസങ്ങളും നീളുന്ന ചർച്ചകൾ ഞങ്ങൾക്ക് ഏറ്റവും വിജ്ഞാനപ്രദവും വിലപ്പെട്ടതുമായിരുന്നു. സ്വാഭാവികമായും ആദ്ദേഹത്തെ ശരിക്ക് മനസ്സിലാക്കിയവരും ഞങ്ങൾ സഹോദരീ- സഹോദരന്മാരാണ്. ഗൗരവമുള്ള ഏതു വിഷയത്തിലും ഏട്ടന്റെ വാക്ക് ഞങ്ങളുടെയും അവസാനവാക്കായിരുന്നു. കലാരൂപങ്ങളെ അടുത്തറിഞ്ഞ് കാണാനും മനസ്സിലാക്കാനും സഹായിച്ച്

കലാ-സാഹിത്യ-സാംസ്കാരികരംഗത്തേക്ക് ഞങ്ങളുടെ കൈപിടിച്ച് ഉപനയിച്ച ആദ്ദേഹത്തോട് ഞങ്ങൾ തീർത്തും കടപ്പെട്ടിരിക്കുന്നു. ഏട്ടന്റെ മരണം ഞങ്ങളെ തികച്ചും അനാഥരാക്കിയിരിക്കുന്നു. ഈ വികാരം എന്റേതു മാത്രമല്ല; ആ വന്മരശീതളിമ അനുഭവിച്ചറിഞ്ഞ ഏട്ടന്റെ മറ്റു അനുജന്മാരുടെയും അനുജത്തിമാരുടേതുംകൂടിയാണ്. ഈ അനുസ്മരണം തീർച്ചയായും, ഗുരുവും മാർഗ്ഗദർശിയുമായിരുന്ന പിതൃതുല്ല്യനായ വല്ല്യേട്ടന്റെ ആത്മാവിനെ മുന്നിൽക്കണ്ട്, ആ സ്മരണയ്ക്ക് മുന്നിൽ ഞങ്ങൾ സഹോദരീ-സഹോദരന്മാർ സ്നേഹാദരഭക്തിയോടെ സമർപ്പിക്കുന്ന വാങ്മയരൂപത്തിലുള്ള പിണ്ഡവും തിലോദകവുമാണ്.

അഭിവാദയേ...

സമകാലിക അയ്യപ്പൻ തിയ്യാട്ട് കലയിലെ കുലപതി. കേരളകലാമണ്ഡല പുരസ്കാരം, ഫോക്ക് ലോർ അക്കാദമി ഫെല്ലോഷിപ്പ്, അവാർഡ് എന്നിവ നേടിയിട്ടുണ്ട്. അയ്യപ്പൻ തിയ്യാട്ട്, കേരളീയ വാദ്യകല എന്നിവയെക്കുറിച്ച് ഗ്രന്ഥങ്ങൾ രചിച്ചിട്ടുണ്ട്. താളവാദ്യ പദ്ധതികൾ, കഥകളി, ക്ലാസിക്കൽ സംഗീതം എന്നിവയിൽ പാണ്ഡിത്യമുള്ള വ്യക്തി. അമ്പലമുകൾ ഭാരത് പെട്രോളിയം ലിമിറ്റഡിൽ നിന്ന് ഡെപ്യൂട്ടി മാനേജരായി വിരമിച്ചു. ഡോ.ടി. എൻ. വാസുദേവന്റെ അനുജൻ.

വാസുദേവയെനി...

പ്രൊഫ. സി. രാജേന്ദ്രൻ

ഒരു സർവകലാശാല അധ്യാപകനെക്കുറിച്ച് സമൂഹം വച്ചുപുലർത്തുന്ന വാർപ്പുധാരണകളെയെല്ലാം നിരാകരിക്കുന്നതായിരുന്നു ഡോ. ടി. എൻ. വാസുദേവന്റെ പ്രകൃതം. കൃത്രിമ ഗൗരവമോ ജാടകളോ ഇല്ലാത്ത ഒരു സാധാരണക്കാരനായി അദ്ദേഹം ജീവിച്ചു. ആ ലാളിത്യത്തിനു പിന്നിൽ ഒരു മഹാജ്ഞാനിയുണ്ടെന്ന് മനസ്സിലാക്കിയ ശിഷ്യന്മാരും സുഹൃത്തുക്കളും അദ്ദേഹത്തെ സ്നേഹിച്ചു, ആരാധിച്ചു. അവർക്കൊക്കെ തന്റെ സംഭാഷണശകലങ്ങളിലൂടെ അദ്ദേഹം കാണിച്ചുകൊടുത്തത് വലിയ ജ്ഞാനഗോപുരങ്ങളെയായിരുന്നു.

ഭൗതികശാസ്ത്രത്തെയും സംഗീതത്തെയും ഒരുപോലെ ഉപാസിച്ചിരുന്ന സാക്ഷാൽ സി. വി. രാമന്റെ പ്രശിഷ്യനായിരുന്നു വാസുദേവനെന്നത് യാദൃച്ഛികമാവാൻ വഴിയില്ല. തന്റെ തേഞ്ഞിപ്പലജീവിതത്തിൽ ഭൗതികശാസ്ത്രത്തിലെ ഉപരിതലമേഖലകളിൽ ഔപചാരികഗവേഷണത്തിനു താൽപര്യം കാട്ടാതെ കലകളിലേക്കു തിരിഞ്ഞ ആ പ്രതിഭാശാലി എന്നും അന്വേഷിച്ചത് ശാസ്ത്രത്തിലെ കലയെയും കലയിലെ ശാസ്ത്രത്തെയുമാണെന്ന് വളരെ കുറച്ചു ആളുകൾ മാത്രമേ മനസ്സിലാക്കിയിട്ടുള്ളൂ. വെങ്കടമഖിയുടെ മേളകർത്തരാഗങ്ങളെക്കുറിച്ച് കളർ സ്പെക്ട്രത്തിന്റെ ഭാഷയിൽ സംസാരിച്ച അദ്ദേഹം തായമ്പകയിലെ എണ്ണങ്ങളെ ബീജഗണിത ഫോർമുലകളായി വായിച്ചെടുത്തു.

ഫിസിക്സും മെറ്റാഫിസിക്സും സംഗീതവും സാഹിത്യവും എല്ലാം ഒത്തു ചേർന്ന ആ സംവേദനം പൂരപ്പറമ്പുകളിലും കച്ചേരികളിലും കഥക ളിയിലുമെല്ലാം തേടിനടന്നത് പ്രകൃതിയുടെ മഹാസംഗീതത്തെയാ യിരുന്നു. ദേശത്തനിമകളിലേക്ക് ആണ്ടിറങ്ങിച്ചെല്ലാൻ കെൽപ്പുള്ള അദ്ദേഹത്തിന്റെ ധിഷണ വള്ളുവനാടൻ തായമ്പകയുടെ വകത്തിക വിനെയും തൃശ്ശൂരിന്റെ മേളപ്പൊലിമയെയും കൃത്യമായി വിശകലനം ചെയ്തു. തായമ്പകയിലെ എല്ലാ വായ്ത്താരികളും പറഞ്ഞ് ആളുകളെ അമ്പരപ്പിച്ചു. സ്വയം ഒരു കഥകളിഭ്രാന്തനായിട്ടും കഥകളിയിലുള്ളത് ആനച്ചന്തമാണെന്നു സുഹൃത്തുക്കളെ ഇടക്കിടെ ഓർമ്മപ്പെടുത്താൻ മടികാണിച്ചില്ല. കർണാടകസംഗീതത്തേക്കാൾ ലയം ഹിന്ദുസ്ഥാനി സംഗീതത്തിനാണെന്നു പറഞ്ഞ് എന്നെപ്പോലുള്ളവരെ പ്രകോപി പ്പിക്കാനും ഉത്സാഹിച്ചു. എല്ലാതരം ശരാശരിത്തങ്ങളോടും അദ്ദേഹം എന്നും കലഹിച്ചു.

വാസുദേവന്റെ അയൽപക്കക്കാരനായി തേഞ്ഞിപ്പലത്തെ ടീച്ചേഴ്സ് ഹോസ്റ്റലിൽ കഴിച്ചുകൂട്ടിയ ദിനങ്ങൾ ഇന്നും ഞാൻ സ്മര ണയിൽ അമൂല്യനിധിപോലെ സൂക്ഷിക്കുന്നു. എത്രയോ രാത്രികൾ ഞങ്ങൾ സംസാരിച്ചും തർക്കിച്ചും വെളുപ്പിച്ചിട്ടുണ്ട്. കോഴിക്കോട്ടെ തളിയിലെ കച്ചേരികൾ അന്നു സായാഹ്നങ്ങളെ ധന്യമാക്കിയിരുന്നു. സംഗീതക്കാസറ്റുകളുടെയെന്നപോലെ ക്ലാസിക്കുകളുടെയും ശേഖ രണത്തിൽ സാമ്പത്തികപരിഗണന അദ്ദേഹത്തിന് ഒരിക്കലും ഒരു പ്രശ്നമായിരുന്നില്ല. സി. പി. സ്നോ പറഞ്ഞ ശാസ്ത്രത്തിന്റെയും സാഹിത്യത്തിന്റെയും വിഭിന്നസംസ്കൃതികൾക്കപ്പുറത്തുള്ള ഒരു വിദ്യ ന്മേഖലയിലായിരുന്നു ആ ഒറ്റയാൻ ജീവിച്ചത്. എതിരെവരുന്നവരെ അൽപം അമ്പരപ്പിച്ചുകൊണ്ട് കൃത്യം നേർരേഖയിൽ മാത്രം ഇടം വലം നോക്കാതെ ക്യാമ്പസ്സിൽ നടന്നിരുന്ന വാസുദേവനു ജീവിത ത്തിലും വക്രമാർഗങ്ങൾ പരിചിതമായിരുന്നില്ല.

കോഴിക്കോട് സർവകലാശാലയിലെ സംസ്കൃത വിഭാഗം മുൻമേ ധാവിയാണ് ലേഖകൻ. സംസ്കൃത സംബന്ധമായും കലാസംബന്ധ മായും ധാരാളം പ്രൗഢലേഖനങ്ങളുടെ കർത്താവാണ്.

കലാസ്വാദനം ജീവിതം തന്നെ

പ്രൊഫ. എം. എൻ. കാരശ്ശേരി

ടി. എൻ. വാസുദേവനും ഞാനും അടുത്ത സുഹൃത്തുക്കളായിരുന്നു. കുറേക്കാലം ഞങ്ങൾ കാലിക്കറ്റ് സർവ്വകലാശാലയിൽ സഹപ്രവർത്തകരും ആയിരുന്നു - അദ്ദേഹം ഫിസിക്സ് വിഭാഗത്തിൽ; ഞാൻ മലയാളത്തിലും.

അദ്ദേഹത്തിന്റെ കലാതാല്പര്യമാണ് എന്നെ ആകർഷിച്ചത്. ജീവിതം കലാസ്വാദനത്തിന് മാത്രമായിട്ടുള്ള ഒരുത്സവമാണ് എന്ന് അദ്ദേഹം വിശ്വസിച്ചിരുന്നതുപോലെ തോന്നും. എനിക്ക് പരിചയമുള്ള ശാസ്ത്രാധ്യാപകരിൽ അധികം കണ്ടിട്ടില്ലാത്ത സവിശേഷതയാണിത്. അയ്യപ്പൻ തീയാട്ട്, കർണാടക സംഗീതം, കൂത്ത്, തുള്ളൽ, കഥകളി, സോപാനസംഗീതം, സാഹിത്യം തുടങ്ങി നമ്മുടെ സംസ്കാരപാരമ്പര്യത്തിലെ മിക്ക ധാരകളിലും ആ കലാ രസികന് അത്യധികമായ കമ്പമുണ്ടായിരുന്നു. അവ ആസ്വദിക്കാൻ എന്ന പോലെ, അവയെപ്പറ്റി നിരന്തരം സംസാരിക്കാനും അപൂർവ്വമായി എഴുതാനും ഉള്ള ഇമ്പം ആ ശാസ്ത്രാധ്യാപകൻ കാണിച്ചു.

എന്റെ ഗുരുനാഥൻ ടി. ബി. വേണുഗോപാലപ്പണിക്കരും സുഹൃത്ത് കെ. സി. നാരായണനും അദ്ദേഹത്തിന്റെ ചങ്ങാതിമാരായിരുന്നത് ഞങ്ങൾ തമ്മിലുള്ള ചാർച്ച വർദ്ധിക്കുവാൻ കാരണമായി. സ്വാഭാവികമായും ഞങ്ങളുടെ ഒത്തുകൂടലിലെ

പ്രധാനപ്രമേയം കലാചർച്ചയായിരുന്നു. വ്യക്തിപരമായ സംഗതികളെപ്പറ്റി വാസുദേവൻ അങ്ങിനെ സംസാരിക്കാറില്ല - അതേപ്പറ്റി വല്ലതും ചോദിച്ചാൽ സമാധാനം പറയും എന്നേയുള്ളൂ.

ഓർമ്മയിൽ തിളങ്ങി നിൽക്കുന്ന ഒരു സന്ദർഭം ഞങ്ങൾ ഒന്നിച്ച് പെരുവനം പൂരം കാണാൻ പോയതാണ്. വാസുദേവൻ ക്ഷണിച്ചിട്ടാണ് പുറപ്പെട്ടത്. കൂടെ കെ. സി. നാരായണനും ഉണ്ടായിരുന്നു. കെ. സി. കൊട്ടിന്റെയും കഥകളിയുടെയും ആളാണ്. അവർ തമ്മിൽ പഞ്ചാരിമേളത്തെപ്പറ്റിയും പാണ്ടിമേളത്തെപ്പറ്റിയും ചർച്ചയായി. ബസ്സിൽ ആരംഭിച്ചത് അമ്പലപ്പറമ്പിലും തുടർന്നു: എനിക്ക് രസിച്ച് കേൾക്കുന്ന ഭാരം മാത്രം !

അന്ന് ഞങ്ങൾ നാനാതരം കൊട്ടുംപാട്ടും ആട്ടവും കണ്ടും കേട്ടും പൂരപ്പറമ്പിൽ നേരം വെളുപ്പിച്ചു. ആൾത്തിരക്കിൽ ആനകളെ കാണുന്ന കൂട്ടത്തിലാണ്, യാദൃച്ഛികമായി ഞാൻ തലയെടുപ്പോടെ നിൽക്കുന്ന പൂമുള്ളി ആറാം തമ്പുരാനെ ആദ്യമായും അവസാനമായും കണ്ടത്.

പൂരങ്ങളെപ്പറ്റിയും വാദ്യങ്ങളെപ്പറ്റിയും അനേകം കാര്യങ്ങൾ അന്ന് വാസുദേവനിൽ നിന്ന് പഠിച്ചു. അവിടെ കണ്ടതും കേട്ടതുമായ പലതും ഞാൻ നല്ലേരം അനുഭവിക്കുകയായിരുന്നു.

ക്ഷേത്രകലകളിൽ വളരെ തല്പരനായിരുന്നുവെങ്കിലും ആ മനുഷ്യന് ഭക്തിയിൽ കൗതുകം ഉണ്ടായിരുന്നു എന്ന് ഞാൻ വിചാരിക്കുന്നില്ല. അത്തരം എന്തെങ്കിലും എപ്പോഴെങ്കിലും പറഞ്ഞതായി എനിക്ക് ഓർമ്മ തോന്നുന്നില്ല. സ്വന്തം സാംസ്കാരികപാരമ്പര്യത്തിലെ കലാവിഷ്ക്കാരങ്ങളെയെല്ലാം വളരെ കാര്യമാക്കിയിരുന്നു. അവയുടെ ചരിത്രവും സ്വഭാവവും നിഷ്ഠയായി പഠിക്കുകയും അതേപ്പറ്റിയെല്ലാം നിരന്തരം സംസാരിക്കുകയും ചെയ്തുപോന്ന വാസുദേവന് ഇക്കാര്യത്തിൽ പ്രധാന പങ്കാളി പ്രശസ്ത കവി ആറ്റൂർ രവിവർമ്മയായിരുന്നു. കർണാടക സംഗീതത്തിലെ എണ്ണം പറഞ്ഞ മൂർത്തികളായ ചെമ്പൈ, ശെമ്മങ്കുടി മുതാലയവരുടെ കച്ചേരികൾ കേൾക്കാൻ രണ്ടുപേരും ഒന്നിച്ച് കേരളത്തിനകത്തും പുറത്തും ധാരാളമായി നടത്തിയ യാത്രകളെപ്പറ്റി അവരിരുവരും പറഞ്ഞ് ഞാൻ ഒരുപാട് കേട്ടിരിക്കുന്നു.

വാസുദേവന് സവിശേഷമായ ആഭിമുഖ്യമുള്ള കലാവിഷ്ക്കാരമാണ് അയ്യപ്പൻ തീയാട്ട്. തീയാട്ടിന്റെ കളമെഴുതി, സ്തുതികൾ കൊട്ടിപ്പാടി ശാസ്താവിന്റെ രൂപം വെളിച്ചപ്പാട് പ്രദക്ഷിണങ്ങൾക്കൊടുവിൽ മായ്ക്കുന്നതിന് മുമ്പുള്ള കഥയാട്ടത്തെ 'അയ്യപ്പൻ കൂത്ത്' എന്ന് പറയും.

മുഖ്യയിനം ആകയാൽ ഈ കലാരൂപത്തെ മൊത്തത്തിലും അയ്യപ്പൻ കൂത്ത് എന്ന് പറഞ്ഞു കേട്ടിട്ടുണ്ട്.

ഒരിക്കൽ കോഴിക്കോട് സാമൂതിരി കോളേജ് ഹൈസ്കൂളിൽ നടന്ന അയ്യപ്പൻ കൂത്തിന് വാസുദേവൻ എന്നെയും കൂട്ടി. അതിൽ നിലത്ത് രാവിലെ മുതൽ ഉച്ചവരെ ചിട്ടയായി നിറപ്പകിട്ടോടെ വരച്ചുണ്ടാക്കിയ രൂപം ഉച്ചതിരിഞ്ഞ് അതേ ചിട്ടയോടെ നിഷ്ക്കരുണം മായ്ച്ചു കളയുന്നത് നോക്കി നിന്നത് എനിക്ക് നല്ല ഓർമ്മയുണ്ട്. കുന്നിൻ മുകളിലേയ്ക്കും കഷ്ടപ്പെട്ട് ഉരുട്ടിക്കയറ്റുന്ന കല്ല് അവിടെ എത്തിക്കഴിയുമ്പോൾ നിസ്സാരമായി താഴേക്ക് ഉന്തിയിടുന്ന നാറാണത്ത് ഭ്രാന്തനെ അന്നേരം ഓർത്തുപോയി. മനുഷ്യജീവികൾ വളരെയേറെ വിലമതിക്കുന്നതെല്ലാം ഇങ്ങനെ നിഷ്ഫലമാണല്ലോ എന്ന വിഷാദം എന്നിൽ നിറഞ്ഞു. നമ്മുടെ കലാപ്രകടനങ്ങൾ ജീവിതത്തിന്റെ നിരർത്ഥകത എങ്ങിനെയെല്ലാം ആവിഷ്ക്കരിക്കുന്നു എന്ന് ആലോചിച്ചു ചെല്ലുമ്പോഴൊക്കെ കോഴിക്കാട് കണ്ട ആ അയ്യപ്പൻ കൂത്ത് എന്റെ ഓർമ്മയിലുണരും.

എന്തും ഗാഢമായി അനുഭവിക്കുക എന്നതാണ് വാസുദേവന്റെ സമ്പ്രദായം. സാഹിത്യരചനകളെപ്പറ്റി അത്യപൂർവ്വമായേ ഞങ്ങൾ സംസാരിച്ചിട്ടുള്ളൂ. ഒരിക്കൽ പറഞ്ഞ കാര്യം കല്ലിൽകൊത്തിയപോലെ എന്റെയുള്ളിൽ കിടപ്പുണ്ട്.

'കാരശ്ശേരീ, എനിക്കീ പാക്കിസ്ഥാനൊന്നും അന്യരാജ്യാന്ന് ഒരു തോന്നല് ഇല്ല.'

'അതെന്താ അങ്ങിനെ?'

'ഞാനേ യശ്പാലിന്റെ 'നിറം പിടിപ്പിച്ച നുണകൾ' ശ്രദ്ധിച്ച് വായിച്ചിട്ടുണ്ട്. അതുകൊണ്ട് തന്നെ ലാഹോറിന്റെ മുക്കും മൂലയും എനിക്കറിയാം. അവിടത്തെ ആളുകളെ അടുത്തറിയാം. ആ നഗരത്തിന്റെ ചൂടും ചൂരും എന്റെ അനുഭവമാണ്. പിന്നെ അത് ഒരന്യസ്ഥലമാണെന്ന് ഞാനെങ്ങനെ വിചാരിക്കും?'

കലാനുഭവത്തിലേക്കുള്ള ഒരു കൈചൂണ്ടിപ്പലക ഈ വിവേകത്തിലുണ്ട് എന്നു തന്നെയാണ് എന്റെ ബോധ്യം.

അദ്ദേഹത്തിന്റെ ശാസ്ത്രവിഷയത്തിലുള്ള പാണ്ഡിത്യം, ഗവേഷണത്തിലുള്ള താത്പര്യം, പഠിപ്പിക്കുന്നതിലുള്ള ഉത്സാഹം, വിദ്യാർത്ഥികളോടുള്ള പെരുമാറ്റം എന്നിവയെപ്പറ്റി നല്ലത് മാത്രമേ ഞാൻ കേട്ടിട്ടുള്ളൂ. അപ്പറഞ്ഞവയും കലാഭ്രാന്തുകളും ഒന്നിച്ചുകൊണ്ടുപോകുന്നതിൽ വിജയിച്ചു എന്ന് വിചാരിക്കണം.

ഉത്സാഹഭരിതനായിട്ടേ വാസുദേവനെ കണ്ടിട്ടുള്ളൂ. വ്യായാമസുദൃഢമായ ശരീരം എന്ന് ആർക്കും ഒറ്റ നോട്ടത്തിൽ തന്നെ തോന്നുന്ന മട്ടിലാണ് നെഞ്ചുവിരിച്ചുള്ള ആ നടപ്പ്. താല്പര്യമുള്ളതെല്ലാം വിസ്തരിച്ച് കണ്ടും താൽപര്യമില്ലാത്തതെല്ലാം തരിമ്പും കാണാതെയും ഉള്ള പോക്ക്.

നിർഭാഗ്യവശാൽ വന്നുചേർന്ന മകന്റെ അകാല നിര്യാണത്തിന്റെ സാഹചര്യത്തിൽ മാത്രമേ വാസുദേവന് ചുറ്റും വിഷാദവും ഉന്മേഷരാഹിത്യവും കണ്ടിട്ടുള്ളൂ. അതിൽ ഒരംശം മരണം വരെ ആ പിതാവിനെ പിന്തുടർന്നു ചെന്നിരിക്കണം.

വാസുദേവന്റെ ആകസ്മിക നിര്യാണത്തിന്റെ വ്യസനം പങ്കുവെച്ചുകൊണ്ട് ഞങ്ങളുടെ പൊതു സുഹൃത്തും ശാസ്ത്രാധ്യാപകനുമായ ഗണേശനോട് ഫോണിൽ സംസാരിക്കുമ്പോഴാണ് ആ കുടുംബത്തെ സംബന്ധിച്ച് വിലപിടിച്ച ഒരു വർത്തമാനം ഞാൻ അറിഞ്ഞത്.

ഗണേശൻ ചോദിച്ചു:

'വി. ടി. ഭട്ടതിരിപ്പാടിനെ എഴുതാനും വായിക്കാനും പഠിപ്പിച്ചത് ഒരു തിയ്യാടി പെൺകുട്ടിയാണ് എന്ന് കാരശ്ശേരി മാഷ്ക്ക് അറിയാലോ, ല്ലേ?'

'പിന്നെ? 'കണ്ണീരും കിനാവും' ആ കഥ പറയുന്നുണ്ടല്ലോ. അന്ന് വി. ടി. ക്ക് പതിനേഴ് വയസ്സാണ്. അദ്ദേഹം ആദ്യമായി വായിച്ചത് ഒരു പത്രക്കീറിലെ പരസ്യമാണ് - മാൻ മാർക്ക് കുട.'

'അതേയതേ. ആ പെൺകുട്ടി വാസുദേവൻ മാഷ്ടെ ഭാര്യയുടെ പിതൃസഹോദരിയാണ് (അച്ചോൾ) കേട്ടോ.'

ലേഖകൻ പ്രശസ്ത സാംസ്കാരികപ്രവർത്തകനും സാമൂഹ്യവിമർശകനുമാണ്. കോഴിക്കോട് യൂണിവേഴ്സിറ്റിയിലെ മലയാള വിഭാഗം മേധാവിയായിരുന്നു.

വാദ്യചിന്തകളിലെ വേറിട്ട വ്യക്തിത്വം

പദ്മശ്രീ പെരുവനം കുട്ടൻ മാരാർ

തികച്ചും ആകസ്മികമായിട്ടാണ് ഡോ.ടി.എൻ വാസുദേവന്റെ ദേഹവിയോഗവാർത്ത കേട്ടത് വല്ലാത്ത മനോവേദനയാണ് അതെന്നിൽ സൃഷ്ടിച്ചത്. നാൽപ്പത്തഞ്ചുകൊല്ലം കുറയാത്ത അടുപ്പവും സൗഹൃദവും ഞങ്ങൾക്കിടയിലുണ്ട്. കോഴിക്കോട് സർവ്വകലാശാലയിലെ മികച്ച ഒരദ്ധ്യാപകനെന്ന നിലയിൽ സഹപ്രവർത്തകരുടേയും വിപുലമായ ഒരു ശിഷ്യസമൂഹത്തിന്റേയും ആദരവും അംഗീകാരവും അദ്ദേഹം നേടിയെടുത്തിട്ടുണ്ട് എന്ന് എനിക്കറിയാം. കലാ-സാംസ്കാരിക രംഗത്ത്, വിശിഷ്യ, വാദ്യകലാരംഗത്ത് സജീവമായ ഒരു വ്യക്തിത്വം എന്ന നിലയിലാണ് ഞാൻ അദ്ദേഹവുമായി പരിചയപ്പെടുന്നത്. സാഹിത്യം, സംഗീതം, കഥകളി, അനുഷ്ഠാന ക്ഷേത്രകലകൾ, നാടൻ കലകൾ തുടങ്ങി എത്രയോ മേഖലകളിൽ ആഴത്തിലുള്ള പരിജ്ഞാനമാണദ്ദേഹത്തിനുള്ളത്. പാണ്ടി-പഞ്ചാരിമേളങ്ങൾ, പഞ്ചവാദ്യം, തായമ്പക, അനുഷ്ഠാന വാദ്യവാദനങ്ങൾ എന്നിവയെല്ലാം സൂക്ഷ്മതയോടെ ആസ്വദിക്കാനും അവയെ വിലയിരുത്താനുമുള്ള മാഷുടെ കഴിവ് വ്യതിരിക്തമായ ഒന്നാണ്.

ആയിരത്തിത്തൊള്ളായിരത്തി എഴുപതുകളുടെ അവസാനത്തിലാണ് ഞാൻ അദ്ദേഹത്തെ നേരിട്ട് പരിചയപ്പെടുന്നത്. പിന്നീട് ഇക്കാലമത്രയും ആ ബന്ധം കൂടുതൽ സുദൃഢമായി മാറി. പ്രസിദ്ധിയാർജ്ജിച്ച പഞ്ചാരി മേളങ്ങൾ അരങ്ങേറുന്നിടത്ത് മാഷുടെ സാന്നിദ്ധ്യമുണ്ടാകും. പെരുവനം, ആറാട്ടുപുഴ, എടക്കുന്നി, കുട്ടനെല്ലൂർ മേളങ്ങൾക്കെല്ലാം വാദ്യനിരയ്ക്കടുത്തായി അദ്ദേഹത്തെ കാണാം. ഒരു സഹവാദ്യകലാകാരനായും മേളപ്രമാണിയായും മുൻ ചൊന്ന മേളങ്ങൾക്ക് ഞാൻ പങ്കെടുത്തിട്ടുണ്ട്. ഈ സന്ദർഭങ്ങളിലൊക്കെ മേളത്തിന്റെ ആത്മാംശം ഗ്രഹിക്കുന്ന ഒരു സംഘം ആസ്വാദകരോടൊത്ത് മാഷെ കാണാറുണ്ട്. തൃപ്പൂണിത്തുറ, ഇരിങ്ങാലക്കുട, ഗുരുവായൂർ, കുറ്റുമുക്ക്, മുളങ്കുന്നത്തുകാവ് ഉത്സവമേളങ്ങൾക്കും മുടങ്ങാതെ പങ്കൊള്ളുന്നു. മേളഘടനയുടെ വിന്യാസരീതി, കാലങ്ങളുടെ കയറ്റിറക്കങ്ങൾ, സാങ്കേതികഘടന, സൗന്ദര്യത്തികവ് എന്നിവയെക്കുറിച്ചുള്ള അദ്ദേഹത്തിന്റെ സാക്ഷ്യപത്രങ്ങൾ വാദ്യകലാകാരൻമാർ ഏറെ വിലമതിക്കുന്നതാണ്. തൃശ്ശൂർപൂരം, 'ഇലഞ്ഞിത്തറ പാണ്ടിമേളം', പെരുവനം നടവഴിയിലെ ആറാട്ടുപുഴ ശാസ്താവിന്റെ 'ഇറക്കപ്പാണ്ടി' ഊരകത്തമ്മതിരുവടിയുടെ 'മകീര്യം പുറപ്പാട്' പാണ്ടിമേളങ്ങൾക്കും അദ്ദേഹത്തെ കാണാതിരിക്കില്ല. മാഷ് ചെന്നെത്താത്ത പഞ്ചവാദ്യ അരങ്ങുകളോ, തായമ്പകവേദികളോ വിരളമായിരിക്കും. കഥകളി, സംഗീതം, വാദ്യം, നൃത്തം, നൃത്യം തുടങ്ങി വ്യത്യസ്ത രംഗങ്ങളെ തലനാരിഴകീറി അപഗ്രഥിക്കാൻ വാസുദേവൻ മാഷുക്കുള്ള കഴിവ് പ്രസ്താവ്യമാണ്. സംസ്ഥാന സർക്കാർ നൽകിവരുന്ന പല്ലാവൂർ പുരസ്കാര നിർണ്ണയ സമിതിയിൽ അദ്ധ്യക്ഷനായും അംഗമായും അദ്ദേഹം തെരഞ്ഞെടുക്കപ്പെട്ടുവാനുള്ള ഒരു പ്രധാന കാരണവും ഇതാകാം. ഒരുമിച്ച് ആ പാനലിൽ പ്രവർത്തിക്കുവാനും എനിയ്ക്ക് സാധിച്ചിട്ടുണ്ട്.

പഴയകാലമേളങ്ങളെ ഓർത്തെടുക്കുമ്പോൾ വാസുദേവൻ മാഷിന്റെ കൂടെ കണ്ടിരുന്ന ചിലരെ കൂടി ഓർമ്മവരുന്നു. യശഃശരീരരായ കെട്ടുങ്ങല്ലൂർ മരുമകൻ രാജ, പ്രൊഫ രാജഗോപാലൻ കിടാവ്, കവി ആറ്റൂർ രവിവർമ, സോമവർമ്മ, പോറ്റിമാഷ് എന്നിങ്ങനെ നീളുന്നു ആ നിര. കോട്ടക്കൽ ടി. എസ് മാധവൻകുട്ടി, കെ.സി നാരായണൻ, ഡോ. പി. എൻ ഗണേശ്, പോലുള്ള പലർക്കും വാസുദേവൻ മാഷോടൊപ്പം മേളമാസ്വദിക്കാൻ വളരെയധികം താൽപര്യമുണ്ട്. ഇന്നത്തെ ചെറുപ്പക്കാരായ പല വാദ്യാസ്വദകരുടെ വഴികാട്ടികൂടിയാണദ്ദേഹം. മാഷുമായി പരിചയമില്ലാത്ത പഞ്ചവാദ്യ

-തായമ്പക മേളലാകാരൻമാർ നന്നെ കുറവാണ്. പ്രധാന പഞ്ചവാദ്യഅരങ്ങുകളിലും തായമ്പകവേദികളിലും എല്ലാവർഷവും മാഷെത്തിയിരിക്കും. എന്നാൽ മാദ്ധ്യമങ്ങളിൽ നിന്നും അംഗീകാരങ്ങളിൽ നിന്നും ഒഴിഞ്ഞുമാറാനാണ് എന്നദ്ദേഹം താൽപര്യപ്പെട്ടിരുന്നത്. എന്നിട്ടും മികച്ച സംഘാടകനും പഞ്ചവാദ്യമർമ്മജ്ഞനുമായ കാലടി കൃഷ്ണയ്യരുടെ സ്നേഹബുദ്ധ്യായുള്ള നിർബന്ധത്തിന് വഴങ്ങിയാണ് 'കാലടി പഞ്ചവാദ്യാസ്വാദക സംഘം' നൽകിവരുന്ന 'വെങ്കിച്ചൻ സ്വാമി പുരസ്കാരം' സ്വീകരിക്കാൻ അദ്ദേഹം തയ്യാറായത്.

വാദ്യവിഷയങ്ങളിൽ വാസുദേവൻ മാഷുക്കുണ്ടായിരുന്ന മൗലിക കാഴ്ചപ്പാടുകളും സമീപനങ്ങളും എടുത്തുപറയേണ്ടതാണ്. ഒട്ടേറെ വാദ്യസെമിനാറുകളിലും ചർച്ചാവേദികളിലും ഞാൻ അദ്ദേഹത്തോടൊപ്പം പങ്കെടുത്തിട്ടുണ്ട്. ഈ വേളകളിൽ നിന്നാണ് എനിക്ക് ഇക്കാര്യം ബോദ്ധ്യപ്പെട്ടത്. പ്രസ്തുതവേദികളിൽ മാഷ് നടത്തിയ പ്രഭാഷണങ്ങളും വേറിട്ട ചിന്തകളും വാദ്യകലാകാരൻമാർക്കും വാദ്യവിദ്യാർത്ഥികൾക്കും ഒരുപോലെ പ്രയോജനപ്പെടുന്നവയാണ്. വായ്ത്താരി ചൊല്ലി വ്യത്യസ്തവാദ്യവിശേഷങ്ങളെ അവതരിപ്പിക്കുന്നതിൽ വാസുദേവൻ മാഷുക്കുള്ള സാമർത്ഥ്യം മറ്റധികം പേർക്ക് ഉണ്ടാകാൻ സാദ്ധ്യതയില്ല. കേവലം ഒരു താത്വികൻ മാത്രമല്ല അദ്ദേഹം. 'അയ്യപ്പൻതിയ്യാട്ട്' വേദികളിൽ പാട്ടുപാടുന്നതും. ഇലത്താളം കൊട്ടുന്നതും വലന്തല ചെണ്ട കൊട്ടുന്നതും കാണുമ്പോൾ പ്രത്യേക കൗതുകം തോന്നാറുണ്ട്. മുളങ്കുന്നത്തുകാവ് സഹോദരന്മാർ അവതരിപ്പിക്കുന്ന തിയ്യാട്ടിൽ വർഷങ്ങളായി അദ്ദേഹം പങ്കെടുത്തുവന്നു.

കലാസാംസ്കാരിക വാദ്യപാരമ്പര്യം കൊണ്ട് സമ്പന്നമായ മുളകുന്നത്തുകാവിൽ തിയ്യാടി ഭവനത്തിലാണ് അദ്ദേഹത്തിന്റെ ജനനം. പ്രസ്തുത കുടുംബവുമായി എനിക്ക് ആഴത്തിലുള്ള ബന്ധമാണുള്ളത്. വാസുദേവൻമാഷുടെ അനുജന്മാരും കലാമർമ്മജ്ഞരുമായ രാമൻ നമ്പ്യാർ, കൃഷ്ണൻനമ്പ്യാർ, സഹോദരി ആര്യാദേവി അവരുടെ പുത്രൻ ശ്രീവത്സൻ തിയ്യാടി തുടങ്ങിയവരുമായി ഒടുങ്ങാത്ത സൗഹൃദവും സുദൃഢബന്ധവും ഞാൻ ഇപ്പോഴും സൂക്ഷിക്കുന്നുണ്ട്.

വാദ്യാസ്വാദകരുടേയും സഹൃദയരുടേയു മനസ്സിൽ 'ടി.എൻ. വി' എന്ന പേരിൽ അറിയപ്പെടുന്ന മാഷുടെ ദേഹവിയോഗം സാംസ്കാരികരംഗത്തിന് കനത്ത നഷ്ടമാണ്. അദ്ദേഹത്തിന്റെ വാദ്യചിന്തകളും വീക്ഷണങ്ങളും അവർ എന്നും ഓർമ്മിക്കാതിരിക്കില്ല.

ഒരനുജനോടെന്ന പോലെ എക്കാലവും പെരുമാറിയിട്ടുള്ള തിയ്യാടി വാസുദേവൻ മാഷുടെ പാവനസ്മരണയ്ക്കുമുമ്പിൽ ഞാനും കണ്ണീർപ്പൂക്കൾ സമർപ്പിക്കുന്നു.

....

പഞ്ചാരി-പാണ്ടിമേള രംഗത്തെ വർത്തമാനകാല കുലപതിയാണ് ലേഖകൻ. തൃശ്ശൂർ പൂരത്തിന്റെ പ്രശസ്തമായ ഇലഞ്ഞിത്തറമേളത്തിന് ഇരുപതുകൊല്ലത്തിലധികമായി നേതൃത്വം നൽകിവരുന്നു. കേരള കലാമണ്ഡലം ഭരണ സമിതി അംഗമാണ്. വാദ്യ വിഷയങ്ങളിൽ ഒട്ടേറെ പ്രഭാഷണങ്ങൾ ചെയ്തിട്ടുണ്ട്.

കലാമർമ്മജ്ഞനു പ്രണാമം

പദ്മശ്രീ മട്ടന്നൂർ ശങ്കരൻകുട്ടി മാരാർ

ടി.എൻ. വാസുദേവൻ എന്ന വാദ്യകലാമർമ്മജ്ഞനെ ആദ്യമായി അിറഞ്ഞുകാണുന്നതും കേൾക്കുന്നതും 1994 ലാണ്. എന്റെ വാദ്യകലാസപര്യയുടെ രജതജ്ജൂബിലി ഒരു ദിവസം മുഴുനീള പരിപാടിയായി വെള്ളിനേഴിയിൽ വച്ച് നടക്കുന്നു. രാവിലെ ഉദ്ഘാടനസമ്മേളനത്തിനുശേഷം വാദ്യകലകളുമായി ബന്ധപ്പെട്ട ഒരു സെമിനാർ ആണ്. കലാവിമർശകരായ ഒരുപാട് വിദഗ്ധർ പങ്കെടുക്കുന്ന പ്രസ്തുത സെമിനാറിൽ ഒരു പ്രബന്ധം അവതരിപ്പിച്ചത് ടി. എൻ. വാസുദേവൻ സാറായിരുന്നു. പഞ്ചാരി മേളം ഒന്നാം കാലം മുതൽ ഒരേ സമയം ഇടന്തല വായ്ത്താരിചൊല്ലിക്കൊണ്ടും വലന്തല താളം പിടിച്ചുകൊണ്ടും ഇലത്താളം പിടിച്ചുകൊണ്ടു അദ്ദേഹം സെമിനാറിൽ അവതരിപ്പിച്ചത് ഒരത്ഭുതം പോലെ ഇന്നും എന്റെ ഓർമയിൽ ഒളിമങ്ങാതെ നിലനിൽക്കുന്നു. അത്രയും അനായാസവും ആകർഷകവുമായിരുന്നു അന്നത്തെ അവതരണം. ഞങ്ങളെപ്പോലുള്ളവർ നിരവധി വർഷങ്ങളെടുത്ത് കഠിനാദ്ധ്വാനത്തിലൂടെയും സാധകത്തിലൂടെയും സ്വായത്തമാക്കിയ ഈ മേളകല വളരെ നിഷ്പ്രയാസമായിട്ടായിരുന്നു അദ്ദേഹം വായ്ത്താരിചൊല്ലി അവതരിപ്പിച്ചത്. പഞ്ചാരി അഞ്ചാം കാലത്തിന്റെയൊക്കെ വായ്ത്താരി ആയപ്പോഴേയ്ക്കും അദ്ദേഹം സ്വയം മതിമറന്ന്, മേളത്തിലാറാടി, അവതരിപ്പിച്ച

മുഹൂർത്തം അനുപമമാണ്. അന്നദ്ദേഹത്തോടുതോന്നിയ ബഹുമാനം പിൽക്കാലത്ത് ദൃഢീഭവിച്ചു എന്നതാണ് വാസ്തവം.

പിന്നീട് പല മേളചർച്ചകളിലും ഞങ്ങളൊരുമിച്ച് പങ്കെടുത്തിട്ടുണ്ട്. മേളസങ്കല്പങ്ങളുമായി ബന്ധപ്പെട്ട് ഞങ്ങളിരുവരുടെയും ദർശനങ്ങൾ യോജിപ്പുണ്ടായിരുന്നില്ല എന്നതും സത്യമാണ്. മേളത്തിന്റെ പരമ്പരാഗത ശൈലിയിൽ മാത്രമായിരുന്നു അദ്ദേഹം അഭിരമിച്ചിരുന്നത്. അതിനുവേണ്ടി ഏതറ്റം വരെയും കാര്യകാരണങ്ങൾ നിരത്തി സമർത്ഥിക്കാൻ അദ്ദേഹം മുൻപന്തിയിലുണ്ടായിരുന്നു. താൻ കണ്ടും കേട്ടും ശീലിച്ച മേളത്തിന്റെ ലാവണ്യശാസ്ത്രം, അതിന്റെ ശരിമ, ഇവയ്ക്കുവേണ്ടി അദ്ദേഹം എന്നും വാചാലനായിരുന്നു. പ്രാദേശികമായ മേളസങ്കല്പഭേദങ്ങളെ അദ്ദേഹം ഒട്ടുമേ സ്വീകരിച്ചിരുന്നില്ല. അതൊരു കടുംപിടുത്തമായി ഇന്നേവരെ എനിക്കനുഭവപ്പെട്ടിട്ടുമില്ല. കാരണം, ഓരോ പ്രദേശത്തിന്റെയും മേളസങ്കല്പ പദ്ധതികൾ വ്യത്യസ്തമാണെന്നും ദേശഭേദങ്ങൾക്കനുസരിച്ച് കാലികമായ മാറ്റങ്ങൾക്ക് ഏതു കലയും പരിഷ്കരണങ്ങൾക്ക് വിധേയമാവണമെന്നുമാണ് ഇത്രയും കാലംകൊണ്ട് ഞാൻ മനസ്സിലാക്കിയ കലാദർശനം. അവിടെയും തന്റെ പ്രാദേശിക മേളസംസ്കാരം പരിരക്ഷിയ്ക്കപ്പെട്ടു പോരണം എന്ന ദീർഘവീക്ഷണമാണ് അദ്ദേഹം മുന്നോട്ടുവച്ചു കണ്ടിട്ടുള്ളത്.

കാലം കടന്നുപോയപ്പോൾ ശ്രുതിമേളം എന്നൊരു നൂതനാവിഷ്കാരവുമായി ഞാനും രംഗത്തുവന്നു. മേളങ്ങൾക്ക് കൊട്ടുന്ന ചെണ്ടകളും ഇലത്താളങ്ങളും ഒരേ ശ്രുതിയിലുള്ളവയാകയാൽ കൊമ്പ്, കുഴൽ തുടങ്ങിയ ഉപകരണങ്ങൾ ഒരേ ശ്രുതിയിൽ, ഒരേ രാഗപദ്ധതിയിലൂടെ, ഒരേ സ്വരങ്ങൾ വായിച്ച് അവതരിപ്പിയ്ക്കുക യായിരുന്നു ശ്രുതിമേളലക്ഷ്യം. കയ്യും കോലും ആയിട്ടില്ലാതെ, ഇരുകോൽ ആയും ശ്രുതിസുഭഗമായി പഞ്ചാരിമേളം അവതരിപ്പിയ്ക്കാനാവും എന്ന ബോദ്ധ്യവും എനിയ്ക്കുണ്ടായിരുന്നു. ആ ശ്രുതിമേളം സാക്ഷാത്കരിച്ചപ്പോഴും അതിനെതിരെ കലാ-വിമർശകരംഗത്തെ പ്രമുഖർ മുന്നോട്ടുവന്നു. വിവധ ശ്രുതിയിലുള്ള ചെണ്ടകളുടെയും കൊമ്പ്, കുഴൽ ഇലത്താളവാദ്യങ്ങളുടെ സമ്മേളനത്തിലൂടെയാണ് മേളം സമ്പന്നമാവേണ്ടത് എന്ന വാദമായിരുന്നു ഒരു ഭാഗത്ത്. വാദ്യോപകരണങ്ങൾ ശ്രുതിചേർത്ത് കൊമ്പ്-കുഴൽ തുടങ്ങിയവ ഒരേ രാഗഛായയിൽ അവതരിപ്പിക്കുന്നതിലാണ് കൂടുതൽ ആകർഷണം എന്ന മറുവാദം അപ്പുറത്തും. ഇതുമായി ബന്ധപ്പെട്ട് അവതരിപ്പിക്കുന്നതിലാണ് കൂടുതൽ ആകർഷണം എന്ന മറുവാദം അപ്പുറത്തും. ഇതുമായി ബന്ധപ്പെട്ട് നിരവധിയായ ചർച്ചകൾ സമകാലിക മലയാളം എന്ന

മാദ്ധ്യമത്തിൽ എകദേശം ഒരു കൊല്ലത്തോളം നടന്നു. ആ ചർച്ചയിൽ ആദ്യ വിഭാഗത്തിന്റെ വക്താവായിരുന്നു, ടി.എൻ. വാസുദേവൻ സാർ. തന്റെ അഭിപ്രായങ്ങൾ തുറന്നു പറയുവാനും അതിനുവേണ്ടി നിലകൊള്ളാനും അദ്ദേഹം കാണിച്ച സ്ഥൈര്യവും ഉത്സാഹവും ചെറുതല്ല. വ്യക്തിപരമായ ആക്ഷേപങ്ങളിലേയ്ക്ക് കൂപ്പുകുത്താതെ, ആശയത്തിനുവേണ്ടിയുള്ള പോരാട്ടവീര്യമാണ് ചർച്ചകളിലുടനീളം അദ്ദേഹം പ്രദർശിപ്പിച്ചത്. നേരിൽ കാണുമ്പോൾ ഇത്തരം മേളവിഷയവുമായി ബന്ധപ്പെട്ട കാര്യങ്ങളല്ലാതെ അദ്ദേഹത്തിന് മറ്റൊന്നും സംസാരിക്കാനുണ്ടായിരുന്നില്ല. അഭിപ്രായൈക്യങ്ങളും വ്യത്യാസങ്ങളും തുറന്നു പറയാനും മറ്റുള്ളവരെ സശ്രദ്ധം കേൾക്കാനും മാഷ് മനസ്സുകാണിച്ചിരുന്നു. കാണുമ്പോഴെല്ലാം അദ്ദേഹം പറഞ്ഞിരുന്ന ഒരു വാചകം മനസ്സിൽനിന്നു മായുന്നില്ല.'മട്ടന്നൂരേ, തായമ്പകയിലും വാദ്യസംഘത്തെ കൊണ്ടുനടക്കുന്നതിലും താങ്കളെ നൂറുശതമാനം അംഗീകരിയ്ക്കുന്നു, എന്നാൽ മേളത്തിൽ ഞാനങ്ങനെ പറയില്ല്യ ട്ടോ.' മേളകലാദർശനങ്ങളിലുള്ള അദ്ദേഹത്തിന്റെ അടിയുറപ്പാണ് അത് തുറന്നുപറയാനുള്ള കാരണമെന്ന പൂർണ്ണബോദ്ധ്യം എനിയ്ക്കുണ്ട്. നൂറുശതമാനം ഞാനത് ശിരസാ വഹിയ്ക്കുകയും ചെയ്യുന്നു.

മേളകലകളിൽ മാത്രമല്ല, കർണ്ണാടക സംഗീതം, കഥകളി തുടങ്ങിയ ശാസ്ത്രീയ കലകളിലും അപാരമായ പാണ്ഡിത്യം ടി. എൻ സാറിനുണ്ടായിരുന്നു. കഥകളിയിൽ നളചരിതം, കർണ്ണശപഥം തുടങ്ങിയ കഥകൾക്കപ്പുറം കോട്ടയം കഥകളുടെ ഒരു നിത്യാരാധകനായിരുന്നു അദ്ദേഹം. കഥകളിയിലെ സങ്കേതങ്ങളിലെ സൂക്ഷ്മതകളെ നിലനിർത്താൻ അദ്ദേഹം എന്നും ശ്രമിച്ചുപോന്നിരുന്നു. അതുപോലെത്തന്നെയാണ്, കർണ്ണാടകസംഗീതത്തിന്റെ കാര്യവും. അപൂർവ്വരാഗങ്ങളെ പോലും ആരോഹണ- അവരോഹണ പദ്ധതികൾ അദ്ദേഹത്തിന് ഹൃദിസ്ഥമായിരുന്നു. ഇപ്പോഴും എന്റെ മനസ്സിൽ ബാക്കിയുള്ള ഒരു ചോദ്യശകലം ഇതാണ്-

ഇത്രമാത്രം രാഗബോധവും ശ്രുതിബോധവുമുള്ള, കലകൾ കാലികമായി പരിഷ്കരിയ്ക്കപ്പെടണമെന്ന പരിപൂർണ്ണബോദ്ധ്യമുള്ള ടി.എൻ വാസുദേവൻ സാർ ശ്രുതിമേളം പോലുള്ള ഒരു നൂതന പരീക്ഷണത്തെ നിരാകരിയ്ക്കാൻ എന്തായിരിയ്ക്കാം കാരണം? മേളകലാരംഗത്തെ യാഥാസ്ഥിതികതയോടുള്ള അമിതാവേശമാവുമോ അതോ പ്രാദേശികതയോടുള്ള അമിതാഭിമുഖ്യമോ?

മേളസങ്കല്പങ്ങളിൽ സമാന്തരരേഖകളിൽ സഞ്ചരിച്ച ഞങ്ങൾക്കിടയിൽ മാനസികമായൊരു നേർരേഖ പ്രവർത്തിച്ചിരുന്നുവെന്നത് നന്ദിപൂർവ്വം ഓർക്കുന്നു. ഇത്തരം കലാവിമർശകരുടെ വിയോഗം കലാലോകത്തിന് നികത്താനാവാത്ത വിടവാണ് സൃഷ്ടിക്കുന്നത്. അദ്ദേഹത്തിന്റെ ആത്മാവിന് നിത്യശാന്തി നേരുന്നു. പ്രണാമം

....

തായമ്പക, കഥകളി മേളം, കേളി തുടങ്ങിയ രംഗങ്ങളിലെ അതുല്യവ്യക്തിത്വമാണ് ലേഖകൻ. ഇന്ത്യക്കകത്തും വിദേശത്തുമുള്ള നിരവധി വേദികളിൽ വാദ്യ വിഷയങ്ങളിൽ പ്രാഗത്ഭ്യം തെളിയിച്ചുണ്ട്. കേരള സർക്കാർ നൽകിവരുന്ന 'പല്ലാവൂർ പുരസ്കാര സമിതി'യുടെ അദ്ധ്യക്ഷനായും അംഗമായും പലത വണ പ്രവർത്തിച്ചിട്ടുണ്ട്.

എന്റെ ഏട്ടൻ

ടി. എൻ. നാരായണൻകുട്ടി

ഏട്ടനെപറ്റിയുള്ള ഓർമ്മകൾ പങ്കുവെക്കുമ്പോൾ ഏട്ടന്റേയും എന്റേയും സമ്പന്നമായ ഗതകാല സ്മൃതിയിലേക്ക് ഒരിക്കൽ കൂടി തിരിച്ചു ചെല്ലുന്നു.

തൃശ്ശൂരിൽ നിന്ന് പത്തു കിലോമീറ്റർ വടക്ക് മാറി ഷോർണ്ണൂർ റോഡിലാണ് മുളകുന്നത്തുകാവ് ഗ്രാമം. അയ്യപ്പക്ഷേത്രമാണ് മുളകുന്നത്തുകാവിന്റെ ഐശ്വര്യവും നാടിന് ആ പേര് സമ്മാനിച്ചതും. മരംകൊണ്ട് തീർത്ത മഹാക്ഷേത്രവും അതിന് ചേർന്ന ഗോപുരങ്ങളും വലിയ ആനപ്പള്ളമതിൽ, ദേവസ്വം കച്ചേരി, ഊട്ടുപുര, അമ്പലക്കുളം, തെക്കെ അമ്പലം, റോഡ് വരെയുള്ള പ്രൗഢമായ അമ്പലനട, രണ്ട് വലിയ ആൽമരങ്ങൾ എന്നിവയും കൊണ്ട് ആരുടേയും ശ്രദ്ധയാകർഷിക്കുന്ന ക്ഷേത്രസന്നിധി. പിൽക്കാലത്ത് പലഭാഗങ്ങളും പൊളിച്ചുനീക്കിയിട്ടുണ്ട്. ചുറ്റിലും ഉള്ളത് അമ്പലവാസി ഭവനങ്ങളാണ്. അമ്പലത്തിന്റെ കിഴക്കേ ഗോപുരത്തിനോട് ചേർന്ന് പടിപ്പുരയോട് കൂടിയ ചെറിയ നാലുകെട്ട്, രണ്ടു പാമ്പിൻകാവുകൾ, മുല്ലത്തറ ഭഗവതി, നെല്ലുത്തുപുര, തൊഴുത്ത് എല്ലാം ഇവിടെയുണ്ട്. 'പടിഞ്ഞാറെ തിയ്യാടി' എന്നാണ് ഭവനപ്പേര്.

പടിഞ്ഞാറെ തിയ്യാടി നീലകണ്ഠൻ നമ്പ്യാരുടേയും ശ്രീദേവി മരുവോളമ്മയുടേയും എട്ട് മക്കളിൽ മൂത്തവനാണ് വാസുദേവൻ

- ഏട്ടൻ. താഴെ ആര്യാദേവി, സാവിത്രി, നാരായണൻകുട്ടി (നാരായണൻ -ലേഖകൻ), നീലകണ്ഠൻ (നന്ദനൻ), രാമൻ, കൃഷ്ണൻ, നന്ദിനി എന്നിവരും. വേളി കഴിഞ്ഞ് അല്പം താമസിച്ചാണ് കുട്ടികൾ ഉണ്ടായത് എന്നതുകൊണ്ടും മൂത്തമകൻ ആയതുകൊണ്ടും വളരെയധികം സ്നേഹലാളനകൾ കിട്ടിയാണ് ഏട്ടൻ വളർന്നത്. വെളപ്പായ 'ധർമ്മസംഘം' എൽ.പി.സ്കൂൾ, തിരൂർ സെന്റ് തോമസ് ഹൈസ്കൂൾ എന്നിവിടങ്ങളിൽ ആയിരുന്നു സ്കൂൾതല പഠനം. എട്ടാം റാങ്കോടെ ഏട്ടൻ എസ്.എസ്.എൽ.സി പരീക്ഷ പാസ്സായി. ഉപരിപഠനം തൃശ്ശൂർ സെന്റ് തോമസ് കോളേജിൽ ആയിരുന്നു. ബി.എസ്.സി.ക്ക് ഒന്നാം റാങ്കും എം.എസ്.സി.ക്ക് രണ്ടാം റാങ്കും കിട്ടി. അച്ഛന്റെ പെങ്ങൾ പാപ്പി മരുവോളമ്മയുടെ വീട്ടിലായിരുന്നു ഏട്ടന്റെ രാത്രിയിലെ വായനയും പഠനവും. ടെക്സ്റ്റൈൽ മിൽ തൊഴിലാളിയായിരുന്ന മകൻ ശങ്കരനാരായണൻ നമ്പ്യാരുടെ ഭാര്യ തങ്കമണി ഏടത്തി കൊളുത്തി നൽകിയിരുന്ന കോഴിമുട്ട വിളക്കിന്റെ വെളിച്ചത്തിലായിരുന്നു പഠനം. വി.ടി. ഭട്ടതിരിപ്പാടിന് അക്ഷരം പകർന്നു കൊട്ടുത്ത തിയ്യാടി പെൺകുട്ടി (നങ്ങേലിക്കുട്ടി മരുവോളമ്മ)യുടെ മകളായിരുന്നു മേൽപറഞ്ഞ ഏടത്തി. തന്റെ മരണം വരെ 'എടാ വാസുദേവാ' എന്നു വിളിക്കാനുള്ള ആർജ്ജവവും തന്റേടവും അവർ കാണിച്ചിരുന്നു.

ഏട്ടൻ ബാംഗ്ലൂർ ഇന്ത്യൻ ഇൻസ്റ്റിറ്റ്യൂട്ട് ഓഫ് സയൻസിൽ ഉപരിപഠനത്തിന് ചേർന്നു. സോളിഡ് സ്റ്റേറ്റ് ഫിസിക്സിൽ ഡോക്ടറേറ്റ് എടുത്തു. അവിടെവെച്ച് ഡോ. ആർ.എസ്.കൃഷ്ണനുമായി അടുത്ത ബന്ധം കിട്ടി. അദ്ദേഹം തിരുവനന്തപുരത്ത് കേരള സർവകലാശാലയിൽ വൈസ് ചാൻസലർ ആയി വന്നപ്പോൾ ഏട്ടനും അവിടെ ചേർന്നു. ചില പ്രബന്ധങ്ങൾ പ്രസിദ്ധപ്പെടുത്തി. തുടർന്ന് അദ്ദേഹത്തിന്റെ കൂടി നിർദ്ദേശത്തിൽ കോഴിക്കോട് സർവകലാശാലയിൽ അധ്യാപകനായി ചേർന്നു. കേരളത്തിലെ ഏറ്റവും നല്ല ഫിസിക്സ് അധ്യാപകരിൽ ഒരാളായി അറിയപ്പെട്ടു. 2007 ൽ റിട്ടയർ ചെയ്തതിന്ശേഷവും കേരളത്തിലെ യൂണിവേഴ്സിറ്റികളിലും പ്രശസ്ത കോളേജുകളിലും ക്ലാസ് എടുക്കുവാൻ പോകുമായിരുന്നു. ശിഷ്യനും കോഴിക്കോട് സർവകലാശാലയിലെ മുൻ ഊർജ്ജതന്ത്രം മേധാവിയുമായ ഡോ. ആന്റണിയുമായി ചേർന്ന് ഒരു പുസ്തകം തയ്യാറാക്കുന്ന തിരക്കിലായിരുന്നു. ഏട്ടൻ.

ബാംഗ്ലൂർ ഇന്ത്യൻ ഇൻസ്റ്റിറ്റ്യൂട്ട് ഓഫ് സയൻസിൽ റിസർച്ച് ചെയ്തുകൊണ്ടിരിക്കെ ഇരുപത്തിയഞ്ചാം വയസ്സിൽ ഏട്ടൻ വിവാഹം

കഴിച്ചു. ഷൊർണ്ണൂർ മുണ്ടമുക (മുണ്ടായ) അയ്യപ്പക്ഷേത്രത്തിനടുത്തുള്ള തിയ്യാടി നീലകണ്ഠൻ നമ്പ്യാരുടേയും പാപ്പ മരുവോളമ്മയുടേയും മകൾ വസന്തയാണ് പത്നി. തികച്ചും ഗ്രാമീണയാണ് ഏട്ടത്തിയമ്മ. വിദ്യാഭ്യാസവും ആവശ്യത്തിന് മാത്രം. പ്രകൃതി രമണീയമായ ഗ്രാമത്തിന്റെ കരയെ തഴുകി ഭാരതപ്പുഴ ഒഴുകുന്നു. പുഴയിലേക്ക് ആണ് അയ്യപ്പക്ഷേത്രത്തിന്റെ കുളപ്പുര. വേനലിലും വർഷത്തിലും ഭാരതപ്പുഴ ഒരുപോലെ ഗ്രാമത്തിന്റെ അഴക് കൂട്ടുന്നു. വേനൽകാല രാത്രികളിൽ പുഴയുടെ മണൽത്തിട്ടിൽ കിടക്കുമ്പോൾ കാതിൽ പുഴ മന്ത്രിക്കുന്നത് കേൾക്കാം. കുട്ടിയുടെ അച്ഛനും മുത്തച്ഛനും അതിന്റെ മുൻപുള്ളവരും ഇവിടെ വന്ന് കിടക്കാറുണ്ട്. നാളെ കുട്ടിയുടെ മകനും പേരക്കുട്ടിയും വരുംതലമുറയും എല്ലാം എന്റെ നിറഞ്ഞ മണൽത്തിട്ടിൽ വന്ന് കിടക്കും. ശരത്കാല രാത്രിയും ആതിരനിലാവും എല്ലാം ആസ്വദിച്ചു കിടക്കുമെന്ന്. പാവം പുഴക്കറിയില്ലല്ലോ മനുഷ്യന്റെ പണക്കൊതിതന്നെ ഈവിധം വികൃതമാക്കുമെന്ന്. ഇന്ന് ഒരു പുഴയ്ക്കും തന്റെ ശരീരലാവണ്യം ഒരാൾക്കും കാണിച്ചുകൊടുക്കാൻ ഇഷ്ടമില്ല. അത്രക്കും ശോച്യാവസ്ഥയിലാണ് അവ. വേനൽക്കാലത്ത് പുഴയുടെ പാർശ്വങ്ങളിലുള്ള കൊന്നച്ചെടികളിൽ നിന്ന് നീർച്ചാലുകളിൽ തുള്ളിത്തുളുമ്പിയൊഴുകുന്ന ഓളങ്ങളെ എത്തിച്ചു നീട്ടിതൊട്ടുവാൻ വെമ്പുന്ന കൊന്നപൂങ്കുലകൾ ആരുടെ മനസ്സിനേയും മോഹിപ്പിക്കും. ഏട്ടന്റെ മൂത്ത മകൻ ഡോ.ടി.വി. നീലകണ്ഠൻ (ഉണ്ണി) ഡൽഹിയിലെ ജെ.എൻ.യു.വിൽനിന്ന് ബയോകെമിസ്ട്രിയിൽ ഡോക്ടറേറ്റ് എടുത്തതിനുശേഷം അമേരിക്കയിലെ ക്ലീവ് ലൻഡ് സർവകലാശാലയിൽ നിന്ന് പോസ്റ്റ് ഡോക്ടറൽ ഫെല്ലോഷിപ്പ് നേടി ബോസ്റ്റണിൽ ജോൺസൺ & ജോൺസൺ കമ്പനിയിൽ സീനിയർ സയന്റിസ്റ്റ് ആയി ജോലി ചെയ്യുന്നു. ഭാര്യ ഡോ.മൻവീൻ രാജസ്ഥാൻ കാരിയാണ്. ഇരുവരും ഡൽഹി ജെ.എൻ.യു.വിൽ സഹപാഠികളായിരുന്നു. ഇവർക്ക് ഏഴുവയസ്സുള്ള ഒരു പെൺകുട്ടിയുണ്ട്, വാണി. രണ്ടാമത്തെ മകൻ വിഷ്ണുനാരായണൻ പഠിപ്പിലും സംഗീതത്തിലും എല്ലാം അതിസമർത്ഥനായിരുന്നു. അവനു ദൈവം ദീർഘായുസ്സ് കൊടുത്തില്ല.

'തിയ്യാടി നമ്പ്യാർ സമുദായം' ആണ് ഞങ്ങളുടേത്. അയ്യപ്പക്ഷേത്രങ്ങളിലും മറ്റു ക്ഷേത്രങ്ങളിലും മനകളിലും തിയ്യാട്ട് എന്ന അനുഷ്ഠാന കലാരൂപം അവതരിപ്പിക്കുകയാണ് കുലത്തൊഴിൽ. അച്ഛന് മുളകുന്നത്തുകാവ് ക്ഷേത്രത്തിലും പുതുരുത്തി ഭരതക്കാട്ട്കാവ് അയ്യപ്പക്ഷേത്രത്തിലും പുതുരുത്തി തന്നെയുള്ള 'പല്ലിക്കാട്ട്

മന', 'ഐക്കാട്ട് മന'യിലും തിയ്യാട്ട് ഉണ്ടായിരുന്നു. ആവശ്യത്തിന് നെല്ല് പാട്ടം വരുവാനുമുണ്ടായിരുന്നു. അതുകൊണ്ട് ലുബ്ധ് പിടിച്ച് ചെലവാക്കിയാണ് എട്ട് കുട്ടികളെ പഠിപ്പിച്ചതും പെൺകുട്ടികളുടെ വിവാഹം കഴിപ്പിച്ചയച്ചതും. കുട്ടിക്കാലം മുതൽക്ക്തന്നെ തിയ്യാട്ടിന് കളമെഴുതാനും കൊട്ടിപ്പാടുവാനും അമ്പലത്തിൽ പോകേണ്ടിവന്നു. ഏട്ടനും ഞങ്ങളുമെല്ലാം പുത്തൂരുത്തിക്ക് അച്ഛന്റെ കൂടെ തിയ്യാട്ടിന് പോകാറുണ്ട്. യാത്രാസൗകര്യം കുറഞ്ഞ സ്ഥലമായതിനാൽ പുത്തൂരുത്തിക്ക് നടക്കുകയേ അന്ന് ശരണമുള്ളൂ. അത്താണി കഴിഞ്ഞാൽ അമ്പലപുരമമായി. മണക്കുളം കോവിലകത്തെ മുകുന്ദരാജയും മഹാകവി വള്ളത്തോളും ചേർന്ന് ജന്മംകൊടുത്ത പഴയ കലാമണ്ഡലത്തിന്റെ ആസ്ഥാനം ഇവിടെയെയാണ്. ഇവിടെയത്തിയാൽ ചെണ്ടയുടേയും ശുദ്ധമദ്ദളത്തിന്റേയും ഒച്ചകേൾക്കാം പലപ്പോഴും. കച്ചമണിയുടെ ശബ്ദം കേൾക്കുന്നുണ്ടോ എന്ന് ശ്രദ്ധിക്കാറുണ്ട്. ആര്യമ്പാടം കഴിഞ്ഞാൽ ഇടതിങ്ങി മരങ്ങളും പാറക്കെട്ടുകളും നിറഞ്ഞ വഴി. നിശബ്ദതയുടെ സൗന്ദര്യം വിളിച്ചു പറയുന്ന പ്രകൃതിഭംഗി. ഈ വഴികൾ നടക്കുന്നതിനുള്ള കരുത്തും ഉത്സാഹവും വർദ്ധിപ്പിച്ചു. നടത്തം എല്ലാവർക്കും ഇഷ്ടമായിരുന്നു. തിയ്യാട്ടിന്റെ അനുഭവങ്ങൾ - നെല്ല്, അരി, നാളികേരം തുടങ്ങി എന്ത് ഭാരവും എടുക്കാനും ഞങ്ങളെ പ്രാപ്തരാക്കി.

അമ്മയുടെ വീട് തൃത്താലക്കടുത്തുള്ള മലമക്കാവ് ആയിരുന്നു. കുട്ടിക്കാലത്ത് അവിടേക്കുള്ള യാത്രകളും അനുഭവമായിരുന്നു. തീവണ്ടി കയറി പള്ളിപ്പുറം സ്റ്റേഷനിൽ ഇറങ്ങി ഒരു നാഴിക ദൂരം റെയിലിൽ കൂടി നടന്നും ഒരു നാഴിക വയലുകളും ഭാരതപ്പുഴയും കടന്നും ഒരു നാഴിക കുന്ന് കയറിയുമാണ് അവിടെ എത്തിയിരുന്നത്. ഭാരതപ്പുഴയിലൂടെ നടക്കുമ്പോൾ പുഴയിലെ തെളിഞ്ഞ വെള്ളം കുടിക്കുക പതിവായിരുന്നു. പുഴയോരത്ത് നിറയെ മത്തൻ, കുമ്പളം, വെള്ളരി എന്നിവ കുത്തിയിട്ടത് വിളഞ്ഞ് കിടക്കുന്നുണ്ടായിരിക്കും. ആദ്യത്തെ ഒന്നുരണ്ടു വിളകൾ എടുത്തുകഴിഞ്ഞാൽ മോഹത്തിന് തിന്നുവാൻ ഒന്നോ രണ്ടോ വെള്ളരിക്കപൂവ്വൽ പൊട്ടിച്ചാൽ ആരും ഒന്നും പറയാറില്ല. പ്രകൃതിയെ കൺനിറയെ കണ്ടും അനുഭവിച്ചും അല്ലലറിയാത്ത നടത്തം. വലിയ താലപ്പൊലിപാല വഴി കാണിക്കുമായിരുന്നു. താലപ്പൊലിപ്പാല നിൽക്കുന്ന കുന്നിന്റെ മുകളിൽ നിന്നും നോക്കിയാൽ ചുറ്റും ചക്രവാളം കാണാം. ഒരു ഭാഗത്ത് വയലുകൾ, മറ്റൊരു ഭാഗത്ത് ഭാരതപ്പുഴ. ചുതപ്പാലത്തിൽ കൂടി തീവണ്ടി കടന്നുപോകുന്നത് നോക്കി നിൽക്കാറുണ്ട്. ഭാരതപ്പുഴയോട് ചേർന്ന

പുഴക്ക് അഭിമുഖമായി വയലോരത്ത് 'മാടത്തുതെക്കെപാട്ട്' എം.ടി. വാസുദേവൻ നായരുടെ ജന്മഗൃഹം. കുന്നിൽപുറങ്ങളിൽ കായ്ഫലങ്ങൾ നിറഞ്ഞ മാവ്, കശുമാവ്, പ്ലാവ് ആവതിലധികം കറുത്ത ഫലങ്ങൾ പേറി നിൽക്കുന്ന ഞാവൽ മരങ്ങൾ എന്നിവ ആരേയും മത്ത് പിടിപ്പിക്കും. മലമക്കാവ് തെക്കെ കുന്നത്ത് നിറയെ ഞാവൽ മരങ്ങൾ ആണ്. എത്ര പഴം തിന്നാലും മതിയാവില്ല. കുട്ടിക്കാലത്തെ സമ്പന്നമായ ഓർമ്മ. മലമക്കാവ് താരതമ്യേന ജനവാസം കുറഞ്ഞ കുഗ്രാമമാണെങ്കിലും ഫലവൃക്ഷങ്ങളാൽ സമ്പന്നമായിരുന്നു. പല രുചികളിലുള്ള നല്ല മധുരമുള്ള നാട്ടുമാവുകൾ തിയ്യാടി പറമ്പിൽ ഉണ്ട്. പ്രത്യേക തരം കറുത്ത മുഖമുള്ള വാനരക്കൂട്ടങ്ങൾ അവിടെ ഉണ്ടായിരുന്നു. കുരങ്ങന്മാർ കുലുക്കിയും കടിച്ചും വീഴുന്ന മാങ്ങകളുടെ ധാരാളിത്തം ധാരാളിത്തം ആണ് എവിടേയും.

ധാരാളം നടവരവുള്ള ക്ഷേത്രമാണ് മലമൽകാവ് അയ്യപ്പക്ഷേത്രം. ചതുഃശ്ശതവും കൂട്ടുപായസവും അവിടത്തെ പ്രധാന വഴിപാടുകളാണ്. അമ്പലക്കുളത്തിന്റെ കൽക്കെട്ടിനകത്ത് ചെങ്ങഴിനീർപ്പൂ എന്ന അമൂല്യപുഷ്പം 'നീലത്താമര' എന്ന പേരിൽ എം.ടി. വാസുദേവൻനായർ ഇതിനെ കേന്ദ്രീകരിച്ച് സിനിമ എടുത്തിട്ടുണ്ട്. തായമ്പകക്ക് മലമൽക്കാവ് ശൈലി (ബാണി) തന്നെയുണ്ട്. മലമൽകാവ് കേശവപൊതുവാൾ അതിന്റെ ആചാര്യൻ ആയിരുന്നു. മുത്തച്ഛന്റെ അടുത്ത് താമസിച്ചാണ് ഏട്ടനും ഞങ്ങളും തിയ്യാട്ടിന്റെ ഉപരിപഠനം നടത്തിയിട്ടുള്ളത്. തിയ്യാട്ടു കലയിൽ ത്രിമൂർത്തികളായിരുന്നു പെരുമ്പിലാവ് തിയ്യാടി കേശവൻ നമ്പ്യാരും മുണ്ടമുക തിയ്യാടി നീലകണ്ഠൻ നമ്പ്യാരും മുത്തച്ഛൻ മലമക്കാവ് തിയ്യാടി നാരായണൻ നമ്പ്യാരും. തുടർച്ചയായുള്ള വേനലവധികളിൽ ഏട്ടൻ ഇതിനു പോയിരുന്നു. മുത്തച്ഛൻ ഗാന്ധിയനും എഴുത്തുകാരനും വായനാശീലമുള്ളയാളും കലാസ്വാദകനും നല്ലൊരു ലൈബ്രറിയുടെ ഉടമയും ആയിരുന്നു. സ്വന്തം തക്ളി കൊണ്ട് നൂറ്റുണ്ടാക്കിയ നൂല് കൊണ്ടുണ്ടാക്കിയ ഖാദി വസ്ത്രങ്ങളാണ് ധരിച്ചിരുന്നത്. പാടി രാഗം ഭക്തിയുടെ അങ്ങേതലയാണെന്നും അത് പാടി കണ്ണിൽ നിന്നും വെള്ളം വീഴുന്നതും ഓർക്കുന്നു. ശങ്കരാഭരണം, കാംബോജി, മധ്യമാവതി എന്നിവ ഇഷ്ടരാഗങ്ങളായിരുന്നു.

ഏട്ടൻ എപ്പോഴും പറയുന്ന ഒരു കാര്യമുണ്ട്. ജീവിതത്തിൽ ഏട്ടനെ ഏറ്റവും സ്വാധീനിച്ച വ്യക്തി അച്ഛൻ ആണ് എന്ന്. സ്വാശ്രയത്വം അച്ഛന്റെ ജന്മവ്രതം ആയിരുന്നു. അച്ഛൻ അത്യധ്വാനിയും സത്യസന്ധനും കടുത്ത ഈശ്വര വിശ്വാസിയും കുറച്ച് മുൻശുണ്ഠിക്കാരനുമായിരുന്നു. അമ്മ വിദുഷിയും സംഗീത കലാതത്പരയും പ്രകൃതിയേയും

 പ്പൂക്കളേയും അറിഞ്ഞ് ആസ്വദിക്കുന്ന ഭർതൃഭക്തയും ധാരാളത്തിലധികം ക്ഷമാശീലയുമായിരുന്നു. ഔപചാരിക വിദ്യാഭ്യാസം കുറച്ച് മാത്രം ഉണ്ടായിരുന്ന അമ്മ ശാർദ്ദൂലവിക്രീഡിതം തുടങ്ങിയ വലിയ സംസ്കൃത വൃത്തങ്ങളിൽ മണിപ്രവാള കവിത എഴുതുമായിരുന്നു. വസന്ത പ്പൂവും കുയിലിന്റെ ഒച്ചയും അമ്മ ഏറെ ഇഷ്ടപ്പെട്ടിരുന്നു. പഞ്ചാരി മേളത്തിന്റെ താളവട്ടം അമ്മ എണ്ണിപ്പിടിക്കുമായിരുന്നു. അച്ഛന്റെ ഒപ്പം പറമ്പിൽ വെണ്ട, പയർ, വഴുതന എന്നിവ കുത്താനും കിളയ്ക്കാനും എല്ലാം ചെല്ലും. നെല്ല് വെയ്ക്കുവാനുള്ള വാഴംകയ്യ് തുടങ്ങി കത്തിക്കാനുള്ളവ ഉണ്ടാക്കണം. ക്ഷേത്ര മതിൽക്കെട്ടിനകത്തെ കോൺക്രീറ്റ് തിണ്ണയിലും കുളത്തിന്റെ കോൺക്രീറ്റ് തിണ്ണയിലും ആണ് നെല്ല് ഉണക്കിയിരുന്നത്. അന്നതിനുള്ള അനുവാദം ഉണ്ടായിരുന്നു. ഇതിനെല്ലാം ഞങ്ങളും ചെല്ലുമായിരുന്നു. നെല്ല് കുത്തുവാനും ഞങ്ങളാണ് പോയിരുന്നത്. തിയ്യാട്ടിന് അരി പതിവായി ഇടിച്ച് പൊടിക്കണമായിരുന്നു. ഉമി കരിച്ച് കുന്താണിയിൽ ഇടിച്ച് കൃഷ്ണ പൊടിയുണ്ടാക്കുന്ന വാസന, നെല്ലുത്ത് പുരയിലെ ഉരലിൽ മഞ്ഞൾ പൊടിക്കുന്നതിന്റെ വാസന ഇതെല്ലാം ഞങ്ങളെ വളരെയേറെ സ്വാധീനിച്ചിരുന്നു. കർക്കിട സംക്രാന്തിക്ക് മുൻപ് കട്ടിളയും വാതിലും കഴുകൽ, സംക്രാന്തി ദിവസം ചേട്ടയെ കളഞ്ഞ് ശീപോതി വെക്കുക, തിരുവോണം മുതൽ നാല് ദിവസത്തെ കൈക്കൊട്ടിക്കളി, പതിനാറാം മകം, ആയില്യം മകം, ആയില്യം നാളിലെ പാമ്പിന് പുണ്യാഹം, നവരാത്രിക്ക് വീട്ടിൽ നടത്തുന്ന വിദ്യാരംഭം, പറമ്പ് കിളയ്ക്കൽ, കാളത്തേക്കിന്റെ തിരിക്കൂട്ടൽ, വേലികെട്ട്, കുളം പണി, ചിട്ടയായ വിഷുക്കണി വെയ്ക്കൽ, വിഷുക്കഞ്ഞി, പുറത്തെ പറമ്പിലെ കലശം എന്നിവയും വളരെയധികം സ്വാധീനിച്ച ഘടകങ്ങൾ ആണ്. അച്ഛൻ ഇലത്താളം കൊട്ടുവാൻ പോകുമായിരുന്നു. തായമ്പക, ചെറിയ മേളങ്ങൾ, ചെറിയ പഞ്ചവാദ്യങ്ങൾ എന്നിവക്കെല്ലാം ഞങ്ങളും പോകുമായിരുന്നു. വെളപ്പായ പത്താമുദയ, ശിവരാത്രി എന്നിവക്ക് പണ്ട് പോയിരുന്നത് ഓർമ്മയാണ്. അർദ്ധരാത്രിക്ക് ശേഷമാണ് എഴുന്നള്ളിപ്പിനുള്ള ആന എത്തുക. അമ്പത് പൈസയോ, എഴുപത്തിയഞ്ച് പൈസയോ ആണ് കിട്ടുക. വലിയ സമ്പാദ്യം ആയിരുന്നു അന്നത്. ഇന്ന് ആയിരം രൂപ കൈയ്യിൽ കിട്ടിയാൽ പോലും അതിന് തുല്യമാവില്ല.

തൃശ്ശൂർ പൂരം, പെരുവനം പൂരം, ആറാട്ടുപുഴ പൂരം, കുട്ടനെല്ലൂർ പൂരം, എടക്കുന്നി ഉത്രം വിളക്ക്, ഇരിങ്ങാലക്കുട ഉത്സവം എന്നിവക്ക് എല്ലാം ഏട്ടന്റെ കൂടെ പോയിട്ടുണ്ട്. ആലക്തികാലങ്കാരമില്ലാതെ

പന്തവും തീവെട്ടിയും ആനകളും ആനച്ചമയങ്ങളുമായി അർദ്ധരാത്രിയിൽ പൂർണ്ണചന്ദ്രനെ സാക്ഷിയാക്കി ഒരു തപസ്സ് എന്നെ കുട്ടനെല്ലൂർ പൂരത്തിന്റെ പഞ്ചാരിമേളത്തിനെ വിശേഷിപ്പിക്കാൻ കഴിയൂ. തൃശ്ശൂർ പൂരത്തിന് പാറമേക്കാവിലമ്മയുടെ ഉച്ചയെഴുന്നള്ളിപ്പിന് തുല്യമായി ഒരു കാഴ്ച കാണുവാൻ പ്രയാസമായിരുക്കും. ചെമ്പടകഴിഞ്ഞ് പാണ്ടി കൊലുമ്പുമ്പോൾ ഒരു മണി കഴിയും. ആ നേരം സൂര്യന് തന്റെ എല്ലാ കിരണങ്ങളുടേയും ശക്തി പാറമേക്കാവിലമ്മയുടെ തിടമ്പിലും കോലത്തിലും എത്തിക്കണം. ശ്രീ. കുമാരനാശാൻ പാടിയ പോലെ സൂര്യനിൽനിന്ന് കടപ്പൊട്ടി പറന്നാണ് ആദിത്യ കിരണങ്ങൾ കോലത്തിലും ആനച്ചമയങ്ങളിലും വാദ്യക്കാരിലും എല്ലാവരിലും പതിക്കുന്നത്. ഈ കാഴ്ചയെ ഒരുപക്ഷെ വെല്ലുന്ന കാഴ്ചയാണ് ആറാട്ടുപുഴ പൂരത്തിന്റെ ശാസ്താവിന്റെ എഴുന്നള്ളിപ്പ്. സന്ധ്യ കഴിഞ്ഞാൽ പന്തവും തീവെട്ടിയും ചമയങ്ങളണിഞ്ഞ ആനകളുമായി പഞ്ചാരിമേളത്തിന്റെ അകമ്പടിയോടെ ആറാട്ടുപുഴ ശാസ്താവ് എഴുന്നള്ളുന്നു. പ്ലാവ്, മാവ് തുടങ്ങിയ ഫലവൃക്ഷങ്ങൾ പിടുപ്പതിലധികം കായ്ഫലങ്ങൾ പേറി എഴുന്നള്ളിപ്പിന്റെ കൊഴുപ്പ് കൂട്ടും. ഏട്ടനും ഞാനും കൂടി ഇരിങ്ങാലക്കട കൂടൽമാണിക്യം ക്ഷേത്ര ഉത്സവത്തിന്റെ കഥകളി കാണുവാൻ രണ്ടോ മൂന്നോ തവണ പോയിട്ടുണ്ട്. അണിയറയിൽ ചുട്ടി കുത്താൻ കിടക്കുന്ന മാങ്കുളം വിഷ്ണു നമ്പൂതിരിയുടെ കിടപ്പ് മനസ്സിൽ നിന്നും മാഞ്ഞുപോകുന്നില്ല. ഇരിങ്ങാലക്കട ഉത്സവത്തിന്റെ പഞ്ചാരിമേളം വളരെ കേമമാണ്. പഞ്ചാരിക്ക് ശേഷമുള്ള അടന്ത വഹ കൊട്ടൽ, കലീപിനി തീർത്ഥത്തിന്റെ പാർശ്വ ഭാഗത്ത് നിന്നാണ് കൊട്ടുക. തീർത്ഥക്കരക്കൊട്ട് എന്നാണ് ഇതിനെ പറയുക. അമ്പലത്തിന്റെ ഒരു ഭാഗത്ത് ഉണ്ണായി വാര്യർ കലാനിലയം സ്ഥിതി ചെയ്യുന്നു. വർഷങ്ങൾക്കു മുമ്പ് തൃശ്ശൂർ കഥകളി ക്ലബിന്റെ പ്രതിമാസ പരിപാടി ബാലിവിജയം കഥകളിക്ക് കലാമണ്ഡലം രാമൻകുട്ടി നായരുടെ രാവണൻ, കലാമണ്ഡലം ശങ്കരൻ എമ്പ്രാന്തിരി പാടിപ്പാടി പ്രശസ്തിയിലേക്ക് വരുന്ന സമയം 'അരവിന്ദ ദളോപമ നയനേ, ശരദിന്ദു മനോഹരവദനേ' എന്ന പാടി പദം എല്ലാം പുഷ്ടിയോടും കൂടി പാടുന്നതിനിടയിൽ ആ കൃശഗാത്രൻ ഇടക്കിടെ മുൻപിൽ വന്ന് രാമൻകുട്ടി നായരുടെ 'കത്തി' കണ്ട് ആസ്വദിച്ചതും ഇതുപോലെ മറ്റൊരു ഓർമ്മയാണ്. അന്ന് ഏട്ടനും ഞാനും കൂടിയാണ് പോയിരുന്നത്. കൃഷ്ണനാട്ടത്തിലെ 'മുല്ലപ്പൂ ചുറ്റൽ' ഏട്ടനും എനിക്കും വളരെ ഇഷ്ടമാണ്. അതിൽ പ്രകൃതിയും പ്രകൃതിയെ കുറിച്ചുള്ള സങ്കൽപ്പങ്ങളും നിറഞ്ഞു നിൽക്കുന്നത് പോലെ തോന്നും. കളിവിളക്കിന് ചുറ്റുമുള്ള നൃത്തം മനസ്സിനെ ആർദ്രമാക്കും. പ്രകൃതിയെ

ആവിഷ്കരിക്കുമ്പോളാണല്ലോ കല പൂർണ്ണമാകുക. മാവിൻതുപ്പുകൾ പിടിച്ചുള്ള നളചരിതം രണ്ടാം ദിവസത്തിലെ 'ഉരത്തെഴും തിമിരം വെൽവാൻ ഉദിക്കുമാറായി ഭഗവാനും' എന്ന പദമാടുന്ന കാട്ടാളന്റെ ആവിഷ്ക്കാരം ആർക്കാണ് കണ്ടു മതിയാവുക അത്പോലെതന്നെ സൗഗന്ധികം, തോരണയുദ്ധം തുടങ്ങിയവയിലെ ഹനുമാൻ (വെള്ള ത്താടി), ബാലി-സുഗ്രീവൻമാർ, നക്രതുണ്ഡി എല്ലാം ആരുടേയും മനം കവരും. പ്രകൃതിയുമായി ബന്ധപ്പെടുത്തിയാണ് മേൽ പറഞ്ഞ വേഷങ്ങളുടെ ആവിഷ്ക്കാരം.

തായമ്പകയും - പ്രത്യേകിച്ച് പതികാലം (താതല), അടന്ത, പഞ്ചാരി, ചമ്പക്കൂറ്റകൾ- ചെണ്ടയിൽ സൃഷ്ടിക്കുന്ന ലയവിന്യാസം ങ്ങൾ എപ്പോഴും സംസാരിക്കുന്ന വിഷയമാണ്. അമ്പലത്തിലെ ഉത്സവത്തിന് പണ്ടുകാലത്ത് വമ്പൻമാരായ മാരാന്മാരും കൊട്ടുകാരും വന്ന് സേവയായി കൊട്ടുന്ന കാലത്തിന്റെ ഓർമ്മയുണ്ട്. അന്ന് അവർ കൊട്ടിയിരുന്നത് തങ്ങളുടെ ഉപാസനാ മൂർത്തിയെ പ്രസാദിപ്പിക്കുവാനായിരുന്നു, പ്രശസ്തിക്കായിരുന്നില്ല. ഇന്ന് തായമ്പക സത്യത്തിൽ തായമ്പകയല്ലാതായി. ഡബിൾ, ത്രിബിൾ തായമ്പകകൾ രണ്ട് മണിക്കൂറിന് മേൽ കൊട്ടും. പത്ത് പതിനഞ്ച് ചെണ്ട, അതിന് ചേർന്ന ഇലത്താളം എന്നിവ ഇവരുടെ തായമ്പകയ്ക്ക് ഉണ്ടാവും. ആലിപ്പറമ്പ് ശിവരാമപൊതുവാൾ അമ്പത് മിനിറ്റിലധികം തായമ്പക കൊട്ടാറില്ല. ചേറിക്കൊഴിച്ചുള്ള ഏറ്റിച്ചുരുക്കലും കൊട്ടിക്കൂർപ്പിക്കലും ഇന്ന് ഓർക്കുമ്പോൾ കണ്ണിൽ വെള്ളം വരും. കച്ചവടച്ചരക്ക് ആയി മാറിയിരിക്കുന്നു ഇന്ന് തായമ്പക. അവരുടെ കഴിവിനെ ചോദ്യം ചെയ്യുന്നില്ല. കുറുപത്ത് ഈച്ചരമാരാർ പഞ്ചാരിക്ക് കാലമിടുന്നത് മുതൽ തിടമ്പിൽ നിന്നും കണ്ണെടുക്കാറില്ല.

തിരുവനന്തപുരത്തെ താമസത്തിനിടയിൽ ശ്രീപദ്മനാഭസ്വാമി ക്ഷേത്ര ഉത്സവം, നവരാത്രി മണ്ഡപം സംഗീത കച്ചേരികൾ, കോട്ടക്കൽ ഉത്സവം തുടങ്ങിയവക്കും ഏട്ടൻ പോകാറുണ്ട്. പഞ്ചവാദ്യം ഏട്ടന് ഭ്രമമായിരുന്നു. പഞ്ചവാദ്യത്തിലെ തിമില, മദ്ദളം, ഇലത്താളം, കൊമ്പ്, ഇടക്ക എല്ലാം ഏട്ടൻ വാമൊഴിയായി അവതരിപ്പിക്കുമായിരുന്നു. എൽ.എസ്. രാജഗോപാലയ്യർ എഴുതിയ 'കേരളത്തിലെ ക്ഷേത്രവാദ്യങ്ങൾ' എന്ന കൃതി പരിഭാഷപ്പെടുത്തിയത് ഏട്ടനായിരുന്നു. ബഹു. കേരള ഗവൺമെന്റിന്റെ 'പല്ലാവൂർ അപ്പുമാരാർ മേള പുരസ്കാര' കമ്മിറ്റിയുടെ അധ്യക്ഷനായും ജൂറി അംഗമായും ഏട്ടൻ മരണം വരെ ഉണ്ടായിരുന്നു. സംസ്ഥാന സ്കൂൾ യൂത്ത് ഫെസ്റ്റിവലിൽ കഥകളിയുടെ ജഡ്ജ് ആയും രണ്ട് മൂന്ന് വർഷം പ്രവർത്തിച്ചിട്ടുണ്ട്.

ലക്ഷങ്ങൾ വിലയുള്ള ലൈബ്രറി ഏട്ടന്റെ വീട്ടിലുണ്ട്. പഠിക്കുന്ന കാലം മുതൽ മാതൃഭൂമി ആഴ്ചപ്പതിപ്പ്, സ്കൂൾ ലൈബ്രറി പുസ്തകങ്ങൾ എന്നിവയിൽ നിന്ന് തുടങ്ങിയതാണ് ഏട്ടന്റെ വായനാശീലം. ലോക സാഹിത്യത്തിലെ പ്രമുഖ ക്ലാസിക് കൃതികൾ അതിലുണ്ട്. വായിക്കുക മാത്രമല്ല, സംസാരത്തിനിടക്ക് പുസ്തകങ്ങൾ ചികഞ്ഞെടുത്ത് അതിലെ വരികൾ കാണിക്കുകയും ചെയ്യുമായിരുന്നു. സംഗീതത്തിനെ കുറിച്ചുള്ള രചനകൾ -ദക്ഷിണേന്ത്യൻ സംഗീതം, ത്യാഗരാജ സ്വാമികൾ, മുത്തുസ്വാമി ദീക്ഷിതർ, ശ്യാമ ശാസ്ത്രികൾ, പുരന്ദരദാസർ എന്നിവരുടെ കൃതികൾ, സ്വാതിതിരുനാൾ കൃതികൾ, ജയദേവരുടെ ഗീതഗോവിന്ദം എല്ലാം അവയിൽ ചിലതുമാത്രം. ഒരു ഷെൽഫിൽ നിറയെ ഫിസിക്സ് പുസ്തകങ്ങളും ഉന്നതരായ ശാസ്ത്രജ്ഞരുടെ പുസ്തകങ്ങളും അവരുടെ ചിത്രങ്ങളും അവരെ കുറിച്ചുള്ള പഠനങ്ങളും. ഹിന്ദുസ്ഥാനിയും പാശ്ചാത്യ സംഗീതവും ഏട്ടന് ഇഷ്ടമായിരുന്നു. കഥകളി രംഗം ആട്ടപ്രകാരങ്ങൾ, നളചരിതം പോലുള്ള അനശ്വരകൃതികൾ, തുഞ്ചത്തെഴുത്തച്ഛന്റെ രാമായണം, ഭാഗവതം, മഹാഭാരതം, കൃഷ്ണഗാഥ, കുഞ്ചൻ നമ്പ്യാരുടെ തുള്ളൽ കൃതികൾ, ഭഗവദ് ഗീത, തിരുക്കുറൾ, ചിലപ്പതികാരം, രാമചരിത മാനസം തുടങ്ങിയ പുസ്തകങ്ങൾ എല്ലാം തന്നെ ഏട്ടന്റെ അലമാരയിൽ ഉണ്ട്. ഇതിനുപുറമെ പ്രഗത്ഭരായ സംഗീതജ്ഞരുടെ സിഡികളും കാസറ്റുകളും. സി.വി. രാമൻപിള്ള ഏട്ടന്റെ ഒരു വികാരമായിരുന്നു. കാളിഉടയാൻ ചെന്ത്രക്കാരൻ, പെരിഞ്ചക്കോടൻ, ഹരിപഞ്ചാനൻ എല്ലാം എന്ത് കഥാപാത്രങ്ങൾ! എം.കെ.രാമചന്ദ്രന്റെ പുസ്തകങ്ങൾ എനിക്ക് അടുത്തിടെ ഏട്ടൻ വാങ്ങി തന്നിരുന്നു.

എത്ര യാത്ര ചെയ്താലും മതിയാവാത്ത മനസ്സും ശരീരശേഷിയും ഏട്ടനുണ്ടായിരുന്നു. കുട്ടിക്കാലത്തെ തീവണ്ടി യാത്ര, മറ്റു യാത്രകൾ, പ്രകൃതിയെ കുറിച്ചുള്ള വീക്ഷണങ്ങൾ എല്ലാം ഇതിന് പ്രേരകമായിട്ടുണ്ടാകാം. പാക്കിസ്ഥാൻ ഇന്ത്യയിൽനിന്ന് പോയതിനെപറ്റി വേദനിക്കുന്ന ആത്മാവായിരുന്നു ഏട്ടന്റേത്. വാഗ അതിർത്തി ഏട്ടന് വേദനയായിരുന്നു. ലാഹോർ ഏട്ടന്റെ സ്വപ്നഭൂമിയായിരുന്നു. ഹിമാലയയാത്ര പോയിട്ടുണ്ട്. കൈലാസയാത്രയും ഏട്ടന് എന്നും ഹരമായിരുന്നു. അവിടത്തെ സ്ഥലങ്ങൾ നമ്മുടെ തൊട്ടടുത്ത് കിടക്കുന്ന സ്ഥലങ്ങൾപോലെ ഏട്ടൻ ക്ലാസെടുത്തു തരുമായിരുന്നു. ഞാൻ ഏട്ടനോടെപ്പോഴും പറയാറുണ്ട്, ഏട്ടൻ ഒരു ഭൂമിശാസ്ത്ര അധ്യാപകൻ ആവേണ്ടിയിരുന്നു എന്ന്. എന്നെ ഏട്ടനെപ്പോഴും ബ്രഹ്മപുത്ര നദി കാണുവാൻ വിളിക്കാറുണ്ട്. ഗംഗയേക്കാൾ ഏട്ടനെ സ്വാധീനിച്ചിട്ടുള്ളത് ബ്രഹ്മപുത്രയാണെന്ന് തോന്നും.

അവസാനകാലത്ത് കൃഷിയായിരുന്നു ഏട്ടന്റെ ഇഷ്ട തൊഴിൽ. ഭാഗപ്രകാരം കിട്ടിയ ഭൂമിയിൽ കൂടുതൽ സ്ഥലത്ത് പ്ലാവ്, മാവ് എന്നീ ഫലവൃക്ഷങ്ങൾക്ക് പുറമേ തേക്ക്, കരിവീട്ടി, ഇരുമുള്ള്, ദേവതാരം, രക്തചന്ദനം, ദന്തപ്പാല, കുടകപ്പാല, വേങ്ങ, തംബകം, കണിക്കൊന്ന പ്ലാവ്, അശോകം തുടങ്ങിയ വനവൃക്ഷങ്ങളാണ്. ബിഭൂതിഭൂഷൻ ബന്ദോപാധ്യായയുടെ ആരണ്യക്കിലെ യുഗളപ്രസാദനെ ഓർമ വരും. ഇതെല്ലാം കാണുമ്പോൾ ഇതിനിടയിലുള്ള സ്ഥലത്ത് തെങ്ങ്, വാഴ, ചേമ്പ്, ചേന, ഇഞ്ചി, കൂവ്വ, കാവത്ത് എന്നിവയും കൃഷി ചെയ്യുന്നു. വെണ്ട, പയർ എന്നിവയും കൃഷി ചെയ്യാറുണ്ട്. പലതും കാനലിൽ ആകയാൽ അനുഭവം തീരെ കുറവായിരുന്നു. അതൊന്നും ഏട്ടന് വിഷയമായിരുന്നില്ല. കുറച്ച് ഇലക്കറി കിട്ടണം. അധ്വാനിക്കാനുള്ള ത്വരയായിരുന്നു മനസ് നിറച്ചും. താത്പര്യമുള്ളവരോട് ധാരാളം സംസാരിക്കും. ഏട്ടന്റെ വീടിന്റെ പേര് മധ്യമാവതി എന്നാണ്. വീടിന്റെ പ്ലാൻ വരപ്പിച്ചതും പണി കഴിപ്പിച്ചതും ഞാനായിരുന്നു. വളരെ കുറവ് സങ്കൽപ്പങ്ങളെ വീടിനെ കുറിച്ച് ഏട്ടനുണ്ടായിരുന്നുള്ളൂ. ഒരു നല്ല മുറി, അൽപ്പം ചെറിയ ഒന്നുകൂടി, ഒരു ഓഫീസ് മുറി, ഹാൾ, അടുക്കള, വരാന്ത, സിറ്റ് ഔട്ട്, കട്ടിളക്കും വാതിലിനും നല്ല മരങ്ങൾ വേണം. തേക്കും ഇരുമുള്ളും വാങ്ങാൻ എന്റെകൂടെ ഏട്ടനും വന്നിരുന്നു. വീട്ടുമുറ്റത്ത് ഒരു കാലത്ത് ആനയെ കെട്ടിയിരുന്ന വലിയ ഒരു മുത്തശ്ശൻമാവ് ഉണ്ട്.

ഏട്ടൻ മൂന്ന് പ്രാവശ്യം അമേരിക്കയിൽ പോയിട്ടുണ്ട്. ഒന്നരവർഷത്തോളം അവിടെ താമസിച്ചിട്ടുണ്ട്. ഞാനും എന്റെ ഭാര്യ സുമതിയും രണ്ടു പ്രാവശ്യം അമേരിക്കയിൽ പോയിട്ടുണ്ട്. മകൾ ഉമാദേവിയും കുടുംബവും അമേരിക്കയിലെ വെർജീനിയയിലാണ്. രണ്ടു തവണയായി ഏഴ് മാസം അവിടെ താമസിച്ചിട്ടുണ്ട്. ഉമ നന്നായി കവിതകൾ എഴുതും. പലതും ഏട്ടന് ഇഷ്ടമായിരുന്നു. ഞാനും ഏട്ടനും പലപ്പോഴും അമേരിക്കയെ പറ്റിയും അവിടത്തെ മരങ്ങളെപ്പറ്റിയും ഭക്ഷണക്രമങ്ങൾ- കാൻഡിലോപ്, ലോങ്കൻബെറി എന്നീ പഴങ്ങളെപ്പറ്റിയും ഹോട്ടലിലെ വെജിറ്റേറിയൻ ഭക്ഷണങ്ങൾ എന്നിവയെ പറ്റിയും സംസാരിക്കാറുണ്ട്. ഇറ്റാലിയൻ പിസ, പാസ്ത, സാൻഡ്‌വിച്ച് എന്നിവയെല്ലാം ഏട്ടന് എന്നേക്കാൾ ഇഷ്ടമായിരുന്നു. ഏത് ഭക്ഷണമായാലും രുചിയോടെ ആസ്വദിച്ച് കഴിക്കും. ഒരു പ്രാവശ്യം കൂടി അമേരിക്കയിൽ പോകണമെന്ന് ആഗ്രഹിച്ചിരുന്നതായി എന്നോട് പറയാറുണ്ട്.

പ്രകൃതിക്കിണങ്ങിയ ഭക്ഷണമാണ് ഏട്ടൻ കഴിച്ചിരുന്നത്. ഏട്ടൻ പറയുന്നത് പോലെ, വേനൽകാലത്ത് ചക്കയും മാങ്ങയും, വർഷക്കാലത്ത് അതും ഇതും. ചക്കക്കൂട്ടാനും മാമ്പഴ കൂട്ടാനും ചക്കക്കുരുവും മാങ്ങയും ചേർത്തുള്ള കൂട്ടാനും ചക്കക്കുരു മെഴുക്കുപുരട്ടിയും ഏട്ടന്റെ ഇഷ്ടവിഭവങ്ങൾ ആയിരുന്നു. ഇലക്കറികൾ എല്ലാം തന്നെ ഇഷ്ടമായിരുന്നു.

വിഷ്ണുവിന്റെ മരണം ഏട്ടനും ഏടത്തിയമ്മക്കും താങ്ങാനാവുന്നതിനുമപ്പുറത്തെ മാനസികാഘാതമായിരുന്നു. അത്രമേൽ ബുദ്ധിമാനും സുന്ദരനും സൗമ്യശീലനും ആയിരുന്നു അവൻ. ആരോടും വിനയത്തോടെ മാത്രമേ സംസാരിക്കൂ. ശബ്ദം താഴ്ത്തി ചിരിച്ചല്ലാതെ ആരോടു പെരുമാറില്ല. സംഗീതം അവന്റെ ജീവാത്മാവും പരമാത്മാവും ആയിരുന്നു. ഏത് രാഗം പറഞ്ഞാലും – അപൂർവ്വരാഗങ്ങളായാൽപോലും – അവനതിന്റെ സ്വരഗതി പാടി കേൾപ്പിച്ചു തരും. ഏട്ടൻ പലപ്പോഴും പറയും, അവൻ തന്റെ ജീവാത്മാവിന്റെ ഭാഗമായിരുന്നു എന്ന്. കൂടുതൽ എഴുതുന്നില്ല, ഈശ്വരസങ്കൽപ്പത്തിന് മീതെ മറ്റൊന്നുമില്ലല്ലോ. ഞങ്ങൾ മദിരാശിയിൽ അമേരിക്കൻ കോൺസുലേറ്റിൽ വിസ ഇന്റർവ്യൂന് പോകുമ്പോൾ അവിടെ വേണ്ട കാര്യങ്ങൾ എല്ലാം ചെയ്തു തരാം എന്നേറ്റതാണ്. ഞങ്ങൾ പോകുന്നതിന് ദിവസങ്ങൾക്കു മുൻപ് ഞെട്ടിക്കുന്ന വാർത്ത വന്നു. അവൻ ഇനിയില്ല! മരിക്കുന്നതിനു നാല് നാൾ മുൻപ് ഫോണിൽ അവൻ പറഞ്ഞ വർത്തമാനം ഇപ്പോഴും മനസ്സിൽ നൊമ്പരമായി കിടക്കുന്നു – 'വല്യപ്പാ, ചെറിയമ്മയേയും കൂട്ടി വന്നാൽ മതി. എല്ലാ ദിക്കിലേക്കും ഞാൻ കൊണ്ട് പോയിക്കൊള്ളാം.' മൃതദേഹം കൊണ്ടു വരാൻ ഞാനും ചെന്നൈയിലേക്ക് പോയിരുന്നു.

ഏട്ടന് 2012 ൽ ഹാർട്ട് അറ്റാക്ക് വന്നു. മാറിയതിനുശേഷം പ്രകൃതിയോട് ഇണങ്ങി, കൃഷി, നടത്തം എന്നിവയിൽ ഒതുങ്ങി. ഏട്ടന് നടത്തം വളരെയധികം ഇഷ്ടമായിരുന്നു. ഒറ്റക്ക്, അല്ലെങ്കിൽ ഒരാൾ കൂടി. അധികം ആളുകളുമായി നടക്കുവാൻ താല്പര്യമില്ലായിരുന്നു. കാരണം മനോരാജ്യം കണ്ട് പ്രകൃതിയെ ആസ്വദിച്ച് നടക്കുവാൻ കഴിയില്ല. ഡോക്ടർമാർ ധാരാളം നടക്കുവാൻ നിർദ്ദേശിച്ചിരുന്നു. ലോകത്തിനെ ഗ്രസിച്ച മഹാവ്യാധി കൊറോണ നടത്തത്തിന് പരിധിയിലധികം തടയിട്ടു. എന്നാലും നിവൃത്തിയുണ്ടെങ്കിൽ കുറച്ച് കിഴക്കുഭാഗത്തായി പാടത്തിന് നടുവിലുള്ള ശ്രീനാരായണപുരം ക്ഷേത്രം വരെ പോകാറുണ്ട്. വളരെ ശാന്തമായ അന്തരീക്ഷമാണവിടെയെന്ന് എപ്പോഴും പറയും. പണ്ടാണെങ്കിൽ കന്ന് പൂട്ടുന്ന കർഷകനേയും

ഞാറ് നടുന്ന സ്ത്രീകളേയും പാടത്ത് ധാരാളം കാണുമായിരുന്നു. ലോകത്തിൽ കാണാൻ സാധിക്കുന്ന ഏറ്റവും മനോഹരമായ കാഴ്ചക ളിൽ പെട്ടതാണ് ഇവ രണ്ടും എന്ന് ഞങ്ങൾ എപ്പോഴും പറയുമായിരു ന്നു. ശ്രീനാരായണപുരം ക്ഷേത്രത്തിന് കിഴക്കുഭാഗത്തെ വയലുകളും അരങ്ങഴി കുളവും അതിന് പുറകിൽ കാണുന്ന സെമിനാരിയും പൂമല, പറമ്പായി കുന്നുകളും നിശ്ശബ്ദതയുടെ സൗന്ദര്യം എന്താണന്ന് നമുക്ക് കാണിച്ചു തരുന്നു. 'മധ്യമാവതി'യിലെ പിന്നിലെ മുറിയിൽനിന്ന് ഇഷ്ടരാഗങ്ങളായ സുരുട്ടി, ശുദ്ധധന്യാസി, മധ്യമാവതി, മേഘ്, മേഘ് മൽഹാർ, വൃന്ദാവനസാരംഗ തുടങ്ങിയ രാഗങ്ങളും സമ്പ്രദായ ഭജനയിലെ തോടയമംഗളവും അഭംഗും ഉയർന്നു.

2020 മേയ് മാസത്തിൽ ഏട്ടന് വീണ്ടും ഹാർട്ട് അറ്റാക്ക് വന്നു. കയ്യോടെ തന്നെ ഓപ്പൺ ഹാർട്ട് ബൈപാസ് ഓപ്പറേഷൻ നടത്തി. തൊട്ടടുത്ത് താമസിക്കുന്ന അനുജൻ കൃഷ്ണനും ഞാനും എന്റെ മകൻ നീലകണ്ഠനും (സതീശൻ) എല്ലാം മുൻകൈ എടുത്തു. എല്ലാ സഹോദരങ്ങളും സാന്നിധ്യം അറിയിച്ചു. ബന്ധുവും സമപ്രാ യക്കാരനുമായ സർജറി സ്പെഷ്യലിസ്റ്റ് ഡോക്ടർ ശങ്കരൻകുട്ടിയുടെ കലവറയില്ലാത്ത സാന്നിധ്യസഹായങ്ങളും കിട്ടി. ഏട്ടൻ സുഖമായി വീട്ടിലെത്തി. ഞാൻ എന്നും ഏട്ടന്റെ അടുത്ത് ചെല്ലുമായിരുന്നു. എന്റെ മകന്റെയും ഭാര്യ ലതയുടേയും മകൾ ദേവദത്ത ഏട്ടന്റെ പേരക്കുട്ടിയുടെ പ്രായമാണ്, രണ്ട് വയസ്സ് കുറവ്. ഏട്ടൻ ആനകളെ പ്പറ്റി പലപ്പോഴും അവളോട് സംസാരിക്കുമായിരുന്നു. ആനമുത്തച്ഛൻ എന്നാണ് അവൾ ഏട്ടന് കൊടുത്ത പേര്. ആ പേരിലറിയുവാൻ ഏട്ടനിഷ്ടമായിരുന്നു. ആനമുത്തശ്ശി എന്ന പേര് ഏട്ടത്തിയമ്മക്കും ഇഷ്ടമായി. ഏട്ടൻ പലപ്പോഴും ഇവിടെ വരും. അല്ലാത്ത ദിവസ ങ്ങളിൽ ഞങ്ങൾ അങ്ങോട്ടു പോകും. ആനക്കുട്ടി എന്നാണ് ഏട്ടൻ അവൾക്ക് കൊടുത്ത പേര്. കൊമ്പനാനയും ആനക്കുട്ടിയും ചേർന്ന് നിൽക്കുന്ന കരിവീട്ടി ശിൽപ്പം ഏട്ടൻ അവൾക്ക് കൊടുത്തിട്ടുണ്ട്. ഏട്ടൻ അവൾക്ക് കളിക്കൂട്ടുകാരനായിരുന്നു. കുറച്ച് കാലത്തിനുള്ളിൽ അവർ പരസ്പരം വളരെയധികം സ്നേഹം കൈമാറി. ഏട്ടൻ അവൾക്ക് ധാരാളം നല്ല ഓർമ്മകൾ കൊടുത്തിട്ടാണ് പോയത്.

2021 ആഗസ്റ്റ് 2-ന് രാവിലെ പതിനൊന്ന് മണിയോടെ പറമ്പിൽ ചെറിയ ജോലികൾ ചെയ്തുകൊണ്ടിരിക്കുന്നതിനിടയിൽ ഏട്ടൻ തലകറങ്ങി വീണു. വീട്ടിൽ കൊണ്ട് വന്നു കിടത്തി. കഞ്ഞിവെ ള്ളവും നാരങ്ങാവെള്ളവും കുടിച്ച് ഏട്ടൻ കുളിച്ച് സുഖമായി ഉറങ്ങി. രാത്രി നിർബന്ധത്തിന് വഴങ്ങി മുളകുന്നത്തുകാവിലുള്ള ഒരു എം.ഡി.

ഡോക്ടറെ കാണിച്ചു. രക്തസമ്മർദ്ദം സാധാരണ നിലയിലാണെന്നും നാലു ദിവസം നല്ലവണ്ണം വിശ്രമം എടുക്കണമെന്നും ഡോക്ടർ പറഞ്ഞു. തിരിച്ചുവന്ന് ഏട്ടൻ സോഫയിലിരുന്ന് ഏട്ടത്തിയമ്മയുടെ കൈയിൽ നിന്ന് ഒരു ഗ്ലാസ് വെള്ളം വാങ്ങി കുടിച്ചു. സോഫയിൽ തന്നെ കുഴഞ്ഞു വീണു. ഏട്ടന്റെ കണ്ണുകൾ വിദൂരതയിൽ വിലയിച്ചിരുന്നു. ഏട്ടന്റെ ഭൗതിക ദേഹം പിറ്റേദിവസം തന്നെ വിധിപ്രകാരം സംസ്കരിച്ചു. വനവൃക്ഷങ്ങളുടെ നടുവിൽ ഇളയമകനുവേണ്ടി തയ്യാറാക്കിയ മുല്ലയും ചെമ്പരത്തിയും തെച്ചിയും മന്ദാരവും അതിരിട്ട പട്ടടക്കാട്ടിൽ മകനേയും മാറോടണച്ച് പിടിച്ച് 'അറിവിന്റെ തമ്പുരാൻ' നിത്യതയിലമർന്നു. ഏട്ടന്റെ പിണ്ഡത്തിന്റെ ബലിച്ചോറുണ്ണുവാൻ വനവൃക്ഷങ്ങളുടേയും വനദേവതമാരുടേയും സ്വർഗ്ഗദൂതനായി ഒരു മലയണ്ണാനും ഉണ്ടായിരുന്നു. ഏട്ടന്റെ ആത്മാവിനെ സ്വർഗ്ഗത്തിലേക്ക് കൂട്ടിക്കൊണ്ടു പോകാൻ വന്നതായിരിക്കണം.

ഏട്ടൻ പടിഞ്ഞാറെ തിയ്യാടിയുടെ നിറവായിരുന്നു, ശക്തിയായിരുന്നു. ഏട്ടന്റെ സങ്കൽപ്പങ്ങളെല്ലാം ഉദാത്തങ്ങളായിരുന്നു. ആ ശബ്ദം അറിവിന്റെ ആധികാരികതയുടേതായിരുന്നു.

സ്വന്തം ഗുരുനാഥനായ കേരളപാണിനി എ.ആർ. രാജരാജവർമ്മ തമ്പുരാന്റെ ദേഹവിയോഗത്തിൽ മനം നൊന്തു കുമാരനാശൻ എഴുതിയ 'പ്രരോദനം' എന്ന കവിതയിലെ നാല് വരികൾ ഏട്ടന് എന്റെ തിലോദകമായി കുറിക്കട്ടെ.

'എല്ലാം പോവുക കീഴടങ്ങുക വിധിക്കിന്നിച്ചിതക്കപ്പുറ-
ത്തില്ലാതാവുക ജീവിതം മതി വിഭോ ത്വന്നാമ പുണ്യാക്ഷരം
ചൊല്ലാമായത് ഞങ്ങൾ നട്ട മിഴിനീർ തൂവി പുലർത്തും പട-
ർന്നെല്ലാവർക്കുമതേകിടും മലർമണം കാലാഗ്നി ചെല്ലില്ലതിൽ'

ലേഖകൻ വിവിധ സർക്കാർ സ്കൂളുകളിൽ സേവനമനുഷ്ഠിച്ചു. പാർളിക്കാട് ഗവ. സ്കൂളിൽനിന്ന് ഹെഡ്മാസ്റ്ററായി വിരമിച്ചു. അയ്യപ്പൻ തിയ്യാട്ട് കലാകാരനും ആകാശവാണി തൃശ്ശൂർ നിലയത്തിൽ തിയ്യാട്ടുപാട്ട് 'എ' ഗ്രേഡ് ആർട്ടിസ്റ്റുമാണ്. ഡോ.ടി.എൻ. വാസുദേവന്റെ അനുജനാണ് ഇദ്ദേഹം.

ഗണിത ശാസ്ത്രം ഭാഷയാക്കിയ വാസുദേവൻ

പ്രൊഫ. ജോർജ്ജ് എസ്. പോൾ

'ജോർജ് 'സരസിജനാഭ സോദരി' എന്ന നാഗഗാന്ധാരി രാഗത്തിലുള്ള കീർത്തനം മൂളിക്കൊണ്ട് നടക്കുന്നതാണെനിക്കോർമ്മ'. ആറു കൊല്ലം സെന്റ് തോമസ് കോളേജിൽ ഒരേ ക്ലാസിൽ പഠിച്ച് മുപ്പത് കൊല്ലത്തിനു ശേഷം കണ്ട്മുട്ടിയപ്പോൾ എന്നോട് വാസു ദേവൻ പരിചയം പുതുക്കിയതിങ്ങനെയാണ്. അതേസമയം പഠന കാലത്ത് ഒരു കലാശ്രപത്തിന്റേയും അസ്കിത വാസുദേവനിൽ ഞങ്ങൾക്കാർക്കും തോന്നിയിട്ടില്ല. B Sc, M Sc ക്ലാസ്സുകളിൽ സംസ്ഥാനത്ത് ഒന്നാം റാങ്കായിരുന്നു വാസുദേവന്. അദ്ദേഹത്തിന്റെ തലച്ചോറ് ഗണിതശാസ്ത്രം കൊണ്ടാണ് നിർമ്മിച്ചിരിക്കുന്നതെന്നു ഞങ്ങൾ പറഞ്ഞിരുന്നു. ഒരിക്കൽ പോലും വാസുദേവനെക്കാൾ കൂടുതൽ മാർക്ക് വാങ്ങാൻ കഴിഞ്ഞിരുന്നില്ല, എനിക്ക്. രണ്ടു ക്ലാസിലും ഞാൻ രണ്ടാമനായിരുന്നു.

ബാംഗ്ലൂരിൽ ഗവേഷണ കാലത്ത് കഥകളിയും മറ്റും കാണാൻ നടക്കുന്നു എന്ന വാർത്ത വളരെ അതിശയത്തോടെയാണ് ഞങ്ങൾ അറിഞ്ഞിരുന്നത്.

ഞാൻ ഹിന്ദുവിലും ഇൻഡ്യൻ എക്സ്പ്രസ്സിലും മറ്റും എഴുതിത്തുടങ്ങിയ ശേഷമാണ് കത്തുമൂലവും മറ്റും ബന്ധപ്പെടാൻ കഴിഞ്ഞിരുന്നത്. സംഗീത നാടക അക്കാദമിയിൽ ഒരു മേള ശില്പശാല നടത്താൻ തീരുമാനിച്ചപ്പോഴാണ് എല്ലാ കൊട്ടുകാരും അറിയുന്ന ഒരു യൂണിവേഴ്സിറ്റി പ്രൊഫസറെക്കുറിച്ച് കേൾക്കുന്നത്, ടി എൻ വാസുദേവൻ. ശില്പശാലയിൽ പങ്കെടുക്കാൻ ഞാൻ ക്ഷണിച്ചു. പണ്ഡിതോജ്ജ്വലമായ അവതരണം. പാണ്ടിയുടെയും പഞ്ചാരിയുടെയും ഓരോ കാലത്തിന്റെയും വാസ്ത്താരി. ഞാൻ അദ്ധ്യക്ഷനായ രാമമംഗലത്തെ ഷഡ്കാല ഗോവിന്ദമാരാർ സ്മാരക കലാസമിതി സംഘടിപ്പിച്ച പഞ്ചവാദ്യ സെമിനാറിൽ കേരളത്തിലെ ഒന്നാംകിട വാദ്യക്കാർ എല്ലാം പങ്കെടുത്തിരുന്നു. എന്നാൽ വാസുദേവന്റെ അവതരണം, പ്രത്യേകിച്ച് മദ്ദളത്തിന്റെയും തിമിലയുടെയും ഭാഷയിലുള്ള വ്യത്യാസം, എന്തുകൊണ്ട് പഞ്ചവാദ്യത്തിൽ 56 അക്ഷരകാലത്തിൽ നിന്നും 28 ലേക്ക് ഏതാണ്ട് 'ഉഴിഞ്ഞിടുന്നതു' പോലെ ചുരുക്കുന്നു എന്നിങ്ങനെയുള്ള ചിന്തകൾ ശ്രദ്ധേയമായി.

ഡോ. പ്രബോധചന്ദ്രൻ നായർ കലാമണ്ഡലം ചെയർമാനായിരിക്കുമ്പോളാണ് ആ സ്ഥാപനത്തിൽ ആദ്യമായി അയ്യപ്പൻ തിയ്യാട്ട് സംഘടിപ്പിക്കുന്നത്. അദ്ദേഹത്തിന്റെ ക്ഷണപ്രകാരം ഞാൻ എത്തിച്ചേർന്നു. വാസുദേവന്റെ അനുജൻ തിയ്യാടി രാമനാണ് വേഷം. മേളക്കാരുടെ ഇടയിൽ ഇലത്താളം കൈകാര്യം ചെയ്യുന്നത് വാസുദേവനാണെന്ന് വിശ്വസിക്കാൻ പ്രയാസം. കാരണം ഒരു യൂണിവേഴ്സിറ്റി പ്രൊഫസ്സർ ഒരു മുണ്ടുമാത്രം ധരിച്ച് ഇലത്താളം കൊട്ടുന്നു !

ഇളയ മകൻ വിഷ്ണുവിനെ ഒരിക്കൽ എന്റെയടുത്തേക്ക് പറഞ്ഞയച്ചു. 'സ്വരങ്ങളെക്കുറിച്ച് ഇവനെ പറഞ്ഞു മനസ്സിലാക്കാൻ എനിക്ക് സാധിക്കുന്നില്ല; ജോർജ് ദയവായി ഒന്നു ശ്രമിക്കണം', ഇതായിരുന്നു അഭ്യർത്ഥന. വിഷ്ണുവിന്റെ വാദം എനിക്ക് മനസ്സിലായി. അവനെ സാധാരണ ഭാഷയിൽ കാര്യങ്ങൾ പറഞ്ഞു മനസ്സിലാക്കി പറഞ്ഞയച്ചു. അവന്റെ മരണ വാർത്ത കുറച്ച് മാസങ്ങൾക്കു ശേഷം അറിഞ്ഞപ്പോൾ ഒരു പക്ഷെ വാസുദേവനേക്കാൾ ദുഃഖം എനിക്കുണ്ടായി. അത്രക്ക് സ്നേഹ നിർഭരനായ പയ്യനായിരുന്നു വിഷ്ണു.

ഫിസിക്സ് ഒരു ഫിലോസഫിയാണെന്ന് മനസ്സിലാക്കിയ ചുരുക്കം അധ്യാപകരിൽ ഒരാളായിരുന്നു. വാസുദേവൻ. അതുകൊണ്ടു തന്നെയാണ് ഗണിതശാസ്ത്രത്തിൽ ഇത്ര അവഗാഹം ഉണ്ടായിരുന്നത് . ഒരു പക്ഷെ ഗലീലിയോയുടെ നിരീക്ഷണം വാസുദേവനെ വല്ലാതെ സ്വാധീനിച്ചിരുന്നു എന്നു തോന്നുന്നു. 'Philosophy is written in the language of Mathematics'.ഒരു ക്ഷണം ചോക്കുമതി മൂന്ന് മണിക്കൂർ നീണ്ടുനില്ക്കുന്ന Quantum Mechanics ന്റെ ഒരു പ്രഭാഷണത്തിന്. അതിനിടയിൽ രാഗങ്ങളും, കഥകളിയിലെ കലാശങ്ങൾ, മേളത്തിലെ ചില കാലങ്ങൾ എന്നിവയും സ്പർശിക്കപ്പെട്ടും.

Temple Musical instruments of Kerala എന്ന ബുക്ക് കേന്ദ്ര സംഗീത നാടക് അക്കാദമിയാണ് പ്രസിദ്ധീകരിച്ചത്. അത് മലയാളത്തിലേക്ക് മൊഴിമാറ്റം നടത്താൻ വാസുദേവനെയാണവർ കണ്ടെത്തിയത്. ആ പുസ്തകം ആദ്യമായി റിവ്യു ചെയ്തത് ഞാനായിരുന്നത് കൊണ്ട് ഒരു കോപ്പി എനിക്ക് തരാൻ വേണ്ടി അതിന്റെ എഡിറ്റർ വാസുദേവനെ ഏൽപ്പിച്ചിരുന്നു. ഞാൻ വന്നു വാങ്ങിക്കൊള്ളാം എന്നു പലപ്രാവശ്യം ഞാൻ പറഞ്ഞിരുന്നു. നിർഭാഗ്യവശാൽ വാസുദേവന് ഹൃദയ ശസ്ത്രക്രിയക്കു വിധേയനാകേണ്ടി വന്നതിനാൽ എനിക്കിതുവരെ അതു വാങ്ങാൻ കഴിഞ്ഞിട്ടില്ല. അപ്പോഴേക്കും കോവിഡ് ശക്തി പ്രാപിക്കുകയും ചെയ്തു. ഞങ്ങൾ തമ്മിലുള്ള ബന്ധത്തിന്റെ ഒരു പ്രതീകമായി അതവിടിരിക്കട്ടെ.

അദ്ദേഹത്തിന്റെ ഓർമ്മക്ക് മുമ്പിൽ ആദരാഞ്ജലികൾ അർപ്പിക്കുന്നു.

ഇരിങ്ങാലക്കുട ക്രൈസ്റ്റ് കോളേജിൽനിന്നും ഫിസിക്സ് വിഭാഗം മേധാവിയായി വിരമിച്ചു. നൃത്തം, ശാസ്ത്രീയ സംഗീതം എന്നിവയിൽ ശ്രദ്ധേയനായ കലാ നിരൂപകൻ. കേരള സംഗീത നാടക അക്കാദമിയിലെ മുൻ ഭരണസമിതിയംഗം. സംസ്ഥാന സർക്കാറിന്റെ നൃത്യനാട്യപുരസ്കാര നിർണ്ണായക സമിതി അംഗം എന്നീ നിലകളിൽ പ്രവർത്തിച്ചിട്ടുണ്ട്. കേരള കലാമണ്ഡലത്തിന്റെ 'മുകുന്ദരാജ പുരസ്കാര' ജേതാവ്.

സൂക്ഷ്മാനുഭവ പ്രഭുത്വം

വി. കലാധരൻ

രൂപഭദ്രതയും ലാവണ്യദീപ്തിയും കൊണ്ട് കാലാതിർവർത്തികളായിത്തീർന്ന കലകളുടെ മികച്ച കാണിയെന്നും ശ്രോതാവെന്നും സ്വയം വിലയിരുത്തിയിട്ടുള്ളവരിൽ ഭൂരിപക്ഷത്തിന്റെയും സ്വീകരണ ക്ഷമത പരിതാപകരമാണെന്ന് അവരെ അടുത്തറിയുന്നവർക്ക് ഏതുകാലത്തും ബോധ്യപ്പെട്ടിട്ടുള്ളതാണ്. ജനാധിപത്യത്തിന്റെ ഉറസ്സിലേയ്ക്ക് എത്രതന്നെ വ്യാപിച്ചാലും ശൈലീകൃത കലകളുടെ നിലീന ഭംഗിയും അനുഭവ ഗരിമയും ഒരു ന്യൂനപക്ഷത്തിനുമാത്രമാണ് സ്വായത്തമാവുന്നത്. ജന്മസിദ്ധമായ അഭിരുചിയും പഠന-മനന-നിദിധ്യാസനങ്ങളും ചേർന്നുണ്ടാവുന്ന ആസ്വാദന-നിരീക്ഷണ വൈഭവം ചിലർക്ക് മാത്രം വിധിച്ചത്. അവരിലൊരാളായിരുന്നു ഒരു മുന്നറിയിപ്പുമില്ലാതെ കടന്നു പോയ ഡോ. ടി.എൻ.വാസുദേവൻ.

കലവിദ്യയായ അയ്യപ്പൻതീയാട്ടിനപ്പുറമെ കർണാടക-ഹിന്ദുസ്ഥാനി സംഗീതക്കച്ചേരികൾ, നാട്ടുഗീതികൾ, കഥകളി, മേളം, പഞ്ചവാദ്യം, തായമ്പക എന്നിവയിലൊക്കെ വാസുദേവൻ മാഷ് നിരുപാധികം അഭിരമിച്ചു. ഇപ്പറഞ്ഞവയുടെ ആസ്വാദനത്തിൽ തനതായൊരു രുചിപ്രകാരം അദ്ദേഹം സ്വരൂപിച്ചു. കലകളുടെ സങ്കേതങ്ങളെ സയുക്തികമായി അപഗ്രഥിയ്ക്കുമ്പോൾത്തന്നെ അവയുടെ ആവിഷ്ക്കാരസ്വരൂപത്തിൽ നമ്മുടെ പ്രകൃതി പല രൂപത്തിൽ

പ്രതിബിംബിയ്ക്കുന്നത് കണ്ടതിശയിക്കുന്ന കാല്പനികമനസ്സ് കൂടിയായിരുന്നു മാഷ്. ശാസ്ത്രബുദ്ധിയും കാവ്യഭാവനയും വിരുദ്ധധ്രുവങ്ങളിൽ വർത്തിയ്ക്കുന്നവയല്ല എന്ന് അദ്ദേഹത്തിന്റെ എഴുത്തും പ്രഭാഷണവും ആവർത്തിച്ചുകൊണ്ടേയിരുന്നു. 'രാഗ'വിശകലനങ്ങളിൽ 'പന്തുവരാളിയുടെ അന്തിച്ചോപ്പിലേയ്ക്ക് കർപ്പൂരം ജ്വലിപ്പിച്ചാൽ പൂർവ്വീകല്യാണി' എന്ന മാഷുടെ കൽപ്പന എത്ര ഹൃദ്യം. ഈ രണ്ടുരാഗങ്ങൾ തമ്മിലുള്ള സമാനത സ്വരങ്ങളെ ഉദാഹരിച്ച് സ്ഥാപിയ്ക്കുന്ന സംഗീതവിദ്വാനെക്കാൾ ഭാഷാനുരാഗിയായ ഒരാളെ ആകർഷിയ്ക്കുക പ്രസ്തുത കൽപ്പന തന്നെ. തീർച്ചയായും അത്തരം കൽപ്പനകളിൽ അമൂർത്തമോ അസ്പഷ്ടമോ ആയ എന്തോ ചിലതുണ്ട്. എങ്കിൽപ്പോലും വാസ്തവത്തിന്റെ തിളക്കമുള്ള ഭാവനയാണത്.

മലയാളക്കരയുടെ വൈവിദ്ധ്യസമ്പന്നമായ ദൃശ്യ-ശ്രാവ്യ കലകളിൽ ഏതിനെയാണ് വാസുദേവൻ മാഷ് തന്റെ നെഞ്ചോട് ഏറ്റവുമധികം ചേർത്തുപിടിച്ചത്? മേളം. അതിൽത്തന്നെ പഞ്ചാരി. പെരുവനത്തും ആറാട്ടുപുഴയിലും കുട്ടനല്ലൂരും എടക്കുന്നിയിലും വർഷാവർഷം പ്രകാശഗോപുരങ്ങളായി ഉദിച്ചുയരുന്ന പഞ്ചാരിമേളം. 'പാണ്ടി'യെയും 'പഞ്ചാരി'യെയും താരതമ്യം ചെയ്യുക അദ്ദേഹത്തിന്റെ ഇഷ്ടവിനോദം. ഇനി ആ വാക്കുകൾ കേൾക്കൂ. 'പഞ്ചാരിമേളത്തിന്റെ സൗന്ദര്യവും കുലീനതയും ഇല്ലെങ്കിലും തികഞ്ഞ വ്യക്തിത്വം പുലർത്തുന്ന ഒന്നാണ് പാണ്ടിമേളം. കൂടുതൽ പരുക്കനും ആസുരവുമായ പാണ്ടിയ്ക്ക് ഒരു യുദ്ധഭേരിയുടെ മട്ടുണ്ട്. പഞ്ചാരിയ്ക്ക് ആര്യസംസ്കാരത്തിന്റെ കുലീനഭാവങ്ങളുള്ളപ്പോൾ പാണ്ടിയ്ക്ക് ദ്രാവിഡസംസ്കാരത്തിന്റെയും ശക്തിപൂജയുടെയും ഭാവങ്ങളാണുള്ളത്''. നോക്കൂ. അദ്ദേഹത്തിന്റെ നിരീക്ഷണങ്ങളിലെ 'ആര്യം', 'ദ്രാവിഡം', 'കുലീനം' എന്നീപദങ്ങൾ ദുരൂഹതകൾക്ക് വക നൽകുമ്പോഴും 'പാണ്ടിയ്ക്ക് ഒരു യുദ്ധഭേരിയുടെ മട്ടുണ്ട്'' എന്ന ഭാവനയ്ക്ക് എന്തൊരു വശ്യത?

ക്ലാസ്സിക്കൽ കലകൾ മാത്രം കാലാതിവർത്തിയായിത്തീരുന്നതിനെപ്പറ്റിയുള്ള മാഷുടെ വിചാരധാരയാണ് എന്റെ കലാദർശനത്തിന്റെ ആധാരശ്രുതി. 'ഉത്തമകല മഹാവൃക്ഷങ്ങളെപ്പോലെയാണ്. ഇന്നലെയുടെ ആഴങ്ങളിൽ ശക്തിയായി വേരൂന്നുന്നു. അതുകൊണ്ടു തന്നെ ഇന്നത്തെ വായു ശ്വസിയ്ക്കാൻ മാത്രമല്ല ഉയരങ്ങളിൽ വളർന്ന് നാളത്തെ വളർച്ചയെ വ്യക്തമായി കാണാനും സാധ്യമാകുന്നു. ക്ലാസ്സിക്കൽ കലകളുടെ വളർച്ച കൂടുതൽ ക്ലാസ്സിയ്ക്കൽ ആകുന്നതിലാണ്. അല്ലാതെ ലഘൂകരിയ്ക്കുന്നതിലല്ല. വളരെയധികം ലഘൂകരണം

ലാളിത്യം സൃഷ്ടിയ്ക്കുന്നില്ല. കാലാതിവർത്തിയായ സൃഷ്ടികളിലാണ് യഥാർത്ഥത്തിലുള്ള ലാളിത്യം നിറഞ്ഞുനിൽക്കുന്നത്. ഭൈരവി അടതാളവർണ്ണമായ 'വിരിബോണി'യിലും 'ക്ഷീരസാഗരശയന' എന്ന ത്യാഗരാജാകൃതിയിലും ലാളിത്യത്തിന്റെ തുടിപ്പുകളുണ്ട്. പല ലളിതഗാനങ്ങൾക്കും ലാളിത്യമല്ല, ഒരു തരം പൈങ്കിളിത്തമാണുള്ളത്. ലാളിത്യം കാലാതിവർത്തിയാണ്. ക്ലാസ്സിക്കലാണ്''.

വായ്പ്പാട്ടും വാദ്യസംഗീതവും പ്രിയതരമായിരുന്നപ്പോഴും പ്രകൃതിദത്തമായ നിറങ്ങളോടും ഗന്ധങ്ങളോടും അദ്ദേഹത്തിനുണ്ടായിരുന്ന അടുപ്പം ഗാഢമായിരുന്നു. 'പുള്ളുവൻപാട്ടിന് മഞ്ഞപ്പൊടിയുടെ ഗന്ധം' എന്ന മാഷ്ടെ കാവ്യരുചിയുള്ള വാക്യം കേൾക്കുന്ന മധ്യകേരളത്തിലെ സഹൃദയനിൽ പാമ്പിൻതുള്ളലും വർണ്ണസമൃദ്ധമായ കളങ്ങളും കോമരങ്ങളും അവരുടെ കൽപ്പനകൾക്കായി കാതോർക്കുന്ന കുടുംബാംഗങ്ങളും ശ്രുതിയും തറവാടും നാട്ടാരുമെല്ലാം നിനവിൽ വരുന്നു. കലാമണ്ഡലം കൃഷ്ണൻ നായരുടെ പച്ചവേഷവും മടവൂർ വാസുദേവൻ നായരുടെ കത്തിവേഷവും കണ്ടപ്പോൾ തൊഴുതുപോയി എന്ന് മാഷ് അസന്ദിഗ്ധനായപ്പോൾ വള്ളുവനാട്ടിലെ കലാതത്വവേദികൾ കുറച്ചൊന്നുമല്ല പരിഭ്രമിച്ചത്. കഥകളിയിലെ കല്ലുവഴിച്ചിട്ടക്കാർ എടുക്കാതെയും തെക്കൻ ചിട്ടക്കാർ എടുത്തും ഇല്ലാതാക്കിയതാണ് അഷ്ടകലാശം എന്ന ഫലിതവാക്യം മാഷുടേതല്ലേ?

വാസുദേവൻ മാഷുടെ വാദ്യകലാഭിനിവേശത്തിലേയ്ക്ക് മടങ്ങി വരാം. സംയുക്തകലാരൂപങ്ങൾ ഏതുമാവട്ടെ അവയിലെ ഓരോ ഘടകങ്ങളേയും അദ്ദേഹം വലിപ്പച്ചെറുപ്പം നോക്കാതെ പരിലാളിച്ചു; അവയുടെ പ്രയോക്താക്കളെ സൂസൂക്ഷ്മം വിലയിരുത്തി. മേളവിഷയത്തിൽ ഉരുട്ടുചെണ്ടക്കാരെയെന്നപോൽ വലന്തലക്കാരെയും വിലമതിച്ചു. കുഴൽക്കാർക്കൊപ്പം കൊമ്പുകാരെയും ഇലത്താളക്കാരെയും കണക്കിലെടുത്തു. കഥകളിയിലെ മേളം തായമ്പകയും മേളവും പോലെ സ്ഥാനപ്പെടുത്തേണ്ടതാണെന്ന് സോദാഹരണം വാദിച്ചു. കേവലം പശ്ചാത്തലവാദ്യസംഗീതമെന്ന് അവയെ അവമതിച്ചില്ല. വ്യക്തിഗതപ്രഭാവത്താൽ ആദരിയ്ക്കപ്പെടുന്ന കലകളെക്കാൾ സംഘകലകളെ മാഷ് അധികം മാനിച്ചിരുന്നതായി എനിയ്ക്ക് പലപ്പോഴും തോന്നിയിട്ടുണ്ട്. സമഷ്ടിബോധം ആ വ്യക്തിഘടനയിൽ സുഭദ്രമായിരുന്നു. സംഘകലകളിൽത്തന്നെ പഞ്ചവാദ്യത്തിന്, ശാസ്ത്രദൃഷ്ട്യാ, മേളത്തിന്റെ, വിശേഷിച്ച്, പഞ്ചാരിമേളത്തിന്റെ പൂർണ്ണതയില്ല എന്ന് വായ്ത്താരി സഹിതം എന്നെ ബോധ്യപ്പെടുത്താൻ അദ്ദേഹം ഒരിയ്ക്കൽ

ശ്രമിച്ചതോർക്കുന്നു. ബുദ്ധിയുടെ ദാരിദ്ര്യം മൂലം എനിയ്ക്ക് അദ്ദേഹത്തിന്റെ നിഗമനങ്ങൾ മുഴുവൻ മനസ്സിലായില്ല.

ആ മൃദുമന്ദഹാസവും പതിഞ്ഞ ശബ്ദവും എന്റെ ഉള്ളിലുണ്ട്.

അച്ചടി-ദൃശ്യ-ശ്രാവ്യ മാധ്യമങ്ങളിൽ കഥകളി, വാദ്യം, സംഗീതം, സാഹിത്യം, എന്നിവ നിരൂപണം ചെയ്യുന്നവരിൽ ശ്രദ്ധേയ വ്യക്തിത്വമാണ് ലേഖകൻ. സെമിനാറുകളിലെ സ്ഥിരസാന്നിദ്ധ്യം, കേരള കലാമണ്ഡലത്തിൽ നിന്ന് അസിസ്റ്റന്റ് രജിസ്ട്രാർ ആയി വിരമിച്ചു.

കൊന്നപ്പൂക്കളും നക്ഷത്രങ്ങളും

ഡോ. ടി. എസ്. മാധവൻകുട്ടി കോട്ടയ്ക്കൽ

1978- ൽ ആണ് ഞാൻ വാസുദേവനെ ആദ്യമായി കണ്ടുമുട്ടുന്നത്. ആ കൊല്ലത്തെ കോട്ടയ്ക്കൽ വിശ്വംഭരക്ഷേത്രത്തിലെ ഉത്സവകാലത്ത് ഒരു ദിവസം സന്ധ്യക്ക് അന്നത്തെ പരിപാടികൾ കാണുന്നതിനാണ് മാഷ് വന്നത്. അന്ന് മാഷ് കാലിക്കറ്റ് യൂണിവേഴ്സിറ്റിയിൽ അദ്ധ്യാപകനായിരുന്നു. എന്റെ ഒരു കസിൻ മാഷുടെ കീഴിൽ അവിടെ പഠിച്ചിരുന്നു. അവർ മുഖാന്തരമാണ് മാഷ് അവിടെ വന്നത്. മാഷ്ക്ക് വേണ്ട സൗകര്യം ചെയ്തുകൊടുക്കൽ എന്റെ ഭാരമായിരുന്നു.

ആ ആദ്യത്തേ പരിചയപ്പെടൽ എന്നിക്ക് ഒരസാധാരണമായ അനുഭവമായിരുന്നു.

ആ കാലത്ത് എനിക്ക് കേരളീയ ക്ഷേത്രങ്ങളിലെ ഉത്സവകാലത്ത് ഉണ്ടാകുന്ന കലകൾ ആസ്വദിക്കുന്നതിൽ ഒരു പ്രത്യേക താല്പര്യം തുടങ്ങിയ കാലമായിരുന്നു. പ്രത്യേകിച്ച് കഥകളിയിൽ. അത്തരം കലകൾ ആസ്വദിക്കൽ എന്നെ സംബന്ധിച്ചേടത്തോളം വളരെ ഗൗരവമുള്ള ഒരു പ്രക്രിയയായിരുന്നു. ആസ്വദിക്കാൻ തുടങ്ങുന്നതിന്ന് മുമ്പ് ആ കലയേ കുറിച്ചും, അത് അവതരിപ്പിക്കുന്ന കലാകാരന്മാരേകുറിച്ചുമൊക്കെ പരമാവധി വിവരങ്ങൾ ശേഖരിക്കുക, ആസ്വാദനം കഴിഞ്ഞാൽ അതിനെ കുറിച്ച് എന്റേതായ നിലയിൽ

വിലയിരുത്തുക എന്നിവ ഞാൻ ചെയ്തിരുന്നു. കിട്ടിയ വിവരങ്ങൾ, ആവശ്യമുള്ള പക്ഷം, കുറിച്ചുവെയ്ക്കുകയും ചെയ്തിരുന്നു. ആ ഒരവസ്ഥയിൽ ഇദ്ദേഹത്തിന്റെ ആതിഥേയത്വം വഹിക്കൽ എനിക്ക് ചില അസൗകര്യങ്ങൾ ഉണ്ടാക്കുമോ എന്ന് ഞാൻ ഭയപ്പെട്ടു. കാരണം ആ കാലത്ത് ഞാൻ പരിചയപ്പെട്ട ചില വ്യക്തികളുടെ ആസ്വാദനത്തിൽ എനിക്ക് ചില അഭിപ്രായവ്യത്യാസങ്ങൾ ഉണ്ടായിരുന്നു. അവർ അവരുടെ അറിവുകളും അഭിപ്രായങ്ങളും മറ്റുള്ളവരിൽ കുത്തിനിറക്കുന്നതിന്ന് ശ്രമിക്കുന്നതായി എനിക്ക് തോന്നിയിരുന്നു. മാഷും അത്തരത്തിലുള്ള ഒരാളുമാകുമെന്ന് ഞാൻ തെറ്റിധരിച്ചു. എന്നാൽ അത്ഭുതമെന്ന് പറയട്ടെ മാഷ് അത്തരം സംഭാഷണങ്ങളൊന്നും ചെയ്തില്ലെന്നു മാത്രമല്ല ആവശ്യമില്ലാതെ ഒരു കാര്യവും എന്നൊട് സംസാരിക്കുക കൂടി ചെയ്തില്ല. പിറ്റേ ദിവസം കാലത്ത് മടങ്ങുമ്പോൾ അദ്ദേഹം തനിക്ക് അന്നും വന്നാൽ കൊള്ളാമെന്നുണ്ട്, അതിനാൽ അന്ന് വൈകുന്നേരവും വരട്ടേ എന്ന് ഒരു അനുവാദം ചോദിക്കുകയാണുണ്ടായത്. അങ്ങിനെ അദ്ദേഹം ആ കൊല്ലം ഉത്സവത്തിന്ന് നാലഞ്ച് ദിവസം വന്നു.

ഇവിടെ ഉത്സവചടങ്ങുകളുടെ ഭാഗമായി നടത്തിവരാറുള്ള വേട്ടയ്ക്കൊരുമകൻ പാട്ടിന്റെ ഭാഗമായി 'പന്തീരായിര'-വുമുണ്ടായിരുന്നു. താൻ ഒരു തിയ്യാടി നമ്പിയാണെന്നും, തിയ്യാട്ടിലും പന്തീരായിരം പതിവുണ്ടെന്നും, അതിനാൽ വേട്ടയ്ക്കൊരുമകൻ പാട്ടിലെ പന്തീരായിരം കണ്ടാൽ കൊള്ളാമെന്നും അദ്ദേഹം പറഞ്ഞു. അദ്ദേഹം അതിന്നും വന്നു. ചടങ്ങുകളുടെ ഭാഗമായി പന്തീരായിരം നാളികേരം എറിഞ്ഞുടയ്ക്കുന്ന ചടങ്ങുണ്ട്. അതിന്ന് മണിക്കൂറുകളോളം സമയം എടുക്കുന്നതാണ്. കാണികളായി വന്നവരെല്ലാം കുറേശയായി പിരിഞ്ഞുപോയിതുടങ്ങി. നാളികേരമേറ് കഴിഞ്ഞാൽ 'കളപ്രദിക്ഷണം' എന്നൊരു ചടങ്ങുണ്ട്. എനിക്ക് ഇഷ്ടമുള്ള ഒരു ചടങ്ങാണത്. ഞാനതിന്നാണ് കാത്തിരിക്കുന്നത്. ചടങ്ങുകൾ നടക്കുന്നതിന്ന് കുറച്ച് ദൂരത്തായി ഞാനും മാഷും കൂടിയിരിക്കുകയാണ്. ആ സമയത്താണ് മാഷേ കുറിച്ച് എനിക്ക് ശരിയായ ധാരണ ഉണ്ടായിവന്നത്. ഈ സൂര്യന്ന് കീഴിലുള്ള ഏത് വിഷയത്തിലും മാഷ്ക്ക് ധാരണയും അഭിപ്രായവുമുണ്ട്. ഞാൻ നിർത്താതെ ഓരോന്ന് പറഞ്ഞുകൊണ്ടിരിക്കുന്നുണ്ട്. ഇടയ്ക്ക് മാഷ് പറയും, 'നോക്കു മാധവൻകുട്ടി, ഇപ്പോൾ ആ വെളിച്ചപ്പാട് ഒരു മിനുട്ടിൽ നാല്പത്തിഎട്ട് നാളികേരമാണ് എറിഞ്ഞുടയ്ക്കുന്നത്.' ഞാൻ ശരിക്കും അന്തം വിട്ടുപോയി.

തൊട്ടടുത്ത കൊല്ലത്തെ എടക്കുന്നി ഉത്രം വിളക്കിന്ന് പഞ്ചാരി മേളം കേൾക്കുന്നതിന്ന് മാഷ് എന്നേ വിളിക്കുകയും ഞാനതിന്ന് മാഷുടെ കൂടെ പോവുകയും ചെയ്തു. തുടർന്ന് കുറേ അധികം കൊല്ല ങ്ങൾ ഞാൻ മാഷുടെ കൂടെ വിവിധ പരിപാടികൾ കാണുന്നതിന്ന് പോയിട്ടുണ്ട്. കോഴിക്കോട് സംഗീതസഭകൾ നടത്തുന്ന കച്ചേരികൾ, പൂരക്കാലമായാൽ തൃശ്ശൂർ ജില്ലയിലെ വിവിധ ക്ഷേത്രങ്ങളിലെ വിവിധ മേളങ്ങൾ, യൂണിവേഴ്സിറ്റിയിലെ ഫിലിം സൊസൈറ്റി യിൽ വരുന്ന സിനിമകൾ, നിരവധി കഥകളിയരങ്ങുകൾ അങ്ങിനെ വിവിധതരത്തിലുള്ള പരിപാടികൾ. ആ കാലത്ത് വി. എം. കുട്ടി, വിളയിൽ വത്സല എന്ന സംഘം നടത്തിയിരുന്ന മാപ്പിളഗാളമേ ളകൾ കേൾക്കാൻ വരെ ഞങ്ങൾ പോയിട്ടുണ്ട്.

മാഷുടെ കൂടെ ഇത്തരം കലകൾ ആസ്വദിക്കുവാൻ പോകുന്നത് ഒരു വല്ലാത്ത അനുഭവമായിരുന്നു. ഏതു കലയായാലും, അതിന്റ ഘടനാപരമായതും പ്രക്രിയാപരമായതും ഉള്ള മാഷുടെ അറിവുകൾ വളരെ ആഴത്തിലുള്ളതായിരുന്നു. പ്രകൃതി, അതിലെ ഋതുക്കൾ, അതാത് ഋതുക്കളിൽ അന്തരീക്ഷത്തിൽ വരുന്ന മാറ്റങ്ങൾ എന്നിവ യെക്കുറിച്ച് നല്ല ധാരണയുണ്ടായിരുന്നു. മാത്രമല്ല, അവയോടൊക്കെ എന്തെന്നില്ലാത്ത സ്നേഹമായിരുന്നു. ഏത് കലയായാലും പ്രകൃതി പ്രതിഭാസമായി കൂട്ടിച്ചേർത്ത് മാത്രമേ മാഷ്ക്ക് ഉൾക്കൊള്ളാൻ കഴിയുമായിരുന്നുള്ളൂ. നമുക്ക് അത്ഭുതം ഉണ്ടാക്കുന്ന രീതിയിലാണ് അദ്ദേഹം ഇത് ചെയ്തിരുന്നത്. പെരുമനം പൂരത്തിന്ന് രാത്രി ഊരക ത്തമ്മയുടെ പഞ്ചാരിമേളം കേട്ടുകൊണ്ടിരിക്കുമ്പോൾ ആ നടവഴി യിലെ ഇരുവശത്തുമുള്ള മാവുകളിൽ മാങ്ങകൾ തൂങ്ങിനില്ക്കുന്നത് കൂടി ചേർത്തുകൊണ്ടു മാത്രമേ മാഷ്ക്ക് ആ മേളത്തെ ഉൾക്കൊ ള്ളാൻ കഴിയുകയുള്ളൂ. അതുപോലെ അങ്ങാടിപ്പുറം ക്ഷേത്രത്തിലെ പതിനൊന്നാം പൂരത്തിന്റെ കാലത്തുള്ള പഞ്ചവാദ്യത്തിന്ന് എല്ലാ കൊല്ലവും പോകുക പതിവായിരുന്നു. ആ ക്ഷേത്രത്തിന്റെ വടക്കേ നടയ്ക്കലുള്ള രണ്ട് കൊന്നകൾ നിറയേ പൂത്തുനിൽക്കുന്നുണ്ടായിരിക്കും. ആ കൊന്നമരങ്ങളുടെ സാന്നിദ്ധ്യം ഉൾക്കൊണ്ടുമാത്രമേ മാഷ്ക്ക് ആ പഞ്ചവാദ്യം ആസ്വദിക്കാൻ കഴിയുകയുള്ളൂ. ഒരു കൊല്ലം എന്തോ കാരണവശാൽ ആ കൊന്നകൾ പൂത്തില്ല. അന്നത്തെ പഞ്ചവാദ്യം അദ്ദേഹത്തിന്ന് വേണ്ടതുപോലെ ആസ്വദിക്കാൻ കഴിഞ്ഞില്ല. അദ്ദേഹം അസ്വസ്ഥതയോടെ ഇടക്കിടെ പറയുമായിരുന്നു, 'നോക്കു മാധവൻകുട്ടി, ആ കൊന്നകൾ പൂത്തിട്ടില്ലല്ലോ. കഷ്ടമായിപോയി.' എന്ന്.

കോട്ടയ്ക്കൽ ഉത്സവത്തിന്റെ കഥകളിയെ കുറിച്ച് മാഷക്ക് വളരെ വിചിത്രമായ അഭിപ്രായമുണ്ട്. അദ്ദേഹം പറയുമായിരുന്നു. കഥകളിയുടെ ഏറ്റവും ഉദാത്തമായ ഭാഗം കത്തിയുടെ പതിഞ്ഞപദമാണ്, അതിലെ പാടിരാഗം, തിരനോക്ക്, അതിന്റെ മേളം മുതലായവയെല്ലാം അദ്ദേഹത്തിന്ന് എന്തെന്നില്ലാത്ത ആവേശം ഉണ്ടാക്കുമായിരുന്നു. എന്നാൽ അത് ആസ്വദിച്ചുകൊണ്ടിരിക്കുമ്പോൾ തലക്കു മുകളിൽ ആകാശത്തിലുള്ള നക്ഷത്രങ്ങൾ കൂടി അദ്ദേഹത്തിന്ന് ആവശ്യമാണ്. അപ്പോൾ അത്തരം രംഗങ്ങൾ തുടങ്ങിയാൽ അദ്ദേഹത്തിന് കൂടെക്കൂടെ നക്ഷത്രങ്ങളേ കൂടി കാണണം. ആ നക്ഷത്രങ്ങളെല്ലാം ആ അരങ്ങ് കാണുവാൻ എത്തിയ ദേവന്മാരാണെന്ന് മാഷ് ഭാവനയിൽ കാണുമായിരുന്നു. എന്നാൽ കോട്ടയ്ക്കൽ അമ്പലമുറ്റത്ത് ഉയരത്തിൽ ഒരു പന്തൽ ഉണ്ടാകും അതിനാൽ നക്ഷത്രങ്ങളേ കാണാൻ കഴിയുകയില്ല. അത് അദ്ദേഹത്തിന്ന് വല്ലാത്ത അലോസരമുണ്ടാക്കിയിരുന്നു.

ഒരു ആയുർവേദവൈദ്യനായ എന്നേ അദ്ദേഹം ക്വാണ്ടം തിയറിയുടെ ലാവണ്യം പഠിപ്പിക്കാൻ കൂടി ശ്രമിച്ചിരുന്നു.

ഇങ്ങനെ നിരവധി കാര്യങ്ങൾ ഉണ്ടായിരുന്നു. വെളുത്ത വാവിന്ന് വരുന്ന കുട്ടനെല്ലൂർ പൂരത്തിന്റെ രാത്രിയിലെ പഞ്ചാരിമേളം, ആരഭി രാഗത്തിന്റെ കേരളീയത്വം, വള്ളുവനാടിന്റെ കുറുക്കുകാളൻ, നടത്തത്തിനോടുള്ള എന്തെന്നില്ലാത്ത ആവേശം എന്നിവയെല്ലാം ഇപ്പോൾ ഓർക്കുന്നു.

അദ്ദേഹത്തിന്റെ നടത്തത്തോടുള്ള താല്പര്യം എടുത്തുപറയേണ്ട ഒന്നായി എനിക്ക് തോന്നുന്നു. ഞങ്ങളുടെ കുട്ടനെല്ലൂർ പൂരത്തിന്ന് പോകൽ വളരെ രസമുള്ള ഒരു പതിവാണ്. രാത്രിയുള്ള തിരുവനന്തപുരം എക്സ്പ്രസ്സിന്ന് മാഷ് ഫറൂക്കിൽ നിന്ന് കയറും. ഞാൻ തിരൂരിൽ നിന്നും. ഒമ്പതരയോടെ തൃശ്ശൂരിലെത്തും. അവിടെ ഇറങ്ങി കുട്ടനെല്ലൂർക്ക് നടത്തമാണ്. സൂര്യന്ന് താഴെയുള്ള എന്തുവിഷയവും അവിടെ ചർച്ചയ്ക്കെടുക്കാറുണ്ട്. പലപ്പോഴും തൃശ്ശൂരിൽ നിന്ന് ഡോക്ടർ പി. എൻ. ഗണേശനും കൂടാറുണ്ട്. ഒരു പന്ത്രണ്ട് മണിയോടുകൂടി കുട്ടനെല്ലൂരെത്തുന്നതാണ്.

ഒരു നല്ല മനുഷ്യൻ എന്നനിലക്ക് അദ്ദേഹത്തിന്റെ വ്യക്തിത്വം നമുക്ക് അദ്ദേഹത്തോട് എന്തെന്നില്ലാത്ത ആദരവും സ്നേഹവും ജനിപ്പിക്കുന്നതാണ്. മറ്റുള്ളവരോട് പെരുമാറുമ്പോൾ അദ്ദഹം കാണിക്കുന്ന ആദരവും വിനയവും കണ്ടാൽ നമുക്ക് അത്ഭുതം തോന്നിപ്പോകും. അദ്ദേഹത്തിന്ന് ഒരു നല്ല 'ചെവി' ഉണ്ടായിരുന്നു. നമ്മൾ പറയുന്നതെന്തും വളരെ വിനയത്തോടെയും ശ്രദ്ധയോടെയും കേൾക്കും.

അദ്ദേഹവും കുടുംബവും എന്റെ കുടുംബത്തോട് കാണിച്ച സ്നേഹവും വാത്സല്യവും എന്റെ സ്വകാര്യ സ്വത്തായി ഞാൻ സൂക്ഷിക്കുന്നതിനാൽ ഇവിടെ വിസ്തരിക്കാൻ നില്ക്കുന്നില്ല.

....

കോട്ടയ്ക്കൽ ആര്യവൈദ്യശാലയിൽ സീനിയർ ഫിസിഷ്യനായി ജോലി ചെയ്യുന്നു. വാദ്യം, കഥകളി, സംഗീതം തുടങ്ങിയ വിഷയങ്ങളിൽ ആഴത്തിലുള്ള പരിജ്ഞാനമുണ്ട്. നിരവധി വേദികളിൽ പ്രസംഗകൻ, മോഡറേറ്റർ എന്നീ നിലകളിൽ കാണപ്പെടുന്നു. കഥകളിയെ കുറിച്ച് എഴുതിയ ഗ്രന്ഥത്തിന് കേരളകലാമണ്ഡലം അവാർഡ് ലഭിച്ചിട്ടുണ്ട്.

ഓർമ്മകളുടെ അമൃതപ്രവാഹം

പ്രൊഫ. മുളകുന്നത്തുകാവ് കൃഷ്ണൻ നമ്പ്യാർ

രണ്ടായിരത്തി ഇരുപത്തൊന്ന് ആഗസ്റ്റ് രണ്ടാം തിയ്യതി തിങ്കളാഴ്ച രാത്രി ഒമ്പതുമണി കഴിഞ്ഞ് പത്തുമിനിറ്റ് എന്നത് ജീവിതത്തിൽ മറക്കാൻ സാധിക്കാത്ത സന്ദർഭമാണ്. അപ്പോഴാണ് ഞങ്ങൾ സഹോദരങ്ങളെല്ലാം 'ഏട്ടൻ' എന്നു വിളിക്കുന്ന മൂത്തജ്യേഷ്ഠൻ വാസുദേവൻ നമ്പ്യാർ ഈ ലോകത്തോട് എന്നന്നേയ്ക്കുമായി യാത്രാമൊഴി ചൊല്ലിയത്. പ്രസ്തുത ഘട്ടത്തിൽ ഏട്ടനരികെ ഉണ്ടാകാൻ കഴിഞ്ഞത് ഈശ്വരാനുഗ്രഹമാണെന്ന് കരുതുന്നു. ഒരു വർഷം മുമ്പ് മരണത്തെ മുന്നിൽ കണ്ടുകൊണ്ടുള്ള ഒരു ഹൃദയശസ്ത്രക്രിയയെ അത്ഭുതകരമായി അതിജീവിച്ചു. എന്നാൽ തികച്ചും അപ്രതീക്ഷിതമായ ഒരു മുഹൂർത്തത്തിൽ, സംസാരിച്ചുകൊണ്ടിരിക്കുന്ന വേളയിൽ താനറിയാതെ ഏട്ടന്റെ മൃത്യു രേഖപ്പെടുത്തപ്പെട്ടു. ദൈവനിയോഗമെന്നല്ലാതെ എന്തു പറയാൻ! ദിവസങ്ങൾക്കുമുമ്പുമാത്രമാണ് എഴുപത്തഞ്ചാം പിറന്നാൾ പിന്നിട്ടത്. വിവാഹത്തിന്റെ അമ്പതാം വാർഷികം ഒരു മാസം മാത്രമരികെ. എന്നാലും നിനച്ചിരിക്കാത്ത ഘട്ടത്തിലുണ്ടായ ദേഹവിയോഗം ഉൾക്കൊള്ളാൻ കഴിയുന്നില്ല.

തൃശ്ശൂരിന്നടുത്ത് മുളകുന്നത്തുകാവ് അയ്യപ്പക്ഷേത്രത്തിന്നരികെ ഒരു ഇടത്തരം 'തിയ്യാടി നമ്പ്യാർ' ഭവനത്തിൽ ആയിരത്തിത്തൊള്ളായിരത്തി നാൽപ്പത്താറിലാണ് ഏട്ടന്റെ ജനനം. നീലകണ്ഠൻ നമ്പ്യാർ-ശ്രീദേവി മരുവോളമ്മ ദമ്പതിമാരുടെ മൂത്ത പുത്രനായി ജനിച്ച അദ്ദേഹത്തിന് സഹോദരങ്ങളായി നാല് അനുജന്മാരും

മൂന്ന് അനുജത്തിമാരുമാണുള്ളത്. ഇതെഴുതുന്ന വ്യക്തി ഏറ്റവും ഇളയ സഹോദരനാണ്. മുണ്ടായ തിയ്യാടി വസന്ത മരുവോളമ്മയാണ് സഹധർമ്മിണി (വി.ടി.ഭട്ടതിരിപ്പാടിനെ അക്ഷരം പഠിപ്പിച്ച തിയ്യാടി പെൺകുട്ടി ഏട്ടത്തിയമ്മയുടെ പിതൃസഹോദരിയാണ്) അമേരിക്കയിൽ ഒരു ബഹുരാഷ്ട്രക്കമ്പനിയിൽ ജോലി ചെയ്യുന്ന ഡോ.ടി.വി.നീലകണ്ഠൻ (ഉണ്ണി) മൂത്ത പുത്രനാണ്. ഇളയപുത്രൻ വിഷ്ണുനാരായണൻ ഇരുപത്താറാം വയസ്സിൽ പതിനഞ്ചുകൊല്ലം മുമ്പ് ഒരപകടത്തിൽ ചെന്നൈയിൽവെച്ച് മരിച്ചു. ഈ ദുഃഖം മാതാപിതാക്കളെ എന്നും അലട്ടിയിരുന്നു.

ബാല്യവും വിദ്യാഭ്യാസവും

മുളകുന്നത്തുകാവ് അയ്യപ്പക്ഷേത്രത്തിലെ തിയ്യാട്ട് അടിയന്തിരം മാത്രം ഉപജീവനമാർഗ്ഗമായി ഉണ്ടായിരുന്ന പത്തംഗകുടുംബത്തിന് ഏട്ടന്റെ സ്കൂൾ-കോളേജ് തല പരീക്ഷാവിജയങ്ങൾ അഭിമാനത്തിന് വക നൽകുന്നതായിരുന്നു. 1962 ൽ സംസ്ഥാനതല എസ്.എസ്. എൽ.സി. പരീക്ഷയ്ക്ക് എട്ടാം റാങ്ക്, ബി.എസ്.സി.ക്കും എം.എസ്. സിക്കും യഥാക്രമം ഒന്നും രണ്ടും റാങ്കുകൾ. ബാംഗ്ലൂർ ഐ.ഐ.എസ്. സി.യിൽനിന്ന് ഫിസിക്സിൽ ഡോക്ടറേറ്റ് ബിരുദം. തുടർന്നുള്ള രണ്ടു വർഷം വിഖ്യാത ശാസ്ത്രജ്ഞനായ ഡോ.ആർ.എസ്. കൃഷ്ണനോടൊത്ത് തിരുവനന്തപുരത്ത് പ്രവർത്തിച്ചു.

അതിനുശേഷം 1977 മുതൽ മുപ്പതുവർഷം കോഴിക്കോട് സർവ്വകലാശാലയിൽ അദ്ധ്യാപനജീവിതം. ജീവിതത്തിലെ ഈ മികവുകൾക്കെല്ലാം നിദാനം അയ്യപ്പസ്വാമിയുടെ അനുഗ്രഹാശിസ്സുകളാണെന്ന് മാതാപിതാക്കൾ ഉറച്ചു വിശ്വസിച്ചു.

ബഹുമുഖവ്യക്തിത്വം, ധന്യമായ അദ്ധ്യാപനസപര്യ

ബഹുമുഖമായ വ്യക്തിത്വത്തിന്റെ ഉടമയാണ് ഏട്ടനെന്ന് ഉറപ്പിച്ചു പറയാം. അദ്ധ്യാപകനെന്ന നിലയിൽ സഹപ്രവർത്തകരുടെ മതിപ്പും ശിഷ്യസമൂഹത്തിന്റെ സ്നേഹാദരവും ഏറ്റു വാങ്ങാൻ കഴിഞ്ഞു. ബൗദ്ധിക രംഗത്തും കലാ-സാംസ്കാരിക മേഖലകളിലും തന്റേതായ തട്ടകങ്ങൾ സൃഷ്ടിച്ചെടുത്തു. സാഹിത്യം, സംഗീതം, വാദ്യം, അഭിനയം, അനുഷ്ഠാന-ക്ഷേത്ര-നാടൻ കലകൾ എന്നിവയിലെല്ലാം ആഴത്തിലുള്ള പരിജ്ഞാനവും പരിചയവും നേടിയെടുത്തു. കലാസ്വാദകൻ, നിരൂപകൻ, പ്രഭാഷകൻ, എഴുത്തുകാരൻ, മോഡറേറ്റർ, വിദ്യാഭ്യാസ പ്രവർത്തകൻ എന്നീ നിലകളിലെല്ലാം സാംസ്കാരിക-അക്കാദമിക് തലങ്ങളിൽ നിറഞ്ഞുനിന്നു. സംസ്ഥാന

സർക്കാർ വാദ്യരംഗത്ത് നൽകുന്ന പരമോന്നത ബഹുമതിയായ 'പല്ലാവൂർ പുരസ്കാര'-ത്തിന്റെ ജൂറി ചെയർമാനായും അംഗമായും പല വർഷങ്ങൾ പ്രവർത്തിച്ചു. കഥകളി, ചാക്യാർകൂത്ത്, തായമ്പക, ചെണ്ടമേളം ഇനങ്ങളിൽ സംസ്ഥാന സ്കൂൾ യുവജനോത്സവവേദിക ളിൽ വിധികർത്താവായിട്ടുണ്ട്. കേന്ദ്രസംഗീത നാടക അക്കാദമി പ്രസിദ്ധീകരിച്ച, എൽ.എസ്.രാജഗോപാലയ്യരുടെ കേരളത്തിലെ ക്ഷേത്രവാദ്യങ്ങളെക്കുറിച്ചുള്ള ഇംഗ്ലീഷ് രചന മലയാളത്തിലേക്ക് മൊഴിമാറ്റം നടത്തിയിട്ടുണ്ട്. കൃഷ്ണനാട്ടത്തെക്കുറിച്ചുള്ള ഗ്രന്ഥരച നയിൽ ശ്രദ്ധേയ സംഭാവനകൾ നൽകാനായി. ഫിസിക്സ് വിഷ യവുമായി ബന്ധപ്പെട്ട് ധാരാളം പ്രഭാഷണങ്ങൾ നടത്തിയിട്ടുണ്ട്. വൈവിധ്യമാർന്ന രംഗങ്ങളുമായി ഒട്ടിനിൽക്കുന്ന വ്യക്തിത്വമാണ് ഏട്ടനുള്ളതെന്ന് ഇക്കാര്യങ്ങളെല്ലാം വ്യക്തമാക്കുന്നു. മാദ്ധ്യമദൃ ഷ്ട്യാ അത്ര പ്രശസ്തനല്ലെങ്കിൽക്കൂടി, ദേഹവിയോഗത്തെത്തുടർന്ന് താമസംവിനാ മാതൃഭൂമിദിനപത്രത്തിന്റെ വാരാന്ത്യപ്പതിപ്പിൽ, ഡോ.എം.എൻ.കാരശ്ശേരിയുടെ ദൈർഘ്യമുള്ള ഒരു ലേഖനം അനു സ്മരണക്കുറിപ്പായി ചേർത്തിരുന്നു. ഒരനുജൻ എന്ന നിലയിൽഅ ദ്ദേഹത്തിന്റെ വ്യതിരിക്ത വ്യക്തിത്വം നോക്കിക്കാണാനാണ് ഈ ഘട്ടത്തിൽ ശ്രമിക്കുന്നത്.

പഠനവും പാഠനവും എന്നും ഏട്ടന് ഇഷ്ടമുള്ള രണ്ടു പ്രവൃത്തിക ളായിരുന്നു. ഒരദ്ധ്യാപകൻ എന്ന നിലയിൽ പ്രതിഭാശാലികളായ ധാരാളം ശിഷ്യർ ഏട്ടനുണ്ട്. ഫിസിക്സ് വിഷയത്തെ ആഴത്തിൽ പഠിച്ച് അതിന്റെ സമഗ്രതയും സൗന്ദര്യവും അശേഷം ചോരാതെ വിദ്യാർത്ഥികൾക്ക് പകർന്ന് നൽകാൻ സമർത്ഥനായിരുന്നു. കോഴിക്കോട് സർവ്വകലാശാലയിലെ മുപ്പതുകൊല്ലത്തെ അദ്ധ്യാപ നജോലിയിൽ തികച്ചും സംതൃപ്തനായിരുന്നു. തന്നിലെ ഫിസിക്സ് താൽപര്യം കണ്ടറിഞ്ഞു പ്രോത്സാഹിപ്പിച്ച ഗുരുനാഥന്മാരെ സ്നേ ഹാദരവോടെയാണ് ഓർത്തിരുന്നത്. തിരൂർ സെന്റ് തോമസ് ഹൈസ്കൂൾ അദ്ധ്യാപകൻ ഗോപാലകൃഷ്ണമേനോൻ മാഷ്, തൃശ്ശൂർ സെന്റ് തോമസ് കോളേജ് പ്രൊഫസർമാരായ രാമാനുജം, സീതാരാമൻ, എം.കെ.മേനോൻ എന്നിവർ ഇക്കൂട്ടത്തിൽപ്പെടുന്നു. ഡോ.ആർ.എസ്. കൃഷ്ണനോടൊത്ത് പ്രവർത്തിക്കാൻ സാധിച്ചതിൽ അഭിമാനം തോന്നിയിരുന്നു. നിരവധി ശാസ്ത്രസെമിനാറുകളിൽ പങ്കെടുത്ത് പ്രഭാഷണങ്ങളും പേപ്പർ പ്രസന്റേഷനുകളും നടത്തി യിട്ടുണ്ട്. കേരളത്തിൽ അമ്പതിലധികം കോളേജുകളിൽ ക്ലാസ്സെ ടുക്കുകയോ പ്രഭാഷണങ്ങൾ നടത്തുകയോ ചെയ്തിട്ടുണ്ട്. വിവിധ

സർവ്വകലാശാലകളിലേത് ഇതിനു പുറമെയാണ്. അഞ്ചുവർഷ ക്കാലം കോട്ടയം ഗാന്ധി സർവ്വകലാശാലയിൽ ഇൻഡഗ്രേറ്റഡ് പി.ജി.കോഴ്സിന് ഫിസിക്സ് പഠിപ്പിക്കാൻ സാധിച്ചതിൽ അതീവ ചാരിതാർത്ഥ്യമുണ്ടായിരുന്നു. കാസർകോഡ് കേന്ദ്രസർവ്വകലാശാ ലയിലും ഹ്രസ്വകാലം അദ്ധ്യാപകവൃത്തി ചെയ്തിട്ടുണ്ട്. ഔദ്യോഗിക സേവനത്തിൽ നിന്ന് വിരമിച്ച ശേഷവും അനൗപചാരികമായി ദേഹവിയോഗം വരെയും കുട്ടികൾക്ക് ഫിസിക്സ് ശിക്ഷണം തുടർ ന്നിരുന്നു. ക്ലാസിക്കൽ സംഗീതത്തിലെ താളങ്ങളേയും രാഗങ്ങളേയും ഫിസിക്സിൽ സന്നിവേശിപ്പിച്ച് പാഠഭാഗങ്ങൾ കൈകാര്യം ചെയ്യുന്ന തിൽ അതീവ വൈദഗ്ധ്യമുണ്ടായിരുന്നു എന്ന് കേട്ടിട്ടുണ്ട്.

ഒടുങ്ങാത്ത സംഗീതശ്രവണം

ജീവിതത്തിൽ ഏറ്റവും അഭിനിവേശം പ്രകടിപ്പിച്ചിരുന്ന മേഖ ലകളായിരുന്നു ക്ലാസിക്കൽ കലകളും സാഹിത്യവും. വിശിഷ്യ, കർണ്ണാടക-ഹിന്ദുസ്ഥാനി-കേരളീയ സംഗീത പദ്ധതികളിലും അനുഷ്ഠാന ക്ഷേത്രകലകളിലും നാടൻകലളിലും സവിശേഷ താൽപര്യവും വ്യുൽപ്പത്തിയുമാണുണ്ടായിരുന്നത്. സോദാഹരണ പ്രഭാഷണങ്ങളിലൂടെയും സംവാദങ്ങളിലൂടെയും അത് നിരന്തരം മറ്റുള്ളവരുമായി പങ്കുവെച്ചിരുന്നു. നന്നെകുട്ടിക്കാലത്തുതന്നെ സാഹി ത്യ-സംഗീത-കലാവിഷയങ്ങളിൽ അമ്മയിൽനിന്ന് പലതും ഗ്രഹി ച്ചിരുന്നു. കേവലം പ്രാഥമിക വിദ്യാലയത്തിൽ മാത്രം പഠിക്കാൻ ഇടവന്ന മാതാവിന് ഇതെല്ലാം സാധിച്ചത് പാരമ്പര്യത്തിന്റെ സൗഭാഗ്യം കൊണ്ടാണെന്ന് വേണം കരുതാൻ. ജീവിതത്തിൽ അവശ്യം പിന്തുടരേണ്ട ചില മൂല്യബോധങ്ങൾ പിതാവിൽനിന്ന് ഏട്ടൻ സ്വായത്തമാക്കിയിരുന്നു.

ക്ലാസിക്കൽ സംഗീതലോകവുമായി ഏറ്റവുമധികം ബന്ധം പുലർ ത്താൻ സാധിച്ച കാലഘട്ടം ബാംഗ്ലൂർ ഐ.ഐ.എസ്.സി.യിലെ ഗവേഷണ നാളുകളിലാണെന്ന് എപ്പോഴും എടുത്തു പറയാറുണ്ട്. പ്രതിഭാധനരായ ഒട്ടനവധി കർണ്ണാടക-ഹിന്ദുസ്ഥാനി സംഗീതജ്ഞ രുടെ വായ്പ്പാട്ടുകളും ഉപകരണ സംഗീതവും അന്നവിടെവെച്ച് കേട്ടു. തിരുവനന്തപുരത്തുണ്ടായിരുന്ന മൂന്നുവർഷക്കാലത്ത് നവരാത്രി മണ്ഡപക്കച്ചേരികൾ ആവുന്നത്ര ശ്രവിച്ചു. മദ്രാസ് മ്യൂസിക് അക്കാ ദമിയിലെ ഡിസംബർ സംഗീതോത്സവവും നേരിൽ കേൾക്കാൻ ഇടവന്നിട്ടുണ്ട്. കോഴിക്കോട് സർവ്വകലാശാലയിലെ സേവന ക്കാലത്ത് തളിക്ഷേത്രത്തിലെ ത്യാഗരാജാരാധന പരിപാടികളും പ്രതിമാസ പരിപാടികളും നിരന്തരം കേട്ടുകൊണ്ടിരുന്നു. തൃശ്ശൂർ

പൂങ്കുന്നം ശ്രീരാമസ്വാമിക്ഷേത്രത്തിലെ പ്രസിദ്ധമായ 'വസന്തോത്സവ'ത്തിന്റെ സംഗീത പരിപാടികളും വിടാതെ കേട്ടു. മറ്റു പലരും അധികം ശ്രദ്ധിക്കാത്ത സമ്പ്രദായഭജനോത്സവങ്ങൾ കേൾക്കാനും ഏട്ടൻ ഏറെ തൽപരനായിരുന്നു. എല്ലാറ്റിലുമുപരി പലയിടങ്ങളിൽ നിന്നുമായി എണ്ണമറ്റ ഹിന്ദുസ്ഥാനിക്കച്ചേരികളുടെ നിരന്തര ശ്രവണത്തിനും നല്ലപോലെ സാധിച്ചിട്ടുണ്ട്. സംഗീതത്തിൽ ഒരു ശ്രോതാവും നിരൂപകനുമായിരുന്നു അദ്ദേഹമെന്നത് നിസ്തർക്കമാണ്. വീട്ടിലാണെങ്കിൽ സദാസമയം സംഗീതസൗരഭ്യം പൊഴിക്കുന്ന അന്തരീക്ഷം. നാന്നൂറോളം സി.ഡികൾ സ്വന്തമാക്കിയിരുന്നു. ഇഷ്ടാനുസരണം അവ വെച്ച് കേൾക്കും. അരിയക്കുടിയും, ജി.എൻ. ബിയും മധുരൈമണിയും, എം.എസ്.സുബ്ബലക്ഷ്മിയും പാടിയ കീർത്തനങ്ങൾ ധാരാളമായി മുഴങ്ങും. ബാലമുരളീകൃഷ്ണയെ അതികായനായി കരുതി. എം.ഡി.രാമനാഥനോടും മഹാരാജപുരം സന്താനത്തോടും പ്രത്യേക ബഹുമാനമാണ്. ഇഷ്ടഗായകൻ പാലക്കാട് കെ.വി. നാരായണസ്വാമിയാണ്. ശെമ്മങ്കുടി ബാണിയോടാണ് എന്നും പ്രതിപത്തിയുള്ളത്. ഉപകരണസംഗീതം ഏറ്റവും ഇഷ്ടപ്പെട്ട വിഭവമായിരുന്നു. പ്രമുഖരായ പലരുടെ കച്ചേരികൾ നേരിൽ കേട്ടിട്ടുണ്ട്. അവരുടെ സി.ഡികൾ വേണ്ടത്ര. ലാൽഗുഡി ജയരാമൻ (വയലിന്), എൻ.രമണി(പുല്ലാങ്കുഴൽ) ചിട്ടിബാബു (വീണ), നാമഗിരിപ്പേട്ടകൃഷ്ണൻ (നാഗസ്വരം), കദ്രിഗോപാൽനാഥ് (സക്സഫോൺ), ശ്രീനിവാസൻ (മാൻഡൊലിൻ), രവികിരൺ (ചിത്രവീണ) എന്നിങ്ങനെ നീളുന്ന ആ പട്ടിക. വയലിൻവാദനത്തിലെ സാത്വികഭംഗി ലാൽഗുഡിക്കാണെന്ന് ഏട്ടൻ പറയുമായിരുന്നു. എന്നാൽ യഥാർത്ഥ 'ജീനിയസ്' എം.എസ്. ഗോപാലകൃഷ്ണനും. സമാന്തരമായി ഹിന്ദുസ്ഥാനി സംഗീതവും ഇടതടവില്ലാതെ കേട്ടിരുന്നു. ഒട്ടുവളരെപ്പേരെ നേരിൽ കേട്ടിട്ടുമുണ്ട്. വായ്പ്പാട്ട്, സരോദ്, സിത്താർ, ഷെഹനായ്, സാരംഗി, ബാൻസുരി, സന്തൂർ, ഹാർമോണിയം എന്നിവ സംഗീതസുധയൊഴുക്കുന്നു. മല്ലികാർജ്ജുൻ മൻസൂർ, കുമാരഗന്ധർവ്വ, ഭീംസെൻ ജോഷി, ജസ്‌രാജ്, ഗിരിജാദേവി, പർവീൺ സുൽത്താന, രാജൻ-സാജൻ മിശ്രമാർ പോലെയുള്ളവരുടെ സംഗീതം ഇവിടെ നിത്യസാന്നിദ്ധ്യമാണ്. ഉപകരണസംഗീതവും അനർഗ്ഗളം പ്രവഹിച്ചുകൊണ്ടേയിരിക്കും. രവിശങ്കർ, ബിസ്മില്ലാഖാൻ, അംജദ് അലിഖാന്, ഹരിപ്രസാദ് ചൗരാസ്യ, ശിവകുമാർ ശർമ്മ തുടങ്ങിയവർ സദാ നാദമാധുരി പൊഴിക്കുന്നു. ശുദ്ധകല്ല്യാൺ, മേഘ് മൽഹാർ, മാൽക്കൗൺസ്, ബിലാവൽ, ദർബാറി കാനഡ, കലാവതി, ദേശ്, ജയ്ജയ്വന്തി തുടങ്ങിയ എത്രയോ രാഗങ്ങൾ അവ ഒഴുക്കുന്നു.

മേൽപ്പറഞ്ഞ സംഗീതസരണികൾ കൂടാതെ സോപാനശൈലി സ്ഫുരിക്കുന്ന കഥകളിപ്പദങ്ങളും എന്നും കേൾക്കും. പുറനീരയും ഇന്ദളവും പാടിയും കാനക്കുറിഞ്ഞിയും മാരധനാശിയും ഘണ്ടാരവും കേരളീയ സംഗീതത്തിന്റെ സവിശേഷാനുഭൂതി പകരുന്ന രാഗങ്ങളാണ്. കലാമണ്ഡലം നമ്പീശൻ, ഉണ്ണികൃഷ്ണക്കുറുപ്പ്, ഗംഗാധരൻ, ശങ്കരനെമ്പ്രാന്തിരി, രാമൻകുട്ടി വാരിയൽ, ഹൈദ്രാലി, മാടമ്പി സുബ്രഹ്മണ്യൻ നമ്പൂതിരയടക്കമുള്ള ഗായകരായിരിക്കും അവ ആലാപിക്കുന്നത്. 'പാഞ്ചാലരാജതനയേ', 'വിജനേബതമഹതി', 'യാമിയാമിഭൈമി, ' 'ബാലേകേൾനീ', 'മാലിനി രുചിരഗുണശാലിനി', 'നല്ലാർകുലമണിയും', 'പുഷ്കരവിലോചന', 'ക്ഷോണീന്ദ്രപത്നിയുടെ' എന്നിങ്ങനെ, അറ്റമില്ലാത്തത്ര. സംഗീതത്തെക്കുറിച്ചാകുമ്പോൾ ഏട്ടൻ പറയാറുള്ള ഒരു വാചകമോർമ്മ വരുന്നു. 'ശുദ്ധധന്യാസി, പാടി, സുരുട്ടി രാഗങ്ങൾ പാടുന്നിടത്ത് തന്റെ പ്രേതം അദൃശ്യമായി സാന്നിദ്ധ്യമറിയിക്കും' എന്നാണ് ഫലിതരൂപത്തിലുള്ള ആ വാക്കുകൾ. ഒന്നുതീർച്ച, ആ രാഗങ്ങളുമായി ഏട്ടന് അത്രമാത്രം ആത്മബന്ധമുണ്ട്. മൺമറഞ്ഞവരും മുതിർന്നവരും യുവഗായകരുമടങ്ങുന്ന സംഘത്തിന്റെ കർണ്ണാടക-ഹിന്ദുസ്ഥാനി-കഥകളി 'സംഗീത ത്രിമധുരം' കൊണ്ട് മുഖരിതമായിരിക്കും വീട്ടിലെ അന്തരീക്ഷം.

അകക്കണ്ണ് തുറന്ന് 'കളി'വിളക്കിന് മുന്നിൽ

ദൃശ്യകലയായ കഥകളിയുമായുള്ള സുദീർഘ ബന്ധം ഈ അവസരത്തിൽ എടുത്തുപറയേണ്ടതാണ്. കേരളത്തിലങ്ങോളമിങ്ങോളം ആടിത്തകർത്ത അരങ്ങുകൾക്കുമുമ്പിൽ നിരവധി രാത്രികൾ ഏട്ടൻ ചെലവഴിച്ചിട്ടുണ്ട്. ഇതിൽ നിന്നാർജ്ജിച്ച വിജ്ഞാനത്തിന്റെ പിൻബലമാണ് കഥകളിയെന്ന കലാരൂപത്തിന്റെ ആധികാരികവക്താവായി അദ്ദേഹത്തെ മാറ്റിയത്. ഈ 'തൗര്യത്രിക' കലയിലെ ചേരുവകളായ അഭിനയം, സംഗീതം, വാദ്യം എന്നിവയുടെ ആന്തരിക ചൈതന്യത്തേയും സവിശേഷതകളേയും സമഗ്രമായി പ്രതിപാദിക്കാനുള്ള ഉൾക്കാഴ്ചയും സാങ്കേതിക പരിജ്ഞാനവും ഏട്ടനുണ്ട്. കഥകളികലാകാരന്മാരും ആസ്വാദകവൃന്ദവും സംഘാടകരും നിരൂപകശ്രേഷ്ഠരും ഇക്കാര്യം ഏകകണ്ഠമായി അംഗീകരിക്കുകയും ചെയ്യുന്നുണ്ട്. അതുകൊണ്ടുതന്നെ കഥകളി ശില്പശാലകളിലും സംവാദങ്ങളിലും ഒരു സ്ഥിരം ക്ഷണിതാവായി മാറി. കഥകളി സംഗീതപദ്ധതിയുടെ മൗലികസ്വഭാവങ്ങൾ, മേളക്കൊഴുപ്പിന്റെ ആസ്വാദനസൗന്ദര്യം, താളങ്ങളുടെ വിന്യാസഘടന, കലാശങ്ങളുടെ മനോഹാരിത, കലാകാരൻമാരുടെ നാട്യവൈഭവം,

തെക്കൻ-വടക്കൻ ചിട്ടകളുടെ സമ്പ്രദായഭേദങ്ങൾ, ആട്ടക്കഥകളുടെ സാഹിത്യമൂല്യം തുടങ്ങി ധാരാളം വിഷയങ്ങളെക്കുറിച്ച് ചിന്തോദ്ദീപകങ്ങളായ നിരീക്ഷണങ്ങൾ നടത്താൻ കഴിയുന്നു. നിർഭയവും നിഷ്പക്ഷവുമായി അഭിപ്രായങ്ങൾ തുറന്നു പറയാൻ മടിക്കാറില്ല. ചില യിടങ്ങളിലെ കഥകളി അരങ്ങുകളെക്കുറിച്ച് കൂടുതൽ മതിപ്പുമുണ്ട്. തിരുവനന്തപുരം പത്മനാഭസ്വാമിക്ഷേത്രത്തിലെ ഉത്സവക്കളികൾ, കോട്ടയ്ക്കൽ വിശ്വംഭരക്ഷേത്രത്തിലെ ഉത്സവ അരങ്ങുകൾ, കാറൽമണ്ണയിലെ പ്രൗഢാവതരണങ്ങൾ, ഞാങ്ങാട്ടിരി 'നിറമാല'യോടനുബന്ധിച്ചുള്ള കഥകളി എന്നിവയെല്ലാം അത്തരത്തിൽപ്പെടുന്നവയാണ്. കല്ലുവഴിച്ചിട്ടയുടെ മുഗ്ധസൗന്ദര്യം ചാലിച്ചെടുക്കുന്ന 'വടക്കൻ സമ്പ്രദായം' മനം നിറഞ്ഞ് ആസ്വദിക്കുമ്പോഴും 'തെക്കൻചിട്ട'യുടെ ഭാവാത്മകചാരുതയെ അംഗീകരിക്കാൻ ഒരു മടിയും കാട്ടാറില്ല. കുഞ്ചുനായർ, രാമൻകുട്ടിനായർ, ഗോപി, ശിവരാമൻ തുടങ്ങിയ നാട്യകേസരികളെ പൂർണ്ണമായി അംഗീകരിക്കുമ്പോൾ തന്നെ, ചെങ്ങന്നൂർ രാമൻപിള്ളയുടെ ശിഷ്യപ്രമുഖരെ, വിശിഷ്യ, മടവൂർ വാസുദേവൻ നായരേയും മങ്കൊമ്പ് ശിവശങ്കരപ്പിള്ളയേയും ഏറെ ആദരിക്കുകയും ചെയ്യുന്നു. ബാണയുദ്ധത്തിലെ മടവൂരിന്റെ കത്തിവേഷം ഏട്ടന്റെ ഒരു ദൗർബ്ബല്യമാണ്. കലാമണ്ഡലം കൃഷ്ണൻ നായരുടെ നാട്യചാതുരിയേയും ആഹാര്യശോഭയേയും കുറിച്ച് തികഞ്ഞ മതിപ്പാണ്. ഒപ്പം അദ്ദേഹത്തിന്റെ ആത്മകഥയേയും എടുത്തുപറയാറുണ്ട്. മാർഗിവിജയകുമാറിന്റെ ബകവധത്തിലേയും കിർമ്മീരവധത്തിലേയും 'ലളിത'-വേഷങ്ങൾക്കും കാലകേയവധത്തിലെ ഉർവ്വശിക്കും ഏട്ടന്റെ ആസ്വാദനമണ്ഡലത്തിൽ പ്രത്യേക സ്ഥാനമുണ്ട്. കഥകളിയിലെ താൻ കരുതുന്ന ചില സമുജ്ജ്വലമുഹൂർത്തങ്ങൾ ആവർത്തിച്ചുദ്ധരിക്കാറുണ്ട്. കാലകേയവധത്തിലെ 'സലജ്ജോഹം', സുഭദ്രാഹരണത്തിൽ വലന്തലച്ചെണ്ടയുടെ അകമ്പടിയോടെ നടത്തുന്ന വിവാഹ മുഹൂർത്തം, ഉത്തരാസ്വയംവരത്തിൽ പാടിപ്പദ പശ്ചാത്തലത്തിൽ ആടുന്ന 'ഏകലോചനം', ശങ്കരാഭരണരാഗത്തിന്റെ ഉത്തുംഗഗാഭീര്യം അനാവരണം ചെയ്യുന്ന കല്യാണ സൗഗന്ധികത്തിലെ 'പാഞ്ചാല രാജതനയേ' എന്ന പദമാടൽ എല്ലാം ഇവയ്ക്കുദാഹരണങ്ങളാണ്. 'ലോകാധിപകാന്ത', 'വിജനേബതമഹതി', 'അജിതാഹരേ' തുടങ്ങിയ ചില പദങ്ങൾ വല്ലപ്പോഴുമൊക്കെ വിദ്യാർത്ഥികൾക്കു മുൻപിൽ 'ടി.എൻ.വി.ശൈലി'യിൽ പാടാറുണ്ട്.

വാദ്യചിന്തകളിലെ വ്യതിരിക്ത സരണികൾ

ഒരർത്ഥത്തിൽ വാദ്യവിഷയങ്ങളിലെ മൗലിക നിരീക്ഷണങ്ങളാണ് ഒരു കലാനിരൂപകൻ എന്ന നിലയിൽ ഏട്ടനെ തീർത്തും വ്യതിരിക്തനാക്കുന്നത്. ജനിച്ചനാട്ടിൽ നിന്ന് കുട്ടിക്കാലം മുതൽ കിട്ടിയ വാദ്യ-മേളാനുഭവങ്ങൾ, അമ്മയിൽനിന്നും പകർന്നു കിട്ടിയ താളാവബോധം, കുലപ്രവൃത്തിയായ അയ്യപ്പൻ തിയ്യാട്ടിൽനിന്നും വികസിപ്പിച്ചെടുത്ത വാദ്യവിചിന്തനങ്ങൾ, കേട്ടും ശീലിച്ചും നേർസാക്ഷ്യങ്ങളിൽനിന്നും ആർജ്ജിച്ച പൂരാനുഭവങ്ങൾ എല്ലാം തന്നെ അദ്ദേഹത്തിലെ താള-വാദ്യസൈദ്ധാന്തികനെ വളർത്തുന്നതിൽ നിർണ്ണായക പങ്കുവഹിച്ചു. പഞ്ചാരി-ചെമ്പട-പാണ്ടി അപൂർവ്വമേളങ്ങൾ, അനുഷ്ഠാനവാദ്യകലാവിഭവങ്ങൾ, പഞ്ചവാദ്യം, തായമ്പക എന്നീ വിഷയങ്ങളിലെല്ലാം അതിശയിക്കുന്ന അവഗാഹത്തിന്റെ ഉടമയാണ്. പഞ്ചാരിമേളത്തിന്റെ സൗന്ദര്യശാസ്ത്രം, ആ രംഗത്ത് പ്രവർത്തിക്കുന്ന കലാകാരൻമാരുടെ വ്യക്തിഗതസിദ്ധികൾ, പ്രധാന രംഗവേദികൾ, ദൃശ്യ-ശ്രവ്യാനുഭൂതി എല്ലാം വിശദമായും വിദഗ്ദ്ധമായും വരച്ചുകാട്ടാനുള്ള ഏട്ടന്റെ സിദ്ധി ഒന്നു വേറെത്തന്നെയാണ്. പഞ്ചാരിമേളത്തിന്റെ സിരാകേന്ദ്രങ്ങളായ കുട്ടനെല്ലൂർ, പെരുവനം, ആറാട്ടുപുഴ, എടക്കുന്നി പൂരങ്ങൾ മുപ്പത്തഞ്ചോളം വർഷം മുടങ്ങാതെ കണ്ടിട്ടുണ്ട് ഏട്ടൻ. കുളിച്ച് ഈറനുടുത്ത് കേൾക്കേണ്ടതാണ് കുട്ടനെല്ലൂരിലെ പഞ്ചാരിമേളം എന്ന ഏട്ടന്റെ നിരീക്ഷണം വാദ്യഗ്രന്ഥകാരനായ പ്രൊഫ.രാജഗോപാലക്കിടാവ് താനെഴുതിയ പുസ്തകത്തിൽ ഉദ്ധരിച്ചിട്ടുണ്ട്. തൃപ്പൂണിത്തുറ, ഇരിങ്ങാലക്കുട, മുളകുന്നത്തുകാവ്, കുറ്റുമുക്ക്, തലോർചക്കംകുളം തുടങ്ങിയ എത്രയോ പ്രസിദ്ധ പഞ്ചാരികളുടെ കേൾവി അനുഭവം പങ്കുവെയ്ക്കാനുണ്ട്. തൃശ്ശൂർപൂരം പാറമേക്കാവ് വിഭാഗത്തിന്റെ വിശ്വപ്രസിദ്ധമായ 'ഇലഞ്ഞിത്തറ'പ്പാണ്ടിമേളം, പെരുവനത്ത ആറാട്ടുപുഴയുടെ 'ഇറക്കപ്പാണ്ടി', ഊരകംപൂരം പുറപ്പാടിന്റെ പാണ്ടി തുടങ്ങിയ ക്ലാസിക് മേളാനുഭവങ്ങൾക്ക് എത്രയോ തവണ സാക്ഷ്യം വഹിച്ചിട്ടുണ്ട് ഏട്ടൻ.

ഏറെ വിചിന്തനബുദ്ധ്യാ ഉള്ളറകളിലേക്ക് ഇറങ്ങിച്ചെന്നാണ് പഞ്ചവാദ്യം ആസ്വദിക്കുക. കേവലം അതിന്റെ സ്ഥൂലരൂപത്തിൽ മാത്രം അഭിരമിക്കാതെ, സൂക്ഷ്മതലങ്ങളിലാവും എപ്പോഴും കണ്ണോടിക്കുക. അതിന്റെ സാങ്കേതികഘടന, താളപദ്ധതി, കാലനിർണ്ണയം, ശ്രവ്യാനുഭവം, പഞ്ചവാദ്യത്തിന്റെ ഭൂത-വർത്തമാന- ഭാവികൾ എല്ലാം ആഴത്തിൽ അപഗ്രഥിക്കാനുള്ള ഏട്ടന്റെ സിദ്ധിയെ വാദ്യാസ്വാദകർ സാകൂതം ശ്രദ്ധിക്കാറുണ്ട്. ഗ്രന്ഥകാരൻ കൂടിയായ

എ.എസ്.എൻ. നമ്പീശനുമായി വിശദമായി ഇത്തരം കാര്യങ്ങളെക്കുറിച്ച് ആശയവിനിമയം നടത്താറുണ്ട്. തിരുവമ്പാടിയുടെ 'മഠത്തിൽ വരവ്' പഞ്ചവാദ്യം, പാറമേക്കാവിന്റെ രാത്രിപ്പഞ്ചവാദ്യം, ഉത്രാളിപ്പൂരപഞ്ചവാദ്യങ്ങൾ, നെന്മാറ-വല്ലങ്ങി വേല, തിരൂർ വടകുറുമ്പക്കാവ്, മിണാലൂർ കുറ്റിയങ്കാവ് വേല – എല്ലാം ധാരാളം തവണ അനുഭവിച്ചറിഞ്ഞിട്ടുണ്ട്. ശ്രദ്ധേയമായ കാലടി പഞ്ചവാദ്യോത്സവത്തിനും സാന്നിദ്ധ്യമറിയിക്കാറുണ്ട്.

ചെണ്ടയിൽ മനോധർമ്മ സാദ്ധ്യതയുടെ വിശ്വരൂപം പ്രകടിപ്പിക്കാൻ സാധിക്കുന്ന ഒരു വാദനമേഖലയാണ് തായമ്പക. ഈ രംഗവും ഏട്ടന് സുപരിചിതമാണ്. 'പതികാല' ത്തിന്റേയും 'കൂറി' ന്റേയും വശ്യമനോഹാരിതയും 'ഇടകാലം' മുതലുള്ള ഘട്ടങ്ങളുടെ ആസുരഭാവവും സംബന്ധിച്ചുള്ള കാഴ്ചപ്പാടുകളും ഇഷ്ടാനിഷ്ടങ്ങളും സഹൃദയരോട് ഏട്ടൻ വെളിപ്പെടുത്തുന്നു. ഗുരുവായൂർ, കോട്ടയ്ക്കൽ, മുളകുന്നത്തുകാവ് ഉത്സവത്തായമ്പകയുടെ അവതരണ പശ്ചാത്തലം വേറിട്ടുനിൽക്കുന്നുവെന്ന് അഭിപ്രായപ്പെടാറുണ്ട്. പാരമ്പര്യവഴിയിൽ, മലമക്കാവ് ശൈലിയിലൂടെ സഞ്ചരിക്കാനാണ് ഏട്ടന് കൂടുതൽ താൽപര്യം. അതുകൊണ്ടുതന്നെ ആലിപ്പറമ്പ് ശിവരാമപ്പൊതുവാളും തൃത്താല കുഞ്ഞികൃഷ്ണപ്പൊതുവാളുമാണ് ഇഷ്ടകലാകാരൻമാർ. പാലക്കാടൻ ശൈലിയുടെ പൂർവ്വാർദ്ധം ആസ്വാദ്യകരമാണെങ്കിലും, ഉത്തരഭാഗത്തിലേക്ക് പ്രവേശിക്കുമ്പോൾ അത് ആവശ്യത്തിൽ കൂടുതൽ ഭീഷണഭാവം സ്വീകരിക്കുന്നു എന്നു പറയാറുണ്ട്. മാത്രവുമല്ല ഇന്നത്തെ തായമ്പകയുടെ അവസാനഘട്ടം ഒരുതരം യാന്ത്രികക്കസർത്താകുന്നില്ലേ എന്ന് ചോദിക്കുകയും ചെയ്യുന്നു. 'ഈടുംകൂറും കൊട്ടൽ', അനുഷ്ഠാന വാദ്യവാദനങ്ങൾ എന്നിവയിലെല്ലാം നല്ല വ്യുൽപ്പത്തിയുണ്ട്. അയ്യപ്പൻതിയ്യാട്ടിന് വേണ്ടിവന്നാൽ ഈടുംകൂറുംകൊട്ടാൻ നിന്നെന്നു വരും. വാദ്യാരികൊട്ടി വാദ്യവിഷയങ്ങളിൽ സോദാഹരണ പ്രഭാഷണങ്ങൾ നടത്തുവാൻ പ്രത്യേക പാടവമുണ്ട്. കേരള കലാമണ്ഡലത്തിൽ വാദ്യവിഷയങ്ങളിൽ വിദ്യാർത്ഥികളുടെ എക്സാമിനർ ആയും, പഠനവകുപ്പിൽ കേരളീയ പാരമ്പര്യവാദ്യങ്ങളെ പരിചയപ്പെടുത്തുന്ന ഗസ്റ്റ് ഫാക്കൽറ്റി ആയും സേവനമനുഷ്ഠിച്ചിട്ടുണ്ട്.

അതിശയിപ്പിക്കുന്ന പുസ്തകശേഖരം

പുസ്തകപാരായണമെന്നത് നിത്യജീവിതത്തിൽ മുടങ്ങാത്ത ഒരു ശീലമാക്കി മാറ്റിയിരുന്നു ഏട്ടൻ. വളരെ വിപുലമായ ഒരു പുസ്തകശേഖരം സ്വന്തമായുണ്ടായിരുന്നു. അമ്പതു കൊല്ലംകൊണ്ട് പടുത്തുയർത്തിയ പേഴ്സണൽ ലൈബ്രറിയിൽ ആറുലക്ഷത്തിൽപരം

രൂപ മൂല്യം വരുന്ന ഗ്രന്ഥങ്ങളുണ്ടാകുമെന്നാണ് ഒരേകദേശ കണക്ക്. തന്റെ ഐച്ഛികവിഷയമായ ഫിസിക്സിൽ നോബൽ ജേതാക്കളുടേതുൾപ്പെടെയുള്ള പ്രശസ്തർ പലരുടേയും ഗ്രന്ഥങ്ങളുണ്ട്. സാഹിത്യരംഗത്തേക്ക് കടന്നുചെന്നാൽ, ഇംഗ്ലീഷ്, റഷ്യൻ, ഫ്രഞ്ച്, ജർമ്മൻ, സ്പാനിഷ്, അമേരിക്കൻ, ലാറ്റിൻ അമേരിക്കൻ, ഏഷ്യൻ ഭാഷകളിലെ നിരവധി ക്ലാസിക്കുകൾ കാണാം. ഭാരതീയ സാഹിത്യ കൃതികളുടെ ഒരു വമ്പൻ ശേഖരം തന്നെ സ്വന്തമായുണ്ട്. വാല്മീകിയും വ്യാസനും കാളിദാസനും തുളസീദാസും, തിരുവള്ളുവരും രചിച്ച മഹദ്കൃതികൾ സാന്നിദ്ധ്യമറിയിക്കുന്നു. വ്യത്യസ്ത ഭാഷകളിലെ പ്രമുഖർ എഴുതിയ ഗ്രന്ഥങ്ങളും വേണ്ടുവോളമുണ്ട്. വിസ്തരഭയത്താൽ ഏതാനും ചിലവ മാത്രം ചൂണ്ടിക്കാട്ടുന്നു. മണ്ണിലേക്ക് മടങ്ങി(ശിവ രാമകാരന്ത്) ഗ്രാമായണം (റാവുബഹദൂർ), ഭുജംഗയ്യന്റെ ദശാവതാ രങ്ങൾ (ശ്രീകൃഷ്ണ ആലനഹള്ളി) എന്നിവയെല്ലാം കന്നഡയെ പ്രതി നിധീകരിക്കുന്നു. ആരോഗ്യനികേതനം (താരാശങ്കർ ബാനർജി), പഥേർ പാഞ്ചാലി (ബിഭൂതിഭൂഷൺ ബന്ദ്യോപാദ്ധ്യായ), നെല്ലിന്റെ ഗീതം (സാവിത്രിറോയ്) തുടങ്ങിയവ ബംഗാളി സാഹിത്യകൃതി കളുടെ സൂചകങ്ങളാണ്. നിറംപിടിപ്പിച്ച നുണകൾ(യശ്പാൽ), ഗോദാൻ (പ്രേംചന്ദ്) എന്നിവ ഹിന്ദിയെ പ്രതിനിധാനം ചെയ്യുന്നു. ശിലാപത്മം (ഒറിയപ്രതിഭാറായ്), അലയൊലി (തമിഴ്-കൽക്കി കൃഷ്ണമൂർത്തി), യയാതി (മറാഠി-വി.എസ്. ഖണ്ഡേക്കർ), അഗ്നിനദി (ഉറുദു-ക്വാർ-അതുലൈൻഹൈദർ), ലജ്ജ (ബംഗ്ലാദേശി-തസ്ലീമ നസ്രീൻ) എന്ന തരത്തിൽ പട്ടിക നീളുന്നു. മലയാളഭാഷയെ പ്രതി നിധീകരിക്കുന്നവ ധാരാളമുണ്ട്. തുഞ്ചനും കുഞ്ചനും ചെറുശ്ശേരിയും പൂന്താനവും മേൽപ്പത്തൂരും കൊടുങ്ങല്ലൂർ കുഞ്ഞിക്കുട്ടൻ തമ്പുരാനും നിറഞ്ഞുനിൽപ്പുണ്ട്. നോവൽ, കവിത, കഥ, നാടകം, ആത്മകഥ, യാത്രാവിവരണങ്ങൾ, ജീവചരിത്രങ്ങൾ, ചരിത്രം, ഭൂമിശാസ്ത്രം, കലാ നിരൂപണങ്ങൾ, ലേഖനസമാഹാരങ്ങൾ, ശാസ്ത്രപഠനങ്ങൾ എന്നീ വിഭാഗങ്ങളിൽപ്പെട്ടവയാണധികവും. ഹിമാലയത്തെ കേന്ദ്രീകരി ച്ചുമാത്രം അമ്പതോളം പുസ്തകങ്ങളുണ്ട്; ആത്മകഥകൾ നൂറോളവും. കുമാരനാശാനും, പി.കുഞ്ഞിരാമൻനായരും, വൈലോപ്പിള്ളിയുമാണ് മലയാളത്തിലെ പ്രിയകവികൾ. നോവൽ ശാഖയിലെ അതികായ നായി കരുതുന്നത് സാക്ഷാൽ സി.വി.രാമൻപിള്ളയെ. ആത്മകഥ കളിൽ മലയാളത്തിൽ ഇഷ്ടപ്പെടുന്ന ഒന്നാണ് ചെറുകാടിന്റെ -'ജീവി തപ്പാത്'.'മൈ കൺട്രി മൈ ലൈഫ്' എന്ന ഇംഗ്ലീഷ് ആത്മകഥ (എൽ.കെ.അദ്വാനി) പ്രിയപ്പെട്ടതാണ്.

യാത്രയോടുള്ള അടങ്ങാത്ത ദാഹം:

യാത്രയും സഞ്ചാരസാഹിത്യവും ഏട്ടന് എന്നും രുചിയേറിയ വിഭവങ്ങളാണ്. സ്വതവേ ചരിത്രത്തോടും ഭൂമിശാസ്ത്രത്തോടും സവിശേഷ താല്പര്യമുണ്ട്. ഇന്ത്യയിലെ ഇരുപത്തിമൂന്ന് സംസ്ഥാനങ്ങളിലൂടെ യാത്ര ചെയ്തിട്ടുണ്ടെന്ന് അഭിമാനത്തോടെ പറയുമായിരുന്നു. ചരിത്ര സ്ഥലികൾ, പൗരാണിക-ആദ്ധ്യാത്മിക കേന്ദ്രങ്ങൾ, നദീതടങ്ങൾ, പർവ്വതപ്രദേശങ്ങൾ, മരുഭൂമി, സമതലങ്ങൾ, നഗരങ്ങൾ, കുഗ്രാമങ്ങൾ എല്ലാം യാത്ര ചെയ്യാനായി തെരഞ്ഞെടുക്കാറുണ്ട്. സ്കൂളിൽ സംസ്കൃത ക്ലാസിലെ ഒരു ശ്ലോകം കുട്ടിക്കാലം മുതൽ ഏട്ടന് ഏറെ പ്രിയപ്പെട്ടതാണ്.

'അസ്ത്യുത്തരസ്യാം ദിശി ദേവതാത്മാ
ഹിമാലയോ നാമ നഗാധിരാജ:!
പൂർവ്വപരൌ തോയനിധി വഗാഹ്യ
സ്ഥിത: പൃഥിവ്യാ ഇവ മാനദണ്ഡ'

ഒടുവിൽ ഹിമാലയവും ഗംഗയും മറ്റും നേരിൽക്കണ്ടപ്പോഴാണ് കാളിദാസന്റെ കാവ്യഭാവനയെക്കുറിച്ച് അടുത്തറിയാൻ സാധിച്ചതെന്ന് എപ്പോഴും പറയാറുണ്ട്. യാത്രയുടെ പൂർണ്ണസുഖം കൈവരുക അതിനെക്കുറിച്ച് അടുത്തുള്ളവരുമായി അവലോകനം നടത്തുന്നതിലൂടെയാണെന്നും ആവർത്തിക്കാറുണ്ട്. സ്ഥലപരിമിതി കണക്കിലെടുത്ത് യാത്രചെയ്ത ഏതാനും സ്ഥലങ്ങളെയോ സൈറ്റ് പോയിന്റുകളെയോ മാത്രംസൂചിപ്പിക്കുന്നു. ഹിമാലയ താഴ്വരകൾ, സിന്ധു-ഗംഗ-ബ്രഹ്മപുത്രാ നദീതടങ്ങൾ, ശ്രീനഗർ, ജമ്മു, കുളു-മണാലി, ന്യൂഡൽഹി, ആഗ്ര, വാഗാ-അഠാറി അതിർത്തി പ്രദേശങ്ങൾ, രാജസ്ഥാൻ മരുഭൂമി, അജന്ത-എല്ലോറ, ദ്വാരക, മഥുര ശ്രീകൃഷ്ണജന്മസ്ഥാൻ, ഹൂഗ്ലീപാലം, ബേലൂർ ശ്രീരാമകൃഷ്ണമഠം, ബോംബെമഹാനഗരം, പിങ്ക് സിറ്റി ജയ്പൂർ, കൊൽക്കത്ത, കൊണാറക് സൂര്യക്ഷേത്രം, അസമീസ് വനപ്രദേശങ്ങൾ, ചാർധാം (ഗംഗോത്രി, യമുനോത്രി, കേദാർനാഥ്, ബദരീനാഥ്) എന്നിവ ഉത്തരേന്ത്യൻ അനുഭവങ്ങളിൽപ്പെടുന്നു. ബാംഗ്ലൂർ, ചെന്നൈ, ഹൈദ്രാബാദ് നഗരങ്ങൾ, ഹംപി, മൈസൂർ കൊട്ടാരം, വൃന്ദാവൻ ഗാർഡൻസ്, ശൃംഗേരി, തലക്കാവേരി, മധുര, രാമേശ്വരം, കന്യാകുമാരി, കാവേരി-കൃഷ്ണ-ഗോദാവരി തടങ്ങൾ, തിരുവയ്യാർ, തഞ്ചാവൂർ, ശ്രീരംഗം, പഴനി തുടങ്ങിയവ ദക്ഷിണേന്ത്യയിലെ യാത്രാനുഭവങ്ങളാണ്. സുവർണ്ണക്ഷേത്രം, ഖജുരാഹോ തുടങ്ങിയവയെല്ലാം തീർച്ചയായും കാണേണ്ടവ തന്നെ എന്നു പറയാറുണ്ട്.

ഗൃഹപാഠം നടത്തി മാത്രമേ ഏട്ടൻ യാത്രതിരിക്കൂ. ചെന്നാൽ പരമാവധി കാര്യങ്ങൾ ചോദിച്ച് മനസ്സിലാക്കും. മടങ്ങിയെത്തിയാൽ അടുത്ത സുഹൃത്തുക്കളോട് സവിസ്തരം അനുഭവങ്ങൾ പങ്കുവെയ്ക്കും. ഫോട്ടോകൾ കാട്ടിക്കൊടുക്കും. ഏട്ടന്റെ മൂത്തപുത്രൻ ഡോ.ടി.വി. നീലകണ്ഠൻ(ഉണ്ണി) കഴിഞ്ഞ പതിനഞ്ചുകൊല്ലമായി അമേരിക്കയിലാണ്. മൂന്നു കാലഘട്ടങ്ങളിലായി ആറുമാസം വീതം വിസിറ്റിങ്ങ് വിസയിൽ ഏട്ടത്തിയമ്മയെയും കൂട്ടി യു.എസ്.ലേക്ക് പോയിട്ടുണ്ട്. മൊത്തം പതിനെട്ട് മാസം അവിടെ താമസിച്ചു. ആ ഘട്ടത്തിൽ പലപ്പോഴായി തെക്കു-വടക്ക്, കിഴക്കു -പടിഞ്ഞാറു അമേരിക്കയിൽ നിരന്തരം യാത്ര ചെയ്തിട്ടുണ്ട്. അവയും നല്ല യാത്രാനുഭവങ്ങളായി ഏട്ടൻ എടുത്തുകാട്ടാറുണ്ട്. വൻനഗരങ്ങൾ, നദികൾ, സമുദ്രങ്ങൾ, തടാകങ്ങൾ, പർവ്വതപ്രദേശങ്ങൾ, ശാസ്ത്രസാങ്കേതിക വിദ്യാഭ്യാസ കേന്ദ്രങ്ങൾ, വാണിജ്യമേഖലകൾ, ചരിത്രസ്ഥലികൾ, വിനോദകേന്ദ്രങ്ങൾ എന്നിങ്ങനെ മനസ്സിൽ തങ്ങുന്ന ഒട്ടേറെ കാഴ്ചകൾ കാണാൻ അവസരം കൈവന്നു. ന്യൂയോർക്ക്, വാഷിംഗ്ടൺ, ഷിക്കാഗോ, ലോസ് ഏഞ്ചലസ്, ഫിലഡെൽഫിയ, സാൻഫ്രാൻസിസ്കോ, ബോസ്റ്റൺ, ക്ലീവ്ലൻഡ് എന്നീ നഗരക്കാഴ്ചകൾ ആസ്വദിക്കാൻ സാധിച്ചിട്ടുണ്ട്. നയാഗ്രാവെള്ളച്ചാട്ടം, പഞ്ചമഹാതടാകങ്ങൾ, പസഫിക്-അറ്റ്ലാന്റിക് സമുദ്രങ്ങൾ, വിസ്തൃതകൃഷിപ്പാടങ്ങൾ, വ്യവസായ കേന്ദ്രങ്ങൾ, ഹോളിവുഡ്, കനേഡിയൻ അതിർത്തി പ്രദേശങ്ങൾ, ചർച്ചുകൾ, ക്ഷേത്രങ്ങൾ, ഗുരുദ്വാരകൾ തുടങ്ങി പലതും നേരിൽ സന്ദർശിച്ചു. അമേരിക്കയിലെ രണ്ടു പ്രമുഖ വിഭാഗക്കാരായ വെളുത്ത വംശക്കാരും കറുത്ത വംശജരും ആയി പരിചയപ്പെടാൻ ഏട്ടനവസരം കൈവന്നിട്ടുണ്ട്. അവരുടെ മതവിശ്വാസങ്ങൾ, സാമൂഹ്യജീവിതക്രമങ്ങൾ, സാമ്പത്തിക നിലവാരം ഒക്കെയുമായി കൂടുതൽ ബന്ധപ്പെടാൻ അത് സന്ദർഭമൊരുക്കി. 'അമേരിക്കൻ യാത്രാനുഭവങ്ങൾ' എന്ന പേരിൽ തന്റെ സവിസ്തരയാത്രകളെക്കുറിച്ച് ഒരു ഗ്രന്ഥം പ്രസിദ്ധീകരിക്കാനുള്ള ശ്രമങ്ങൾക്കിടയിലാണ് മരണം ഏട്ടനെ തട്ടിയെടുത്തത്. എന്നാലും സമീപഭാവിയിൽ ആ സ്വപ്നം പൂവണിയുകതന്നെ ചെയ്യുമെന്ന് വിശ്വസിക്കാം.

ചില മഹദ് വ്യക്തിത്വങ്ങൾ

വെറും മുപ്പത്തിരണ്ട് വയസ്സിനുള്ളിലാണ് നൂറ്റാണ്ടുകൾക്കു മുമ്പ്, കേരളത്തിൽനിന്ന് കാൽനടയായി യാത്രചെയ്ത് തെക്കു ശൃംഗേരിയിലും, പടിഞ്ഞാറ് ദ്വാരകയിലും, വടക്ക് ബദരിയിലും, കിഴക്ക് പുരിയിലും മഠങ്ങൾ സ്ഥാപിച്ച് ആദിശങ്കരാചാര്യൻ

ഭാരതത്തിന്റെ ദേശീയോദ്ഗ്രഥനം വിളംബരം ചെയ്തത്. ഇന്ത്യയിൽ താൻ ചെയ്ത വിവിധ യാത്രാഘട്ടങ്ങളിൽ ഈ നാല്പ പവിത്രസങ്കേതങ്ങളും സന്ദർശിക്കാൻ സാധിച്ചത് ഏട്ടൻ ഒരു ഭാഗ്യമായാണ് കരുതിയത്. സമാദരണീയ വ്യക്തിത്വങ്ങളുടെ പട്ടികയിൽ എന്നും ശങ്കരാചാര്യർക്ക് സമുന്നതസ്ഥാനമാണ് നൽകി വന്നത്. മറ്റൊരു മഹാപുരുഷൻ ആയി ഏട്ടൻ പരിഗണിച്ചിരുന്ന വ്യക്തിയാണ് തിബറ്റൻ ആദ്ധ്യാത്മികാചാര്യൻ ദലൈലാമ. ഹിമാലയത്തിന്റെ മടിത്തട്ടിൽ പരിലസിക്കുന്ന തിബറ്റൻ പീഠഭൂമിയയേയും അഹിംസാസിദ്ധാന്തത്തിലധിഷ്ഠിതമായ ബൗദ്ധദർശനങ്ങളേയും ഏറെ ഭക്ത്യാദരവോടെയാണ് ഏട്ടൻ വീക്ഷിച്ചിരുന്നത്. തികച്ചും 'യുഗപുരുഷൻ' എന്ന വിശേഷണവും അദ്ദേഹത്തിന് നൽകാൻ അദ്ദേഹം സന്നദ്ധനുമായിരുന്നു. 'സമാനതകളില്ലലാത്ത വ്യക്തിത്വം' എന്ന മുൻ രാഷ്ട്രപതിയും അതുല്യശാസ്ത്ര പ്രതിഭയുമായ എ.പി.ജെ. അബ്ദുൾകലാമിനെ ഏട്ടൻ എപ്പോഴും വിശേഷിപ്പിച്ചിരുന്നു. ഇന്ത്യൻ ജനതയ്ക്കും, വിശിഷ്യ, യുവതയ്ക്കും ഇത്രമാത്രം ആവേശം പകർന്ന ഒരാൾ അടുത്ത കാലത്ത് ഉണ്ടായിട്ടില്ലെന്ന് ദൃഢമായി വിശ്വസിച്ച തൊഴുകയ്യോടെയാണ് മേൽപ്പറഞ്ഞ മൂവരേയും സ്മരിച്ചിരുന്നത്.

നടത്തം, കുലപ്രവൃത്തി, കാർഷികപ്രവർത്തനങ്ങൾ

ജീവിതചര്യയിൽ വർഷങ്ങളായി ഇടം പിടിച്ച ഒരു ശീലമാണ് നടത്തമെന്നത്. കിലോമീറ്ററുകൾ നടക്കാൻ ഒരു ബുദ്ധിമുട്ടോ തൃപ്തിക്കുറവോ ഇല്ല. കുട്ടിക്കാലം മുതൽ നടന്നു ശീലിച്ചിരുന്നു. ജീവിതാന്ത്യം വരെയും അത് പിന്തുടരുകയും ചെയ്തു. 'നടക്കാൻ കിട്ടുന്ന ഒരവസരവും കളയരുത്, അത് ജീവിതത്തിലെ ഒരമൂല്യ നിക്ഷേപമാണ്.' എന്നു എപ്പോഴും ചിന്തിച്ചിരുന്നു. 'ഓട്ടോ സംസ്കാര'ത്തെ പൊതുവെ അകറ്റിനിർത്തിയിരുന്നു. ചിലരെങ്കിലും അത് പിശുക്കു കൊണ്ടാണെന്ന് പറയുമ്പോൾ പ്രതികരിക്കാൻ മെനക്കെടാറില്ല. അഞ്ചാറു കിലോമീറ്ററെങ്കിലും നിത്യവും കാൽനടചെയ്തിരിക്കും. മരിക്കുന്നതിനു രണ്ടുവർഷം മുമ്പ് എഴുപത്തിമൂന്നാം വയസ്സിലും തൃശ്ശൂരിൽനിന്ന് മുളകുന്നത്തു കാവിലേക്കുള്ള പത്തുകിലോമീറ്റർ ദൂരം ചിലപ്പോഴെല്ലാം നടന്ന് വീട്ടിൽ എത്തിയിരുന്നത് ഇപ്പോഴും എനിക്കോർമ്മയുണ്ട്. ഒരുപക്ഷേ, ഇത്തരം നടത്തത്തിൽ നിന്ന് ആർജ്ജിച്ചെടുത്ത സ്വാഭാവിക രോഗപ്രതിരോധശേഷി, ഒരുകൊല്ലം മുമ്പു നടന്ന വിപൽക്കരമായ ഹൃദയശസ്ത്രക്രിയയെ അതിജീവിക്കാൻ സഹായിച്ചിട്ടുണ്ടാകാമെന്ന് ഓപ്പറേഷൻ നടത്തിയ ഡോക്ടർ തന്നെ അഭിപ്രായപ്പെട്ടത് ഓർമ്മ വരുന്നു. സ്വന്തമായി ഇരുചക്രവാഹനവും

നാലുചക്രവാഹനവും വാങ്ങാനുള്ള സാമ്പത്തികശേഷി ഉണ്ടായിട്ടും, അത് ബോധപൂർവ്വം വേണ്ടെന്ന് വെച്ചതുകൂടി ഇതോടൊപ്പം കൂട്ടി വായിക്കാം.

തിയ്യാടി നമ്പ്യാർ സമുദായാംഗമാണ് ഏട്ടൻ എന്നത് തുടക്കത്തിൽ തന്നെ സൂചിപ്പിച്ചിട്ടുണ്ട്. സ്വാഭാവികമായും തന്റെ കുലപ്രവൃത്തിയായ അയ്യപ്പൻ തിയ്യാട്ട് സ്കൂൾ പ്രായത്തിൽതന്നെ പഠിച്ച് അരങ്ങേറുകയും അടിയന്തിര നിർവ്വഹണത്തിൽ പിതാവിനെ സഹായിക്കുകയും ചെയ്തിട്ടുണ്ട്. കോളേജ് പഠനത്തിനുശേഷം നല്ലൊരു കാലം വിട്ടുനിന്നിട്ടും സഹോദരങ്ങൾ അവതരിപ്പിച്ചുവന്ന തിയ്യാട്ടിന്റെ ബൃഹദ് രൂപത്തിൽ ഇരുപതുവർഷം മുമ്പു മുതൽ സജീവമായിരുന്നു. തിയ്യാട്ടിന്റെ 'കൊട്ടും പാട്ട്' എന്ന രംഗക്രിയയിൽ പ്രാമാണ്യം വഹിച്ചിരുന്നതും ഏട്ടനാണ്. സോപാനശൈലിയിൽ ഭംഗിയായി അനുവദനീയ രാഗച്ഛായ നിലനിർത്തി പാടാൻ പ്രത്യേകസിദ്ധിയുണ്ട്. ഉപകരണ വാദ്യങ്ങളിൽ ഇലത്താളം കൈകാര്യം ചെയ്യാനാണ് കൂടുതൽ ഉത്സാഹം പ്രകടിപ്പിക്കാറ്.

കൃഷി, മണ്ണ്, പ്രകൃതി എന്നിവയോട് പ്രത്യേകം പ്രതിപത്തി എന്നും പുലർത്തിയിരുന്നു. കുട്ടിക്കാലം മുതൽ വളപ്പിൽ അച്ഛനോടൊത്ത് കുറച്ചെല്ലാം കൃഷിപ്രവൃത്തികളിൽ ഏർപ്പെട്ടിരുന്നു. ജീവിത സായന്തനത്തിലും ആ പ്രക്രിയ തുടർന്നു. അത്യാവശ്യം പയർ, ചേന, ചേമ്പ്, ഇഞ്ചി, മഞ്ഞൾ എന്നിവയെല്ലാം സ്വയം കൃഷിചെയ്യുകയാണ് പതിവ്. കൂലിക്ക് ആളെ തേടാറില്ല. വാഴക്കന്ന് പറച്ചുവെയ്ക്കാനും, തെങ്ങ് കടവാങ്ങാനും മൂടാനുമെല്ലാം പരസഹായം തേടാറില്ല. പുത്തൻവൃക്ഷത്തൈകൾ, നട്ടുവളർത്താനും, പൂച്ചെടികൾ വെച്ചുപിടിപ്പിക്കാനും ബഹു ഉത്സാഹമാണ്. സ്വയം നടപ്പാക്കുന്ന 'വനവൽക്കരണ'-ത്തെ സംബന്ധിച്ച് മരിച്ചതിന്റെ തൊട്ടടുത്ത ദിവസം മനോരമയിൽ ഏട്ടനെക്കുറിച്ച് ഒരു ഫീച്ചർ പ്രസിദ്ധീകരിച്ചിരുന്നു. കൊട്ടുംകാട്ടിൽ ഒഴിഞ്ഞസ്ഥലം നോക്കി പുതിയ ചെടികൾ നട്ടുപിടിപ്പിക്കാൻ ശ്രമിച്ചിരുന്ന യുഗളപ്രസാദൻ (പ്രസിദ്ധ ബംഗാളി നോവലിസ്റ്റ് ബിഭൂതി ഭൂഷൺ ബന്ദ്യോപാദ്ധ്യായയുടെ 'ആരണ്യക്' എന്ന നോവലിലെ ഒരു കഥാപാത്രം) ഏട്ടന്റെ ഒരു ആരാധ്യപുരുഷനാണ്. അകാലത്ത് യാത്രചൊല്ലിയ രണ്ടാമത്തെ പുത്രനെ സംസ്കരിച്ചതിനു ചുറ്റിലും വർണ്ണപൂച്ചെടികൾ നട്ടുവളർത്തിയിരുന്നു. അവനെ കെട്ടിപ്പിടിച്ച് കിടക്കും വിധത്തിൽ മരണാനന്തരം തന്റെ മൃതദേഹം സംസ്കരിക്കണമെന്ന് കാലേക്കൂട്ടി പറഞ്ഞു വെച്ചിരുന്നു.

ചില സ്വകാര്യ വിശേഷങ്ങളും ഇഷ്ടങ്ങളും

സ്വതവേ കുറച്ച് അന്തർമുഖനാണ് ഏട്ടൻ എന്ന് പലരും കരുതാറുണ്ട്. അതിൽ കുറച്ചൊരു വാസ്തവവുമുണ്ട്. താനടുത്തു പെരുമാറുന്നവരുമായി മണിക്കൂർ സംസാരിച്ചെന്നു വരും. എന്നാൽ പുറത്തുകടന്നാൽ പലരോടും അത്രയൊന്നും പരിചയം നടിക്കാറില്ല. മനഃപൂർവ്വമല്ല അതു ചെയ്യുന്നതെങ്കിൽ കൂടി അവരിൽ ഒരു 'അൺപോപ്പുലർ ഇമേജ്' സൃഷ്ടിക്കാൻ ഇത് വഴിവെച്ചെന്നും വരാം. കുടുംബകാര്യങ്ങളിൽ നിശ്ചിതചിട്ടകളും സമയക്രമവും പിന്തുടരാൻ നിഷ്ക്കർഷ പുലർത്താറില്ലെന്ന് വേണം പറയാൻ. താൻ ചെയ്യേണ്ട പല കാര്യങ്ങളും പതിനൊന്നാം മണിക്കൂറിലേക്ക് നീട്ടിവെയ്ക്കുന്ന ശീലവും കുറവല്ല. പ്രദർശനപരത മാറ്റിനിർത്തി ഭക്തിയും ആത്മീയതയും സ്വന്തം ശൈലിയിൽ മാത്രമേ പ്രകടിപ്പിക്കാറുള്ളൂ. എന്നാൽ

ചിലരെങ്കിലും കരുതുന്നതുപോലെ അത് ഭക്തിയുടെ നിരാസമോ ഈശ്വരവിശ്വാസത്തിന്റെ കുറവോ അല്ല. ആസ്തിക്യവാദത്തെ ഒരിക്കൽപ്പോലും തള്ളിപ്പറയാറില്ല. അത്യന്താധുനികസാഹിത്യം സ്ഥാനത്തും അസ്ഥാനത്തും ഉദ്ധരിക്കുന്ന മതേതരവാദം എന്നിവയോടൊന്നും ഏറം മതിപ്പ് പ്രകടിപ്പിച്ചു കണ്ടിട്ടില്ല. പിറന്നാൾ ദിനത്തിലും ചില നിശ്ചിത ദിവസങ്ങളിലും ക്ഷേത്രദർശനം നടത്താറുണ്ട്. അപ്പോൾ ഏതാനും ചില വഴിപാടുകൾ നടത്തുകയും ചെയ്യും. എത്ര തിരക്കിനിടയിലും മുളകുന്നത്തുകാവ് അയ്യപ്പക്ഷേത്രത്തിലെ അഞ്ചുദിവസ ഉത്സവബലികളിൽ ഒരെണ്ണത്തിനെങ്കിലും തൊഴാനെത്തും. നിർബന്ധമായും ഒരു ദിവസമെങ്കിലും ഉത്സവനാളുകളിലെ 'രാത്രിവിളക്ക്' സേവിക്കും. ഗീതായജ്ഞങ്ങൾ പോലെയുള്ള താത്വികവേദികളിൽ അധികം കണ്ടെന്ന് വരില്ല. എന്നാൽ ഭാഗവതസപ്താഹങ്ങളോട് എന്നും മതിപ്പാണ്. സ്കൂളിൽ സംസ്കൃതം പഠിപ്പിച്ച അദ്ധ്യാപകനെ ആദരവോടെയാണ് ഓർക്കാറ്. അച്ഛന്റേയും അകാലത്തിൽ പൊലിഞ്ഞ പുത്രന്റേയും ആണ്ടുശ്രാദ്ധങ്ങൾ മുടക്കം കൂടാതെ ഊട്ടാറുണ്ട്. അച്ഛന്റെ പാരമ്പര്യത്തെ പിന്തുടർന്നു വീട്ടിൽ എല്ലാ മാസവും വാവുബലിയിടൽ മുടങ്ങാതെ നിർവ്വഹിക്കാറുണ്ട്.

ഏട്ടൻ എന്നന്നേയ്ക്കുമായി യാത്രപറഞ്ഞു. തികഞ്ഞ വേദനയോടെയാണെങ്കിലും അതുൾക്കൊണ്ടേ മതിയാകൂ. എന്നാലും മനസ്സ് തേങ്ങുകയണ്. പല കാര്യങ്ങളിലും ഞങ്ങൾ സഹോദരീസഹോദരന്മാർക്ക് ഏട്ടൻ ഒരു കാരണവരായിരുന്നു. സാംസ്കാരിക-കലാ മേഖലകളിലേക്ക് വെളിച്ചം പകർന്ന ദീപനാളമായിരുന്നു. പലപ്പോഴും ഒരു ഗുരുനാഥന്റ സ്ഥാനത്ത് എന്ന പോലെ അമരക്കാരനായി

നിന്നു. അതിലേറെ സമയം ഒരു സുഹൃത്തെന്നപോലെ തോന്നിച്ചു. സംവാദവേളയിൽ അഭിപ്രായസമന്വയം അകലെയാകുമ്പോൾ ഒരു മോഡറേറ്ററുടെ റോളിൽ കാര്യങ്ങൾ രമ്യമായ തീർപ്പിലേക്കെത്തിക്കാറുണ്ട്. ഏട്ടൻ ഞങ്ങൾക്ക് എല്ലാമെല്ലാമായിരുന്നു.

'ദേഹിനോ/സ്മിൻ യഥാദേഹേ
കൗമാരം യൗവ്വനം ജരാ!
തഥാ ദേഹാന്തര പ്രാപ്തിർ
ധീരസ്തത്ര ന മുഹ്യതി'

അർത്ഥവത്തായ ഈ ഗീതാവചനത്തിൽ ആശ്വാസകിരണങ്ങൾ കണ്ടെത്താം.

ജ്യേഷ്ഠസഹോദരന്റെ ദീപ്തസ്മരണകൾക്കുമുന്നിൽ സാദരം ശിരസ്സ് നമിക്കുന്നു.

ഒറ്റപ്പാലം എൻ.എസ്.എസ്. കോളേജിൽനിന്ന് കോമേഴ്സ് വിഭാഗം മേധാവിയായി വിരമിച്ചു. അയ്യപ്പൻ തിയ്യാട്ട് കലാകാരനും ആകാശവാണി തൃശ്ശൂർ നിലയത്തിൽ തിയ്യാട്ടുപാട്ട് 'എ' ഗ്രേഡ് ആർട്ടിസ്റ്റുമാണ്. നാടൻ കലയുടെ ഓഡീഷൻ ബോർഡ് മെമ്പറും, 'അഷ്ടദളം', 'സംസ്കാര ജാലകം' എന്നീ പുസ്തകങ്ങളുടെ രചയിതാവുമാണ്. ഡോ.ടി.എൻ. വാസുദേവന്റെ ഇളയ സഹോദരൻ.

മദ്ധ്യമാവതി

ജി. ഹരികൃഷ്ണൻ

ഒന്ന്

പെരുവനം -
നടവഴിയിൽ രാത്രി
കയറ്റപ്പഞ്ചാരിയ്ക്കും ഇറക്കപ്പാണ്ടിയ്ക്കുമിടയിൽ
താളഗോപുരനിലകൾ കേറുന്ന
വാസുദേവൻ മാഷ്

ഏഴേഴാനകൾ ദീവെട്ടികൾ
ഇടക്കലാശം കഴിഞ്ഞു മുളയ്ക്കും കൊമ്പുവിളികൾ
ഇലത്താളം പൂത്ത താഴ്വരയിൽ
തളിർക്കും ആലവട്ടവെൺചാമരക്കുടകൾ
വേനൽമഴപ്പിറ്റേന്നത്തെ മണങ്ങൾ

ഇടയ്ക്ക് അമ്പലക്കെട്ടിൽ
വിളക്കെഴുന്നള്ളത്ത് പഞ്ചവാദ്യം
വെട്ടമിരുൾത്തണുപ്പ്
അങ്ങിങ്ങ് ആനമണിനാദം
കണ്ട് കണ്ട് കണ്ട്

കേട്ട് കേട്ട് കേട്ട്
വാസ്വേവൻ മാഷ്

രണ്ട്

മദ്ധ്യമാവതിയിൽ മാഷ് നട്ട മരങ്ങൾ
മരങ്ങളിൽ പാടും കിളികൾ
മരങ്ങൾക്കിടയിൽ ഇഞ്ചി മഞ്ഞൾ ചേന ചേമ്പ് പയർ
അപ്പ ഉറങ്ങുന്നിടത്ത് നട്ട മുല്ലകൾ
അടുത്ത് മാഷുറങ്ങുന്നിടത്ത്
ബലി പൊഴിച്ചത് ഞാറായ് മുളച്ചത്

മുറ്റത്ത് ഒറ്റക്കൊമ്പൻ വീട്ടി
പഴമൻ മാവ്
മാഞ്ചുവട്ടിലെ പാത്രങ്ങളിൽ അന്നവും വെള്ളവും
കുയിലും കുരുവിയും
മാഷുടെ ബലിച്ചോറുണ്ണാൻ
മരങ്ങൾക്കിടയിൽനിന്നിറങ്ങിവന്ന
സുന്ദരൻ മലയണ്ണാൻ

അടുത്ത വേനലിൽ വീണ്ടും
പൂക്കുന്നശോകം കണിക്കൊന്ന
കാടിനു തീപിടിക്കുംപോൽ പലാശം

അപരിചിത സ്നേഹങ്ങളിൽ
അനാമൃത വനങ്ങളിൽ
പലദേശങ്ങളിൽ കാലങ്ങളിൽ
പലരായി പടരുന്നു
വാസ്വേവൻ മാഷ്

മൂന്ന്

വിജയദശമിക്ക് വിളക്കുവെയ്പും
ഗുരുവായൂർ കൃഷ്ണനാട്ടം
മൂന്നാം പക്കം
മുല്ലപ്പൂച്ചുറ്റൽ നൃത്തം
കണ്ടുകണ്ടങ്ങിരിക്കുന്നു
വാസ്വേവൻ മാഷ്

നാല്

അമ്മ പാടുന്ന സന്ധ്യയ്ക്ക്
ചലമേലരാ
അവിടെത്തുടങ്ങുന്ന രാമകഥാസുധ
താരകനാമാ എന്ന് ത്യാഗരാജൻ പാടുമ്പോൾ
ഉയിർത്തുരുകുന്ന മനം
ഒഴുകുന്നോർമ്മയിൽ
ഓരോ രാഗവും കൊളുത്തും
നിറന്ന നാളങ്ങൾ

സൌരാഷ്ട്രത്തിൽനിന്നും തഞ്ചാവൂർക്ക് നീണ്ട
അഭംഗുകളുടെ വഴിത്താരകൾ
സമ്പ്രദായഭജനയിൽ തേടുന്നു
വാസുദേവൻ മാഷ്
രാവൺഹട്ടയുടെ തന്ത്രികളേറി
ഈഴം മുതൽ ജെയ്സാൽമർ വരെ
യാത്ര പോകുന്നു
നാഗസ്വരസഞ്ചാരം നീളുന്ന
പോയകാലത്തേക്ക്
വിരൽ നീട്ടുന്നു
സുബ്രഹ്മണ്യേന രക്ഷിതോഹമെന്ന്
ശുദ്ധധന്യാസിക്കു മുൻപിൽ
തൊഴുതു നിൽക്കുന്നു

സംഗീതാർത്ഥമെന്നാൽ
അനന്തപുരിയുടെ സന്ധ്യാസുഗന്ധം കൂടിയാണ്
നവരാത്രി മണ്ഡപത്തിൽ സുരുട്ടി കേട്ടിരിക്കുന്ന
വാസുദേവൻ മാഷിന്

മദ്ധ്യമാവതിയിൽ മുറ്റത്ത് രാത്രിയിൽ
നൂറ്റൊന്നാവർത്തിക്കുന്ന
നീലായതാക്ഷി നിരവൽ
മിയാൻ കി മൽഹാർ
മരമേലാപ്പിനിടയിലെ അമ്പിളി

ഹാർമോണിയത്തിൻ ലയത്തിൽ
നിലാവത്തിളകുന്ന
ഗംഗാജലപ്പരപ്പ്

അഞ്ച്

കുട്ടനെല്ലൂർ പൂരത്തിന്
അർദ്ധരാത്രി അമ്പലക്കെട്ടിൽ
വടക്കുപടിഞ്ഞാറേ കോണിൽ
വിരിവെക്കുന്ന വാസ്വേവൻ മാഷ്

ആദ്യയാമത്തിൽ ചുറ്റമ്പലത്തിൽ
തിടമ്പെഴുന്നള്ളത്ത്
മൌനം കൊണ്ട് കൊട്ടും പാണി
ആനച്ചങ്ങലക്കിലുക്കം
സ്വപ്നാവാഹനം കുഴൽപ്പറ്റ്

പഞ്ചാരി ഒന്നാംകാലത്തിൽ
ശാന്തഗംഭീരം ഒന്നാമത്തെ കൊട്ട്

തൊഴുതിറങ്ങുന്ന പിറകോട്ട് വാസ്വേവൻ മാഷ്
ഇറങ്ങുന്ന പിറകോട്ട് കൊട്ടുകാർ

തിളങ്ങും പൂർണ്ണചന്ദ്രൻ മാത്രം
മരമേലാപ്പ് മാത്രം
ദീവെട്ടികൾ മാത്രം
ആനകൾ മാത്രം
താളം മാത്രം

കാലം കഴിഞ്ഞശേഷവും
കാണാമിവിടോരോ കുംഭത്തിലും എന്ന്
വാസ്വേവൻ മാഷ്

ആറ്

ബസിലോ തീവണ്ടിയിലോ യാത്രപോകുമ്പോൾ
ആർത്തിയോടെ കാഴ്ചകൾ കാണും മാഷ്

സ്ഥലപ്പേരുകൾ ഓരോന്നും ഉരുവിട്ടുറപ്പിക്കും
വിചിത്രവീര്യമുള്ള പേരുകൾ
വഴികൾ ഭൂപടങ്ങൾ
പല ദേശരൂപങ്ങളുടെ
തൊട്ടുതൊട്ടുള്ള കിടപ്പ്
മലകൾ താഴ്വാരങ്ങൾ പുഴകൾ
അത്യുത്തരദേശത്തേക്കുള്ള ആയൽ

സിംല മാർക്കറ്റിനു പിറകിലെ
നെടുങ്കോട്ടയായ ഹിമാലയം
കാശ്മീർ മലയിടുക്കിലൂടെ
ഒരു നോക്കു കാണുന്ന സിന്ധു
ദേവപ്രയാഗയിൽ ചുവപ്പും നീലയും കലരും ഗംഗ
സ്വപ്നത്തിലെ ബ്രഹ്മപുത്ര

യൂണിവേഴ്സിറ്റി ക്വാർട്ടേഴ്സിൽനിന്നും
ഫിസിക്സ് ഡിപാർട്ട്മെന്റിലേക്ക്
മരങ്ങൾക്കിടയിലെ രഹസ്യപാതയിലൂടെ
പുറപ്പെടുന്ന വാസുദേവൻ മാഷ്
ഓരോ ദിവസവും

ഏഴ്

ഡിപാർട്ട്മെന്റിൽ ചുമർ ചേർന്ന്
മുഖം നോക്കാതെ
ഡിറാക് നടക്കും പടി
ക്ലാസിലേക്ക് മാഷുടെ പ്രവേശം

കറുത്ത ബോർഡിൽ കുളമെഴുതിക്കൊണ്ട് വന്ദനം
ന്യൂട്ടണും മാക്സ്വെല്ലും ഐൻസ്റ്റൈനും
എമ്മാ നോയ്ഥറും നിരക്കും പുറപ്പാട്
പറവട്ടത്തിൽ നീണ്ട നടപ്പ്
പതികാലത്തിൽ തുടങ്ങും ക്വാണ്ടം മെക്കാനിക്സ്

ഷ്രോഡിങ്ങർ സമവാക്യം ചെന്നുതൊടും
ദൂരതീരങ്ങൾ

ഹാമിൽട്ടോണിയൻ ഡൈനാമിക്സിൽനിന്നും
ഹൈസെൻബെർഗ് സമവാക്യത്തിലേക്കുള്ള
തുരങ്കപാതകൾ
ഉരുട്ടുചെണ്ട കൊട്ടിക്കയറിച്ചെന്നുകാട്ടും
ഡിറാക് സമവാക്യത്തിന്റെ മാജിക്

ചൊല്ലിയാട്ടം മുറുകുമ്പോൾ
അഷ്ടകലാശം കഴിഞ്ഞു പാദമൂന്നും
സോളിഡ് സ്റ്റേറ്റ് ഫിസിക്സ്
ക്യൂബിന്റെ കോണിൽനിന്നും
കർണ്ണരേഖയിലൂടെ നോക്കുമ്പോൾ
തെളിയും ഷഡ്ജം
സമയത്തിലെ താളവട്ടം സംഗീതം
സ്ഥലത്തിലേത് സിതോപലം എന്ന്
പതിഞ്ഞാട്ടും മനോധർമ്മം

പാടിയിൽ പുറനീരയിൽ ഒഴുകും
ഷേക്സ്പിയർ പദങ്ങൾ
നിത്യതയിലേക്ക് നീളും ഐൻസ്റ്റൈൻ-ബോർ അന്യോന്യം
ഓപ്പൻഹീമറുടെ സ്ഥിതപ്രജ്ഞ
ചന്ദ്രശേഖർ കണ്ട സത്യവും സൗന്ദര്യവും

ഒരുന്നതമായ സത്യത്തിന്നെതിർപദം
മറ്റൊരുന്നതമായ സത്യം എന്ന്
മദ്ധ്യമാവതിയിലെ വിചാരപ്പദം

പ്രതിസാമ്യമുദാഹരിക്കാൻ
അഭയ വരദ മുദ്രകൾ കാട്ടി
നിൽക്കുന്ന നിൽപ്പ്

വാസുദേവൻ, നമുക്കിതൊക്കെപ്പോരേ ?
അബ്ദുസ്സലാമിന്റെ ഛായയുള്ള
കുരുവിള ഈപ്പൻ മാഷ് മുനിയായ് ചിരിക്കുന്നു

അപാരതയിൽനിന്നും നോട്ടം മടക്കി

ശമത്തിൽ ധനാശി കൊട്ടി
ക്ലാസ് നിർത്തുന്നു വാസുദേവൻ മാഷ്

വീണ്ടും തുടങ്ങാൻ

എട്ട്

കൂടൽമാണിക്യത്തിൽ
കിഴക്കേ നടവഴിയിലെ പഞ്ചാരിയ്ക്ക്
മുഴക്കം കൂട്ടുമെന്ന് വാസുദേവൻ മാഷ്
തെക്കെ പ്രദക്ഷിണവഴിയുടെ പ്രപഞ്ചപ്പരപ്പിൽ
പെരുക്കം കൊട്ടിനെന്ന്

കൂത്തമ്പലം കാണുമ്പോൾ
ഓർമ്മ നളനെ
ഭാഷയിലെ കൂർമ്മഭംഗിയെ

വടക്ക് കലീപിനിയിലെ മീനുകൾ
കുളത്തോട്ടു ചേർന്ന്
ഓരോരോ ആന അമ്പലം ചുറ്റുമ്പോൾ
വെയിലേറ്റു തിളങ്ങും നെറ്റിപ്പട്ടങ്ങൾ

ഒൻപത്

ആനമുടിയിൽ തപസ്സിരിക്കുന്ന
ആലോചിക്കാതൊരുവാക്കുരിയാത്ത
ആശാൻ
പുഴ പോയ വഴിയേ
അവധൂതനായലയുന്ന
പി
കുട്ടനെല്ലൂർ പഞ്ചാരി നോക്കിനിൽക്കുന്ന
കയ്പ്പവല്ലരിക്ക് വെള്ളം കൊടുക്കുന്ന
വൈലോപ്പിള്ളി
ഓർമ്മയിൽ കൂടെപ്പോകുന്ന
മൂവരും മാഷോടൊപ്പം
മലമക്കാവുകളിൽ

മലമ്പാതകളിൽ
മൺസൂൺ തീരങ്ങളിൽ
മഞ്ഞുവീഴുമുത്തരായനങ്ങളിൽ
ഒറ്റയ്ക്ക് നീണ്ട നടത്തങ്ങളിൽ

ഇന്ത്യൻ ഇൻസ്റ്റിറ്റ്യൂട്ട് ഓഫ് സയൻസ് ലാബിൽ
ക്രിസ്റ്റലുകളുടെ വളർച്ചയ്ക്ക് കൂട്ടിരിക്കെ
ഷേക്സ്പിയറെ വായിക്കുന്നു
വാസുദേവൻ മാഷ്
ഓരോ മഴക്കാലത്തും ഒഴിവെടുത്ത്
വാർ ആന്റ് പീസ് വായിക്കും കളിഭ്രാന്ത്
ഓർത്തു രസിക്കുന്നു
നിറം പിടിപ്പിച്ച നുണകളിലെ
വിഭജനരേഖകൾ
ശരീരത്തിലോർക്കുന്നു

ആരണ്യകിലെ യുഗളപ്രസാദനായ മാഷ്

കോഴിക്കോട് പാസഞ്ചറിൽ
ഭുജംഗയ്യന്റെ ദശാവതാരങ്ങൾ
പങ്കുവെയ്ക്കും യാത്രികർക്ക് കാതോർത്ത്
ലോകം കൂടുതൽ സുന്ദരമായെന്ന്

അമേരിക്കയിലിരുന്നോർക്കുമ്പോൾ
ദേശത്തിന്റെ കഥയിലെ
ഇലഞ്ഞിപ്പൊയിൽ എന്ന പേരിന്
എന്തൊരു ഭംഗി എന്ന്

ഒട്ടക്കം വായിച്ചതെങ്കിലും
ഉണ്ണിക്കുട്ടന്റെ ലോകത്തെ
ഒഴുകും വെള്ളവും നിറമണങ്ങളും
ഉണർത്തിയതൊരു കാലത്തെയെന്ന്

മനുഷ്യർ മാഷ്ക്ക്
സുന്ദരികളും സുന്ദരന്മാരും

സ്വന്തം പുസ്തകങ്ങൾക്ക് ചോടെ
ഒട്ടക്കം കിടക്കുമ്പോൾ
ക്ലാസിൽ ഫിസിക്സ് പഠിപ്പിക്കുമ്പോഴുള്ള
അതേ ചിരിയോടെ
അത്ര സുന്ദരനായി
വാസുദേവൻ മാഷ്

പത്ത്

ധർമ്മരാജ വായിച്ചുകൊണ്ടിരിക്കേ
ചാടിയെഴുന്നേറ്റ്
മാതലിയുടെ ആട്ടച്ചുവട് വെയ്ക്കുന്ന
വാസുദേവൻ മാഷ്
പാദം ഒരിടത്തുനിന്നും മറ്റൊരിടത്തേയ്ക്ക് നീങ്ങാൻ
പ്രപഞ്ചദൈർഘ്യമുള്ള കാലം
മഹാകാലനെ പ്രവാഹകാളിയെ
ആവാഹിച്ചുപാസിക്കും
എഴുത്തിൻ മുദ്രാമൊഴി
ക്ഷരായ നമഃ അക്ഷരായ നമഃ

വശ്യഗംഭീരം തിരനോക്കും
കയംചൂന്ന ഇരുളന്മാർ
നക്രതുണ്ഡി ലളിതയാവും ജാലം കാട്ടും
പറപാണ്ട പെരിഞ്ചക്കോടന്മാർ
പാടിയിൽ കീചകപദമാടും പപ്പുത്തമ്പി
പർവ്വതം നോക്കിക്കാണും ബ്രാഹ്മണവേഷധാരി
കത്തിയും പച്ചയുമൊക്കും
മിനുക്കെന്ന് സുഭദ്രാമൊഴി

മാമാവെങ്കിടനെ ചെന്ന് കെട്ടിപ്പിടിക്കുന്ന മാഷ്

അന്നല്ലൂഞ്ഞോൽ കെട്ടി
ആടിപ്പാടുന്ന അഴകൻപിള്ള
പട്ടമരം തിളിർത്ത്
തിളിർത്ത മരം പൂത്ത്

പൂത്ത മരം കായ്ക്കുന്ന പാട്ടിൽ
ഒളിച്ചുകളിച്ചുചിരിക്കുന്ന
കാനക്കുറിഞ്ഞിയും
സാമന്തമലഹരിയും

സിവിയുടെ തിരുവിതാംകോടേക്ക്
യാത്ര പോവുന്ന മാഷ്
കൽക്കുളം തക്കല പത്മനാഭപുരം
ശുചീന്ദ്രത്ത്
സ്ഥാണുമാലയപ്പെരുമാളെ തൊഴുതു നിൽക്കുന്ന
കളപ്രാക്കോട്ടത്തമ്പിയുടെ ധനാശികൊട്ടലിന്
ഉരുട്ടുചെണ്ടയുടെ വായ്ത്താരി ചൊല്ലുന്ന

ചെറിയനരകാസുരന്റെ ശൃംഗാരപ്പദമോ
ഹനുമാന്റെ വിചാരപ്പദമോ
കണ്ടും കേട്ടുമിരിക്കുന്ന മാഷോട്
ചോദിക്കണമൊരിക്കൽ,
വിജയങ്ങളിലെ രാവണനോ
കാളിഉടയാൻ ചന്ത്രക്കാരനോ
വലിയ കുറുംകത്തി ?

പതിനൊന്ന്

ആറാട്ടുപുഴ രാത്രി
അമ്പലനടയിൽ പഞ്ചാരി ഒന്നാംകാലം
ഒന്നാമത്തെ ആന
ഗോപുരം കടന്നു വരുന്ന വരവ്
നോക്കിനിൽക്കുന്ന വാസുദേവൻ മാഷ്
പതിനഞ്ചാനകൾ
പച്ചപ്പച്ചക്കുടകൾ
നെറ്റിപ്പട്ടമുഴപ്പകൾ

അഞ്ചാംകാലം മുറുകി
പിരിയുമ്പോൾ
മകരക്കൊയ്ത്തു കഴിഞ്ഞ്
കട്ട വിണ്ട പാടത്ത്

വിരിവെയ്ക്കുന്ന കുടുംബങ്ങൾ

പുലർച്ചെ
പാടത്തിൻ നടവരമ്പിൽ
ഇരുട്ടിനും രഹസ്യങ്ങൾക്കും നടുക്ക്
തൃപ്രയാർ തേവർ നിൽക്കുന്ന നിൽപ്പ്
കണ്ട് കണ്ട് മതിവരാതെ മാഷ്

ഇരുപുറം
ആൾക്കടലറ്റത്ത് പാടത്ത്
കൂട്ടിയെഴുന്നള്ളിപ്പിന് നിരക്കുന്നാനകൾ
ചേർപ്പിന്റെ പാണ്ടി
ഊരകത്തിന്റെ പാണ്ടി
നീങ്ങി നീങ്ങി വരും ദീവെട്ടികൾ
പായമടക്കിയെഴുന്നേൽക്കുന്നോർ

തെളിഞ്ഞു തെളിഞ്ഞു മാനം
മുറുകി
മുറുകി
കാലം

പന്ത്രണ്ട്

തിരുവില്വാമല ബസ്സിറങ്ങി
വെയിലത്ത് നീണ്ട നടത്തം
അമ്പലത്തിലേക്ക്
പാടിയിൽ നീട്ടിച്ചൊല്ലുന്നു മാഷ്
തീയ്യാട്ടിലെ കേശാദിപാദം

ചുറ്റമ്പലത്തിന്റെ നീണ്ട നടവഴി
പിയുടെ തിരുവില്വാമല അപ്പൻ
അമ്പലപ്പിറകിലെ പാറ
ഇളകുന്ന ആലിലകൾ
താഴ്വരയുടെ നട്ടുച്ചമൌനം
കാതോർക്കുന്നു മാഷ്

പിറകിലെ പടവുകളിറങ്ങി
നടന്നുചെന്നു തൊടുന്ന
ഭാരതപ്പുഴ.
നിനച്ചിരിക്കാതെ
കൺകുളിർക്കെ വെള്ളം
വളവിലെ പെട്ടിപ്പീടികയിലെ
നാരങ്ങാവെള്ളം

മലമക്കാവിൽ പന്നിയൂരിൽ
പുഴയുടെ തീരങ്ങളിൽ
തന്നത്താൻ തിരഞ്ഞു പോകുന്ന
വാസുദേവൻ മാഷ്

പതിമൂന്ന്

അനാദിയാമമ്പലം വെളപ്പായ
അന്തികാലം കഴിഞ്ഞ് മാഷ്
അതിരിടുന്നനാദിയാം മരങ്ങൾ

ഓർക്കുന്നറുപതാണ്ടപ്പുറം
അച്ഛനൊപ്പം
ഇവിടെ കഴിച്ച തിയ്യാട്ട്
ഓർക്കുന്നോരോ തിയ്യാട്ടുശേഷവും
അച്ഛനൊപ്പം
രാത്രി നീണ്ട നടത്തങ്ങൾ

ഓർക്കുന്നു വേനൽക്കാല രമ്യദിനാന്തങ്ങൾ

മുളങ്കുന്നത്തുകാവമ്പലപ്പിറകിലെ
നാട്ടുവഴികൾ വൈകുന്നേരനടത്തങ്ങൾ
മരങ്ങൾ കനാൽക്കര വയൽ
വയൽനടുക്കമ്പലം
വെള്ളക്കുളത്തൊഴുക്കൊലി

സംസാരിച്ചു തുടങ്ങുന്നു
വാസുദേവൻ മാഷ്

പതിനാല്

പൂരമൊഴിഞ്ഞ പെരുവനം
ആളൊഴിഞ്ഞ അമ്പലം
ആലിലകളിളകും ലയം

പകുതിയിരുട്ട്
ചവിട്ടുകൽത്തണുപ്പ്
പ്രാവുകുറുകൽ
രാഗദീപപ്രഭ

അക്ഷരകാലത്തിൽ
കണ്ണടച്ചു നിൽക്കുന്നു
കൈകൂപ്പുന്നു
വാസ്വേവൻ മാഷ്

പെരുമനം...

ഡോ. ടി.എൻ.വാസുദേവന്റെ വിദ്യാർത്ഥിയായിരുന്നു രചയിതാവ്. വടകരയിലെ മടപ്പള്ളി ഗവ. കോളേജിൽ ഫിസിക്സ് അധ്യാപകനാണ്. നിമിഷങ്ങളുടെ പുസ്തകം, മരാകാശം എന്നീ കവിതാ സമാഹാരങ്ങൾ പ്രസിദ്ധീകരിച്ചിട്ടുണ്ട്.

മദ്ധ്യമാവതിയിലെ സൗമ്യമൂർത്തി

കാലടി കൃഷ്ണൻ

മുളങ്കുന്നത്തുകാവ് തിയ്യാടി വാസുദേവൻ നമ്പ്യാരെ ഞാൻ പരിചയപ്പെടുന്നത് പ്രഥമ പല്ലാവൂർ പുരസ്കാര നിർണ്ണയ സമിതിയുടെ യോഗവുമായി ബന്ധപ്പെട്ടാണ്. ശാസ്താവതാര കഥയും കോമരവും പഠിച്ച് ആടുകയും തീയ്യാട്ടിലെ ശ്രവ്യാംശങ്ങളിൽ അതീവ തല്പരനായിപങ്കെടുക്കുകയും ചെയ്തിരുന്ന ഈ മുതിർന്ന ശാസ്ത്രാദ്ധ്യാപകന്റെ ഗൗരവ ഛായ കലർന്ന മുഖമായിരുന്നു എന്റെ മനസ്സിൽ. എന്നാൽ തനികേരളീയ മാതൃകയിൽ ലളിത വസ്ത്രധാരണം ചെയ്ത് പുഞ്ചിരി ദ്ധുകിയ മുഖത്തോടെ 'കാലടികൃഷ്ണനല്ലേ? വരൂ...-വരൂ...' എന്ന് സ്വാഗതം ചെയ്ത ആ മഹാനുഭാവൻ എന്നെ അക്ഷാരാർത്ഥത്തിൽ തോല്പിച്ചുകളഞ്ഞു. യോഗത്തിനുമുമ്പുണ്ടായ സംഭാഷണത്തിലുടനീളം എന്റെയും മാഷിന്റെയും മനോവ്യാപാരങ്ങൾ താദാത്മ്യം പ്രാപിച്ചവയായിരുന്നതിനാൽ പുരസ്കാരനിർണയം എളുപ്പമായി. അന്നുമുതൽ മരണം വരെ സ്വന്തം അനുജനായി കണ്ടു സ്നേഹിച്ചിരുന്ന മഹദ് വ്യക്തിത്വമായിരുന്നു തിയ്യാടി വാസുദേവൻ മാഷ്.

വാദ്യകലാരംഗത്തെ ഭൗതിക ശാസ്ത്രജ്ഞനായി മാഷെ വിശേഷിപ്പിക്കാം. അദ്ദേഹത്തിന്റെ വാസ്തവം നിറഞ്ഞ വാക്കുകൾ തന്നെ

ഇതിനാധാരം. ഗവേഷണോന്മുഖമായ സമീപനത്തോടെ മാത്രമേ മാഷ് വിഷയമവതരിപ്പിക്കാറുള്ളൂ. കലാമണ്ഡലം, സംഗീതനാടക അക്കാദമി, ഫോക്‌ലോർ അക്കാദമി, വീരശൃംഖലാവേദികൾ, വിചാരസദസ്സുകൾ പോലുണ്ട് പ്രമുഖ വേദികളിലെ ശ്രദ്ധേയ ശബ്ദമായിരുന്നു വാസുദേവൻ മാഷ്. വിശദീകരണങ്ങളിലൂടെയും സോദാഹരണങ്ങളിലൂടെയും വാദ്യമേഖലയേയും മറ്റു അനുഷ്ഠാന കലാരൂപങ്ങളേയും ജനഹൃദയങ്ങളിലെത്തിക്കുവാൻ അദ്ദേഹം സദാജാഗരൂകനായിരുന്നു. പുസ്തകരചനയിലൂടെയും ആനുകാലിക പ്രസിദ്ധീകരണങ്ങളിലെ ലേഖനങ്ങളിലൂടെയും ഈ ലക്ഷ്യത്തോടെ നീങ്ങിയിരുന്നു. മലയാളക്കരയിലെ വിപുലമായ വാദ്യകലാസംസ്കാരത്തെപ്പറ്റി കേട്ടനുഭവിക്കാൻ മാഷിനെപ്പോലെ അപ്രതിമനായ ഒരുവാദ്യകലാചിന്തകന്റെ ദർശനങ്ങൾക്ക് സാധിച്ചിട്ടുണ്ട്. ക്ഷേത്രകലയുമായുള്ള ബന്ധത്തിനുപുറമേ ഭാഷയിലും സാഹിത്യത്തിലുമുള്ള താല്പര്യം, കഥകളി- തായമ്പക-പഞ്ചവാദ്യരംഗത്തെ അനശ്വര തേജസ്വികളുമായി അടുത്തിടപഴകിയതിന്റെ ആത്മവിശ്വാസം, അവരുടെ കലാവൈഭവം കണ്ടറിഞ്ഞതിന്റെ അന്തർജ്ഞാനം, ത്യാജ്യഗ്രാഹ്യവിവേചനശേഷി എന്നീ ഗുണവിശേഷങ്ങളുടെ സമുച്ചയമായിരുന്നു വാസുദേവൻസാർ. സംസ്കൃതഭാഷാജ്ഞാനം, പുരാണങ്ങളിലെ അവഗാഹം, സ്വതസിദ്ധമായി കിട്ടിയ പാത്രബോധം, പ്രയോഗപാടവം എന്നിവകൊണ്ടും ശ്രദ്ധേയനായിരുന്നു ടി.എൻ. വി. മാഷ്. പാശ്ചാത്യ-പൗരസ്ത്യ ക്ലാസിക്കുകൾ വായിച്ച പരിചയവും അറിവും സംഭാഷണങ്ങൾക്ക് ചാരുത നൽകിയിരുന്നു. ചെറിയ കുട്ടികളെപ്പോലും ഒപ്പം നയിക്കാനുള്ള ഹൃദയവിശാലത മാഷിന്റെ പ്രത്യേകതയായിരുന്നു. നിശ്ചിതമായ ചിട്ടകളേയും തത്വങ്ങളേയും ആധാരമാക്കുന്ന ക്ലാസിക്കൽ പാരമ്പര്യങ്ങളെ തുറന്നുകാട്ടുവാൻ മാഷിന് ആയിരം നാവാണ്. അതോടൊപ്പം വർത്തമാനകാല ഉത്പതിഷ്ണുതയെ നിരാകരിക്കുന്നുമില്ല.

പൈതൃകമായ അയ്യപ്പൻതിയ്യാട്ടിലെ മേളങ്ങളാവാം മാഷിന് വാദ്യങ്ങളോടുള്ള അഭിരുചിക്കുനിദാനം. മേളം, തായമ്പക എന്നീ കലാരൂപങ്ങളിലെ ചെണ്ട, ഇലത്താളം എന്നീ വാദ്യങ്ങളിൽ മുന്തിയ പ്രയോഗപരിചയം അദ്ദേഹത്തിനു സിദ്ധിച്ചിട്ടുണ്ട്. മലമക്കാവ് ശൈലിയോടാണ് തായമ്പകയിൽ പ്രിയം. അതിന്റെ ക്ലാസിസം മറ്റൊന്നിനുമില്ല എന്നാണ് അദ്ദേഹം പറയാറുള്ളത്. തന്റെ വംശപരമ്പരയിലെ തിയ്യാടി നമ്പ്യാരുടെ തായമ്പകയെ താലോലിക്കാനും

അദ്ദേഹം മറക്കാറില്ല. മേളമോ പഞ്ചവാദ്യമോ എന്നു ചോദിച്ചാൽ, പഞ്ചവാദ്യത്തിന്റെ ശബ്ദഭംഗിയൊക്കെ കൊള്ളാം, പഞ്ചാരിയുടെ ശാസ്ത്രീയ അടിത്തറ പഞ്ചവാദ്യത്തിനില്ല എന്ന് അക്കമിട്ടുനിരത്തി വാസുദേവൻസാർ വിശദീകരിക്കാറുണ്ട്. ഇതെല്ലാം അദ്ദേഹത്തിൽ ഒരു പക്ഷേ ഭൗതികശാസ്ത്രപഠനവും അദ്ധ്യാപനവും സന്നിവേശിപ്പിച്ചതാക്കാനിടയുണ്ട്.

കൊട്ടുംപാട്ടും ഇഷ്ടമാണെങ്കിലും, കൂടുതൽ പ്രിയമേതെന്നു ചോദിച്ചാൽ 'സംഗീതം' എന്നു മറുപടികിട്ടും. എല്ലാം സംഗീതത്തിനു അകമ്പടി അല്ലേ എന്നു മറുചോദ്യവും വരും. കേരളത്തിന്റെ തനതു സംഗീതം പൈതൃകമായി ലഭിച്ചിട്ടുണ്ടെങ്കിലും കർണാട്ടിക്-ഹിന്ദുസ്ഥാനി സമ്പ്രദായങ്ങളിലും അതീവതല്പരനായിരുന്നു സാർ. ഒരു വലിയ ഗാനശേഖരം തന്നെ സാറിനുണ്ടായിരുന്നു. തുടങ്ങിയാൽ നിർത്താതെയുള്ള സാറിന്റെ സംഗീത വിശേഷങ്ങൾ കേൾക്കുക എനിക്കെന്നും ഹരമായിരുന്നു. പൊതുവേദികളിൽ അദ്ദേഹം സംഗീതത്തെപ്പറ്റി വിശദീകരിച്ചിട്ടുണ്ടെന്നു തോന്നുന്നില്ല. പക്ഷേ സുഹൃദ് സദസ്സുകളിൽ ചുരുക്കമായി കാണാറുണ്ട്. മദ്ധ്യമാവതിയും കല്യാണിയും ഞങ്ങളുടെ സ്ഥിരം ചർച്ചാവിഷയങ്ങളായിരുന്നു. മദ്ധ്യമാവതിയെ പ്രണയിച്ചിരുന്നു സാർ എന്നുവേണമെങ്കിൽ പറയാം. അത്രമാത്രം ആ രാഗത്തെ പുകഴ്ത്താറുണ്ട്. സ്വന്തം വീടിനും അതേപേര് നൽകി ആനന്ദിച്ചു. പാട്ടുകാരിൽ രാമനാഥൻ, ജി.എൻ.ബി, ശെമ്മങ്കുടി, സന്താനം, പട്ടമ്മാൾ, സുബ്ബലക്ഷ്മി ഇവരെയൊക്കെ പുകഴ്ത്താറുണ്ട്.

എം.ഡി.രാമനാഥന്റെ മാദ്ധ്യമാവതിയിലുള്ള 'പാലിംസു കാമാക്ഷി' എന്ന കീർത്തനം ഏറ്റവും പ്രിയപ്പെട്ടതായി എന്നോടു പറഞ്ഞിട്ടുണ്ട്. കർണാടക സംഗീതത്തിന്റെ കേരളത്തിലെ വേരുകൾ തേടിയ മാഷ് ചെന്നെത്തിയത് 'സമ്പ്രദായ ഭജന' യിലാണ്. തൃശ്ശൂരിലും സമീപപ്രദേശങ്ങളിലും കഴിഞ്ഞ ദശകങ്ങളിലുണ്ടായ സമ്പ്രദായ ഭജനയുടെ വികാസങ്ങളെ അത്യന്തം സന്തോഷത്തോടെയാണ് മാഷ് വീക്ഷിച്ചിരുന്നത്. അറുപതാം പിറന്നാളിന് സ്വന്തം ഭവനത്തിൽ 'സമ്പ്രദായ ഭജന' സംഘടിപ്പിച്ചുകൊണ്ടാണ് ആ കലാരൂപത്തോടുള്ള പ്രതിപത്തി അദ്ദേഹം പരസ്യമാക്കിയത്. സ്വകാര്യസംഭാഷണങ്ങളിൽ കേരളീയ വാദ്യകലകളിൽ 'സമ്പ്രദായ ഭജന' ചെലുത്തിയ മാറ്റങ്ങളെപ്പറ്റി വിശദമാക്കാറുണ്ട്. എത്ര ഗഹനമായ ശാസ്ത്രീയ പഠനം!

പ്രകൃതിയോട് എന്തെന്നില്ലാത്ത സ്നേഹമാണ് വാസുദേവൻമാഷിന്. പാലക്കാട്-മലപ്പുറം ജില്ലകളിലെ വാദ്യങ്ങളുടെ അനുഷ്ഠാനസംബന്ധിയായ വൃത്തികൾക്ക് അച്ചടക്കവും ചാരുതയും കൂടുതലാണെന്നാണ് മാഷിന്റെ പക്ഷം. ഇതിന്റെ കാരണങ്ങൾ തേടി മാഷ് ചെന്നെത്തുന്നത് അവിടത്തെ പ്രകൃതി സൗന്ദര്യത്തിലെ പ്രത്യേകതകളിലാണ്. പാലക്കാടൻ ഈന്തപ്പനകൾക്കും വാദ്യവിഷയത്തിൽ പറയാനുണ്ടെന്ന് സാങ്കേതികബദ്ധമായി മാഷ് വിശദീകരിക്കുന്നതു കേൾക്കുമ്പോൾ കൗതുകം തോന്നാറുണ്ട്.

അവസാന നാളുകളിൽ വാദ്യനിർമ്മാണവിധികളും പ്രയോഗക്രമങ്ങളും അവയ്ക്കുപിന്നിലെ താത്വിക പ്രേരണകളും തന്റെ അനുഭവജ്ഞാനത്തിലൂടെ നേടിയ അറിവു വെച്ച് വിശദീകരിക്കുവാൻ ശ്രമിച്ചിരുന്നു. ശ്രീ എൽ.എസ്.രാജഗോപാലിന്റെ 'കേരളത്തിലെ ക്ഷേത്രവാദ്യങ്ങൾ' എന്ന പുസ്തകം ഇംഗ്ലീഷിൽനിന്ന് മലയാളത്തിലേക്ക് പരിഭാഷ ചെയ്യുന്നതിന്റെ തുടക്കമായിരുന്നു ഈ പഠനമെന്ന് പിന്നീടാണു മനസ്സിലായത്. എന്തിലും ശാസ്ത്രദൃഷ്ടിയും സത്യാന്വേഷണവും തന്റെ മുഖമുദ്രയാക്കുന്നതിൽ വാസുദേവൻ മാഷ് ശ്രദ്ധിച്ചിരുന്നു. ശാസ്ത്രബോധാധിഷ്ഠിതമായ വാദമുഖങ്ങൾ മിതത്വത്തിൽ നിരത്തുന്നതിലാണ് മാഷുടെ ആഭിമുഖ്യം. കാലങ്ങളായി കണ്ടും കേട്ടും കൊട്ടിയും തഴക്കം വന്നവരുടെ പ്രതിപാദനത്തിലെ ആധികാരികത പറയേണ്ടതില്ലല്ലോ. നിരാർഭാടമായ സാന്നിദ്ധ്യംകൊണ്ട് വാസുദേവൻമാഷ് എന്ന ബഹുമുഖപ്രതിഭ ശ്രദ്ധേയനാവുന്നു. നിറകുടം തുളുമ്പില്ല എന്ന ചൊല്ല് അന്വർത്ഥമാക്കുന്ന രീതിയിൽ സഹജമായ വിനയവും അനിവാര്യമായ യുക്തിചിന്തയും ദൈവഭയവും കരുതലും കൃത്യതയും പ്രതിഫലിക്കുന്ന സാറിന്റെ പ്രഭാഷണങ്ങളും ലേഖനങ്ങളും കൈരളിക്കു മുതൽക്കൂട്ടാണ്.

ദശാബ്ദങ്ങളായുള്ള വാസുദേവൻസാറിന്റെ വാദ്യകലാരംഗത്തെ പ്രവർത്തനങ്ങളെ മുൻനിർത്തി 2012-ൽ 'വെങ്കിച്ചൻസ്വാമി പുരസ്കാരം' നൽകി ആദരിക്കുവാൻ കാലടി ക്ഷേത്രകലാസ്വാദക സമിതിക്കു സാധിച്ചതിൽ കൃതാർത്ഥതയുണ്ട്.

ഉയർന്ന ചിന്തയും ലളിതജീവിതവും സ്വന്തം ജീവിതത്തിൽ പകർത്തിയ, പ്രദർശനപരത ഒട്ടും പ്രകടിപ്പിക്കാത്ത, ദേവതാപൂജയുമായി ചേർന്നുനിൽക്കുന്ന, വാദ്യവ്യാപാരങ്ങളുടെ പ്രകൃതത്തേയും പിൽക്കാല വികാസത്തേയും ശാസ്ത്രദൃഷ്ട്യാ പരിശോധിക്കുന്നതിൽ മാർഗ്ഗദർശിയായിരുന്ന, എല്ലാറ്റിലുമുപരി മനുഷ്യബന്ധങ്ങൾക്ക്

വലിയവില കല്പിച്ചിരുന്ന സൗമ്യമൂർത്തിയായിരുന്നു വാസുദേവൻ മാഷ്. ചരിത്രത്തിൽ അപൂർവ്വമായി സംഭവിക്കുന്നതും, ചരിത്രത്തിന്റെ ഭാഗമായി എക്കാലവും ഓർമ്മിക്കപ്പെടുന്നതുമായ വ്യക്തിത്വങ്ങളുടെ കൂട്ടത്തിൽ തിയ്യാടി വാസുദേവൻ സാറും ഉൾപ്പെടുന്നു. മദ്ധ്യമാവതി യിലെ സൗമ്യമൂർത്തിക്ക് ഈ പ്രിയ അനുജന്റെ തിലോദകം.

ലേഖകൻ അങ്കമാലി TELK-ൽ ഉന്നത ഉദ്യോഗസ്ഥനായിരുന്നു. ശ്രദ്ധേയനായ ക്ലാസിക്കൽ കലാസംഘാടകനാണ്. കാലടി ക്ഷേത്ര കലാസ്വാദക സമിതി പ്രസിഡണ്ടും രക്ഷാധികാരിയുമായി പ്രവർത്തിച്ചിട്ടുണ്ട്. സംസ്ഥാന സർക്കാറിന്റെ പല്ലാവൂർ പുരസ്കാര നിർണ്ണയ സമിതിയിൽ പലതവണ അംഗമായിരുന്നു.

വാസുദേവം പ്രണമാമ്യഹം

കെ. ബി. രാജാനന്ദ്

മാഷ് കൂടെക്കൂടെ പറയുമായിരുന്നു'ഞാൻ അങ്ങിനെയൊന്നും മരിക്കില്ല.'

മരിച്ച് ഭൂമിവിട്ടു പോവാൻ ആവാത്തവിധം ഭൗതികമായി പല തുരുത്തുകളിലും ഉടക്കി നിൽക്കുന്ന അടങ്ങാത്ത അഭിനിവേശത്തിന്റെ തീവ്രത തന്നെയാവും ഇങ്ങിനെ തോന്നാൻ കാരണം. മരിച്ചാൽ മൂന്നു പ്രേതങ്ങളായി തിരിച്ചു വരും. സംഗീത കച്ചേരികളിൽ എവിടെയെങ്കിലും 'ശുദ്ധ ധന്യാസി' രാഗം ആലപിക്കുന്നത് ശ്രദ്ധിച്ചുകൊണ്ട് എന്റെ ഒരു പ്രേതം മുൻനിരയിൽത്തന്നെയുണ്ടാവും. കളിക്ക് വിളക്ക് വെച്ച് കത്തിവേഷം തിരനോക്കുമ്പോൾ നിലാവു പെയ്യുന്ന രാത്രിയിൽ മുന്നിൽ തിരക്കിയിരിക്കുന്നുണ്ടാവും മറ്റൊരു പ്രേതം. കുട്ടനെല്ലൂർ പൂരത്തിന് (അങ്ങിനെ പറഞ്ഞതായാണോർമ്മ, ക്ഷേത്രോത്സവം മറ്റൊന്നാണോ എന്നറിയില്ല) പഞ്ചാരി മേളത്തിന് കാലമിട്ടാൽ തലയാട്ടിക്കൊണ്ട് അവിടെ നിൽക്കും.

മാഷ് നേരിട്ടെന്നോട് പറഞ്ഞതാണിത്. ഏതോ ഒരു പ്രഭാഷണ വേദിയിൽ വാസുദേവൻ മാഷെ പരിചയപ്പെടുത്തികൊണ്ടുള്ള ആമുഖത്തിൽ ഞാൻ ഈ പ്രസ്താവന ഒന്ന് വിശദീകരിച്ചു. സ്തുതി വാക്കുകളിൽ ഒരിക്കലും അഭിരമിക്കാറില്ലാത്ത മാഷിന് പക്ഷെ ഈ പരിചയപ്പെടുത്തൽ സുഖിച്ചെന്ന് തോന്നുന്നു. എന്നോടുതന്നെ

പറഞ്ഞു. കളിയാക്കാൻ വേണ്ടിയാണെങ്കിൽ പോലും എന്നെക്കുറിച്ച് അങ്ങിനെ പറയുന്നത് എനിക്കിഷ്ടമാണ്. മറ്റൊന്നു കൊണ്ടുമല്ല അത്ര സത്യമാണെന്നു തന്നെ മാഷ് വിശ്വസിച്ചിരുന്നിരിക്കണം. കണ്ടും കേട്ടും അനുഭവിച്ചും മതിവരാത്ത ഈ സൗന്ദര്യ സങ്കല്പങ്ങളുടെ തടവറയിൽ നിന്ന് ഒരു കാലത്തും സ്വയം ഒരു മുക്തിയുണ്ടാകില്ല എന്ന് മാഷ്ക്ക് അറിയാമായിരുന്നു.

വാസ്തവത്തിൽ വിചിത്രമാണ് മാഷുടെ ഇഷ്ടങ്ങൾ പലതും. അതിലും വിചിത്രമാണ് ആ ഇഷ്ടങ്ങൾ വിശദീകരിക്കുന്ന രീതിയും. ചന്ദ്രന്റെ നിലാവു മാത്രം പോരാ, കുലകളായി തൂങ്ങുന്ന മാങ്ങകൾ ഇളക്കിക്കൊണ്ട് പ്രകൃതിയൊരുക്കുന്ന മേലാപ്പിനു താഴെയുള്ള ഊരകത്തമ്മയുടെ ഉത്സവങ്ങളുടെ പഞ്ചാരിമേളമാണ് പെരുവനം പൂരത്തിന്റെ മാസ്മരിക വശ്യത. രാഗങ്ങൾക്ക് നിറമുണ്ട്, ചിലതിന് മഞ്ഞ, ചിലത് ചുവപ്പ്. ചെണ്ടയും മദ്ദളവും തമ്മിലുള്ള സംഭാഷണം അഥവാ തിമിലയോട് മദ്ദളത്തിനുള്ള പ്രതികാരം തീർക്കൽ, ഇങ്ങിനെ വാസുദേവൻ മാഷിന്റെ നിരീക്ഷണങ്ങൾ പലതും ആദ്യം കേൾക്കുമ്പോൾ ശുദ്ധ മനോരോഗം എന്ന് പെട്ടെന്ന് തോന്നിയേക്കാം. ആവർത്തിച്ച് കേൾക്കുമ്പോൾ ഇതിനേക്കാൾ കൃത്യമായി ഈ അനുഭവസാകല്യങ്ങളെ വാങ്മയത്തിൽ പരാവർത്തനം ചെയ്യാനാവില്ല എന്ന് ബോധ്യപ്പെടുകയും ചെയ്യും. മുപ്പതു കൊല്ലം മുൻപ് ഞാൻ തെക്കൻ കത്തി ശ്രദ്ധിക്കാൻ തുടങ്ങുന്നത് മാഷ് പറഞ്ഞിട്ടാണ്. കൃഷ്ണനാട്ടത്തിലെ പല രംഗങ്ങളെക്കുറിച്ചും ഇതുപോലെ മാഷ് പറഞ്ഞു കേട്ട് നമ്മുടെ അഭിരുചികൾ തന്നെ മാറിത്തുടങ്ങുകയാണ്. വ്യക്തിപരമായി പറഞ്ഞാൽ, ഇഷ്ടാനിഷ്ടങ്ങളെ നിർണ്ണയിക്കുന്നതിൽ ഇത്രയേറെ സ്വാധീനമുണ്ടാക്കിയ ഒരു മനുഷ്യൻ എന്റെ ജീവിതത്തിലുണ്ടായിട്ടില്ല എന്ന് നിശ്ചയം. വാസുദേവൻ എന്ന് മനുഷ്യനോട് എനിക്കുള്ള കടപ്പാടും അതുകൊണ്ടുതന്നെ വാഗാതീതമാണ്.

പ്രഭാഷകൻ എന്ന രീതിയിൽ മാഷ് ഒരു വലിയ വിജയമായിരുന്നില്ലഎന്നാണ് എന്റെ പക്ഷം. മാഷ് സദസ്യരോടെല്ലാം ഒരുപോലെ സംസാരിച്ചിരുന്നില്ല. സമാനഹൃദയരായ ഏതാനും കുറച്ച് പേർക്ക് വേണ്ടിയാകും പറയുന്നതത്രയും. അതുകൊണ്ടു തന്നെ പ്രഭാഷണങ്ങളിൽ അദ്ദേഹം പറഞ്ഞ കാര്യങ്ങളെക്കാൾ മനസ്സിൽ തറച്ച് നിൽക്കുന്നത് സ്വകാര്യസംഭാഷണങ്ങളിൽ പറഞ്ഞകാര്യങ്ങളാണ്. ഇത് എന്റെ മാത്രം അനുഭവവുമല്ല. കുറേ ഉണ്ടായിട്ടുണ്ട് മാഷൊന്നിച്ചുള്ള യാത്രകൾ. മുളങ്കുന്നത്ത്കാവിലെ മദ്ധ്യമാവതിയിലും എന്റെ

ഗൃഹത്തിലുമൊക്കെ നിരവധി രാപ്പകലുകൾ ഉറക്കമൊഴിച്ച് സംസാരിച്ചിരുന്നിട്ടുണ്ട്. വാദിച്ചിട്ടില്ല, വാദിച്ചു ജയിക്കാനുള്ള വാശിയും മാഷ് കാണിച്ചിരുന്നില്ല. കൃത്യമായി ഓർക്കുന്നു, താള ഘടനയുമായി ബന്ധപ്പെട്ട് ഒരു ആശയക്കുഴപ്പം. പഞ്ചവാദ്യത്തിൽ അഞ്ചാം കാലം കഴിഞ്ഞ് ത്രിപുടക്ക് മുമ്പ് വരുന്ന ഘട്ടത്തിൽ അക്ഷരങ്ങൾ വിന്യസിക്കുന്ന രീതിയെക്കുറിച്ച് ഞാൻ തർക്കിച്ചു. മാഷ് പറഞ്ഞ രീതിയല്ല ശരി എന്ന് ശക്തമായിത്തന്നെ വാദിച്ചു. ശരിയായിരിക്കും എന്ന് ഉടനെ അദ്ദേഹം സമ്മതിച്ചു. പിന്നീട് എനിക്കു ബോദ്ധ്യപ്പെട്ടു, ഞാൻ പറയുന്നതായിരുന്നില്ല ശരി. ഇത്തരം അനുഭവങ്ങൾ ഒന്നല്ല. സംസാരിക്കാൻ ഇഷ്ടമാണ്. വാദ്യത്തെക്കുറിച്ചും കഥകളിയെക്കുറിച്ചും സംഗീതത്തെക്കുറിച്ചും – ഒരുപോലെ മൂന്നിലും – മറ്റാരേക്കാളും അവഗാഹവുമുണ്ട്. അവഗാഹമുള്ള വിഷയങ്ങൾ മാഷിന് ഒരു പക്ഷെ വേറെയും പലതുമുണ്ടാകും. അധ്യാപനം നിർവ്വഹിക്കുന്ന വിഷയത്തെ കുറിച്ചൊന്നും എന്നെപ്പോലുള്ളവരോട് സംസാരിച്ചിരുന്നില്ല എന്നു മാത്രം. നിഷ്കളങ്കമായ ചിരിയും ഒരു പരിഭ്രമം കലർന്ന മുഖഭാവത്തോടെ കണ്ണടയ്ക്കിടയിലൂടെ സഞ്ചരിക്കുന്ന നോട്ടത്തിൽ തുളുമ്പി നിൽക്കുന്ന ആർദ്രതയും എല്ലാം ഓർമ്മയിൽ വല്ലാത്ത ഒരു നൊമ്പരമാവുന്നു. നിറഞ്ഞ മിഴിയോടെ ആ സ്മരണയ്ക്കു മുന്നിൽ പ്രണമിക്കുന്നു.

....

ലേഖകൻ കേരള കാർഷികവികസനബാങ്കിൽ നിന്ന് ഉദ്യോഗസ്ഥനായി വിരമിച്ചു. കഥകളി, തായമ്പക, അക്ഷരശ്ലോകം, കാവ്യ വൃത്തം എന്നിവയെ പരിചയപ്പെടുത്തുന്നതിൽ അതീവ വൈദഗ്ദ്ധ്യമുണ്ട്. പ്രധാന കലാസെമിനാറുകളിലെ സ്ഥിരസാന്നിദ്ധ്യം. കേരള കലാമണ്ഡലം പുരസ്കാര ജേതാവ്. സംസ്ഥാന സർക്കാറിന്റെ കഥകളി പുരസ്കാര നിർണ്ണയ സമിതി അംഗമായും പ്രവർത്തിച്ചിട്ടുണ്ട്.

സാത്വികം, സുന്ദരം ഈ ജീവിതം

ഡോ. ഇ. പി. സുരേഷ്

ഞാൻ വാസുദേവൻ മാഷുടെ ഒരു വിദ്യാർത്ഥിയായിരുന്നു. എന്നാൽ അദ്ദേഹം എന്നെ ഒരു സുഹൃത്തിനെപ്പോലെ കരുതുകയും ഇടപെടുകയും ചെയ്തിരുന്നു. അദ്ദേഹത്തിന്റെ ഔന്നത്യം അടുത്തറിഞ്ഞ ഒരാളെന്ന നിലയിൽ അദ്ദേഹവുമായി സംവദിക്കാൻ പറ്റിയത് ജീവിതത്തിലെ ഒരു വലിയ ഭാഗ്യമായി ഞാൻ കരുതുന്നു. സംഗീതത്തിലും സാഹിത്യത്തിലും ക്ഷേത്രകലകളിലും എന്റെ പരിജ്ഞാനം അദ്ദേഹത്തെ അപേക്ഷിച്ച് തുലോം കുറവായിരുന്നെങ്കിലും അതൊന്നും കാര്യമാക്കാതെ അദ്ദേഹം എന്നെ ചേർത്തുപിടിച്ചു. തന്റെ അറിവ് എനിക്കു പകരാൻ ശ്രമിച്ചു.

വാസുദേവൻ മാഷുടെ ജീവിത തത്വശാസ്ത്രം സൗന്ദര്യാന്വേഷണത്തിൽ അധിഷ്ഠിതമായിരുന്നു. കോമളം, ശാലീനം, മനോഹരം എന്നീ തലങ്ങളിൽ തുടങ്ങി ഉദാത്ത തലങ്ങളിലെത്തുന്ന സൗന്ദര്യത്തിന്റെ സാത്വികഭാവത്തിലുള്ള അന്വേഷണമായിരുന്നു അദ്ദേഹത്തിന്റെ ജീവിതം.

ഈ സൗന്ദര്യത്തിന്റെ ഉറവിടങ്ങൾ പ്രകൃതി, സംഗീതം, ഊർജ്ജതന്ത്രം, സാഹിത്യം എന്നിവയായിരുന്നു. തന്റെ വീടിന് കുളിർമ്മ നൽകേണ്ടത് വൃക്ഷങ്ങളാണെന്നും യന്ത്രങ്ങളല്ലെന്നും അദ്ദേഹം ശഠിച്ചു. അദ്ദേഹത്തെ ഒരു പഴഞ്ചനായി പലരും കരുതും എന്ന് അദ്ദേഹത്തിനറിയാമായിരുന്നു. പ്രകൃതിയുടെ ദൃശ്യമനോഹാരിത മാത്രമല്ല,

ളുഭേദങ്ങളുടെ താളാത്മകമായ വരവും പോക്കും അദ്ദേഹത്തെ ആകർഷിച്ചു. ഈ താള ബോധം സംഗീതവുമായി ചേർത്തുവെച്ചി ട്ടായിരുന്നു മാഷ് അനുഭവിച്ചിരുന്നത്.

താളം മാത്രമല്ല രാഗങ്ങളും പ്രകൃതിയുമായി ഇണങ്ങി ചേർന്നിട്ടുണ്ടല്ലോ. മേഘരാഗത്തിൽ തുടങ്ങി മേഘമൽഹാറിലൂടെ മൽഹാർ രാഗത്തിന്റെ പെരുമഴയിലേക്കു ഞങ്ങളെ കൂട്ടികൊണ്ടുപോകാൻ മാഷ് ശ്രദ്ധിച്ചിരുന്നു.

നാം പറഞ്ഞ താളാത്മകത ഊർജ്ജതന്ത്ര ക്ലാസ്സുകളിലും പ്രത്യക്ഷപ്പെട്ടുമായിരുന്നു. ഫൂരിയർ ശ്രേണിയുടെ ക്ലാസ്സിലും ക്രിസ്റ്റൽ ലാറ്റിസിനെപ്പറ്റിയുള്ള ക്ലാസ്സിലും ളുഭേദങ്ങളുടെ ചാക്രിക ഗതിയും ഈ വിഷയങ്ങളിലെ സിമട്രിയുടെ അനുസന്ധാനവും ചേർത്തിണക്കുന്ന എന്തെങ്കിലും മുത്തുകൾ പ്രത്യക്ഷപ്പെട്ടും.

മാഷുടെ ഒരു പരാതി ഊർജ്ജതന്ത്രത്തെപ്പറ്റി പലർക്കും – ഉന്നത വിദ്യാഭ്യാസം നേടിയവരിൽപോലും – ഉള്ള ഒരു തെറ്റിദ്ധാരണയായിരുന്നു. ഊർജ്ജതന്ത്രം എന്നാൽ ഒരു സാങ്കേതിക വിദ്യയാണെന്നും അതിനു തനതായ സൗന്ദര്യമില്ലെന്നും ഉള്ള തെറ്റിദ്ധാരണ. എന്നാൽ ലഗ്രാഞ്ജ്, ഹാമിൽട്ടൺ മുതൽ ഹൈസൻബർഗ്ഗ്, ഷ്റോഡിഞ്ജർ, ഡിറാക് തുടങ്ങിയവരിലൂടെ വളർന്ന ഊർജതന്ത്രം ഒരു കലാരൂപം പോലെ മനോഹരമാണെന്ന് മാഷ് പേർത്തും പേർത്തും പറയുമായിരുന്നു. അതിന്റെ സൗന്ദര്യത്തെ അറിയാൻ, പക്ഷേ, അതു പഠിച്ചവർക്കു മാത്രമേ കഴിയൂ. ഈ സൗന്ദര്യം പകർന്നു കൊടുക്കാൻ അദ്ദേഹം തന്റെ ക്ലാസ്സുകളിൽ നിരന്തരം പരിശ്രമിച്ചിരുന്നു.

സംഗീതത്തിൽ മാഷുടെ ജ്ഞാനം ഒരേ സമയം ആഴവും പരപ്പുമുള്ളതായിരുന്നു. അദ്ദേഹം കർണ്ണാടക സംഗീതവും ഹിന്ദുസ്ഥാനി സംഗീതവും ഒരുപോലെ ആസ്വദിച്ചിരുന്നു. സംഗീതത്തിന്റെ സ്വർഗ്ഗീയാനുഭൂതി മറ്റുള്ളവരും നുണയണമെന്ന് മാഷിന് ആഗ്രഹമുണ്ടായിരുന്നു. എന്നെ അദ്ദേഹം പലപ്പോഴും കച്ചേരി കേൾക്കാൻ പത്മശ്രീ കല്യാമണ്ഡപത്തിലും അതുപോലെ കോട്ടയ്ക്കലും കൂട്ടിയിരുന്നു. കോട്ടയ്ക്കൽ പി. എസ്. വി നാട്യസംഘത്തിന്റെ കഥകളിക്കും ഞാൻ മാഷുടെ കൂടെ പോകാറുണ്ടായിരുന്നു. കഥകളിയുടെ സാങ്കേതികതയെപ്പറ്റി മാത്രമല്ല, ഓരോ ദശകങ്ങളിലും ഈ കലയിൽ വന്ന പരിണാമങ്ങളെപ്പറ്റിയും മാഷിന് നന്നായി അറിയാമായിരുന്നു. അതുപോലെ പാണ്ടി, പഞ്ചാരി തുടങ്ങിയ മേളങ്ങളെപ്പറ്റിയും അദ്ദേഹത്തിന് ഗഹനമായ ജ്ഞാനമുണ്ടായിരുന്നു. അതിന്റെ പ്രയോക്താക്കളിൽ പലരേയും മാഷ്ക്ക് നല്ല പരിചയമുണ്ടായിരുന്നു. ഒരിക്കൽ ശ്രീ.

വി. എം. ശങ്കരപ്പൊതുവാളിനെ രോഗശയ്യയിൽ അദ്ദേഹത്തിന്റെ വീട്ടിൽപോയി കാണാൻ മാഷ് എന്നെയും കൂട്ടിയാണ പോയത്. ഒരിക്കൽ പെരുവനം പൂരത്തിനും മാഷ് എന്നെ കൂട്ടിയിരുന്നു.

ഇങ്ങനെയുള്ള പല യാത്രകളും ഞങ്ങൾ ഒരുമിച്ച് ചെയ്തിട്ടുണ്ട്. അതിൽ ഏറ്റവും സ്മരണീയമായത് തമിഴ്നാട് ക്ഷേത്രപര്യടനമായിരുന്നു. ക്ഷേത്രങ്ങളെക്കാൾ ക്ഷേത്ര നഗരങ്ങളുടെ ആത്മാവിനെ സ്പർശിച്ചറിയാനുള്ള യാത്രയായിരുന്നു മാഷിനെ സംബന്ധിച്ചിടത്തോളം അത്. വിശാലമായ ക്ഷേത്രങ്ങളുടെ മുന്നിലുള്ള വീതികൂടിയ പ്രവേശനവഴികളിൽ മുല്ലപ്പൂവിന്റേയും കാപ്പിയുടെയും സുഗന്ധം നിറഞ്ഞു നില്ക്കുന്നത് തമിഴ് നാടിന്റെ തനിമയിലേക്കു വിരൽ ചൂണ്ടുന്നുവെന്ന് മാഷ് പറയാറുണ്ടായിരുന്നു. ഈ യാത്രയിൽ മാഷിനേറ്റവും ഇഷ്ടപ്പെട്ടത് രാമേശ്വരമായിരുന്നു. അന്ന് രാമേശ്വരത്ത് പ്രായേണ മോട്ടോർ വാഹനങ്ങൾ ഇല്ലായിരുന്നു. കുതിരവണ്ടികളിലുള്ള യാത്രകളും കടലിന്റെ ശാന്തതയും നാട്ടുകാരുടെ വിളംബത്തിലുള്ള ചലനങ്ങളും നമ്മെ മറ്റൊരു ലോകത്തിലേക്ക് അയച്ചു എന്ന് മാഷ് പറഞ്ഞിരുന്നു.

ഈ യാത്രയിൽ മാഷുടേയും എന്റേയും കൂടെ എന്റെ സമകാലികനായ മണിമോഹനും ഉണ്ടായിരുന്നു. (മണിമോഹൻ പിന്നീട് കാലിക്കറ്റ് സർവ്വകലാശാലയിൽത്തന്നെ ബോട്ടണി അധ്യാപകനായി). മണിമോഹനെ മാഷ് പരിചയപ്പെടുന്നത് ഞാൻ കാരണമായിരുന്നു. ഈ കാര്യം പറഞ്ഞ് മാഷ് പലവട്ടം എന്നോട് നന്ദി പറഞ്ഞിരുന്നു. മാഷും മണിമോഹനുമായി അഗാധമായ വ്യക്തിബന്ധം വളർന്നുവന്നു. മാഷുടെ ഔദ്യോഗിക ജീവിതത്തിന്റേയും ഇഹലോക ജീവിത (ചടങ്ങുകളിൽ) ത്തിന്റേയും സമാപനചടങ്ങുകളിൽ മണിമോഹന്റെ സാന്നിദ്ധ്യമുണ്ടായിരുന്നു.

മാഷുടെ പഠനോത്സുകത അനുകരണീയമായ ഒരു സ്വഭാവമായിരുന്നു. ഹിന്ദി സാഹിത്യത്തില പ്രസിദ്ധകൃതികൾ വായിക്കുവാൻ അദ്ദേഹം ഹിന്ദി ആഴത്തിൽ പഠിക്കുകയുണ്ടായി. അതുപോലെ ഊർജ്ജതന്ത്രത്തിൽ അദ്ദേഹത്തിന് അറിയാതിരുന്ന മേഖലകളിൽ ആരെങ്കിലും സംശയം ചോദിച്ചാൽ അദ്ദേഹം അതൊക്കെ മനസ്സിലാക്കാൻ തീവ്രമായി പരിശ്രമിക്കുമായിരുന്നു. ഈ കാര്യത്തിൽ മാഷെ നയിച്ചത് ജിജ്ഞാസ മാത്രമല്ല, മറിച്ച് മറ്റുള്ളവരോടുള്ള നിസ്വാർത്ഥ സ്നേഹവുമായിരുന്നു.

താൻ അന്വേഷിക്കുന്ന സൗന്ദര്യത്തിന്റെ മാതൃകപോലെ അദ്ദേഹത്തിന്റെ ജീവിതവും സുന്ദരമായിരുന്നു. നിഷ്ക്കളങ്കതയും താൻ വിശ്വസിക്കുന്ന മൂല്യങ്ങളിലുണ്ടായിരുന്ന വിട്ടുവീഴ്ചയില്ലായ്മയും

അദ്ദേഹത്തിന്റെ മുഖമുദ്രയായിരുന്നു. സ്വകാര്യ ആംഗല വിദ്യാല യങ്ങളുടെ തിളക്കം ബാഹ്യപ്രധാനമാണെന്നും അതു കുട്ടികളുടെ സ്വച്ഛമായ ആത്മാവിഷ്കാരത്തിനു വിഘ്നമാണെന്നും വിശ്വസിച്ച അദ്ദേഹം തന്റെ കുട്ടികളെ മലയാളം ബോധനമാധ്യമമായുള്ള സർക്കാർ വിദ്യാലയത്തിലാണു പഠിപ്പിച്ചത്.

ഈശ്വരനോടുള്ള മാഷുടെ സമീപനം അരുന്ധതി നക്ഷത്രന്യായം പോലെയായിരുന്നു. ഈശ്വരനോടു നേരിട്ടു സംവദിക്കാതെ ഈശ്വ രവിഭൂതികളെ സേവിക്കുകയും അതിലൂടെ ഈശ്വരനിലേയ്ക്കുള്ള ഒരു മാർഗ്ഗം കണ്ടെത്താനുള്ള ശ്രമവുമായിരുന്നു അദ്ദേഹത്തിന്റേത്. സൗന്ദര്യത്തിന്റെ ഉദാത്ത ഭാവത്തിന്റെ ഔന്നത്യമാണ് അദ്ദേഹത്തെ അറുപതാം വയസ്സിൽ ഒരു ഹിമാലയ തീർത്ഥയാത്ര നടത്താൻ പ്രേ രിപ്പിച്ചത്. പിന്നീട് എപ്പോഴും അദ്ദേഹം ഹിമാലയ യാത്രാവിവരണ പുസ്തകങ്ങളെപ്പറ്റി പറയുമായിരുന്നു. അദ്ദേഹത്തിന്റെ ഈശ്വര സങ്കല്പത്തിൽ വ്യക്തിഗതമായ ആവശ്യങ്ങൾ നേരിടാൻ വേണ്ടിയു ള്ള ഉപാസന തീർത്തും ഇല്ലായിരുന്നു. മറിച്ച് ആ സൗന്ദര്യത്തിന്റെ മുന്നിൽ നമ്രശിരസ്കനായി നില്ക്കുന്ന മാഷെയാണ് നമുക്കു കാണാൻ കഴിയുന്നത്.

....

ലേഖകൻ ISRO ഉപഗ്രഹകേന്ദ്രത്തിൽ സോളാർ പാനൽ വിഭാഗം തലവനായി വിരമിച്ചു

ധിഷണയുടെ തേജസ്സ്

പി. മണിമോഹൻ

എന്റെ ഇരുപത്തൊന്നാമത്തെ വയസ്സിലാണ് ഞാൻ വാസുദേവൻ സാറിനെ പരിചയപ്പെടുന്നത്. കോഴിക്കോട് സർവകലാശാലയിൽ ഒന്നാംവർഷ എം എസ് സി വിദ്യാർത്ഥിയായി ചേർന്നകാലം. ഒരു സസ്യശാസ്ത്രവിദ്യാർത്ഥിയും തികഞ്ഞ അന്തർമുഖനുമായിരുന്ന ഞാൻ ഫിസിക്സ് അദ്ധ്യാപകനായ അദ്ദേഹത്തെ പരിചയപ്പെടുവാൻ സാധാരണ രീതിയിൽ യാതൊരു സാധ്യതയും ഉണ്ടായിരുന്നില്ല. എന്നാൽ അദ്ദേഹത്തിന്റെ വിദ്യാർത്ഥിയും എന്റെ സുഹൃത്തുമായ ഇ. പി. സുരേഷിന്റെ പ്രേരണയാണ് അതിന് നിമിത്തമായത്. ക്യാംപസ്സിൽ വാസുദേവൻ സാറിന്റെ വസതിയിൽ ഒരു സായാഹ്നത്തിൽ സുരേഷാണ് എന്നെ കൊണ്ടുപോയി പരിചയപ്പെടുത്തിത്തന്നത്. ആ സന്ദർശനം കലാസ്വാദനത്തിന്റേയും ആശയസംവാദങ്ങളുടേയും ഒരു നവലോകത്തിലേക്കുള്ള വാതിൽ തുറക്കലായിരുന്നു. അന്നു തുടങ്ങിയ സൗഹൃദം അതേ ക്യാംപസ്സിലെ ഗവേഷണ വിദ്യാർത്ഥിയായിരുന്നപ്പോഴും, പിന്നീട് സാറിന്റെ സഹപ്രവർത്തകനായിരുന്നപ്പോഴും, അദ്ദേഹത്തിന്റെ മരണംവരേയും തുടർന്നു.

സാഹിത്യ അഭിരുചിയായിരുന്ന ഞങ്ങളെ കോർത്തിണക്കിയ ഒരു കണ്ണി. ബിരുദപഠനകാലംവരെ എന്റെ ഗ്രാമത്തിലെ വായനശാലയിലെ പുസ്തകങ്ങൾ മാത്രം വായിക്കാൻ ലഭിച്ചിരുന്ന എനിക്കുമുന്നിൽ ഒരു രത്ന ഖനിയായിരുന്നു വാസുദേവൻ സാറിന്റെ പുസ്തകശേഖരം. ലോക സാഹിത്യത്തിൽ നിന്നും നിരവധി അമൂല്യരചനകൾ ആ അലമാരയിൽനിന്നും എന്നെ മാടിവിളിച്ചു. Wuthering Heights, Jane Eyre, Far from the Madding Crowd, Tess of D'ubervillis, David Copperfield, Grapes of Wrath തുടങ്ങിയ ക്ലാസിക്കൽ കൃതികളിൽ മിക്കതും വായിച്ചത് സാറിന്റെ അലമാരയിൽ നിന്നും എടുത്താണ്. പിന്നീട് വായനയുടെ വിശാലലോകത്തിൽ ഞാൻ കണ്ടെത്തിയ കസൻദ്സാക്കീസ്, മിലൻ കുന്ദേര, സാന്റോർ മാരായ്, ഖാലിദ് ഹോസേനി തുടങ്ങി വിഖ്യാത സാഹിത്യകാരന്മാരെ വാസുദേവൻ സാറിന്റെ ശ്രദ്ധയിൽപ്പെടുത്തി ഞാൻ എന്റെ കടങ്ങൾ വീട്ടുവാനുള്ള വിലോലശ്രമങ്ങൾ നടത്തിയിരുന്നു. സാറിന്റെ മരണത്തിനു തൊട്ടുമുമ്പുള്ള ആഴ്ചയിലെ ഫോൺ സംഭാഷണത്തിൽപോലും സി.വി.രാമൻ പിള്ളയുടെ കൃതികൾ വായിക്കുവാൻ എന്നെ നിർബന്ധിച്ചിരുന്നു.

സംഗീതത്തോടുള്ള താല്പര്യമായിരുന്നു ഞങ്ങളെ ഉറ്റ സുഹൃത്തുക്കളാക്കിയ മറ്റൊരു ഘടകം. വാസുദേവൻ സാറിനെ പരിചയപ്പെടുംമുമ്പ് എന്റെ സംഗീതാസ്വാദനം ചലച്ചിത്രഗാനങ്ങളിലും നാടകഗാനങ്ങളിലും ഒതുങ്ങിയിരുന്നു. അദ്ദേഹത്തിന്റെ ശിക്ഷണത്തിലാണ് ഞാൻ കർണ്ണാടക സംഗീതവും കഥകളി സംഗീതവും ഹിന്ദുസ്ഥാനി സംഗീതവും ആസ്വദിക്കാൻ പഠിച്ചതും അവയുടെ രീതിശാസ്ത്രവും രാഗങ്ങളും മനസ്സിലാക്കിയതും. സാഹിത്യലോകത്തിലെ മഹാരഥന്മാരെപോലെ സംഗീതലോകത്തെ വിഖ്യാത കലാകാരന്മാരെയും എന്നെ പരിചയപ്പെടുത്തിയത് അദ്ദേഹമാണ്. ബാലമുരളികൃഷ്ണ, മഹാരാജപുരം സന്താനം, ലാൽഗുഡി ജയരാമൻ, എം. എസ്. ഗോപാലകൃഷ്ണൻ, അംജദ് അലി ഖാൻ തുടങ്ങി അനേകം പ്രശസ്തരുടെ കച്ചേരികൾ കേട്ടത് വാസുദേവൻ മാസ്റ്ററുടെ സമീപമിരുന്നാണ്.

ധിഷണയുടെ തേജസ്സ് അദ്ദേഹത്തിന്റെ സംഭാഷണങ്ങളെ, അത് ഏത് വിഷയത്തെക്കുറിച്ചായാലും, എപ്പോഴും ദീപ്തമാക്കിയിരുന്നു. നാല്പത്തൊന്നു വർഷം നീണ്ട ഞങ്ങളുടെ സൗഹൃദത്തിനിടയിൽ എന്നെ പ്രചോദിപ്പിക്കാതിരുന്ന ഒരു സംഭാഷണം പോലും ഞങ്ങൾക്കിടയിലുണ്ടായിട്ടില്ല.

അരക്കഴഞ്ചു സാമാന്യബോധം പോലും ഇല്ലാത്തവർ വലിയ ബുദ്ധിജീവികളായി കൊണ്ടാടപ്പെടുന്ന വർത്തമാനകാലത്തെ കേരളീയ സാംസ്കാരിക പരിസരത്തിൽ വാസുദേവൻ സാറിനെ പോലുള്ളവർ വേണ്ട പോലെ അറിയപ്പെടാതെ പോകുന്നതിൽ എനിക്ക് വിഷമമുണ്ട്.

കോഴിക്കോട് യൂണിവേഴ്സിറ്റിയിലെ ബോട്ടണി വിഭാഗത്തിൽ പ്രൊഫസർ ആയിരുന്ന ലേഖകൻ. അനേകം വിദ്യാർത്ഥികളെ പ്രചോദിപ്പിച്ച ഗവേഷണങ്ങൾ നടത്തിയിട്ടുണ്ട്. സാഹിത്യത്തിലും സംഗീതത്തിലും സൂക്ഷ്മമായ പരിജ്ഞാനമുള്ള വ്യക്തിത്വം.

മരത്തിനിടയിൽ കാണാമേ

പി. എൻ. ഗണേശ്

വരണ്ട ചെങ്കൽപാറകൾക്ക് ഇടയിലൊരു പത്തു സെന്റിലായിരുന്നു വാസുദേവൻ മാസ്റ്ററുടെ യൂണിവേഴ്സിറ്റി ക്വാർട്ടേഴ്സ്. പിൻവശത്ത് വാഴകളെ സ്വതസിദ്ധമായി വളർത്തി. മുൻവശത്ത് ഇല പൊഴിയാത്ത മരങ്ങളാണ് നട്ടത്. ഓരോ ആഴ്ചയും വളർച്ചയുടെ തോത് ഞങ്ങൾ വിലയിരുത്തും. അങ്ങനെ അങ്ങനെ ആ വീട് പുറമേനിന്ന് കാണാതായി. എല്ലാ നാട്ടുപക്ഷികളും അവിടെ കൂടൊരുക്കിയിരുന്നു. ഇത്രയധികം പച്ചപ്പുള്ള മറ്റൊരു ക്വാർട്ടേഴ്സും യൂണിവേഴ്സിറ്റിയിൽ ഇല്ലായിരുന്നു. ആ വീട് വിട്ടുപോകുമ്പോൾ അവിടുത്തെ സർവ ജീവജാലങ്ങളോടും മാപ്പുപറഞ്ഞ് നിറകണ്ണുകളോടെ, തിരിഞ്ഞുനോക്കാൻ ധൈര്യമില്ലാതെ മാസ്റ്റർ നടന്നുപോന്നു.

മുളങ്കൂട്ടവും മാവും പ്ലാവും അശ്രദ്ധമായി വളർന്ന തേക്കുമൊഴിച്ചാൽ, മുളങ്കുന്നത്തുകാവിലെ വീടിനുചുറ്റും യൂണിവേഴ്സിറ്റിയിൽ നിന്ന് മാറ്റമുണ്ടായിരുന്നില്ല. അവിടേയും മാഷ് അന്വേഷിച്ചത് നാടൻ മരങ്ങളായിരുന്നു. നട്ടതൊന്നും വെട്ടിക്കളഞ്ഞിട്ടില്ല. ഒരു നിശ്ചിത ദൂരം അളവിൽ വേങ്ങയും പ്ലാശും ഇരുമുള്ളും വീട്ടിയും തമ്പകവും രക്തചന്ദനവും ദന്തപാലയും അശോകവും നെല്ലിയും മറ്റും മറ്റും നട്ട് ചങ്ങാതികളാക്കി. അവയുടെ ഇടയിൽ പയറും പാവലും വാഴയും കൊള്ളിയും കാച്ചിലും ഇടം നേടി. അല്പം തണലിലും തഴക്കുന്ന

മഞ്ഞളും ഇഞ്ചിയും കൂവയും ചേനയും ചേമ്പും ഇടതൂർന്ന് നിന്നു. മദ്ധ്യമാവതി രാഗത്തിന്റെ ഉച്ചവെയിലേറ്റ് അവയും ജീവിതചക്രം പൂർത്തിയാക്കി. ഏറ്റവും കുറവ് അങ്ങാടി പച്ചക്കറി വാങ്ങിയതിനുള്ള അവാർഡ് വേറെ ആരേയും തേടിപോകില്ല. പത്തുവർഷംകൊണ്ട് ആ വീടും മരങ്ങൾക്കിടയിൽ അഭയംകൊണ്ടു.

യു എസ് എ യിൽ എത്തി രണ്ടാം ദിവസം മാഷ് നടത്തം ആരംഭിച്ചു. വീണുകിടക്കുന്ന ഇലകൾ ശേഖരിച്ച് അവയുടെ പേര് കണ്ടെത്തി, വളർച്ചാരൂപം നോക്കി മനസ്സിലാക്കി. ഓക്കും പോപ്ളാറും പൈനും സൈക്കമോറും സെക്വോയയും ജിങ്കോയും സീഡാറും അവിടേയും മാഷിന് കൂട്ടായി. 'ആരണ്യക്കി'ലെ യുഗ ളപ്രസാദിനെ പോലെ മരങ്ങളുടെ മണത്തിനോട് സുരുട്ടിയും ഹുസേനിയും കാപ്പിയും ബേഗഡയും മാഷ് ചേർത്തിണക്കി.

ഇരുണ്ട് ബലിഷ്ഠനായ വാസുദേവൻമാഷെ ആ പച്ചപ്പിന്റെ ജൈവ മണ്ഡലത്തിലെ 'മരത്തിനിടയിൽ കാണാ'നാണ് എനിക്കിഷ്ടം.

ഗുരുവായൂർ ശ്രീകൃഷ്ണകോളേജ് ബോട്ടണി വിഭാഗം മുൻ മേധാവിയാണ് ലേഖകൻ. സസ്യശാസ്ത്രത്തിൽ അതീവ തൽപരൻ. സംഗീതം, കൂടിയാട്ടം, കഥകളി തുടങ്ങിയ ക്ലാസിക്കൽ കലകളെ ക്കുറിച്ച് എഴുതുകയും പ്രഭാഷണങ്ങൾ നടത്തുകയും ചെയ്യാറുണ്ട്.

ഊതിക്കാച്ചും മനസ്സ്

ശ്രീവൽസൻ തിയ്യാടി

വീടിനു പിൻവശമത്രയും മരങ്ങൾനട്ടും പച്ചക്കറിക്കുനനച്ചും ഹരിതാഭ കൂട്ടപ്പിച്ചുപോന്ന സ്വചരിതമാണ് ജീവിതാവസാനത്തെ രണ്ടു പതിറ്റാണ്ടിൽ ഡോ.ടി.എൻ.വാസുദേവൻ രചിച്ചത്. കലിക്കറ്റ് സർവകലാശാലയിൽനിന്ന് ഫിസിക്സ് അധ്യാപകനായി അറുപതാംവയസ്സിൽ വിരമിച്ച 2007 തുടങ്ങി ഈ കർക്കിടകംവരെ വല്യമ്മാമന്റെ പ്രഥമവ്യായാമം കൃഷി ആയിരുന്നു. തേഞ്ഞിപ്പലത്തെ ക്വാർട്ടേഴ്സിനു ചുറ്റും നല്ലയൗവനത്തിലേ പതിവായിരുന്നു വാഴയും വഴുതനയും വളർത്തൽ. കരിങ്കൽപ്പാളികളുള്ള മലപ്പുറംമണ്ണിൽ കൊത്തിക്കിളച്ച് മഴയത്തും വെയിലത്തും തൈകൾ പിടിപ്പിച്ചിരുന്ന 1980കളിൽ ആളുടെ ദേഹവും ഉരുക്കുപോലെയുറച്ചതായിരുന്നു. റിട്ടയറായും ശീലം തുടർന്നു, അപ്പോഴേക്കും കളം വീണ്ടും അവനവൻഗ്രാമം ആയെന്നുമാത്രം. ഫലത്തിൽ ഒരു മുഴുവൃത്തം -- കുട്ടിക്കാലത്ത് അമ്പലത്തിലെ അടിയന്തിരം കഴിഞ്ഞ് അച്ഛൻ പയറിനു തടമെടുക്കുമ്പോൾ മൂത്തകുട്ടി അവയിലേക്ക് വിത്താഴ്ത്തും. ഇതേയിടത്ത്. മുളംകുന്നത്തുകാവ് തിയ്യാടിക്ക് പുറത്തുള്ള ഒരേക്ര വളപ്പിൽ. യൂണിവേഴ്സിറ്റിക്ക് നൂറു കിലോമീറ്റർ തെക്ക്.

അന്നൊന്നും തൊടിയിത്ര പച്ചച്ചതായിരുന്നില്ല. എന്റെ ബാല്യത്തിൽ (1970-കൾ) ഇവിടത്തെ ഞാവലിന്റെ പുളിമധുരം ഇന്നും

നാവിലുണ്ട്; അതല്ലെങ്കിൽ മുൾവേലിക്കകം വൃക്ഷങ്ങളേക്കാൾ പൊന്തയായിരുന്നു. നൂറ്റാണ്ട് മറിഞ്ഞതോടെ നാഗരികതയുടെ പിടിമുറുക്കം തൃശ്ശൂരിന്റെ ഈ വടക്കൻ പരിസരത്തെ ദിനംപ്രതി അപരിചിതമാക്കിക്കൊണ്ടിരുന്നപ്പോൾ സ്വയം മതിലകത്ത് ഒരു മായികലോകം സൃഷ്ടിക്കുകകൂടിയായിരുന്നു മരംവളർത്തിലൂടെ വല്യമ്മാമൻ. 'പുറത്തെന്തും നടക്കട്ടെ, എനിക്കിവിടെ ഈ സാങ്ക്ച്വറി മതി, ' എന്ന് പാതിചിരിയോടെ പറയുമായിരുന്നു. ഭൗതികശാസ്ത്രത്തിൽ അഞ്ചുദശകം മുമ്പ് ബാംഗ്ളൂർ IIScയിൽ ഗവേഷണം ചെയ്തിരുന്നപോലൊരു ധ്യാനമുറ.

എല്ലാം നന്ന്. എന്നുവച്ചാലും രണ്ടുവട്ടം ഹൃദയാഘാതത്തിന് ഇരയായി കഴിഞ്ഞ ഒൻപതു വർഷത്തിനിടെ. 2012-ലെ ഓണക്കാലത്ത് ഉണ്ടായ അറ്റാക്കിനെക്കാൾ ഭീകരമായിരുന്നു എട്ടാണ്ടു പിന്നിട്ട വേനലൊടുവിൽ ഹാർട്ട് പരിശോധനയിൽ തെളിഞ്ഞ ഫലം. ബ്ലോക്ക് 80 ശതമാനം എന്നുവന്നപ്പോൾ നെഞ്ചുകീറിത്തന്നെ വേണ്ടിവന്നു സർജറി -- 2020 മെയ് മാസമൊടുവിൽ. കനത്ത റിസ്ക് നിരൂപിച്ചുതന്നെ തൃശ്ശൂർ ജൂബിലി മിഷൻ ആസ്പത്രിയിൽ നടന്ന പകലന്തി യജ്ഞം വിജയിച്ചു. മൂന്നാഴ്ചശേഷം തിരികെ വീടണഞ്ഞ വല്യമ്മാമന്റെ ശരീരം ചൊട്ടിയിരുന്നെങ്കിലും ജീവൻ തിരിച്ചുകിട്ടിയ തിമർപ്പിലായിരുന്നു സർവരും. കോവിഡ് ഭീഷണിക്കിടയിൽ ഹോം നഴ്സിന്റെ ശുശ്രൂഷയിൽ ക്രമേണ പുഷ്ടിപ്പെട്ടു. അവശതയവസാനിച്ചു.

അതും അസ്സലായി. പക്ഷെയെങ്കിൽ ഇത്തവണ ഇടവപ്പാതിയോടെ വീണ്ടുമെടുത്തു കൈക്കോട്ട്. ആയാസപ്പെടരുത് എന്ന് വൈദ്യർ പറഞ്ഞിട്ടുള്ളതല്ലേ എന്ന കുടുംബാംഗങ്ങളുടെ ശാസനകൾ വിലപ്പോയില്ല. നിങ്ങളുദ്ദേശിക്കുംപോലെ ആഞ്ഞുള്ളദ്ധ്വാനത്തിലല്ല ഞാൻ എന്നൊരു മൃദു തർക്കുത്തരം. മരണത്തിന് തടകെട്ടുന്ന ഓപ്പറേഷൻ കഴിഞ്ഞും ചിലർ പുകവലിയും മദ്യപാനവും 'ചെറിയ തോതിൽ' തുടരുമല്ലോ, അമ്മാതിരി കണ്ണുവെട്ടിപ്പ്. കുറച്ചൊക്കെ മെയ്യിളക്കണം എന്ന് ഡോക്ടർ ഉപദേശിച്ചാലും സായാഹ്നസവാരിക്ക് പോവാതെ മടിച്ചു വീട്ടിലിരിക്കുന്നവർ ഉണ്ടല്ലോ -- അതേ ഗണം; ഇവിടെ സംഗതി നേർവിപരീതമാണ് എന്നുമാത്രം. അങ്ങനെ 2021 ജൂണിൽ നേരിട്ടു ഉണ്ടായി അക്കാഴ്ച. പകലുണർന്നാൽ പ്രാതലിനുമുമ്പായി പറമ്പിൽ ഇളമ്പയേന്തിയുലാത്തൽ ശീലമാക്കിക്കഴിഞ്ഞിരുന്നു. പേമാരിക്കുപോലും മുടക്കാനാവാത്ത പതിവുകർമം.

ഏതായാലും ആഗസ്റ്റാദ്യം കാര്യങ്ങൾ മാറിമറിഞ്ഞു. കൃത്യം

പറഞ്ഞാൽ രണ്ടാം തിയ്യതി. പിലാവിന് മണ്ണുകോരി ഇടുന്നതിനിടെ കുന്തിച്ചിരിപ്പായി. അടുക്കളയിൽനിന്നുള്ള ഈ കാഴ്ചയിൽ പന്തികേട് തോന്നിയ വാമഭാഗം ഓടിച്ചെന്നു. ഏറെക്കുറെ സമപ്രായക്കാരി വസന്ത മരുവോളമ്മ. അപ്പോഴേക്കും അമ്മാവൻ പിന്നാക്കം മലച്ചിരുന്നു. ചെളിയിൽ പറ്റിക്കിടപ്പായി. ആളെക്കൂട്ടി താങ്ങി വടക്കേയിറയത്തെത്തിച്ചു. വെള്ളം തളിച്ചപ്പോൾ കണ്ണുമിഴിച്ചു. വൈകാതെ ഉമ്മറത്തേക്കു കൊണ്ടുപോയി കമ്പിളിവിരിച്ച് പങ്കതിരിച്ച് കാറ്റുകൊള്ളിച്ചു. താമസിയാതെ എഴുന്നേറ്റിരുന്നു. ഡോക്ടറെ കാണാനുള്ള ഗൗരവം ഇപ്പോഴില്ല എന്നായി ന്യായം. തെളിയിക്കുംവിധം പോയി കുളിച്ചുവന്നു, ഉണ്ടു, ഉറങ്ങി. വൈകിട്ട് ചായക്കിടെ കുടുംബനിർബന്ധം മുറുകിയപ്പോൾ നിവൃത്തികേടിൽ ക്ഷേത്രനടവഴിയറ്റത്തെ ക്ലിനിക്കിലേക്ക് പുറപ്പെടാൻ സമ്മതിച്ചു. മണിക്കൂറുകൾ മുമ്പുണ്ടായ വീഴ്ചക്ക് വില്ലനായത് കാതുദ്രാവകത്തിന്റെ അളവ്വ്യത്യാസം ഉണ്ടാക്കുന്ന അസന്തുലിതാവസ്ഥ (വെർട്ടിഗോ) എന്ന് അലോപ്പതി വൈദ്യൻ. ഗുളിക കുറിച്ചുകൊടുത്തു, മരുന്നുകടയിൽനിന്ന് വാങ്ങി. അയലത്തുള്ള രണ്ടനിയന്മാർക്കൊപ്പം ഓട്ടോയിൽ തിരികെ തിയ്യാടിയിലെത്തി. ഒരു ലോട്ട വെള്ളമിറക്കി. വൈദ്യപരിശോധനയിൽ ഹാർട്ടുകുഴപ്പം കണ്ടില്ലെന്ന വിവരം ഭാര്യയോട് ഉമ്മറത്തിരുന്ന് പറയുന്നതിനിടെ പെട്ടെന്ന് സെറ്റിയുടെ ഒരുവശത്തേക്ക് ചെരിഞ്ഞു. ശരികേടിൽ വീണ്ടും പരിഭ്രാന്തയായ വല്യമ്മായി നിലവിളിച്ചപ്പോൾ പിന്നെയും ആളുകൂടി. തൊട്ടടുത്തു താമസമുള്ള അനിയൻ ടി.എൻ. കൃഷ്ണനും ഭാര്യ സാവിത്രി മരുവോളമ്മയും.

ഇക്കുറി ഹൃദയം നിന്നുപോയിരുന്നു. എന്നേക്കുമായി.

കൃഷിയും കലയും

കാൽനൂറ്റാണ്ടു മുമ്പ് ഭാഗംകഴിഞ്ഞ് കിട്ടിയ പറമ്പിൽ വാർക്കവീട് വച്ചപ്പോൾ അമ്മാവൻ ഒറ്റനിലമന്ദിരത്തിന് ഇട്ട പേര് 'മദ്ധ്യമാവതി' എന്നായിരുന്നു. ഇതുകൊണ്ടുകൂടിയാവാം വാസുദേവൻമാഷ് എന്നു പറഞ്ഞാൽ സാംസ്കാരികലോകം പൊതുവെ കലോപാസകനായി പണ്ടേ അടയാളപ്പെടുത്തിവന്നു. തെറ്റുണ്ടെന്നല്ല. കുട്ടനെല്ലൂരെ പൂരത്തിന്റെ രാത്രിപ്പഞ്ചാരിക്ക് നാല് പതിറ്റാണ്ടോളം മുടങ്ങാതെ വന്നുമടങ്ങിയ, വാഴേങ്കട കഥകളിക്ക് ഉറക്കമിളച്ച, മലമക്കാവിലെ തായമ്പകയോട് സവിശേഷ കൂറുകാട്ടിയ, മഠത്തിൽനിന്നുള്ള പഞ്ചവാദ്യത്തിന്റെ പതികലാശത്തിന് കൃത്യമായി കൈയുലച്ച് താളംപിടിച്ച, മുളംകുന്നത്തുകാവിലെത്തന്നെ ഉത്സവബലിക്ക് തൊഴുതുനിന്ന ഒരാളെ വേറെങ്ങനെ മനസ്സിലാക്കാൻ! പൗരസ്ത്യവും

പാശ്ചാത്യവും ആയ സാഹിത്യകൃതികൾ ജീവിതത്തിലുടനീളം വായിച്ച, ഇടക്കാലത്ത് ക്ലാസ്സിക് സിനിമകളിൽ കമ്പംകയറിയ, സോദരന്മാർക്കൊപ്പം കുട്ടിയിൽ അഭ്യസിച്ച അയ്യപ്പൻതിയ്യാട്ട് എന്ന കുലത്തൊഴിൽ വാർധക്യത്തിലും അവതരിപ്പിക്കാൻ കൂടിയ മനുഷ്യനെ പ്രത്യേകതരം സാംസ്കാരിക ഭൂമികയിൽ മാത്രമേ അടുത്ത സുഹൃത്തുക്കൾപോലും കണ്ടുള്ളൂ.

അവരോടായി ഈ അമ്പത്തിയൊന്നുകാരൻ മരുമകൻ പറയട്ടെ: വാസുദേവൻമാഷുടെ അടിസ്ഥാനതാത്പര്യം കൃഷി ആയിരുന്നു. ആളെ വളർത്തിയതും തളർത്തിയതും ഒരർത്ഥത്തിൽ കൊന്നതും മറ്റൊന്നല്ല. ആത്മരോഷത്തെ ഒരുനിമിഷം അതുപടി പുറത്തുവിട്ടാൽ ഇത്രവരെയും എഴുതട്ടെ: കിളച്ചുവച്ചതത്രയും ഫലത്തിൽ സ്വന്തം ശവപ്പറമ്പ് ആയിരുന്നു.

അത്രയുമോ? തനിക്കേറ്റവും ഇഷ്ടപ്പെട്ട മദ്ധ്യാഹ്നരാഗം ആണ് വീട്ടുപേരാക്കിയത് എന്നത് ഒരുവശം മാത്രം. അനക്കമറ്റ ഉച്ചനേരത്ത് ചുറ്റുപുറത്തെ തുറസ്സ് തരുന്ന നിശ്ശബ്ദസാന്ദ്രമായ അനുഭൂതി ഒരു സംഗീതത്തിനും സാധിക്കില്ല എന്ന് ആണയിട്ടിരുന്നു. ഒറ്റക്കൺ ചീമ്പിയായിരുന്നെങ്കിലും അത് നേരമ്പോക്കായിട്ടായിരുന്നില്ല.

ടി.എൻ.വി. സാർ എന്നും (കോളേജ് വിദ്യാർത്ഥികൾക്കിടയിലും അല്ലാതെയും) പേരുള്ള അമ്മാവൻ മരിച്ച രാത്രിയിൽ നെല്ലിയോട് വാസുദേവൻ നമ്പൂതിരിയും വിടചൊല്ലി. ആറുവയസ്സ് മൂപ്പുള്ള കഥകളിനടന്റെ കലിയും ഖനകനും കാട്ടാളനും കുചേലനും കണ്ടിട്ടുള്ള അമ്മാവനെ ഓർത്ത് "രണ്ടു വാസുദേവന്മാരുടെ ഒരേനാൾ വേർപാട്" എന്ന് ചില സഹൃദയർ വിലപിച്ചുകണ്ടു.

ഒരു പിശകുമില്ല. കൃത്യവുമാണ്. എങ്കിലും കുറിക്കട്ടെ അമ്മാവൻ അവസാനകാലങ്ങളിൽ എന്നോട് ഇടയ്ക്കിടെ പറഞ്ഞിരുന്ന വാചകം: 'ടാ, എനിക്ക് ണ്ടലോ... പ്പൊ പ്രകൃതി വേണോ കല വേണോ എന്ന് നീയ്യ് ചോദിച്ചൂ ന്ന് വെക്ക്യാ... സംശയേല്ല്യ: അതിലാദ്യം പറഞ്ഞ തന്നെ.'

അമ്മാവനെ ദഹിപ്പിച്ചതിനു പിറ്റന്നാളത്തെ (ആഗസ്റ്റ് 4) പത്രത്തിൽ അകിരാ മിയാവാക്കിയെ കുറിച്ചുള്ള ലേഖനം ഇറങ്ങിയിരുന്നു. ഞാൻ താമസമാക്കിയിട്ടുള്ള തൃശ്ശൂരിന് അടുത്തുള്ള മുളംകുന്നത്തുകാവിൽ പിക്കാസെടുത്തിരുന്ന പ്രൊഫസറമ്മാവൻ പൊയ്പ്പോയ വിഷാദത്തിലിരിക്കെ, അകലെ ജപ്പാനിൽ മരിച്ച പരിസ്ഥിതിപ്രവർത്തകൻ കൂടിയായിരുന്ന സസ്യശാസ്ത്രജ്ഞനെ കുറിച്ചുള്ള സ്മൃതി മാതൃഭൂമിയിൽ ഇറങ്ങിയിരിക്കുന്നു. എഡിറ്റ് പേജിൽ തൊട്ടുതാഴെ

അമ്മാവന്റെകൂടി സുഹൃത്ത് മനോജ് കുറൂർ എഴുതിയ നെല്ലിയോടോർമയും. രണ്ടും ഒരുപോലെ ആഴത്തിൽ പതിഞ്ഞു. കാരണം കൃഷിയും കലയും ചേർന്നപ്പോൾ ലേഖകർ എഴുതിയത് എന്റെ വല്യമ്മാവനെ കുറിച്ചാണെന്ന് തോന്നിപ്പോയി.

ഫിസിസിസ്റ്റിന്റെ ബഹുമുഖങ്ങൾ

മരിച്ച രാത്രിതന്നെ സകുടുംബം മുളംകുന്നത്തുകാവിലെ വീട്ടിൽ എത്തിയിരുന്നതിനാൽ പിറ്റേന്ന് (ചൊവ്വ) പ്രാതൽ കഴിഞ്ഞേ വല്യമ്മാമനെ അവസാനമായി കാണാൻ തൃശ്ശൂരുനിന്ന് പുറപ്പെട്ടുള്ളൂ. പത്തു കിലോമീറ്റർ വടക്കോട്ടുള്ള യാത്രക്ക് ഇത്തവണ ഒറ്റക്ക്.

തിയ്യാടിപ്പടി കടന്ന് പൂമുഖത്ത് എത്തിയപ്പോൾ മദ്ധ്യവയസ്കൻ ഒരാളെ കണ്ടു. ഏതോ ചെറുപ്പക്കാരന്റെ കൈയിൽ താങ്ങിയാണ് ഉമ്മറച്ചവിട്ട് ഇറങ്ങുന്നത്. അമ്പേ തരിപ്പണമായിരുന്ന അദ്ദേഹത്തെ പുറത്തെ സെറ്റിയിൽ പിടിച്ചിരുത്തി. കോവിഡ് മാസ്കിനുള്ളിലെ മുഖം വ്യക്തമായിരുന്നില്ല. കണ്ണുകൾ കലങ്ങിച്ചുവന്നിരുന്നു. കുറച്ചു ചെന്നപ്പോൾ മനസ്സിലാവാനിടയായി. ഡോ. പി. മണിമോഹൻ. കലിക്കറ്റ് സർവകലാശാലയിൽ ബോട്ടണിയിൽ പിഎച്.ഡി. ചെയ്തിരുന്നയാൾ. തേഞ്ഞിപ്പലത്ത് ടി.എൻ. വാസുദേവൻ എന്ന ഫിസിക്സ് അദ്ധ്യാപകന്റെ ക്വാർട്ടേഴ്സിൽ 1980-കളുടെയൊടുവിൽ നിത്യസന്ദർശകനായിരുന്നു. അമ്മാവന്റെ വീട്ടിൽ ആയിടക്ക് വല്ലപ്പോഴും തമ്പടിച്ചിരുന്ന ഞാൻ അങ്ങനെ കണ്ടുള്ള പരിചയമുണ്ട്. പ്രകൃതിചികിത്സയെ കുറിച്ചുള്ള ആഴവിജ്ഞാനശകലങ്ങൾ മിതമായി പറഞ്ഞിരുന്നത് പത്തുപന്ത്രണ്ടു വയസ്സ് മൂപ്പുള്ള അമ്മാവൻ ഒരു ശിഷ്യനെക്കണക്ക് സാകൂതം കേട്ടിരിക്കുമായിരുന്നു. പിന്നെ കാണുന്നത് ഇതാ ഇപ്പോൾ.

നീണ്ടു മെലിഞ്ഞ മണിമോഹനടുത്ത് കുറിയ ഒരാളെ കണ്ടു. അടുത്തടുത്തെ ഇരിപ്പിലറിയാം അവരുടെ മൈത്രി. പക്ഷെ തമ്മിൽ സംസാരിക്കാൻ അവർക്കിപ്പോൾ ഒന്നുംതന്നെയില്ല. രണ്ടാമത്തെ മനുഷ്യനെയും വൈകാതെ തിരിച്ചറിഞ്ഞു. അതുവരെ കണ്ടിട്ടില്ലെങ്കിലും അമ്മാവൻ ധാരാളമായി പറഞ്ഞുകേട്ടിട്ടുണ്ട്. പ്രൊഫസർ ആന്റണി ജോസഫ്. യൂണിവേഴ്സിറ്റിയിൽ ഭൗതികശാസ്ത്രം വകുപ്പിലെ ഇപ്പോഴത്തെ മേധാവി. പോയാണ്ടത്തെ വേനലിൽ അമ്മാവൻ ഓപ്പൺഹാർട്ട് സർജറി കഴിഞ്ഞ് നില സാധാരണമായപ്പോൾ സ്കൈപ്പിൽ ഇദ്ദേഹത്തിനായി ദിവസേന ലെക്ച്ചർ കൊടുക്കുമായിരുന്നു. ഒന്നൊന്നര മണിക്കൂറ് നീണ്ടിരുന്ന ആ ഉപരിപഠന

അദ്ധ്യായങ്ങളെ അയവിറക്കുന്നത് ലേപനമായി കരുതിയിരുന്ന അമ്മാവൻ. വലിയതോതിൽ ഊർജംതന്നെ കൊടുത്തിരുന്ന ആ ക്ലാസ്സുകൾ -- ഇരുവർക്കും. രണ്ടും കല്പിച്ച് ആന്റണിസ്സാറിനെ പോയി മുട്ടി. എന്നെക്കാൾ കഷണ്ടിയുള്ള അദ്ദേഹം പൊടുന്നനെ എഴുന്നേറ്റു. നേർത്ത ശബ്ദത്തിൽ നിരായുധവിനയത്തോടെ സംസാരിച്ചു. എങ്ങനെ അമ്മാവനുമായി ഈ നേർശിഷ്യൻ ഇത്രമാത്രം അടുത്തു പോയി എന്നൂഹിക്കാൻ അതൊടെയൊന്നും ബാക്കിയില്ലാതായി.

ഉച്ചതിരിഞ്ഞപ്പോൾ മൃതദേഹം ഉമ്മറത്തെ ഫ്രീസറിൽനിന്ന് പുറത്തെടുത്ത് നിലത്തു കിടത്തി. ക്രിയക്കുകൂടി മന്ത്രങ്ങൾ ചൊല്ലിയിരുന്ന മരുമക്കളിൽനിന്ന് ലേശം (മാത്രം) അകന്നുനിന്നിരുന്ന അമ്മാവന്റെ പ്രിയശിഷ്യരിൽപ്പെട്ടുന്നവർ. അനക്കമറ്റ ഗുരുവിന്റെ കാൽക്കലാണ്. എന്റെ ജീവനെടുത്തോളൂ മാഷ് എഴുന്നേൽക്കുമെങ്കിൽ... എന്ന രീതിയിലാണ് കുമ്പിട്ടുനിൽപ്പ്.

വൈകിട്ട് നാലരയോടെ ചിത കെടാനിരുന്നതും കനത്തൊരു മഴപെയ്തു.

മടക്കം അയ്യന്തോളിലെ ഫ്ലാറ്റിലെത്തി കുളിച്ചശേഷം ഉമ്മറത്ത് തളർന്നിരുന്നപ്പോൾ ഭാര്യ ചായക്കിടെ പറഞ്ഞു: 'എത്ര സ്റ്റുഡന്റ്സാ അമ്മാവനെ ഓർത്ത് ഓരോന്നെഴുതുന്നത്!'

എങ്ങനെ കണ്ടു?

'വാട്സാപ്പിലും ഫേസ്ബുക്കിലും. ചിലതുവായിച്ചപ്പോൾ കണ്ണുനനഞ്ഞു. കാണണോ?'

പിന്നെയാവാം.

ആലോചിച്ചാൽ ഒട്ടും അത്ഭുതപ്പെടാനില്ല. 'വാസുദേവൻസാറിന്റെ ക്ലാസ്' എന്നത് കേരളത്തിലെ അക്കാദമിക് മേഖലയിൽ പണ്ടേ കീർത്തിയുള്ളതാണ്. തെക്കും മദ്ധ്യത്തിലും വടക്കും. യൂണിവേഴ്സിറ്റിയിലെ വീട്ടിൽ എന്റെ ടീനേജിൽ പകലന്തി കഥകളിവർത്തമാനം പറഞ്ഞ അമ്മാവൻ അത്താഴക്കഞ്ഞി കഴിഞ്ഞപ്പോൾ തെല്ലൊരപരാധബോധത്തോടെ പറഞ്ഞു: എനിക്കേയ് ഇനിയൊന്ന് മുറീൽക്ക് പോണം.

ഉറങ്ങാറായി?

അല്ലല്ല. നാളെ ലേശം ചൊല്ലിയാട്ടം ണ്ട്. ക്വാണ്ടം ഫിസിക്സിലെ കോട്ടയംകഥകളാണ് ഇനിയൊരു രണ്ടുമാസം പുതിയ ബാച്ചിന്. ഒന്ന് പ്രിപ്പെയർ ചെയ്യാനുണ്ട്.

ശരി.

കേട്ടാൽത്തോന്നും ആദ്യത്തെ ക്ലാസ്സാണെന്ന്. ചിരപരിചിത വിഷയമാണ്. എന്നും മനസ്സിലിട്ട് നൊട്ടിനുണയുന്നതാണ്. എങ്കിലും ചോക്കുമായി ബോർഡിനുമുമ്പിൽ നിൽക്കാൻ ധ്യാനം വേറെവേണം.

മലപ്പുറം ജില്ലയിൽ അമ്മാവൻ ജോലിചെയ്തിരുന്ന ക്യാമ്പസ്സ് ന് അകലെയാല്ലാത്ത കൊണ്ടോട്ടിക്കടുത്ത് നെടിയിരിപ്പ് എന്ന ഉൾഗ്രാമത്തിൽ ഇക്കഴിഞ്ഞവർഷം ജനുവരിയന്ത്യവാരത്തിൽ ഒരു ജീവൽ ശാസ്ത്ര അവബോധശിബിരം നടന്നു. സംഘാടകർ സുഹൃത്തുക്കൾ ആയിരുന്നതിനാൽ സംസാരിക്കാൻ എന്നെയും വിളിച്ചു. പോയി.

നാടൻകുട്ടികൾക്ക് മനസ്സിലാവുന്ന രീതിയിൽ ഫിസിക്സിനെ പരിചയപ്പെടുത്താൻ ആ പ്രദേശത്തുകാരനായ ഡോ. ഇ. കൃഷ്ണകുമാർ ആയിരുന്നു. ബോംബെയിലെ ടാറ്റ ഇൻസ്റ്റിട്ട്യൂട്ട് ഓഫ് ഫണ്ടമെന്റൽ റിസർച്ചിൽ സീനിയർ പ്രൊഫസർ. ലളിതസുന്ദരമായ പ്രഭാഷണം. മഞ്ഞുമലയുടെ മേൽചീള് ഒരുകഷ്ണം മാത്രമേ ആള് പുറത്തെടുത്തുള്ളൂ എങ്കിൽക്കൂടി അതിനുമുണ്ടായിരുന്നു ഉഗ്രഗരിമ. അത്താഴത്തിനിടെ പരിചയപ്പെടാനിടയായി.

അമ്മാവനെ അറിയാനുള്ള സാധ്യത കല്പിച്ച് അക്കാര്യമന്വേഷിച്ചു. 'വാസുദേവൻമാഷോ!' അദ്ഭുതത്തിന്റെ വേലിയേറ്റത്തിൽ ആൾ പൂർവാധികം എളിയവനായി. 'അദ്ദേഹം ബാംഗ്ളൂർ IIScയിൽ റിസർച് ചെയ്യുമ്പോ (1970-കളുടെ ആദ്യപാദം) ഞാൻ പരിചയപ്പെട്ടിട്ടുണ്ട്. നാട്ടില് ഡിഗ്രിക്ക് പഠിച്ചിരുന്ന എന്നെ ലാബ് മുഴക്കെ ചുറ്റിക്കാട്ടി. മുൻപരിചയമില്ലാഞ്ഞിട്ടും. ഒന്നോർത്താൽ അന്ന് അങ്ങനെയൊരാളെ കണ്ടാണ് റിസർച്ച് ചെയ്യാൻ എനിക്ക് മോഹമുണ്ടായതുതന്നെ!'

തിരികെ തൃശ്ശൂരെത്തി പിറ്റേ മാസമോ മറ്റോ ഞാൻ മുളംകുന്നത്തുകാവിൽ പോയി. ഓരോന്ന് സൊറച്ചിരുന്ന കൂട്ടത്തിൽ പറഞ്ഞു: വല്യമ്മാമനെ ഒരാൾ അന്വേഷിച്ചു. ഫിസിക്സുകാരൻ.

ആകാംക്ഷയോടെ നെറ്റിചുളിച്ച് ചോദ്യം വന്നു: ആരാത്?

ഒരു കൃഷ്ണകുമാർ... (ഓർത്തെടുക്കാൻ പറ്റുമോ എന്ന കുറുമ്പിൽ കൂടുതൽ ഞാൻ ഉടൻ പറഞ്ഞില്ല.)

ഒന്ന് മേൽപ്പോട്ടു നോക്കി അമ്മാവൻ. കാൽമിനിറ്റ് അങ്ങനെയിരുന്നു... എന്നിട്ട് പറഞ്ഞു: 'പെട്ടെന്നാദ്യം മനസ്സിൽ വരുന്നത് ഇ. കൃഷ്ണകുമാറിനെ ആണ്... അയാള് പക്ഷെ...'

പക്ഷെ?

'അയാള് ശരിക്ക് ഗ്രേറ്റ് ആണ്. ബോംബേല് TIFRല് വല്യ നിലയിലാ...'

ഹഹ, അതുകൊണ്ട്?

'അല്ല, അപ്പൊ എന്നെ ഓർക്കാൻ വഴില്യ...'

ആ ഉത്തരത്തോടെ സംഭാഷണം കൊണ്ടുപോവാൻ ഞാൻ ഞെരുങ്ങി.

പ്രകൃതിപ്രേമിയുടെ പ്രകൃതം

മൂത്തമകനും കുടുംബവും ഒരുദശാബ്ദമായി താമസിക്കുന്ന അമേരിക്കയിൽനിന്ന് ചെറുവാസങ്ങൾ കഴിഞ്ഞ് ഓരോകുറി നാട്ടിലെത്തുമ്പോഴും വല്യമ്മാമന് കൂടുതൽക്കൂടുതൽ പറയാനുണ്ടായിരുന്നത് പോപ്ലർ മരങ്ങളെ കുറിച്ചായിരുന്നു. ഓഫ് ഓൾ തിങ്സ്...

താളമേളങ്ങളെയും നൃത്തഗീതങ്ങളെയും കുറിച്ചുമാത്രം സംസാരിച്ചു കണ്ടിട്ടുള്ള ടി.എൻ. വാസുദേവനെ പരിചയമുള്ള കേരളീയർക്ക് ഇതൊരുവേള നേരമ്പോക്കാവും. പക്ഷെ, മുന്നെ പറഞ്ഞുവല്ലോ, കൃഷിക്കാരനായ ആൾക്ക് എല്ലാറ്റിലുമുപരി പ്രകൃതിയോടായിരുന്നു ആവേശം.

'അയ്യ... ഈ പോപ്ലറ്ണ്ടല്ലോ...' എന്ന് വിവരിക്കാനാരംഭിക്കുമ്പോൾ മുഖച്ഛായതന്നെ മാറും. കീഴ്ച്ചുണ്ട് ഒന്ന് കടിച്ച് കണ്ണിൽ പതിവിലധികം പ്രകാശം നിറയും. പിന്നെ തുടങ്ങുകയായി ശാന്തസമുദ്രക്കരയിലെ വൃക്ഷങ്ങളുടെ നീണ്ട പട്ടിക... ഋതുഭേദങ്ങളിൽ അവയുടെ ദൃശ്യമാറ്റങ്ങൾ, സസ്യശാസ്ത്ര സവിശേഷതകൾ, പാശ്ചാത്യസാഹിത്യത്തിലെ പ്രഭാവങ്ങൾ, പൂക്കളുടെ നിറം, മണം; കായ്ഫലങ്ങളുടെയും ആകാരം, സ്വാദ്... ഒരു വിവരണവും കരുതിക്കൂട്ടിയല്ല; ഇഷ്ടംമൂത്ത് ആനുഷംഗികമായി ചൊല്ലിപ്പടർന്നു പോവുന്നതാണ്.

ഡിസ്കോത്തീക്ക് എന്നല്ല സമ്പ്രദായംപോലെ ഒരു ഷോപ്പിങ് മാളിൽപോലും കയറിയിരുന്നോ അമ്മാവൻ എന്നറിയില്ല. എന്നാൽ സഞ്ചരിച്ച എട്ടു സ്റ്റേറ്റിലേയും എല്ലാ നഗരങ്ങളെയും ഇഷ്ടപ്പെട്ടു. 'ഈ ഷിക്കാഗോ ണ്ടലോ, ഇന്ത്യയിൽ നമ്മുടെ ബാംഗ്ലൂര് മാതിര്യാ. സാംസ്കാരിക സമ്പന്നത,' എന്നൊരു കമന്റ്. പോപ്ലർ ഒന്നോർത്താൽ മലനാട്ടിലെ ആൽമരംപോലെ ഇലതുള്ളിയാണ് എന്നും.

നല്ല കാലാവസ്ഥയിൽ ക്ലീവ്ലാൻഡിലെ വില്ലയിൽനിന്ന് ബഹുദൂരം ഒറ്റക്ക് നടത്തം നിത്യം പതിവുണ്ടത്രേ. അതിപ്പോൾ ഇക്കഴിഞ്ഞകൊല്ലംപോലും തൃശ്ശൂര്നിന്ന് എട്ടുനാഴിക വടക്കോട്ട്

മുളംകുന്നത്തുകാവിലെ തിയ്യാടിയിലേക്ക് വച്ചടിച്ചത് വാഹനത്തിൽ കയറാതെയാണ്. ഇടക്കൊക്കെ അങ്ങനെയാണ്. 'കാലിന്റെ പേശികൾക്ക് ബലം കിട്ടും, വിയർക്കുമ്പോൾ ശരീരത്തിനകത്തെ ബ്ലാക്ക് മണി കുറേ വൈറ്റാക്കാം..., ' എന്ന് പുഞ്ചിരിച്ചുകൊണ്ട് പറയും. 'മാത്രല്ല, പിന്നിട്ട സ്ഥലമത്രയും കൂടുതൽ പരിചിതമാവും, അതൊക്കെ നമ്മുടെകൂടി ആണെന്ന് തോന്നിപ്പോവും.'

അങ്ങനെയൊക്കെ ആണെങ്കിലും ഈ കുംഭത്തിൽ മച്ചാട് മാമാങ്കത്തിന് പോയത് കാറിലായിരുന്നു. 2020-ലെ വേനലിൽ കഴിഞ്ഞ ഓപ്പൺഹാർട്ട് സർജറിക്കുശേഷം നന്നേകുറച്ചേ പുറത്തേക്കിറങ്ങിതുടങ്ങിയേ ഉള്ളൂ. 'ഞാനീ കുതിരവേല ഇതുവരെ പകല് കണ്ടിട്ടില്ല, ' എന്ന് സൂചിപ്പിച്ചപ്പോൾ ഫെബ്രുവരിയിൽ ഞാൻ കാറെടുത്ത് കൂട്ടിക്കൊണ്ടുപോയി. വടക്കാഞ്ചേരി എത്തുംമുമ്പ് കിഴക്കോട്ട് തിരിഞ്ഞതും ആളുടെ മട്ടു മാറി. 'ഹയ് യേയ്' ശബ്ദങ്ങൾ പെരുകിവന്നു. കുന്നിൻചെരിവും പാടപ്പരപ്പും കണ്ടുള്ള ഉൾത്തുടിപ്പാണ്. പ്രഭാതകിരണങ്ങൾ സ്വർണംപൂശിയ ചില വീട്ടുതൊടികൾ താണ്ടിയപ്പോൾ വാഹനം മനപ്പൂർവം പതുക്കെയാക്കി. ഒരിടത്ത് തെല്ലുനേരം നിർത്തിയിടുകതന്നെ ചെയ്തു.

മുമ്പ് കുട്ടനെല്ലൂര് ഇതേമാസം പൂരത്തിന് പോയിരുന്ന യൗവനങ്ങളിൽ സമാനമായൊരു സമസ്യയെക്കുറിച്ച് സരസമായി പറയാറുണ്ട്. പാലിയേക്കര-മണ്ണുത്തി പാതചേർന്നുള്ള ഭഗവതിക്ഷേത്രത്തിൽ വെളുത്തവാവിന് രാത്രിപ്പഞ്ചാരി തുടങ്ങുക തത്വത്തിൽ കൊച്ചുവെളുപ്പാൻകാലത്താണ്. അത്താഴശേഷം തൃശ്ശൂര് ബസ്സിറങ്ങി കിഴക്കേ കോട്ടയിൽനിന്ന് കൂട്ടുകാരൊത്ത് നടന്നുപോവുമ്പോൾ ചുറ്റുപുറം തെളിനിലാവ് പരന്നിരിക്കും. 'തരക്കേടെന്താച്ചാ പെട്ടെന്നൊരു മേളം കേൾക്കാൻ തോന്നില്ല. വാദ്യഘോഷത്തിന്റെ മൂഡാ പൂവ്വും.' ഭാഗ്യത്തിന്, എന്നൊരു കൂട്ടിച്ചേർപ്പോടെ തുടരും, 'മുക്കാൽവഴിയിൽ വളർകാവ് അമ്പലണ്ട്. അവടേം അന്ന് വേല്യാ... അതിലേ പോണ നേരത്ത് അഞ്ചാംകാലം കേൾക്കാം. ഒന്ന് എത്തിനോക്കും. അതോടെ കുട്ടനെല്ലൂർക്ക് പോവാൻതന്നെ തീരുമാനമാവും.'

ഇതിപ്പോൾ തിരുവാണിക്കാവ് അടുക്കുന്നു. കരുതിയിരുന്ന നേരത്തിന് കൂത്തുമാടത്തിനു മുന്നിലത്തെ പാടത്തെത്തി. അതായത് അലങ്കരിച്ച അശ്വരൂപങ്ങൾക്കുമുമ്പിൽ പാണ്ടി കൊഴുമ്പുംമുമ്പുള്ള ചെമ്പടമേളത്തിനുള്ള തയ്യാറെടുപ്പാണ്. കാലമിട്ടശേഷം വാദ്യക്കാർ മതിലകത്തുകയറി കാൽപ്രദക്ഷിണം മുഴമിക്കുന്നതോടെ മേളം കഴിഞ്ഞു. പ്രമാണി കിഴക്കൂട്ട് അനിയൻ മാരാരെയും

കുറുംകുഴൽനായകൻ വെളപ്പായ നന്ദനനെയും വൈകാതെ ഊട്ടുപുര യിൽ കാണാൻ ചെന്നപ്പോഴേക്കും ഇരുവരും പോയിക്കഴിഞ്ഞിരുന്നു.

മൂക്കുന്ന വെയിലത്ത് ചെറുമേളങ്ങൾ പുരോഗമിക്കുന്നുണ്ട്. നടവഴിയറ്റത്തെ കുളവും വയലേലകളും ചുറ്റിക്കണ്ടു. അവിടെങ്ങും തിരക്കേയില്ല; ഗ്രാമവിശേഷം നടന്നതിന്റെ ലക്ഷണംപോലും കഷ്ടി. ആ നിശ്ശബ്ദത കൂടുതൽനേരം അവിടെനിൽക്കാൻ പ്രേരിപ്പിച്ചു.

അടുത്ത ബന്ധുവീട്ടിൽ വൈകിപ്രാതൽ കഴിച്ച് മടങ്ങേ, പനങ്ങാട്ടുകര എത്തിയപ്പോൾ അമ്മാവൻ വീണ്ടും അയ്യയ്യയാരവം പുറപ്പെടുവിച്ചു. നാട്ടമ്പലം ആളെ ആകർഷിച്ചിരിക്കുന്നു. വാഹനം വശത്തൊതുക്കി ഞങ്ങൾ മതിലകത്തു കയറി. നടയടച്ചു കഴിഞ്ഞിരുന്നതിനാൽ കാലി. 'ഹയ്യ...' എന്നുതുടങ്ങി അമ്മാവൻ.

'അമ്പലായാൽ ഇങ്ങനെ വേണം. വിശ്രാന്തി. ആ ആല് നിക്കണ കണ്ടില്ലേ...'

കേരളാ പോപ്ലർ.

'ഇവിടെയാകെ കൊറവ് ഒരു കൊളാ...' എന്ന് അരമണിക്കൂർ ശേഷം സംക്ഷേപംചൊല്ലി എഴുന്നേറ്റു.

നാലുതവണയായി നാളിതുവരെ നടത്തിയ അമേരിക്കൻ യാത്രകൾ അനുഭവക്കുറിപ്പാക്കി എഴുതിപ്പൊരികയായിരുന്നു ഈ മഴക്കാലത്ത് അമ്മാവൻ. ഇക്കഴിഞ്ഞ ജൂലായിൽ മുളംകുന്നത്തുകാവിൽ ചെന്നപ്പോൾ അടുത്തിരുത്തി കരടുരേഖ കാണിച്ചു. കണ്ടതിനപ്പുറം മുന്നനുഭവങ്ങൾ തട്ടിച്ചുള്ള നോട്ടങ്ങൾ, പരിശോധനകൾ, സന്തോഷങ്ങൾ, പരിഭവങ്ങൾ, വിമർശനങ്ങൾ, ഗുണപാഠങ്ങൾ. കുറച്ചുകൂടി ബാക്കിയുണ്ടുപോലും; അത് രണ്ടാഴ്ചകൊണ്ട് തീർക്കാനാകും എന്നും.

മുഴുവൻ മിനുക്കുപണിയും കഴിഞ്ഞ് PDFന് തയ്യാറായിരുന്നു എന്നറിയുന്നു. മരണത്തിനു രണ്ടുനാൾ മുമ്പ് തീർത്ത കർമം.

അച്ചടിച്ചിറങ്ങുമായിരിക്കും, എന്നേ അമ്മാവൻ അന്ന് പറഞ്ഞുള്ളൂ. 'എഴുതുമ്പോഴത്തെ തൃപ്തി. അത്രേള്ളൂ, ' എന്ന് നിർമമനായി. 'പുസ്തകായി കാണണം എന്നുണ്ട്; ശര്യാ. അതുപക്ഷേ ഏതെങ്കിലും വലിയ ബുക്ക് സ്റ്റാളിൽ കയറുന്ന ജനം വാങ്ങുമെന്ന് മോഹിച്ചല്ല. എനിക്ക് (ഇക്കാര്യത്തിൽ) വേണ്ടപ്പെട്ട നൂറോ ഇരുനൂറോ ആൾക്കാരുണ്ട്. അവർക്ക് ഓരോ കോപ്പി കൊടുക്കണം. നെനക്കും ഞാൻ തരും.'

ഗ്രന്ഥം സമർപ്പിക്കുന്നത് വിഷ്ണു നാരായണന് ആയിരിക്കുമത്രെ. പതിനഞ്ചു കൊല്ലംമുമ്പ് മദിരാശിയിൽ സൗണ്ട് എഞ്ചിനിയറിങ്ങിന് പഠിക്കെ ഓട്ടുംതീവണ്ടിയിൽനിന്ന് വീണു മരിച്ച ഇളയ മകൻ. ആഴത്തിൽ പരന്ന സംഗീതജ്ഞാനത്തിൽ അവന്റെ ശിഷ്യനായി ഭവിച്ചു ഒട്ടുവൊട്ടുവിൽ ഗൃഹനാഥൻ.

'മദ്ധ്യമാവതി'യുടെ പിന്നാമ്പുറത്തെ തൊടിയുടെ ഒരുവശത്ത് 2006-ൽ ചിതയമർന്നിടത്ത് ചതുരത്തിൽ വളർത്തിയ മുല്ലപ്പടർപ്പിന് നടുവിൽ ഇന്ന് 42 വയസ്സുള്ള വിഷ്ണുവിനെച്ചേർന്ന് എഴുപത്തിയഞ്ചു കാരൻ പിതാവുമുണ്ട്. അവരിരുവർ ഇന്നലെമിനിയാന്നു വരെയും അങ്ങോട്ടിങ്ങോട്ട് സംസാരിക്കുമായിരുന്നു. നമ്മളത് കേൾക്കാൻ അയോഗ്യരായിരുന്നു എന്നുമാത്രം.

അളിയനുപറ്റിയ അതേ ദുരന്തം

പോയ നൂറ്റാണ്ടിലെ ബംഗാളീസാഹിത്യത്തിൽ വല്യമ്മാമനെ ഏറ്റവും മോഹിപ്പിച്ചത് ഏതായിരുന്നു?

ചോദ്യം തെറ്റി.

എന്നുവച്ചാൽ?

'എന്തായിരുന്നു?' എന്നുവേണം അന്വേഷിക്കാൻ.

അതായത്?

ഇഷ്ടം മുളംകൂട്ടങ്ങൾ ആയിരുന്നു. ഒരു പ്രത്യേക കഥയോ കവിതയോ ഒന്നുമല്ല.

മുന്നേ പറഞ്ഞ പോപ്ലർ വിട്ടേക്കു. ടി.എൻ. വാസുദേവനെ പ്രകൃതിയിൽ ഏറ്റവും മഥിച്ചിട്ടുള്ളവയിൽ മുഖ്യൻ മുളയാണ്, മുള. സസ്യശാസ്ത്രപ്രകാരം പുല്ലാണ് വർഗം എന്ന് കൂട്ടത്തിൽ സൂചിപ്പിച്ച് തുടങ്ങുകയായി നീളൻതണ്ടുകളുടെ ഗുണഗണങ്ങൾ. ചിലതൊക്കെ പലവട്ടം കേട്ടിട്ടുള്ളതാണ്. ആളുടെ ആവേശം കെടുത്താതിരിക്കാൻ ഇരുന്നുകൊടുക്കും. കേട്ടുമുളക്കത്തിന്റെ ശ്രുതിയിൽപ്പിടിച്ച് ചിലപ്പോൾ ഒന്നുനിർത്തി ചോദിക്കും: ങ്ഹാ, ഞാൻ ഇത് നെന്നോട് മുമ്പ് പറഞ്ഞ്ട്ട്ള്ളതാ ലേ...

ഊറിച്ചിരിച്ച് ഞാൻ പറയും: അത് വിഷയല്ല, പോരട്ടെ.

ഒഴുക്ക് തുടരാൻ 'പാഥേർ പാഞ്ചലി'യിലെ ചില വെള്ളിത്തിരരംഗങ്ങൾ ഞാൻ പറയും. അപ്പോൾ വല്യമ്മാമൻ നയത്തിൽ ചീട്ടുവെട്ടും: അതെനിക്ക് സിനിമയല്ല, നോവലാ.

എന്നെ ഒന്ന് നോവിച്ചോ എന്ന് വീണ്ടും ശങ്കിച്ച് ആള് കൂട്ടിച്ചേർക്കും: 'അല്ലാ... അതായത് സത്യജിത് റേയേയും പറഞ്ഞ്ട്ട് കാര്യല്ല്യ. സാഹിത്യം വിശിഷ്ടമാവുമ്പോൾ ഫിലിമിൽ അതേയനുഭവം വരുത്താൻ ബുദ്ധിമുട്ടാ...' ഇനി കൂടുതൽ വിട്ടുവീഴ്ചയ്ക്കില്ല എന്ന് തീരുമാനിച്ചവണ്ണം ഇത്രകൂടി: 'എനിക്ക് 'പാഥേർ പാഞ്ചലി' ച്ചാൽ എന്നും ഒരേയൊരാളാ: ബിഭൂതിഭൂഷൺ ബന്ദോപാദ്ധ്യായ.'

പാഞ്ചാലരാജതനയേയും പഞ്ചാരിക്കുറും നിത്യമെന്നപോലെ പറഞ്ഞുനടന്നിരുന്ന വല്യമ്മാമനെ ലോക ചലച്ചിത്രങ്ങൾ അന്തം വിട്ടുവിച്ചിരുന്ന ഒരു കാലമുണ്ട്. ആള് ഫിസിക്സ് പഠിപ്പിച്ചിരുന്ന കലിക്കറ്റ് യൂണിവേഴ്സിറ്റിയിൽ 1980-കളിൽ ഫിലിം സൊസൈറ്റി രൂപംകൊണ്ടതോടെയായിരുന്നു അങ്ങനെയൊരു കമ്പം. ആ ദശയിലെപ്പോഴോ 'ടിൻ ഡ്രം' എന്നാൽ ഗുന്തർ ഗ്രാസിന്റെ നോവലോളം മികവുറ്റതാണ് ഫൊയേക്കാ ഷ്ലൂൻഡോഫ് സംവിധാനം ചെയ്ത സിനിമ എന്നപോലെ വിലയിരുത്തിയത് ഓർക്കുന്നു. ചലച്ചിത്ര പ്രസ്ഥാനം കേരളത്തിൽ ക്രമേണ ക്ഷയിച്ചതിനാലോ എന്തോ, സിനിമയുടെ ആജീവനാന്ത രസികൻ ആയിരുന്നില്ല അമ്മാവൻ. സത്യത്തിൽ അവസാനകാലങ്ങളിൽ ആള് ഒരു ഫിലിമിനെയും കുറിച്ച് മിണ്ടിക്കേട്ടിട്ടില്ല. (ഞാൻ അഭിപ്രായപ്പെട്ടിരുന്നതൊക്കെ സാകൂതം കേൾക്കുകയല്ലാതെ.)

തേഞ്ഞിപ്പലത്തുനിന്ന് 2007-ൽ വിരമിച്ച പോന്നശേഷം വാസുദേവൻമാഷെ പലപ്പോഴും എം.ജി. സർവകലാശാല ഉന്നത ക്ലാസ്സെടുക്കാൻ വിളിക്കുമായിരുന്നു. വിസിറ്റിങ് പ്രൊഫസറായി മുളംകുന്നത്തുകാവിൽനിന്ന് കോട്ടയത്തെ അതിരമ്പുഴക്ക് വേണാട് എക്സ്പ്രസ്സിൽ തെക്കോട്ടിറങ്ങുമ്പോൾ ഇടയ്ക്കൊക്കെ മുക്കാൽവഴിയിൽ തൃപ്പൂണിത്തുറ തമ്പടിക്കും. അവിടെ പെങ്ങളുണ്ട്, അളിയനുണ്ട്. അമ്പലമുകൾ ഇന്ത്യനോയിലിൽനിന്ന് റിട്ടയർ ചെയ്തുള്ള ടി.കെ. കേശവൻകുട്ടി. എന്റെ അച്ഛൻ. കഥാനായകന് കേശവേട്ടൻ.

പാർക്കിൻസൺസ് മൂലം കിടപ്പായതോടെ അച്ഛനെ കണ്ടുപോക്കിന്റെ തവണകൾ കൂടിവന്നു. 'അയ്, ഇപ്രാവശ്യം കേശവേട്ടന് മുമ്പത്തത്രന്നെ ക്ഷീണല്ല്യാ ട്ടോ...' എന്ന് പറയും. വെറുംവാക്കല്ല. അളിയനെ മോശപ്പെട്ടു കണ്ടനേരത്ത് അക്കാര്യം ഒളിച്ചുവച്ചതിന്റെ പ്രായശ്ചിത്തമാണ് ഒരുപക്ഷെ ഈ വാചകം. വാസുദേവൻമാഷെ അറിയുന്നവർ ആരും ഇതുവരെ പറഞ്ഞിട്ടില്ല അദ്ദേഹം എപ്പോഴെങ്കിലും എവിടെയെങ്കിലും ആർക്കെങ്കിലുംവേണ്ടി ഒരു ഭോഷ്ക് തട്ടിവിട്ടതായി. കാഷ്വൽ ആയി വരുന്ന ഒരു നിരീക്ഷണംപോലും

അങ്ങേയറ്റം ആത്മാർത്ഥമായേ പറയൂ. അതുപോലെത്തന്നെ നമ്മൾ ലാഘവത്തിൽ മൊഴിഞ്ഞതേതും ആള് ഉള്ളിലേക്ക് കടത്തിവിടും -- ചിലപ്പോൾ അനാവശ്യമായിത്തന്നെ.

അച്ഛന് വയ്യാതായതോടെയായിരുന്നു ഞാൻ രണ്ടുവ്യാഴവട്ട ത്തെ പ്രവാസം മതിയാക്കി നാട്ടിലെത്തുന്നത്. ദൽഹി വിട്ട് 2018 സെപ്റ്റംബറിൽ കൊച്ചിയിൽ ജോലിക്ക് പോയിത്തുടങ്ങിയതോടെ അച്ഛനെയും വല്യമ്മാമനെയും കൂടുതൽക്കൂടുതൽ കണ്ടുപോന്നു. അങ്ങനെ 14 മാസം ചെന്നപ്പോൾ ഒരു വൃശ്ചികവെളുപ്പിന് (2019 ഡിസംബർ 2) അച്ഛൻ മരിച്ചു. വയസ്സ് 79.

മൃതദേഹം 100 കിലോമീറ്റർ വടക്ക് പെരുമ്പിലാവ് ഗ്രാമത്തിലെ തിയ്യാടിപ്പറമ്പിൽ സംസ്കരിച്ചു. അന്നേസന്ധ്യക്ക് അവിടെ കൂടിയവ രിൽ വല്യമ്മാമനും ഉണ്ടായിരുന്നു.

അഞ്ചാംനാൾ സഞ്ചയനത്തിന് ഞാൻ ചിതയിലെ അസ്ഥിപെറു ക്കി കുടത്തിലാക്കി പിലാവിൻകടയ്ക്കൽ കുഴിച്ചിടാൻ നോക്കിയപ്പോഴ ല്ലേ... അങ്ങനെയൊരു മരം ആ തൊടിയിലേ ശേഷിപ്പില്ല. 2012-ലെ തറവാട്ടുഭാഗത്തെ തുടർന്ന് വീട്ടുതൊടി വെളുപ്പിച്ചിരുന്നു -- ഫലംത രുന്നതും അല്ലാത്തതും ആയ മിക്കവാറും ഒന്നും ബാക്കിവെക്കാതെ. ദഹിപ്പിച്ച പുറത്തെവളപ്പിൽ മാവും മരോട്ടിയും പനയും കാഞ്ഞിരവും ആയി അത്യാവശ്യം പച്ചപ്പുണ്ട്; അപ്പോഴും ചക്ക കായ്ക്കുന്ന വൃക്ഷമില്ല.

പെരുമ്പിലാവ് എന്ന് പേരുള്ള നാട്ടിൽ ഇതെന്തൊരു വിധിവൈ പരീത്യം!

അടിയന്തിരവും ആണ്ടശ്രാദ്ധവും കഴിഞ്ഞൊരു ദിവസം ഇക്കൊ ല്ലമെപ്പോഴോ അമ്മാവനോട് ഇക്കാര്യം പറയുകയുണ്ടായി. എല്ലാം സശ്രദ്ധം കേട്ട് ഇങ്ങനെ മറുപടി വന്നു: 'അടുത്ത തലമുറയായില്ലേ... നീയായിട്ടുവേണം ഇനിയാ പറമ്പ് redeem ചെയ്യാൻ.' സ്കൂളിലേ പരി ചിതമായ ആംഗലപദത്തിന് ഇത്ര ശക്തിയുള്ളതായി നാളതുവരെ തോന്നിയിട്ടില്ല.

ഇപ്പോഴിതാ വല്യമ്മാമനും പോയി. ശരീരം ഉമ്മറത്തെ ഫ്രീസ റിൽനിന്ന് ഇറക്കിക്കിടത്തിയ ശേഷം മുളംകോണിയിൽ വേണം വീട്ടുവളപ്പിലെ പട്ടടയിലേക്കെടുക്കാൻ. അമ്മാവന് ഏറ്റം പ്രിയപ്പെട്ട മരത്തിന്റെ തണ്ട് എത്താൻ അയലത്തെ പിഷാരത്തുനിന്ന് വേണ്ടി വന്നു.

ഇതിനൊരു പിന്നാമ്പുറക്കഥയുണ്ട്.

അമ്മാവന് കാൽനൂറ്റാണ്ടുമുമ്പ് ഭാഗംകിട്ടിയ പറമ്പിൽ പടിഞ്ഞാറേ വേലിക്കരികിൽ നീണ്ട മുളനിര ഉണ്ടായിരുന്നു. 'വെള്ളം കൊറെ വലിക്കും; വെട്ടിക്കളഞ്ഞൂടെ മാഷേ?' എന്ന് പലർ പറഞ്ഞിട്ടും ആള് ചെവിക്കൊണ്ടില്ല. ചുറ്റുമുള്ള മറ്റു മരങ്ങൾക്ക് ഭീഷണി ആവുമെന്ന് വന്നപ്പോൾ നാലുപുറം സ്വയം കിടങ്ങു വെട്ടി സുരക്ഷാവലയം പണിതു.

എന്നാൽ കാലംചെന്നപ്പോഴുണ്ടായ വ്യക്തിബന്ധ മർദ്ദത്തിൽ അമ്മാവൻ ഒരുനാൾ ആ മുളമുഴുവൻ കൊടുത്ത് ഇടപാടുതീർത്തു.

മകൻ വിഷ്ണു 2006-ൽ മരിച്ചപ്പോഴത്തെയെന്നപോലെ സങ്കടത്തോടെയാണ് ഇക്കാര്യം വെളിപ്പെടുത്തിയത്. ഏതായാലും അന്ത്യവിശ്രമം അവനൊപ്പം എന്നത് നിത്യാശ്വാസം ആയിരിക്കണം.

വാൽക്കഷ്ണം: 2021 ജൂലൈയിൽ ഷൊറണ്ടൂര് മുണ്ടായ വല്യമ്മായിയുടെ താവഴിയിൽ നടന്ന മരണശേഷം സന്ദർശനം കഴിഞ്ഞ് മടങ്ങേ കാർ ഇടവഴികളിലൂടെ ചെറുതുരുത്തി എത്താറായപ്പോൾ മുളംകാടുകൾ കണ്ട് ആള് ചോദിച്ചു: നീയ്യ് 'കീചകമിതാ കുഴലൂതുന്നു' എന്നത് കഥകളിയരങ്ങത്തല്ലാത്ത ശരിക്ക് കേട്ടിട്ടുണ്ടോ?

കിർമീരവധത്തിലെ ലളിതയുടെ കാംബോജിപദവും കോട്ടക്കൽ ശിവരാമനെയും അല്ലാതെ പൊടുന്നനെ മനസ്സിലേക്ക് ഒന്നും വരാഞ്ഞപ്പോൾ വാഹനത്തിനകം നിശ്ശബ്ദമായി.

കൂടുതൽ കാക്കാതെ അമ്മാവൻ ചുണ്ടുകൾക്ക് വിലങ്ങനെ വലതുകൈ വച്ച് ഒരുതരം ശബ്ദം പുറപ്പെടുവിച്ചു. വണ്ടിൻതുളയുള്ള മുളയിലൂടെ വായു കടന്നുപോകുമ്പോൾ ഇതാവുമോ നാദം? എനിക്കറിഞ്ഞുകൂടാ. കേട്ടതിലത്രയും അമ്മാവന്റെ നെഞ്ചുണ്ടായിരുന്നു.

വന്യസ്വപ്നങ്ങളുടെ പ്രൊഫസർ

'പൂമാതിനൊത്ത ചാരുതനോ' എന്ന കഥകളിപ്പദം കേട്ടാൽ അടയ്ക്കാമണിയൻ വാസനിക്കും എന്നൊരിക്കൽ വല്യമ്മാമൻ പറഞ്ഞപ്പോൾ നല്ല നേരമ്പോക്ക് എന്നേ തോന്നിയുള്ളൂ. മറ്റൊരവസരത്തിൽ കേട്ടു: ഒരു (തെന്നിന്ത്യൻ)രാഗത്തിനുമാത്രേ നാഗരികത ഉള്ളൂ: സുരുട്ടി! (പ്രതിഷേധിക്കാൻ വെമ്പി ഞാൻ.)

ടി.എൻ. വാസുദേവന്റെ പല കിറുക്കുകളിൽ രണ്ടെണ്ണംമാത്രമാണ് മുകളിൽ കുറിച്ചത്. കൗമാരം തുടങ്ങിയേ എനിക്ക് പരിചിതമാണ് ഇമ്മാതിരി 'നിരീക്ഷണങ്ങൾ'.

മൂതിർന്ന് യൗവനം കടന്നപ്പോൾ, തെല്ലൊരു വകതിരിവ് വന്നു തുടങ്ങിയെന്ന ശങ്കിക്കാവുന്ന മദ്ധ്യവയസ്സിൽ, ഞാൻ ആലോചിച്ചു: അമ്മാവന്റെ ശുദ്ധ eccentricity ആണോ ഇതത്രയും?

ഹ്ഹും....നോ, മുഴുവൻ അങ്ങനെയെല്ല.

കാരണം, അവിടിവിടെയായുള്ള സംഭാഷണശകലങ്ങൾ കോർത്തെടുത്താൽ മുഴുചിത്രം കിട്ടും. അങ്ങനെവരുമ്പോൾ തെല്ലൊരു ന്യായവും. ലോജിക്ക്. ഒരുതരം ജിഗ്സോ-പസ്ൽ പൂർത്തീകരണം.

മേലത്തെ രണ്ട് ദുരൂഹതകൾ ഒരുപക്ഷെ അങ്ങനെ സോൾവ് ചെയ്യാവുന്നതേയുള്ളൂ: ഭാര്യയുടെ നാടായ ഷൊറണ്ടൂര് മുണ്ടായയിൽ 1980-കളുടെ തുടക്കത്തിലോമറ്റോ നടന്നൊരു നളചരിതം നാലാം ദിവസം അമ്മാവൻ കനത്ത മുഗ്ദ്ധസ്മൃതിയായി പറയാറുണ്ടായിരുന്നു ഈ നൂറ്റാണ്ടിന്റെ ആദ്യംവരെയൊക്കെ. 'ഗോപിടെ ബാഹ്ഹുകനും പിന്നെ കലാമണ്ഡലം രാജശേഖരൻ ണ്ടലോ; ദമയന്തീം.'

(ഒരു വേഷക്കാരനെയോ പാട്ടുകാരനെയോ കൊട്ടുകാരനെയോ ചുട്ടിപെട്ടിക്കാരനെയോ 'ആശാൻ' ചേർത്ത് വിളിയില്ല; കാരണം വ്യക്തിപരിചയം നന്നേ കഷ്ടിയാണ് ആ രംഗത്തെ പ്രയോക്താക്കളുമായി. ആൾക്കെന്നും കലയേ വിഷയമുള്ളൂ, അവതരിപ്പിക്കുന്നത് ഏതോ ഗന്ധർവന്മാരാണ് എന്ന മട്ടാണ്; അതിനാലുണ്ടാവുന്ന ബഹുമാനാധിക്യത്താൽ നേരിൽ സംസാരിച്ചിരിക്കാൻ വിശുദ്ധ വിമുഖതയും.)

ഏതായാലും ഉണ്ണായിവാര്യരുടെ നായികാനായകന്മാർ പുനഃസംഗമിച്ച രാത്രി കഴിഞ്ഞ് നേരം വെളുത്തപ്പോൾ തിയ്യാടിയിലേക്ക് (പതിവുപോലെ ഒറ്റക്ക്) മടങ്ങുമ്പോൾ അമ്മാവൻ ഭാരതപ്പുഴവക്കത്തെ പാടത്തുള്ള മേൽച്ചൊന്ന പൂവിൽ ഒന്ന് (രണ്ടെണ്ണം എടുത്തിട്ടുണ്ടാവില്ല) വാത്സല്യത്തോടെ പിച്ചിയെടുത്ത് തിരുമ്മി മൂക്കട്ടെപ്പിച്ചിട്ടുണ്ടാവണം. (ഇത് തിരുവാതിരകാലത്ത് മുമ്പേ പതിവാണ്.) അതല്ലെങ്കിൽ മണിക്കൂറുകൾമുമ്പ് കേശിനി പോയി ദമയന്തിയോട് പുരുഷരത്നത്തെ കുറിച്ച് ദർബാർരാഗത്തിൽ പറയുമ്പോൾത്തന്നെ അമ്മാവൻ തുറന്നമൈതാനത്തെ ഇരുട്ടിൽ ഒരു അടയ്ക്കാമണിയനെടുത്ത് നുള്ളിയിരിക്കാം.

ഇനി സുരുട്ടി. ബാംഗ്ലൂർ IIScയിലെ ഡോക്ടറേറ്റുകാലം പിന്നിട്ട് കുറച്ചുനാൾ പത്നീസമേതനായി അമ്മാവൻ താമസം തിരുവനന്തപുരത്തായിരുന്നു. ആ നഗരിയിൽ നിരത്തിപ്പിടിച്ച് സംഗീതക്കച്ചേരികൾക്ക് പോവുമായിരുന്നു. സ്വാതിതിരുനാളിന്റെ നാട്ടിൽ 'അലർശര

പരിതാപം' തടയാത്ത പാട്ടുസന്ധ്യകൾ ദുർലഭം ആയിരുന്നിരിക്കാം. അനന്തപുരി അമ്മാവന് 'നമ്മട തൃശ്ശൂര് പോലെ' കനത്ത സാംസ്കാരികകേന്ദ്രമാണ്. പദ്മനാഭസ്വാമി ക്ഷേത്രത്തിലെ ഉത്സവഘോഷയാത്രയെപ്പറ്റി പറയുന്ന ആവേശം പിന്നെ കണ്ടിട്ടുള്ളത് ആറാട്ടുപുഴ പൂരത്തിന് തൃപ്രയാർതേവര് നട്ടുവരമ്പിലൂടെ ആനപ്പുറത്തു വരുന്നത് വർണിക്കുമ്പോൾമാത്രം.

ഏതായാലും തിരുവിതാംകൂറു തലസ്ഥാനത്തെ അമ്പലമുക്കിലുള്ള ഇടക്കാലവാസം കൊണ്ടെന്തുണ്ടായി... സുരുട്ടിയെ മൂപ്പര് പട്ടണവൽക്കരിച്ചു. (എനിക്കിങ്ങനെ ചരിത്രമില്ലാത്തതിനാൽ Surutti is anything but urban.)

ഇന്നിപ്പോൾ മരിച്ചുള്ള അഞ്ചാംദിവസം (വീണ്ടും) തുറന്നുപറയട്ടെ; ഇക്കുറി രേഖയാക്കട്ടെ: അമ്മാവൻ പറഞ്ഞതൊക്കെയും ശരി. വളരെവളരെ.

വേറൊന്നുമല്ല, കലാസ്വാദനം വ്യക്തിഗതമാണല്ലോ. അടിസ്ഥാന മനോഘടനയും ബാല്യപശ്ചാത്തലവും തുടർന്നുള്ള അനുഭവമുഹൂർത്തങ്ങളും ചേർന്ന് ഒരാളിൽ ആഴത്തിൽ വേരോട്ടിയേക്കാവുന്ന ചില ധാരണകളുണ്ട്. അത് അയാൾക്ക് സ്വയംപറയാനുള്ളതാണ്. ചില ദുർബലനിമിഷങ്ങളിൽ പുറത്തേക്ക് വിടുന്നത് അവനവൻ വിഡ്ഢിത്തം, കേട്ട് പരിഹസിക്കുന്ന നമ്മൾ അതിലധികം പോഴർ.

'വെസ്റ്റേൺ ക്ലാസ്സിക്കൽ എന്നെ അങ്ങനെ ഏശുന്നില്ല' എന്ന് ബീഥോവനും മൊസാർട്ടും കുറച്ചേറെക്കാലം കേട്ട് രാജിവച്ചമട്ടിൽ പറഞ്ഞിട്ടുള്ള അമ്മാവൻ ഭാരതീയ ശാസ്ത്രീയസംഗീതത്തിലെ രാഗങ്ങളുടെ സാങ്കേതികത കംപ്യൂട്ടർ കൃത്യതയോടെ വെളിപ്പെടുത്താറുണ്ട്. ആ ടെക്നിക്കൽ നോളേജ് പക്ഷെ ആളുടെ സ്വതന്ത്രാസ്വാദനത്തെ ബാധിച്ചതേയില്ല. ഉദാഹരണങ്ങൾ:

പന്തുവരാളീം പൂർവികല്യാണീം തമ്മിലുള്ള വ്യത്യാസെന്താനെനക്കറിയ്യോ, എന്നൊരിക്കൽ ചോദിച്ചു. രാഗങ്ങൾ കുറെയൊക്കെ തിരിച്ചറിയാം എന്നല്ലാതെ സ്വരസ്ഥാനങ്ങളുടെ കാര്യത്തിൽ നിരക്ഷരനായ ഞാൻ ഉത്തരം പറയുമെന്ന് അല്ലെങ്കിലും കരുതിയിരിക്കില്ല അമ്മാവൻ. ഇതൊന്നും കൂടാതെതന്നെ, നിത്യപരിചയത്തിൽ അറിയാം, ഏതോ ആശയം തൊടുക്കാനുള്ള മുന്നൊരമാത്രമാണ് ആ വരി. ഇക്കുറി മറുപടി വല്ലാതെ ബോധിച്ചു: 'അതേയ്, ' മുഖമൊന്ന് മുന്നോട്ടാഞ്ഞ് എന്തോ പ്രപഞ്ചരഹസ്യം പറയുംപോലെ, 'പന്തുവരാളിടെ അന്തിച്ചോപ്പിൽക്ക് ഒരു കൽപ്പൂരാ കത്തിച്ചാ പൂർവികല്യാണിയായി.'

ഇമ്മാതിരി ചില sublime idiocy മേളങ്ങളെയും കുറിച്ച് കേട്ടിട്ടുണ്ട്. കേരളീയ പാരമ്പര്യ താളപദ്ധതികൾ പലതിനെയും അരച്ചുകലക്കി കുടിച്ചിട്ടുള്ള ആളിൽനിന്ന് മിക്കവാറും പ്രതീക്ഷിക്കാത്ത ചില zoomed-out ദൃശ്യകിരണങ്ങൾ. പഞ്ചാരിയും അതിന്റെ ചെമ്പടവട്ടങ്ങളാൽ നയിച്ച് ശ്രവ്യമാത്രയിൽ വിശേഷിച്ച് മാറ്റമില്ലാത്ത അഞ്ചടന്ത, കല്പം, നവം, ധ്രുവം, ഏകാദശം തുടങ്ങി 'അനുബന്ധ'മേളങ്ങളും വിലസുന്ന ക്ഷേത്രോത്സവങ്ങളിൽ 'ഒരു കത്തിവേഷാ അവൻ' എന്ന് ഹുങ്കോടെ പറയും പാണ്ടിയെ കുറിച്ച്. നല്ലവനായ നാട്ടുഗുണ്ടയെ കെട്ടിപ്പിടിച്ചഭിനന്ദിക്കുന്ന ഒരു ദുർബലദേഹനെ മാതിരി. പിന്നൊരിക്കൽ കേട്ടു: ഈ പഞ്ചാരീം പാണ്ടിയും തമ്മില് ഒരുനെലക്ക് വ്യത്യാസം മലരും പൊരീം പോല്യാ...

കിടിലം!

അപ്പൊ പഞ്ചവാദ്യം? 'കള്ളുടിയമ്മാർക്ക് തുള്ളാള്ളതാ' എന്നും 'കൊട്ടണോർക്ക് റോട്ട്ക്കൂടെ ചെര്പ്പ്ട്ട് ഏതെങ്കിലും ശ്രുംഭൻ മന്ത്രിക്ക് നാവോറുനുള്ളത്' എന്നൊക്കെ പാതിതമാശയായി തള്ളിയശേഷം, തീക്ഷ്ണസ്വകാര്യമായ നിമിഷങ്ങളിൽ ബഹുമാനാധിക്യത്താൽ ശബ്ദംതാഴ്ത്തി പറയും: ഇരുപതാം നൂറ്റാണ്ടില് നമുക്ക് (മലയാള വാദ്യവൃന്ദത്തിന്) കിട്ടിയിട്ടുള്ള ഒരേയൊരു ക്ലാസ്സിക്കാ. അയ്യ... എലത്താളം എലത്താളം...' എന്നിട്ട് പതികാലത്തിലെ തിമിലമദ്ദളം convergence തുടങ്ങുമ്പോൾ ലോഹവട്ടങ്ങൾ ചിലമ്പിച്ചുകൊണ്ട് കലശലുകൂട്ടിത്തുടങ്ങുന്നത് വായകൊണ്ട് ശബ്ദിച്ചു കേൾപ്പിക്കുകയായി. അക്ഷരാർത്ഥത്തിൽ ഭീകരമാണത്. പുറമെനിന്ന് നോക്കിക്കണ്ടാൽ 'ദാ അയാൾക്ക് ശുദ്ധപ്രാന്താ എന്ന് ഞാൻ മുമ്പു പറഞ്ഞപ്പോൾ വിശ്വസിച്ചില്ലല്ലോ, ഇപ്പൊ ഉറപ്പായില്ലേ?' എന്ന് നിരൂപിക്കാനുംമതി.

ഉത്സവശീവേലിക്ക് മതിലകത്തെ വലംവെപ്പുകൾക്കിടയിൽ വരുന്ന നടപ്പുരത്തായമ്പകയെക്കാൾ സ്നേഹം അമ്മാവന് തുടർന്നുള്ള കേളിയാണ്. മദയാനയോട്ടം പോലെയുള്ള ഇരികിടകഌ പിന്നാലെ ചെണ്ടയും മദ്ദളവും അഭിമുഖമായി സൗഹൃദത്തിൽ ഡ്-ണണ്ണണണ, ഡ്-ണണ്ണണ, ഡ്-ണ്ണണ, ഡ്-ണ ഡ്-ണ ഡ്-ണ... എന്ന ഫ്രീക്വൻസിയേറ്റത്തിൽ 'ഹാവൂ, എന്റെ സ്വന്തംലോകം തിരിച്ചുകിട്ടി' എന്ന മട്ടിൽ ആശ്വാസംകൊള്ളും. അമ്മാവനെ അമ്മഗ്രാമമായ മലമക്കാവിൽ പിറവികൊണ്ട മട്ടിലുള്ള തായമ്പകയുടെ പഞ്ചാരിക്കൂറിൻ നടകൾ ചിലതിനൊക്കെ 'അകലെനിന്നു വന്ന് പെട്ടെന്ന് താണുപൊട്ടുന്ന ഇടിവെട്ട്' എന്ന് വിശേഷിപ്പിക്കുമായിരുന്നു.

ഘുണ്ടുകനമുള്ള മിന്നൽ ആൾക്ക് മരണതുല്യം പേടിയായിരുന്നു. ഫിസിക്സ് പഠിപ്പിച്ച കലിക്കറ്റ് യൂണിവേഴ്സിറ്റിയുടെ തേഞ്ഞിപ്പലം മലമുകളിലെ ക്യാംപസ്സിൽ ദീർഘകാലം ജീവിച്ചതോടെ ആ ഭീതി ഏറിയതേയുള്ളൂ. അവധിക്ക് മുളംകുന്നത്തുകാവിൽ വന്നുള്ള മിഥുനമാസങ്ങളിൽ തിയ്യാടിക്കുമേലെ അഥവാ മാനം ഗർജിക്കുന്നത് അമ്മാവൻ മൊളൂഷ്യത്തിൽ മെഴുക്കുപുരട്ടികൂട്ടി ഊണുകഴിക്കുന്ന നേരമെങ്കിൽ നിലത്തെ ചമ്രംപടി അവസാനിപ്പിച്ച് മടമ്പുരണ്ടും ആവണപ്പലകമേലേക്ക് കയറ്റും. തീർത്തും നിരാധാരനായിരുന്ന് മുഴക്കനിര ശമിക്കുവോളം നേരംകഴിക്കും. അതുവരെ ഒരുമാതിരി ദക്ഷയാഗം കഥകളിയിലെ യാഗയജമാനനെ മാതിരി പേടിത്തൊണ്ടനാണ്.

അതേസമയം പിണരുകൾ ആകാശത്തുണ്ടാക്കുന്ന വെള്ളിരേഖകൾ കണ്ടിരിക്കാൻ ഇഷ്ടവുമാണ്. ജനലുകളിൽ സുരക്ഷാകമ്പിളി വിരിച്ച് ഇരുചെവി വിരലറ്റംകൊണ്ട് പൊത്തി വാനംനോക്കി എരിപൊരി കൊള്ളും: 'അയ് അയ്... എന്താ ഭംഗി!' Painfully beautiful, അമ്മാവന്റെ ഭാഷയിൽ.

കുലത്തൊഴിലായി താൻ പഠിച്ച അയ്യപ്പൻ തിയ്യാട്ട് എന്ന ക്ഷേത്രകല കുട്ടിക്കാലത്തെന്ന പോലെ പ്രായംചെന്നപ്പോഴും അവതരിപ്പിക്കാൻ കൂടിയിരുന്നു. എന്റെ ചോറൂണിന് (1970 വൃശ്ചികം) അച്ഛന്റെ പെരുമ്പിലാവുനാട്ടിലെ അമ്പലത്തിൽ തിയ്യാട്ട് നടത്തിയപ്പോൾ മുതിർന്നവരുടെ കളമെഴുത്തിനും കൊട്ടിപ്പാടലിനും ശേഷമുള്ള കൂത്ത് ആടിയിട്ടുണ്ടത്രെ യുവാവായ വല്യമ്മാമൻ. ഇനി, വിഷ്ണു-മഹാദേവ സംഗമത്തിലുണ്ടായ പുത്രന്റെ ജനനകഥ പകലന്തി മുദ്രകളിൽ പന്ത്രണ്ടദ്ധ്യായങ്ങളിലായി തീർക്കുന്ന ഉദയാസ്തമനക്കൂത്താണെങ്കിൽ അത് തുടങ്ങുംമുമ്പ് ശ്രീകോവിലിനുമുമ്പിൽ മണിയടിച്ച ശേഷം നിവർത്തിക്കുന്ന വൃത്താകാരച്ചുവടുകൾ വലിയ ആവേശത്തോടെ കാണിച്ചുതന്നിട്ടുണ്ട്. ചിദംബരമൂർത്തിയെ മനസ്സിൽ ധ്യാനിച്ചിരുന്ന അമ്മാവന് അത്രയൊന്നും നൃത്തവാസന സ്വയമേവ ഇല്ല എന്നത് ശ്രദ്ധിക്കാനിട തന്നു ആ അനൗപചാരിക ഡെമോ. പുതുയുഗത്തിൽ ഇതിലേക്ക് പലയിടത്തും നവീകരണങ്ങൾ നടക്കുന്നത് അനുഷ്ഠാനസൗന്ദര്യം നഷ്ടപ്പെടുത്തിന്നില്ലേ എന്ന് ആശങ്ക കൊണ്ടിരുന്നു. ചടങ്ങുപോലെ പ്രവൃത്തികളെ ആവശ്യത്തിലേറെ എന്ന തരത്തിൽ പരിഷ്കരിക്കുന്നതിനെ തെല്ലൊന്ന് പരിഹസിച്ചുതന്നെ എതിർപ്പ് വ്യക്തമാക്കിയിരുന്നു.

ഇതുപോലൊരുതരം ലവ്-ഹേറ്റ് റിലേഷൻഷിപ്പ് ആയിരുന്നു തായമ്പകയോടും. നാദഗോപുരം എന്ന നിലയിൽ അതിനെ (വിഷേലായിത്തന്നെ) വല്ലാതെ പ്രണയിച്ചപ്പോഴും ഇടവട്ടം തുടങ്ങിയുള്ള ശബ്ദായമാനതയെ necessary evil ആയി കണക്കാക്കിപ്പോന്നു. പതികാലവും കൂറും കഴിഞ്ഞാൽ തായമ്പകയിൽ വിശേഷിച്ചൊന്നുമില്ല എന്ന് അഭിപ്രായം യൗവനാന്ത്യത്തോടെ കുറേശ്ശെ മാറിക്കണ്ടു. 'എന്തൊക്ക പറഞ്ഞാലും ഇരികിട ആ പല്ലാവൂർക്കാരുടെ ശ്രദ്ധിക്കേണ്ടതാ ട്ടോ... അവര് വെറുതെ കണകുണ കൊട്ടുല്ല... ശരിക്കൊരു സ്ട്രക്ച്ചർ ഒക്കെ ണ്ട് അവരുടെ ഉള്ളില്...'

അമ്മാവൻ വാർദ്ധക്യത്തിലെത്തിയപ്പോഴെക്കൊക്കെ തായമ്പകയിലേക്ക് യുവരക്തം കൂടുതൽക്കൂടുതൽ പതഞ്ഞുവന്നതേയുള്ളൂ. സൗണ്ട് മാറി നോയ്സ് ആയത് ആളെ വല്ലാതെ ദുഃഖിപ്പിച്ചു. ഡിവൈനിനെ തള്ളി ഡെവിൾ ഇരിപ്പുറപ്പിച്ചതുപോലെ. ഒരിക്കൽ എന്നോട് ഇക്കാര്യം പറഞ്ഞതു പക്ഷെ തെല്ലൊരു ലാഘവത്തിലായിരുന്നു: 'നമ്മട നാട്ടില് അമ്പലങ്ങളിലേ... മൂന്ന് കാര്യാ നിരോധിക്കണ്ടത്. കതിനവഴിപാട്, കോഴിയറവ്, പിന്നെയീ തായമ്പക!' പറഞ്ഞതിലെ വിദൂഷകഭാഷ്യം നുണഞ്ഞ് ആളുതന്നെ ഒന്ന് അമർത്തിച്ചിരിക്കുകയും ചെയ്യും.

സപ്തതിയൊക്കെ കഴിഞ്ഞതോടെ അമ്മാവൻ ഒരുതരം ബ്ലാക്ക്ഹ്യൂമർശകലം ആവർത്തിച്ചിരുന്നു. 'മുമ്പൊക്കെ (1980-കളിൽ) മട്ടന്നൂരിന്റെ പരിഷ്ക്കാരങ്ങളെ പരിഹസിക്കുന്നവരിൽ ഞാനും കുറേശ്ശെ കൂടിയിരുന്നു. ഇന്ന് പ്പോ സമ്പ്രദായംപോലെ തായമ്പക ആ ശങ്കരൻകുട്ടിടേ ബാക്കിള്ളൂ...'

വ്യക്തിവൈഭവത്തിന് നെട്ടനായകത്വമുള്ള തായമ്പകയെപ്പോലും ശുദ്ധകല മാത്രമായി ഉൾക്കൊണ്ട അമ്മാവന് എങ്ങനെ അതിനിടയിലേക്ക് ഒരു മട്ടന്നൂർ ശങ്കരൻകുട്ടിയെ തനിച്ചുനിർത്തി കാണാനായി? പറയാം.

അതിലേക്ക് ആമുഖമായി ഇത്രകൂടി: 2020-ലെ വേനലൊടുവിൽ ഓപ്പൺഹാർട്ട് സർജറി കഴിഞ്ഞ് ഡിസ്ചാർജ്ജ് ആയി മഴക്കാലത്ത് മുളംകുന്നത്തുകാവിലെ 'മദ്ധ്യമാവതി'യിൽ ചെന്നപ്പോൾ അമ്മാവൻ നന്നേ പരവശനായിരുന്നു. സംസാരത്തിന് അപരിചിതമായ നേർമ. അമ്മാവന് വലിയ ബോദ്ധ്യമുണ്ടായിരുന്ന ഇങ്മർ ബെർഗ്മാന്റെ 'വൈൽഡ് സ്ട്രോബെറീസ്' (1957) എന്ന കറുപ്പുംവെളുപ്പും സിനിമയിലെ സ്വീഡിഷ് പ്രൊഫസർകാരണവരെപ്പോലെ ആകാരം.

ഉമ്മറസ്റ്റെപ്പിൽ കോവിഡകാലം പാലിച്ചുള്ള മാസ്കിട്ടിരിപ്പിൽ പറഞ്ഞു: 'ടാ ഞാനേ... ഓപ്പറേഷൻ കഴിഞ്ഞുള്ള ആദ്യത്തെ ആഴ്ച മരുന്നമയക്കത്തിൽ എന്തൊക്കെത്തരം സ്വപ്നങ്ങളാ കണ്ടുകൂട്ടീത് അതിലൊന്ന് കേക്കണോ? കാലകേയവധത്തിലെ ഉർവശി. 'പാണ്ഡവന്റെ രൂപം കണ്ടാലഹോ'. തിമർപ്പൻ ശങ്കരാഭരണം. തിരിഞ്ഞും മറിഞ്ഞും എത്ര കണ്ണടച്ചുറങ്ങിയിട്ടും ആ പദാ പോണില്ല മനസ്സ്ന്ന്... അഞ്ചെട്ടുദിവസം!'

അമ്മാവന്റെ തൊണ്ടയിടറി; എനിക്ക് കണ്ണുനിറഞ്ഞുപോയി.

ആ രസത്തിലേക്ക് ഉപ്പുചേർത്ത് ആള് പറഞ്ഞു: 'ആരടെയായിരുന്ന് വേഷം ന്നറിയോ? മാർഗി വിജയകുമാറ്.'

എന്റെ വായപൊളിഞ്ഞു. അതിന് കാരണം വേറെയായിരുന്നു. അതടക്കി ഞാൻ മെല്ലെച്ചൊല്ലി: ഇന്നലെ അങ്ങോരുടെ ഷഷ്ടിപൂർത്തി ആയിരുന്നു.

ഒട്ടുമില്ലാഞ്ഞ തിണ്ണമിടുക്ക്

വല്ലാതെ ഇഷ്ടമുള്ളതിനെ കൊച്ചുകുഞ്ഞിനെയെന്ന പോലെ ഓമനിക്കുന്ന ശീലം ഉണ്ടായിരുന്നു വല്യമ്മാമന് പണ്ടേതുടങ്ങി. ബന്ധുവീടുകളിലോ വിശേഷങ്ങൾക്കിടയിലോ ചോറൂണപ്രായമുള്ള അരഞ്ഞാൺകിടാങ്ങളെ കണ്ടാൽ കൂടെയുള്ള അച്ഛനമ്മമാരോട് പറയും: ദോക്വോ... ഇതിന് പ്പോ എന്താ തോന്നുന്നുണ്ടാവ്വ?

കൊഞ്ചിക്കലിന്റെ ഭാഗമായുള്ള ചോദ്യമാണെങ്കിലും അതിലൊരു ശിശുസഹജ ജിജ്ഞാസയുണ്ട്: ആറുമാസം പ്രായമുള്ള കുട്ടിയുടെ മനോവ്യാപാരങ്ങൾ എന്തൊക്കെയാവാം?

ഇത്രയും ജീവനുള്ള ചെറുതുങ്ങളുടെ കാര്യം. ഇനി, അതില്ലാത്ത വസ്തുക്കളോട്ടും ഉണ്ട് ഇതേമട്ടിൽ വാത്സല്യം.

പഞ്ചാരിയും പാണ്ടിയും മേളങ്ങളെക്കുറിച്ചുള്ള സൊറകളിൽ ഇടയ്ക്കൊക്കെ അടക്കിച്ചിരിയോടെ പറയും: ഇതിന്റേടേലീ (കുറും) കുഴലിന്റെ റോളെന്താ അറിയ്യോ? കഴിവതും അപശബ്ദം ണ്ടാക്വ... പറ്റുന്നോടത്തൊക്കെ ഒറക്കെങ്ങനെ കീ-പീ-പൂ...

നല്ല മൂഡിലെങ്കിൽ കുനിഞ്ഞുനിന്ന് കലാശനേരത്തെ മിന്നിക്കല് അനുകരിക്കുകയും ചെയ്യും. തെല്ലൊരു കോമഡി മാതിരി. പരിഹാസമായല്ലേയല്ല; മറിച്ച് ഉള്ളുനിറഞ്ഞുള്ള സ്നേഹപ്രകടനമാണ്. തന്നെ ഏറ്റവുമേറെ മഥിച്ചിട്ടുള്ള സിംഫണിയുടെ പ്രമാണിവാദ്യമല്ലേ... അവനെ എനിക്ക് എന്തും പറയാം എന്നൊരു നിഷ്കളങ്കസ്വാതന്ത്ര്യം.

ഇരുപത്തിയൊന്നാം നൂറ്റാണ്ടോടെ പിറവികൊള്ളാനാഞ്ഞ ശ്രുതിമേളം ടി.എൻ. വാസുദേവനെ ഏശിയതേയില്ല. സംഗീതത്തിൽ ആഴത്തിലുള്ള അവഗാഹമുള്ളപ്പോഴും തൃശ്ശൂരിനെ ചുറ്റിപ്പറ്റി വളർന്ന ക്ഷേത്രകലാസ്വാദനം പാരമ്പര്യവഴിക്കാകയാൽ ആനശ്ശീവേലിക്ക് കുഴലിൽ കർണ്ണാടകരാഗങ്ങൾ സ്വരംചേർക്കുന്നത് ആശയപരമായിത്തന്നെ ഉൾക്കൊള്ളാനായില്ല. ശ്രുതി പിഴച്ചല്ലെങ്കിൽ പിന്നെങ്ങുട്ട് കൊഴലൂത്താ എന്നതായിരുന്നു മുളംകുന്നത്തുകാവൻ വ്യംഗ്യം. വാദ്യക്കച്ചേരി പരിഷ്കരിക്കാൻ മുന്നിട്ടിറങ്ങിയ മട്ടന്നൂർ ശങ്കരൻകുട്ടിമാരാരോട് ഇതൊഴികെ കൊട്ടുസംബന്ധി എല്ലാറ്റിലും വാസുദേവൻമാഷ്ക്ക് അങ്ങേയറ്റം ബഹുമാനമായിരുന്നു. 'അഭിപ്രായവ്യത്യാസങ്ങളെ പ്രതിരോധിച്ചും പരിഹരിച്ചും ചിലപ്പോൾ കൂസാതെയും മുന്നോട്ടുപോവുന്ന വിധം ഉണ്ടല്ലോ, അത് മട്ടന്നൂരിനെ കണ്ടുപഠിക്കണം, ' എന്നും പറയുമായിരുന്നു. 'എന്തൊരു ഡീസൻറ്റാ അറിയ്യോ...'

ഈ കുറിപ്പിലെ മുന്നദ്ധ്യായങ്ങളിൽ ഇ. കൃഷ്ണകുമാറിനെ പരാമർശിച്ചിരുന്നുവല്ലോ. വാസുദേവൻമാഷെ ബാംഗ്ലൂർ IIScയിൽ 1970-കളിൽ കണ്ടതാണ് സയൻസിൽ ഗവേഷണം ചെയ്യാൻ ഉഗ്രപ്രചോദനമായതെന്ന് ബോംബേ TIFR-ൽ ഇപ്പോൾ ഉന്നതനിലയിലുള്ള ഫിസിസിസ്റ്റ് എന്നോട് ഒന്നരയാണ്ടുമുമ്പ് പറഞ്ഞത് ഞാൻ ഈയടുത്ത് പാസ്സ് ചെയ്യുംവരെ വല്യമ്മാമന്റെ ധാരണ 'ഏയ്, അയാളെന്നെ അറിയാൻ വഴിയില്ല്' എന്നായിരുന്നു. ഇതേ കഥയുടെ ഒരു റിവേഴ്സ് കുറിച്ചിടട്ടെ:

കാലം 2019 വേനൽ. രാമനവമിക്കാലത്ത് ഞാൻ (സകുടുംബം) താമസിച്ചിരുന്നത് തൃശ്ശൂരെ പൂങ്കുന്നത്താണ്. വിശേഷത്തിന്റെ ഭാഗമായി അവിടത്തെ സീതാരാമ ക്ഷേത്രത്തിൽ പത്തുദിവസം കലാസന്ധ്യകളാണ്. യുവഗായകൻ ഭരത് സുന്ദറിന്റെ കച്ചേരികഴിഞ്ഞ നേരത്തായിരുന്നു എന്നുതോന്നുന്നു ബാലസാഹിത്യകാരി സുമംഗലയുടെ മകൻ ദേശമംഗലം നാരായണനെ കണ്ടത്. സംസാരത്തിനിടെ ആള്, കുറച്ചകലെ നിന്നിരുന്ന, നിരൂപകൻ ജോർജ് എസ് പോളിനെ കൈകൊട്ടി വിളിച്ചുകൊണ്ടു പറഞ്ഞു: ഇയളെ മനസ്സിലായില്ലേ? നമ്മടെ വാസേവൻമാഷ്ടെ മരുോൻ...

പരിചയം പുതുക്കി ഞങ്ങൾ. എന്നോട് GSP പറഞ്ഞു: വാസുദേവൻ ഏതാ മൊതല്! ഞങ്ങള് ഒന്നിച്ച പഠിച്ചതാ കോളേജില്. അയ്യയ്യോ! ഫിസിക്സിൽ അന്നേ അടുക്കാൻ പറ്റില്ല ആളോട്; റ്റു ബ്രില്ലിയൻറ്.

എന്നാൽ പിന്നീട് ഞങ്ങൾ ഇടപഴകിയ പാട്ടും കൂത്തിലും ഒക്കെയോ... അവടേം ഇയളോട് രക്ഷെല്യ. മേളം-പഞ്ചവാദ്യം പിന്നെ തീരെ പറയാൻല്യ. നോ കമ്പാരിസൺ. നമ്മളൊക്ക ശിഷ്യര്. പറയുമ്പോ മ്മളും ഇരിഞ്ഞാലക്കുടയൊക്ക്യാ....

അത്താഴനേരത്ത് കോവിലിൽനിന്ന് തൈർസാദം-സുണ്ടൽ ശാപ്പിട്ട് അന്നങ്ങനെ പോന്നു.

രണ്ടുകൊല്ലം കഴിഞ്ഞ് ഈ എടവത്തിലോമറ്റോ മാത്രമേ വല്യമ്മാമനോട് ഈ ജോർജെസ്പോൾ സമാഗമകഥ പറയാനായുള്ളൂ... സംസാരത്തിനിടെ സാഹചര്യം അപ്പോഴെയുണ്ടായുള്ളൂ.

സംഗതി അമ്മാവൻ പതിവുപോലെ ഉള്ളിൽ ലോക്കറിൽ പൂട്ടി വച്ചിരുന്നു. അത് മനസ്സിലായത് പിറ്റേകുറി അവിടെച്ചെന്നപ്പോൾ നീണ്ട സൊറയ്ക്കിടെ വീണ്ടും ജോർജ് എസ് പോളിനെ സംബന്ധിച്ച എന്തോ വന്നപ്പോഴാണ്. ഊറിച്ചിരിച്ച് എന്നോട് പറഞ്ഞു: ഞാൻ നെന്നോട് ഒരു പഴേ കഥ പറയട്ടെ?

പിന്നെന്താ!

സംഭവം മുപ്പതെങ്കിലും കൊല്ലം മുമ്പാവണം. കേരളീയകലകളെ കുറിച്ച് ഡോക്യുമെന്റേഷൻ പോലെ എന്തോ ഒരു സംരംഭത്തിന് സർക്കാർ പുറപ്പെട്ടപ്പോൾ തിരുവനന്തപുരത്തുനിന്ന് എനിക്ക് ക്ഷണംവന്നു: മേളങ്ങളെ കുറിച്ച് ടി.എൻ. വാസുദേവൻ ഉണ്ടാവണം ഉപദേശിയായി.

ഗവണ്മെന്റ് കാര്യല്ലേ... മൊറപോലെ... ഏതായാലും ഒരുനാൾ സംസ്ഥാനതലസ്ഥാനത്തേക്ക് ചെല്ലാൻതന്നെ സന്ദേശം കിട്ടി. തീവണ്ടി പിടിച്ചെത്തി.

പറഞ്ഞ സ്ഥലത്തെ മുറിയിൽ രണ്ടു പ്രതാപികൾ ഇരുന്നിരുന്നു. അമ്മാവനോട് പ്രതികരിച്ച വിധത്തിൽ തുടക്കത്തിൽത്തന്നെ മനസ്സിലായി: ഔദ്യോഗികമായ എന്തോ മിസ്-കമ്മ്യൂണിക്കേഷൻ പറ്റിയിരിക്കുന്നു. 'നിങ്ങളാരാ? എന്താണിവിടെ? ആര് പറഞ്ഞിട്ടാണ്?' എന്ന മട്ടിലാണ് ചോദ്യങ്ങൾ -- രൂക്ഷമായിട്ടല്ലെങ്കിലും.

കലിക്കറ്റ് യൂണിവേഴ്സിറ്റിയിൽനിന്ന് നാന്നൂറോളം കിലോമീറ്റർ യാത്രചെയ്തിട്ട് ഇതോ ഫലമുണ്ടായത് എന്ന വൈക്ലബ്യത്തോടെ അമ്മാവൻ വന്നകാര്യം പറഞ്ഞു.

മേളത്തിനൊന്നും ഇവിടെ ആളെ നോക്കുന്നില്ല. ങാ, പിന്നെ നിങ്ങളുടെ പേരെന്താ ന്നാ പറഞ്ഞത്?

വാസുദേവൻ... ടി.എൻ. വാസുദേവൻ.

ശരി, ഒരു കാര്യം ചെയ്യൂ. മേളവിഭാഗമല്ലെ, തൃശ്ശൂരാണല്ലോ നാട്. (അകലെയല്ലാത്ത) ഇരിഞ്ഞാലക്കുടയിൽ ഞങ്ങൾക്കറിയുന്ന പ്രൊഫസർ ജോർജ് എസ് പോൾ ഉണ്ട്. അദ്ദേഹത്തിന് നിങ്ങളെ വിശ്വാസമുണ്ടോ, എന്താ അഭിപ്രായം എന്നൊക്കെ ചോദിക്കട്ടെ. എന്നിട്ടറിയിക്കാം. അപ്പോൾ ശരി.

'ഇപ്പോഴിത് ചിരിച്ചുകൊണ്ട് പറയാം. പക്ഷെ അന്നെനിക്ക് സത്യത്തിൽ അപമാനമായി, ' എന്ന് മൊഴിഞ്ഞ് അമ്മാവൻ ഫയല് മടക്കി.

പിന്നീട് ആ പ്രൊജക്റ്റ് നടന്നോ എന്തോ, ആളറിഞ്ഞു കൂപ്പിട്ടോ ആവോ, ടി.എൻ. വാസുദേവൻ പങ്കെടുക്കലുണ്ടായില്ല.

വാൽക്കഷ്ണം: അപമാനിക്കാൻ വിചാരിക്കാതെയാണെങ്കിലും അതിഥിയെ തിരികെയയച്ച രണ്ടുപേരും ഇന്നും വലിയ സാംസ്കാരികനായകരാണ്.

ഖയാൽപോലെ പരന്നൊഴുക്ക്

വാഴേങ്കട കുഞ്ചുനായർ ട്രസ്റ്റ് മൂന്ന് ദശകംമുമ്പ് തുടങ്ങിവച്ച ശില്പശാലകളിലൂടെ മദ്ധ്യകേരളത്തിലെ കഥകളിയാസ്വാദകർ പൊടുന്നനെ അറിയാനിടയായ കലോപാസകനാണ് ഡോ. ടി.എൻ. വാസുദേവൻ. അത്രയുംകാലം ആ മനസ്സിനെ പരിചയിച്ചത് വളരെയടുത്തുള്ള ചെറിയൊരു വൃന്ദം ശാസ്ത്രവിദ്യാർത്ഥികളും സഹൃദയരും പിന്നെ ബന്ധുക്കളയൽക്കാരും മാത്രം.

പ്രായം മദ്ധ്യനാല്പതുകളിൽ എത്തിയപ്പോഴാണ് വാസുദേവൻ മാഷ് കാറൽമണ്ണയിലെ എട്ടും പത്തും ദിവസങ്ങളിലെ ശിബിരങ്ങളിൽ പ്രഭാഷകനായി എത്തുന്നത്. മുഖ്യസംഘാടകൻ കെ.ബി. രാജാനന്ദനൊക്കെ ഇദ്ദേഹം പുത്തനറിവ് ആയിരുന്നു. 'കാലിക്കറ്റ് യൂണിവേഴ്സിറ്റിയിൽ ഒരു പ്രൊഫസറുണ്ട് ഹേ... തൃശ്ശൂര് മുളംകുന്നത്തുകാവുകാരനാ ത്രേ, ' എന്ന് (ഇതൊക്കെ മുന്നേ അറിഞ്ഞിരുന്ന) സഹായിയുത്സാഹി കുഴിക്കാട് പ്രദീപിനോട് പറഞ്ഞിട്ടുണ്ട് അക്കാലത്ത്. 'ഫിസിക്സ് ആണ് വിഷയമെന്നുള്ളപ്പോഴും സദാ സംഗീതവും നൃത്തവും സാഹിത്യവും ആണ് ഹേ, പരിചപ്പെടണ്ട വ്യക്ത്യാ ഹേ...'

വള്ളുവനാടിന്റെ നാഡിമിടിപ്പായ ചെർപ്പുളശ്ശേരിക്ക് ഒന്നരനാഴിക വടക്കുള്ള കാറൽമണ്ണയുടെ വായനശാല ചേർന്നുള്ള ഇത്തിരിത്തൊടിയിൽ ഇന്നേക്കണക്ക് വാർക്കയോഡിറ്റോറിയം ഒന്നുമായിട്ടില്ല

1990-കളുടെ തുടക്കത്തിൽ. അവിടെ ഒരു താത്കാലികതമ്പ് വേദിയാക്കിയയിടത്തേക്കാണ് വാസുദേവൻമാഷ് ആദ്യമായി വരുന്നത്. കൊല്ലം 1992 ആവാം, വല്യമ്മാമവനെ ഒരുച്ചതിരിഞ്ഞ നേരത്ത് എതിരേൽക്കാനുണ്ടായിരുന്നവരിൽ മുന്നേ അവിടെക്കൂടിയിട്ടുള്ള ഞാനും ഉണ്ടായിരുന്നു. നേരം ഒന്ന് വൈകി എന്ന സങ്കോചം അദ്ദേഹത്തിനും.

'സോപാനസംഗീതം കഥകളിയിൽ' എന്നതായിരുന്നു പ്രബന്ധം. മേടയിൽ ഔപചാരിക സ്വാഗതത്തിന് ഒളപ്പമണ്ണ ദാമോദരൻ നമ്പൂതിരിപ്പാട് ആയിരുന്നു. 'സയൻസിന്റെ വരണ്ട ലോകത്തുനിന്ന് സംസ്കാരത്തിന്റെ കുളിരുള്ളിടത്തേക്ക് ഒരുവേള മാറിക്കൂടാനുള്ള വെമ്പലിൽ ആയിരിക്കും വാസുദേവൻ, ' എന്നു പറഞ്ഞപ്പോൾ ഫിസിക്സിലൂടെ പ്രപഞ്ചത്തെ സദാ നോക്കിക്കണ്ട വല്യമ്മാമൻ കടുത്ത വിയോജിപ്പിൽ നെറ്റിചുളിച്ചു; പക്ഷെ ആതിഥേയന്റെ ശ്രദ്ധത മനസ്സിലാക്കി പ്രതിഷേധിക്കാൻ പോയതേയില്ല.

താമസിയാതെ മൈക്കിനു മുമ്പിലെത്തി. കാണികളിലേക്ക് കണ്ണുപോവാതെയും ഭാഷ അച്ചടിയിലേക്ക് വരാതെയും നിൽക്കപ്പൊറുതി കിട്ടാതെയും ഉള്ള ഒരുതരം ഈ അവനവനോടുസംസാരം മുന്നേ നിരൂപിച്ചതാണ്. മേളം പതിഞ്ഞുകാലമിടുമ്പോൾ പഞ്ചാരി ആണെന്ന് ചൊല്ലുപ്രകാരം വ്യക്തമാവാത്തതുപോലെ അമ്മാവൻ പറയാനായുന്നത് പാട്ടാണോ കൂത്താനോ ഇനി മലയാളംതന്നെയാണോ എന്നുവരെ സംശയിക്കാവുന്നതരം അർദ്ധോക്തികളിലൂടെയാണ് ആരംഭം. വിഷയത്തിലേക്ക് ശ്രുതിചേരാൻ സ്വതേ അമാന്തമുള്ളത് അറിയാമായിരുന്നതിനാൽ എനിക്ക് തീരെയുണ്ടായിരുന്നില്ല പരിഭ്രമം.

ക്രമേണ സംഗതി ചൂടുപിടിച്ചു. വൈകാതെ ആളിക്കത്തി. കിറുക്കൻ ചിന്തകൾ പലരെയും കഴുത്തെറിഞ്ഞ് ചിരിപ്പിച്ചു. മേഘ് മൽഹാർ എന്ന ഹിന്ദുസ്ഥാനി രാഗം 'നമ്മടെ എടവപ്പാതി' എന്നു കേട്ടപ്പോൾ എന്തിലുംകുതുകി കോടനാട് മനോജിനും പുള്ളുവൻപാട്ടിന് "മഞ്ഞപ്പൊടിയുടെ ഗന്ധമാണ്" എന്നായപ്പോൾ വേഷക്കാരൻ നരിപ്പറ്റ നാരായണൻ നമ്പൂതിരിക്കും ഒപ്പംചേരാതെവയ്യ എന്ന മുഖഭാവം വിടർന്നു.

സായാഹ്നമായതോടെ അവസാനിപ്പിക്കുന്നു എന്ന് പറഞ്ഞതോടെ തൃപ്തിപോരാഞ്ഞെന്നവണ്ണം വിദ്വാൻ എം.എൻ. നീലകണ്ഠൻ പതിവുരസികത്തത്തിൽ വ്യംഗ്യം കാച്ചി: 'പറഞ്ഞതൊക്കെ ശര്യന്നെ, പക്ഷെ ശരിക്കീ സോപാനസംഗീതം ച്ചാ എന്താ?'

മുഖ്യധാരാ നർമ്മബോധം മിക്കവാറും കഷ്ടിയായ അമ്മാവൻ ഒന്ന് വല്ലാതായി. 'അയ്, അപ്പൊ അതൊക്കെത്തന്നെല്ലേ ഇതുവരെ പറഞ്ഞത്!'

കൂട്ടസ്മിതത്തിൽ സഭ പിരിഞ്ഞു.

തൊട്ടപ്പുറം മരച്ചുവട്ടിലെ പുരയിൽ ഒരുക്കിയിട്ടുള്ള ചായക്ക് അമ്മാവനെ ക്ഷണിച്ചത് കലാമണ്ഡലം കേശവൻ ആയിരുന്നു. പരിചയക്കാരനൊന്നുമല്ല; സ്വതേയുഷ്മളമാണല്ലോ ആ ചെണ്ടവാദകന്റെ പ്രകൃതം. 'വാസ്യേവന് ക്ലാസ് ട്ത്താ ശീലം ലേ...' സ്റ്റീൽഗ്ലാസ് മുന്നാക്കംനീട്ടി ലോഗ്യം പറഞ്ഞു. അമ്മാവന്റെ പരുങ്ങിനിൽപ്പ് കണക്കാക്കാതെ ഉറക്കെച്ചിരിച്ച് പറഞ്ഞു: 'അല്ല, സംസാരത്ത്ന്റെ ടേല് നടക്ക്ണ്വണ്ടേയ്... ഹഹഹ...'

അന്നങ്ങനെ കഴിഞ്ഞു.

പലർക്കും കൂടുതൽക്കൂടുതൽ അറിയാനിടയായതോടെ വാസുദേവൻമാഷ് കാറൽമണ്ണ സെമിനാറുകളിൽ കുറച്ചുകാലം സ്ഥിരംപ്രഭാവമായി.

എന്നാൽ സമയം ചെല്ലെച്ചെല്ലേ അമ്മാവന്റെ ഭാഷണങ്ങൾ പതിവിലധികം അന്തർചിന്താപ്രകടനമായി. ഉള്ളിലെ കാല്പനികജീവി വളർന്നു വലുതായിക്കൊണ്ടിരുന്നു. മനയോല തേച്ചുള്ള മനുഷ്യൻ അരങ്ങത്ത് നടരാജവിഗ്രഹമായി നിലകൊള്ളണം എന്ന രീതിയിലേക്ക് അഭിപ്രായങ്ങൾ പോയപ്പോൾ രാജാനന്ദന്റെ ജ്യേഷ്ഠൻ കെ.ബി. രാജേന്ദ്രൻ പറഞ്ഞുപോലും: 'വാസുദേവൻമാഷ് വെറുതെ സ്വപ്നം കാണ്വാ...' മറ്റൊരിക്കൽ പ്രദീപ് എന്നോട് അയാളുടെ കുന്നംകുളം പോർക്കളത്തെ കഴിക്കാട്ട് സംസാരിക്കേ പറഞ്ഞു: 'ഔ, തന്റമ്മാവന്റെ... വയ്യേ! ചെല നേരത്തൊക്കെ എന്താ പറയണ് ന്ന് മൂപ്പർക്കന്ന്യാ നിശ്ചയമുണ്ടാവ്വ.'

മേൽചൊന്ന രണ്ടഭിപ്രായത്തിലും എനിക്കും ഒന്നോർത്താൽ തോന്നിയിട്ടില്ല വിയോജിപ്പ്. ഈ വേനലിൽത്തന്നെ ഇതുപോലൊരു വിഷയത്തെച്ചൊല്ലി ഞാനും അമ്മാവനും ഒന്ന് കോർത്തു. രണ്ടുവർഷം മുമ്പ് (2019 ജൂലൈയിൽ) കാറൽമണ്ണ നടന്ന ഒരു ഇരയിമ്മൻതമ്പി സിമ്പോസിയത്തിൽ ഒറ്റപ്പകൽ നടന്ന മൂന്ന് പ്രഭാഷണങ്ങളിലെ ചില ഹൈലൈറ്റ്സ് ഞാൻ അമ്മാവനുമായി മുളംകുന്നത്തുകാവിലെ 'മദ്ധ്യമാവതി'യിലെ ഉൾമുറിയിൽ അത്താഴശേഷം പങ്കുവച്ചു. പി. വേണുഗോപാലൻ, കെ.സി. നാരായണൻ, മനോജ് കുറൂർ എന്നിവരുടെ വാമൊഴികൾ എല്ലാം സശ്രദ്ധം കേട്ടശേഷം എന്റെ

പുളപ്പിനെ കിഴക്കുന്നരീതിയിൽ അമ്മാവൻ മൃദുവായി ചോദിച്ചു: നീയീ പറഞ്ഞതൊക്കെ കൊറേ വസ്തുതകൾ. ഫാക്റ്റ്സ്. ഇതോണ്ട് പക്ഷെ എങ്ങന്യാ ആസ്വാദനം മെച്ചാവ്വാ?

ഒരു കാര്യത്തോട് ഇഷ്ടം തോന്നാനോ മുമ്പേ കമ്പമുള്ള ഒന്നിലേക്ക് പുതിയ വെളിച്ചം കിട്ടാനോ മാത്രമേ അല്ലെങ്കിലും ശില്പശാലകൾ ഉപകരിക്കൂ എന്നും ബന്ധപ്പെട്ട ചില ധർമസൂക്ഷ്മജ്ഞാനമോ ചരിത്രഗ്രാഹ്യമോ കൊണ്ട് അരങ്ങത്തെ നോട്ടംതരുന്ന നേട്ടം ശോഷിക്കുന്നില്ല എന്നും ഞാൻ തിരികെതട്ടി. ഈ ചീട്ടൊന്നും എന്നോട് വേണ്ട എന്ന രീതിയിൽ അമ്മാവൻ ബെഡ്റൂമിലെ കസേരയിൽനിന്ന് പെട്ടെന്ന് എഴുന്നേറ്റു. എന്തോ കനത്ത പുറപ്പാടിനാണ് എന്ന് ചിരശീലം കൊണ്ട് എനിക്ക് ഉറപ്പായി. ആകാംക്ഷയുമായി.

കാവിമുണ്ട് മടക്കിക്കുത്തി കണ്ണുചീമ്പി വലതുകൈ മടക്കി തോളോളമുയർത്തി അമ്മാവൻ ഒരുതരം ശബ്ദമുണ്ടാക്കി ചൊല്ലാനാരംഭിച്ചു. അത് കഥകളിയിലെ പതിഞ്ഞ 'കിടധീംതാം' ആണെന്ന് അഞ്ചാറു സെക്കൻഡിനകം എനിക്ക് കത്തി. വ്യവസ്ഥാപിത വായ്ത്താരി അല്ലേയല്ലിത്. താളത്തിന്റെ അടിയും വീശ്ശും ഒക്കെ കൃത്യമെങ്കിലും സ്വന്തം നാവിന്റെ വക്രീകരണം നന്നായുണ്ട് ഈ നാദനിരയിൽ ഉടനീളം. ഇത്രയടുപ്പം ഉണ്ടായിട്ടും 'ശരിക്ക് വട്ടുതന്നെ' എന്ന് ഞാൻപോലും അന്ധാളിച്ചു.

നാലുമിനിറ്റവതരണം കഴിഞ്ഞതോടെ അമ്മാവൻ 'നോർമൽ' ആയി. കല്പനശേഷമുള്ള കോമരത്തെപോലെ തളർന്നങ്ങോട്ടിരുന്നു.

ഞങ്ങളിക്കിടയിൽ ആ രാത്രി പിന്നെയൊന്നുമുണ്ടായില്ല ചർച്ചിക്കാൻ. സംഗതി, എനിക്ക് ശരിക്ക് മനസ്സിലായി: അമ്മാവന്റെ അന്വേഷണം (pursuit, ആളെപ്പോഴും ബാക്കിയുള്ള പലർക്കുമായി ഉപയോഗിക്കുന്ന വാക്ക്) എന്നും ശുദ്ധസൗന്ദര്യം മാത്രമാണ്. ഉദാഹരണം, 'ഉത്തരാസ്വയംവരം' അരങ്ങിലെ ഏകലോചനം ശരീരമുഖങ്ങൾ ചേർന്ന് ആധാരമാക്കുന്ന കാതൽ രസതന്ത്രം ആണ് ആളുടെ സ്ഥിരാവേശം. അതല്ലാതെ, ഇടതുംവലതും കണ്ണുകൾ ഈവിധം മാറിമാറി അനക്കാൻ ഉണ്ടായയൊരു സാമൂഹ്യപശ്ചാത്തലം ആളുടെ ചിന്താമണ്ഡലത്തെ സ്പർശിക്കുന്നേയില്ല.

പിറ്റേന്നാൾ അമ്മാവൻ വളപ്പിലുലാത്ത് കഴിഞ്ഞ് ഡിസ്കിൽ പാട്ടു കേൾക്കുന്നതിലേക്ക് തിരിഞ്ഞിരുന്നു.

മുമ്പ്, 'നാഗരിക' രാഗമായി സുരുട്ടിയെപ്പറ്റി പറഞ്ഞല്ലോ. അങ്ങനെ അഭിപ്രായപ്പെട്ടിരുന്ന കാലത്ത് (പിന്നീടിതിനെ സ്വയംഖണ്ഡിച്ചു എന്നല്ല) അമ്മാവൻ കടുത്ത കർണാടകസംഗീത പക്ഷപാതി

ആയിരുന്നു. പ്രായംചെന്നപ്പോൾ തെന്നിന്ത്യൻ ശാസ്ത്രീയപദ്ധതിയെ തള്ളിയൊന്നുമില്ല; പക്ഷെ കേൾക്കാറുള്ളത് ഹിന്ദുസ്ഥാനി ക്ലാസിക്കൽ മാത്രം. ദ്രാവിഡ പാട്ടുപാരമ്പര്യത്തെ 'ഈറനുടുത്തു തൊഴണം' എന്നൊക്കെ പറയുമ്പോഴും സാവേരി വിട്ട് ജോഗിയയിലേക്കും മദ്ധ്യമാവതിക്ക് പകരം മധുമത് സാരംഗിലേക്കും ദ്വിജാവന്തി കേൾക്കാതെ ജൈജൈവന്തിയിലേക്കും ചേക്കേറിക്കഴിഞ്ഞിരുന്നു. തിരിച്ചുവരാനാവാത്തവിധം.

എന്നും അന്വേഷണപാതയിൽ

ഭേദപ്പെട്ട എന്തെങ്കിലും ജോലിക്കായിത്തെണ്ടി 1995-ൽ ഞാൻ ദൽഹിക്ക് തിരിക്കുന്നതിന് കാൽനൂറ്റാണ്ടെങ്കിലും മുമ്പ് വല്യമ്മാവൻ ഹിന്ദുസ്ഥാനീസംഗീതം കേട്ടുപരിചയിച്ചിരുന്നു. ഊഹം ശരിയെങ്കിൽ, ബാംഗ്ലൂരിൽ ശാസ്ത്രഗവേഷണം ചെയ്യുന്ന 1970-കളുടെ ആദ്യപാദത്തിൽത്തന്നെ. അതായത്, ഞാൻ വടക്കോട്ട് വണ്ടികയറിയ അതേ പ്രായത്തിൽ. കന്നഡനഗരത്തിലെ IIScയിൽ ഫിസിക്സ് PhD തിരക്കുകൾക്കിടയിൽ ഖയാലും ധ്രുപദും സായാഹ്ന ലാഘവത്തിനെന്നവണ്ണം ലഹരിക്കായി അവിടിവിടെ ഹാളുകളിൽ കയറിയിരിക്കണം.

'അവർക്ക് പാവം പത്തോ പന്ത്രണ്ടോ രാഗേ ആകെയുള്ളൂ, ' എന്ന് തുടക്കത്തിൽ ധരിച്ചിരുന്നതായി അക്കാലത്തെ അനുസ്മരിച്ച് പിന്നീട് സ്വയംവിസ്തിമട്ടിൽ പറയാറുണ്ട്. തോന്നിയതിൽ തെറ്റില്ല; കച്ചേരികൾ ഏറിയവയും വൈകുന്നേരങ്ങളിൽ നടക്കുമ്പോൾ സമയസിദ്ധാന്തം വച്ച് ഉസ്താദുമാരും വിദുഷികളും ഭൂരിപക്ഷവും സായാഹ്ന/രാത്രി രാഗങ്ങളെ അവതരിപ്പിക്കാൻ തുനിഞ്ഞിരിക്കുള്ളൂ.

ഇന്ദ്രപ്രസ്ഥത്തിൽ എനിക്കു പക്ഷെ പ്രഭാത/മദ്ധ്യാഹ്ന/അപരാഹ്ന ഈണങ്ങളും അത്യാവശ്യം തരപ്പെട്ടിരുന്നു. പലതും തുറസ്സായ ഇടങ്ങളിൽത്തന്നെ. മഞ്ഞുകാലമെങ്കിൽ രാവിലെയും വസന്തമെങ്കിൽ സൂര്യനുച്ചിയിലുള്ളപ്പോഴും ഹേമന്തമെങ്കിൽ ഉച്ചതിരിഞ്ഞും ഒക്കെ ക്ലാസിക്കൽ പേഷ്കഷ്. അവയത്രയും കേട്ടുള്ള ആവേശട്രോഫിയും ഉയർത്തി നാട്ടിലവധിക്ക് വരുമ്പോൾ വല്യമ്മാമനെ കണ്ടെങ്കിൽ ലളിത്തും രാംദാസി മൽഹാറും തിലക് കാമോദും മുൽത്താനിയും ഒക്കെ സംസാരവിഷയമാവും. ദക്ഷിണേന്ത്യയിൽ ഇരുന്നുതന്നെ വിന്ധ്യക്കപ്പുറത്തെ പാട്ടുക്യാൻവാസ് അതിനകം സ്വയം വിശാലമാക്കിയിരുന്ന അമ്മാവൻ എന്റെ ചെറുപ്പംമാനിച്ച് എല്ലാ തോന്നിവാസങ്ങളും കേൾക്കും, കുറച്ചൊക്കെ യോജിക്കും, ചിലപ്പോൾ കടുത്ത രീതിയിൽ പ്രതിഷേധിക്കും.

Carnatic is actually a tougher form, എന്നൊരിക്കൽ ആംഗലത്തിൽത്തന്നെ പറഞ്ഞു, എന്റെ ഹിന്ദുസ്ഥാനിപ്രാന്തിൽ പൊറുതിമുട്ടി. ഉത്തരേന്ത്യൻ ക്ലാസിക്കൽ പെയിന്റിങ് ആണെങ്കിൽ ദക്ഷിണഭാരതത്തിലെ ശാസ്ത്രീയസംഗീതം ആർക്കിടെക്ച്ചർ ആണത്രേ. കമ്പിതഗമകങ്ങളുടെ വൈശിഷ്ട്യവും പാകത്തിന് composer-oriented ആവുമ്പോളുള്ള ഉൾബലത്തെയും വീണ്ടും പ്രത്യേകം പുകഴ്ത്തി. അങ്ങോട്ടിങ്ങോട്ട് മനസ്സിലാവാത്ത രണ്ടുപേരുടെ അന്യോന്യം പോലെ അതങ്ങനെ പല കടന്നിരിക്കലിലുമായി നീണ്ടുപോയി.

നൂറ്റാണ്ട് മറിയാനിരുന്ന അവസാനവർഷം അമ്മാവൻ ദൽഹിയിൽ പ്രത്യക്ഷപ്പെട്ടു. മൂത്ത മകന് JNU-വിൽ മൈക്രോബയോളജിൽ ഉപരിപഠനത്തിനുള്ള പ്രവേശത്തിന് വന്നതായിരുന്നു. കൂടെ ടി.വി. നീലകണ്ഠൻ എന്ന ഉണ്ണി. കാലിക്കറ്റ് യൂണിവേഴ്സിറ്റിയുടെ തൃശ്ശൂരിലെ അരണാട്ടുകര ക്യാമ്പസ്സിൽ എം.എ.ക്ക് എന്റെ ഒരുവർഷം സീനിയർ ആയിരുന്ന ഷാജു ജോർജ് എന്ന സ്കൂളദ്ധ്യാപകനും ഞാനും യമുനക്ക് കിഴക്ക് താമസിച്ചിരുന്ന ഇന്ദിരാപുരത്തെ ഫ്ലാറ്റിൽ അതിഥിദ്വയം തമ്പടിച്ചു.

പുഴുക്ക ജൂലൈ മാസം. പുറമെ പാതയരികിൽ ചോളം ചുട്ടും പുഴുങ്ങിയും വിൽപ്പന. 'നമുക്കൊന്ന് വാങ്ങിയാലോ?' എന്നായി. കുരുകുരു ധാന്യക്കൂമ്പിനുമേൽ ഉപ്പും ചെറുനാരങ്ങയും തേമ്പിയുള്ള സ്വാദിനെക്കാൾ ആൾക്കിഷ്ടപ്പെട്ടത് അപ്പോഴത്തെ ഒരു നേർക്കാഴ്ചയായിരുന്നു. മുന്നാക്കം നടക്കേ പറഞ്ഞു: 'നീയ്യ് ശ്രദ്ധിച്ചില്ലേ, അമ്മ കനലിൽവെച്ചുള്ള പണിനോക്കും, മകൻ അതുവാങ്ങി രുചിക്കുട്ടും. ഉത്തരേന്ത്യയിൽ അല്ലെങ്കിലും ഇങ്ങനെയൊക്ക്യാ.... വേറൊരു താളാ ജീവിതത്തിന്...'

സംഗീതസ്സീസൺ അല്ലാഞ്ഞതിനാലാവണം, ദൽഹിയിൽ ആ രണ്ടുമൂന്ന് ദിവസത്തിനിടെ കച്ചേരിക്കൊന്നും പോക്കുണ്ടായില്ല ഞങ്ങൾ.

കൊല്ലം 2000 മൺസൂണാന്ത്യം ആയപ്പോഴേക്കും ഞാൻ സ്ഥലംമാറ്റം വാങ്ങി മദിരാശിക്ക് ഇറങ്ങി. മാർഗഴി ഉത്സവങ്ങളിൽ ടിനഗറിലും മൈലാപ്പൂരും ആൽവർപ്പേട്ടും സഭകൾതോറും കയറിയിറങ്ങിയ അനുഭവങ്ങളുടെ തിമിർപ്പ് അക്കാലത്ത് കൂടുതലായി കാണാനിടയായ അമ്മാവനോട് പങ്കിടുമ്പോൾ ആള് പറയും: ഈ കർണാടകസംഗീതത്തില് ണ്ടലോ... സംഗതിയൊക്കെ കേമാ, പക്ഷെ പ്രകൃതി ല്യ.

ആളുതന്നെ തെന്നിന്ത്യൻ ക്ലാസ്സിക്കലിന്റെ ചില സവിശേഷത കളെ കുറിച്ച് നാളതുവരെ പറയാറുള്ളത് ഒന്ന് പരിഷ്കരിച്ചെന്നമട്ടിൽ അങ്ങോട്ടോർമിപ്പിക്കുമ്പോൾ അമ്മാവൻ ഒരു അസംബന്ധനാ ടകത്തിലെ കഥാപാത്രംകണക്കെ പ്ലേറ്റ്മാറ്റി പ്രതിരോധിക്കും: പാടണത് എന്തൊക്കെയായാലും അധികോം പട്ടമ്മാരല്ലേ?

എന്നാലോ?

അതോണ്ട് അതില് തുറന്ന ഭൂമിയും വെള്ളോം ആകാശോം കാണാൻ പറ്റില്ല.

ങേ! അതെന്താ?

അവർക്ക് കൃഷി കഷ്ടിയാ. മണ്ണുമായി ബന്ധല്യ. നോക്കീട്ട്ല്യേ... തമിഴ്ബ്രാഹ്മണര് ലോകത്തെവടെ പോയാലും ഉറുമ്പിൻകൂട്ടംപോലെ ഒന്നിച്ചരിച്ചുകൂടും. അതൊക്കെ ഓക്കേ; അപ്പോഴും ഒരാളും അവരുടെ ഉദ്യോഗക്കരിയർ മെച്ചപ്പെടുത്തുക എന്നല്ലാതെ ജനലിൽക്കൂടി ഒരു മരത്തെയോ പക്ഷിയെയോ നോക്കിരസിക്കില്ല. ബാത്ത്റൂ മിൽ സന്ധ്യാവന്ദനോം കഴിഞ്ഞ് നേരെ പൂജാമുറിൽക്കയറി രണ്ട് കൽപൂരോം കത്തിച്ച് 'ആണ്ടവാ' ന്നും ചൊല്ലിപ്രാർത്ഥിച്ച് മന്ത്രം ചൊല്ലും.

ആയിക്കോട്ടെ!

അങ്ങനെയെങ്ങനെ പറഞ്ഞൊഴിയും? അതിന്റെ അനുരണനം അവരുടെ പാട്ടിലും കേൾക്കാം. സർവം പ്രാഥമികമായി indoor മാത്രം.

അയ്യട! ഉദാഹരണം?

ഇപ്പൊ, മാൽക്കോൺസ് കേൾക്കുമ്പോ നമുക്ക് എന്താ തോന്നുക? (ഇനിയങ്ങോട്ട് ഉഗ്രകിറുക്ക് ഒന്നൊന്നായി വരികയായി എന്ന് എനിക്കുറപ്പിക്കാൻ കാലമായി എന്നതിലേക്കുള്ള വാചകമാണത്.) ഊക്കൻ രാത്രി. Deep night. നിലാവ് ഉണ്ടാവാം, ഇല്ലാതിരിക്കാം. പക്ഷെ യക്ഷിയുണ്ട്; ഉറപ്പ്. കരിമ്പനമേലെയാവാം, താഴെമണ്ണിലാ വാം. അത് നമ്മളെ മാടിവിളിക്കും. പോവാതിരിക്കാൻ കഴിയില്ല. പിന്നാലെ നമ്മളും കുന്നുകയറും. രക്തംവാർന്ന് ചത്താലും വേണ്ടില്ല; മലമുകളിൽനിന്നുള്ള താഴ്വാരക്കാഴ്ച്ച... അയ്യ!

നേരിൽ ദർശിച്ചതുപോലെ അർത്ഥശങ്കയില്ലാതെയാണ് മൊഴി. ഇതിനെ എതിരിട്ടിട്ടു കാര്യമില്ല എന്ന് മനസ്സിലാക്കി ഞാൻ പത്രക്കാ രന്റെ മട്ടിൽ ചോദിക്കും: അപ്പോൾ (സമാനരാഗമായ) ഹിന്ദോളം?

അത് വേറെ ഉയരമല്ലേ! എന്താ മൈക്രോടോണിന്റെ ഇന്ദ്രജാലം... രാഗം തെളിതെളിയായി മിന്നിക്കൊണ്ടിരിക്കും.

എന്നിരിക്കിലും വല്യമ്മമാവൻ പറഞ്ഞുവരുന്നത് ഒരു 'പക്ഷെ'യിലേക്കാണല്ലോ...

ഉറപ്പായും. പക്ഷെ പ്രകൃതി ല്ല്യ. അത് ഏറെക്കുറെ ഒരു കർണാടിക് രാഗത്തിലും ല്യ ഔട്ട്ഡോർ കാഴ്ചകൾ. ചില പ്രപഞ്ചസത്യങ്ങൾ ഓർമിപ്പിച്ചുകൊണ്ടിരിക്കും; പക്ഷെ ചുറ്റുപുറം നമ്മളെ പതിവായ കർഷിക്കുന്ന ഒരു പൂമ്പാറ്റയെയോ താളിന്റേലയെയോ നദിപ്പരപ്പിനെയോ കാട്ടിത്തരില്ല.

ഈ ആന്ധ്യത്തിന് അപ്പീലില്ല. ഞാൻ കേസ് വിട്ടും.

അപ്പോൾ അമ്മാവന് പരിഭവമാവും: 'നീയെന്താ എതിര് പറയാത്തത്?'

എന്റെ കൃത്രിമമൗനത്തിൽ ഖിന്നനായി പറയും: 'നെന്നോട് വാദിക്കാൻ നല്ല രസാ... അതോണ്ടുംകൂടിയാ ഇതൊക്കെ പറേണത്.'

എന്റെ ഉള്ള പരിചകൂടി പൊളിഞ്ഞു പാളീസ്...

അല്ലെങ്കിൽത്തന്നെ ഇതിലൊക്കെ എന്തുണ്ട് എതിർക്കാൻ? ഹാർട്ട് പ്രശ്നം ആദ്യം കണ്ടെത്തിയത് 2012-ലാണ്. ആ ഓണക്കാലത്തെ അറ്റാക്കിനെ അതിജീവിച്ചപ്പോൾ പുസ്തകവായനയും പാട്ടു കേൾക്കലുമായി ജീവിതം കഴിവതും ഇൻഡോർ ആക്കാൻ വൈദ്യോപദേശം കിട്ടി. പുറംയാത്രകൾക്ക് തെല്ലൊരു തടവീണപ്പോൾ നഷ്ടപരിഹാരമായിക്കൂടി അമ്മാവൻ കണ്ടെത്തിയ മനോരഥം ആവണം ഉത്തരേന്ത്യൻ സംഗീതം. അഹീർ ഭൈരവിൽ പ്രഭാതപ്പാടങ്ങളെയും പട്ദീപിൽ വെയിലൊളിച്ചുകളിക്കുന്ന മുൾവേലികളെയും പൂര്യയിൽ പണികഴിഞ്ഞു മടങ്ങുന്ന കർഷകനെയും കണ്ണുംനട്ടിരിക്കുന്ന ആളോട് സംസാരിക്കാൻതന്നെ എനിക്കെന്തർഹത? ദൽഹിയിലും ചണ്ഡീഗഢിലും ലഖ്നൗവിലും ഒക്കെയായി സാംസ്കാരികമേഖലയിൽ ഒന്നര വ്യാഴവട്ടം തട്ടിത്തടഞ്ഞ ഞാൻ പേരുപോലും കേട്ടിട്ടില്ലാത്ത ഏതൊക്കെയോ ഹിന്ദുസ്ഥാനിരാഗങ്ങളുടെ സ്വരസ്ഥാനങ്ങളും അതിലുപരി അവയുടെ നിറങ്ങളും മണങ്ങളും സ്പന്ദനങ്ങളും തനിവാസ്തവംപോലെ ഉരുവിടുന്നതിനെ ഒരുനിലക്കും കളിയാക്കിക്കൂടാ.

പന്തുവരാളിയുടെ അന്തിച്ചോപ്പിലേക്ക് കർപ്പൂരം ജ്വലിപ്പിച്ചാൽ പൂർവികല്യാണി ആയെന്ന് പണ്ടേ പറഞ്ഞിരുന്ന അമ്മാവൻ സമാനമായ സാഹിത്യാനുഭവങ്ങളും ചിലനേരം പങ്കിടാറുണ്ട്.

അതിലേക്കുള്ള വഴിമരുന്നായി ഇപ്പോഴിത്രമാത്രം:

ടി.എൻ. വാസുദേവൻ മുളംകുന്നത്തുകാവിലെ പ്രൈമറിസ്കൂളിൽ പോയിത്തുടങ്ങുന്നതിന് തൊട്ടുമുമ്പുള്ള കാലത്ത് ഇന്ത്യാരാജ്യം സ്വാതന്ത്ര്യശേഷം പിണഞ്ഞ വിഭജനത്തിൽ കൈരണ്ടുമറ്റ വേദനയിലായിരുന്നു. പൈതൃകനഗരമായ ലാഹോർ അപ്രതീക്ഷിതമെന്നവണ്ണം പാകിസ്താനിലേക്ക് പോയത് ഇങ്ങ് മലനാട്ടിലെ തിയ്യാടിയിലെയും അയലത്തെയും ചില മുതിർന്നവർ നഷ്ടബോധത്തോടെ സംസാരിക്കുമായിരുന്നു ആലിൻചുവട്ടിലും കുളക്കടവിൽപ്പോലും. വയസ്സ് നാൽപതു പിന്നിട്ടപ്പോഴാണ് അമ്മാവൻ 'നിറം പിടിപ്പിച്ച നുണകൾ' എന്ന പാർട്ടിഷൻപ്രഭാവ നോവൽ വായിക്കുന്നത്. (വിടാഞ്ഞ വികാരവേലിയേറ്റത്തിൽ മദ്ധ്യവയസ്സിൽ ആള് ആ യശ്പാൽ കൃതിയുടെ മൗലിക ഹിന്ദിരൂപം [1958] കമ്പോട്ടുകമ്പ് തീർത്തു -- 'രാഷ്ട്രഭാഷ'യിൽ ഒരുവക വ്യുല്പത്തിയും ഇല്ലാഞ്ഞിട്ടും.)

ഓർമ ശരിയെങ്കിൽ 1986-ലാവണം, അമ്മാവന്റെ ഭാര്യാനാടായ ഷൊറണൂര് മുണ്ടായയിൽ ഒരു ബന്ധുവിശേഷം. തലേന്നാൾ വൈകിട്ട് എന്നെയുംകൂട്ടി ഭാരതപ്പുഴയിലേക്ക് പോയി.

മണൽത്തിട്ടകൾക്കിടയിൽ നേർത്തൊഴുകിയിരുന്ന ചാലുകളൊന്നിൽ ഞങ്ങൾ കുളിക്കാനിറങ്ങി. പടിഞ്ഞാറ് കുന്നിൻചെരുവിനപ്പുറം അസ്തമയം. എന്തൊക്കെയോ സൊറച്ചിരുന്ന നേരത്ത് അക്കരെ നിന്ന് വാങ്കുവിളി അരിച്ചെത്തി. അതിലെ ഇസ്ലാമികയീണത്തിൽ പുളഞ്ഞ് അമ്മാവൻ പറഞ്ഞു: ആഹാ, ഇപ്പൊ നമ്മള് ഇന്ത്യേല്, ദാ അവടെ പാകിസ്താൻ.

ഇത്തിരിവെള്ളത്തിൽ മുങ്ങാനായുംമുമ്പ് അമ്മാവൻ വശംതിരിഞ്ഞ് കൈക്കൂപ്പി. അത് മാനമിരുട്ടിക്കുന്ന അർക്കനോടാവാം, സംഗീതമൊഴുക്കുന്ന പള്ളിയോടാവാം, കൈവിട്ടുപോയ ലാഹോറിനോടാവാം. അല്ലെങ്കിൽത്തന്നെ ഇതൊക്കെത്തമ്മിൽ എന്താണിത്ര വ്യത്യാസം?

സാഹിത്യത്തോടുള്ള ദ്വിധ്രുവത

ബന്ധുവിശേഷങ്ങൾ വമ്പൻഹാളുകളിലേക്ക് പത്രാസോടെ മേടയേറുംമുമ്പുള്ള കാലത്തും വല്യമ്മാമൻ സ്വജനക്കാർ ഒത്തുകൂടിയുള്ള ചില്ലറ കോലാഹലങ്ങളിൽനിന്ന് തെല്ലൊന്ന് വിട്ടുനിൽക്കുകയേ പതിവുള്ളൂ. സമുദായത്തിലെ വിവാഹങ്ങളടക്കം ആഘോഷങ്ങൾ (1990-കളുടെ മദ്ധ്യംവരെ) വീട്ടുമുറ്റത്തും അകത്തെമുറികളിലും ലളിതചടങ്ങുകളായി ഒതുങ്ങിയപ്പോഴും നിരത്തിപ്പിടിച്ച് സർവയസ്സാദികളോടും സൊറച്ചൊന്നും കണ്ടിട്ടില്ല.

ആളുടെ അമ്മനാടായ മലമക്കാവിലെ തിയ്യാടിയിൽ കുലത്തൊഴിൽ പഠിച്ചിരുന്ന സ്കൂളവധിക്കാലത്തെ ചങ്ങാതിയാണ് അഞ്ചുവയസ്സിനിളയ കസിൻ മണിയൻ എന്ന ടി.എൻ. നാരായണൻകുട്ടി നമ്പ്യാർ. ചങ്ങാത്തം പിന്നീടും തുടർന്നു പൂക്കാട്ടിരി ദിവാകരപ്പൊതുവാളുടെ കീഴിൽ തായമ്പകയഭ്യസിച്ച് വാദ്യക്കാരനായ മണിയേട്ടനും ബാംഗ്ലൂർ IIScയിൽനിന്ന് PhD എടുത്ത വല്യമ്മാമനും.

'ങ്ഹ, വാസ്വേട്ടപ്പ്ളേ വന്നീ' എന്ന് ഏതെങ്കിലും ഷഷ്ടിപൂർത്തിക്കോ ചോറൂണിനോ ഇടയിൽ വെളുക്കെച്ചിരിച്ച ലോഗ്യം പറയും മണിയേട്ടൻ. വടക്കാഞ്ചേരിക്ക് 12 കിലോമീറ്റർ വടക്ക് വരവൂര് താമസമാക്കിയ ചെണ്ടകലാകാരൻ. അതൊരു ചോദ്യമേയല്ല, മറിച്ച് പലേധൃതിക്കിടയിൽ കണ്ടുവെന്നു നടിച്ചതിന്റെ വള്ളുവനാടൻ വ്യംഗ്യംമാത്രമാണ്. അമ്മാവൻ പക്ഷെ സംഗതി അക്ഷരാർത്ഥത്തിൽ എടുക്കും. മറുപടിയും പറഞ്ഞുതുടങ്ങും: 'ഞാനോ, ഞാൻ രാവിലെയൊരു എട്ടര മണി... ല്യ എട്ടര്യായിണ്ടാവില്ല... 8:25 അല്ല:26... അതെന്താ പറയ്യോ... മൂളൂത്താവ്ന്ന് വെളപ്പായ റോട്ടിൽക്ക് നടന്നെത്തീപ്പളയ്ക്കും ആ 6:50ന്റെ ബസ്സ് കാണച്ചിലാ പോയി... പിന്നത്തെ കൊണ്ടയൂര് കരിപ്പാല്...'

വിവരണം അതുവരെയൊക്കെ എത്തുമ്പോഴേക്കും മണിയേട്ടൻ എല്ലാ തടസ്സവും പറത്തിവിട്ടിട്ടെന്ന മട്ടിൽ അന്വേഷിക്കും, 'കുട്ട്യോളെ കൊണ്ടന്ന്വേലോ ലേ...'

ഒരാളെയേ സാധിച്ചുള്ളൂ; അതിനും വല്യമ്മാമൻ സൂക്ഷ്മമായി സമാധാനം പറയാനാരംഭിക്കും.

ഇങ്ങനെ ഡിജിറ്റൽ ആയൊരു മനസ്സിൽനിന്ന് ലഘുത്വം കഷ്ടിയായിരുന്നു മറുപടികളിൽ എല്ലാക്കാലത്തും. അതുകൊണ്ടുതന്നെ 'വന്നിടത്തോളം ചന്തം' എന്ന ജീവിതങ്ങളോട് വലിയ അദ്ഭുതവും ആയിരുന്നു.

ഫിസിക്സ് പഠിപ്പിച്ചിരുന്ന കലിക്കറ്റ് സർവ്വകലാശാലയിൽ ഈ മരുമകനെ നടാടെ കൊണ്ടുപോവുന്നത് എന്റെ പത്താംക്ലാസ് കഴിഞ്ഞ നേരത്തായിരുന്നു. ക്യാമ്പസ്സിനകം വെറുതെ നടന്നുള്ള വൈകുന്നേരങ്ങളിൽ ഒരിക്കൽ ആള് Moby Dickനെ കുറിച്ച് കാരണമില്ലാതെ വാചാലനായി. തിരികെ ക്വാർട്ടേഴ്സ് എത്തിയപ്പോൾ ഇപ്പറഞ്ഞ അമേരിക്കൻ നോവലിന്റെ (പ്രസിദ്ധീകരണം: 1851) ആദ്യയദ്ധ്യായം തുറന്ന് വായിച്ചുകേൾപ്പിച്ചു:

Call me Ishmael. Some years ago-never mind how long precisely-having little or no money in my purse, and nothing particular to interest me on shore, I thought I would sail about a little and see the watery part of the world.

പുകഴ്പെറ്റ ഈ ഉദ്ഘാടന വരി പിന്നീട് എപ്പോൾ കാണുമ്പോഴും അമ്മാവനെ ഓർക്കാറുണ്ട്. സാഹിത്യപരമായ മെച്ചംകൊണ്ട് മാത്രമല്ല, പരന്തെസിസിൽ കാണുന്ന ആ കഷ്ണം നിരൂപിച്ചുകൂടിയാണ്: -never mind how long precisely- ഓ, കൊല്ലക്കണക്ക് സൂക്ഷ്മമെത്രയെന്നൊക്കെ വിട്ടുകള....

കൃതിയുടെ അടിസ്ഥാനമായ വിട്ടുതൽത്വര (free spirit) അമ്മാവനെ ശരിക്കും അമ്പരിപ്പിച്ചിരിക്കണം. കാരണം, ഹെർമൻ മെൽവില്ലിന്റെ ഈ മാസ്റ്റർപീസ് എത്ര പേജിന്റെ ആണെന്നെങ്ങാൻ ചോദിച്ചുപോയാൽ 'അത് തീരെ ചെറുതല്ല' എന്നോ 'കുറച്ചുണ്ട് ട്ടോ നീളം' എന്നോ പറയാനാവാതെ അമ്മാവൻ മനംചികഞ്ഞുതന്നെ പ്രഖ്യാപിക്കും: 'അതോ... ഹ്ം, 377.' ഉത്തരം കുറച്ച് ഓവറായോ എന്ന ശങ്കയിൽ ഒന്ന് ബാക്ഫുട്ടിൽ പോയി വെളിപ്പെടുത്തും: 'ച്ചാ അങ്ങനെയല്ല, ഈയടുത്ത് ഇതുമാത്രായിട്ട് നോക്കാൻ ഒരു കാരണ ണ്ടായി...'

സംഗീതം, നൃത്തം, വാദ്യം എന്നിവ ഏറെക്കുറെ നിരന്തരമായും, യാത്ര ഇടയ്ക്കൊന്നുള്ളതും, സിനിമ മുമ്പെപ്പോഴോ ഉണ്ടായിരുന്നതും ആയ താത്പര്യങ്ങളിൽ പെട്ടിരുന്നപ്പോൾ ഭൗതികശാസ്ത്രത്തിനൊപ്പം ടി.എൻ. വാസുദേവൻ അണമുറിയാതെ ഇടപഴകിയിരുന്നത് അക്ഷരങ്ങളായിട്ടായിരുന്നു. 'ഇപ്പങ്ങനെ പുസ്തം വായിക്കാറില്ല, ' എന്നൊരു ഇടവേള ആ 75 കൊല്ലത്തെ വാഴ്വിൽ സ്കൂളിൽചേർന്നതു മുതൽ ഉണ്ടായിട്ടില്ല. സാധാരണ ദിവസങ്ങളിൽ എന്നും വായനമാത്രം മുടങ്ങില്ല.

വായനയെന്നാൽ സാഹിത്യം എന്നമട്ടിൽ ഒതുക്കുന്ന പൊതുജന പ്രവണതയോടും കാഴ്ചപ്പാടിനോടും കനത്ത വിയോജിപ്പും പ്രതിഷേധംവരെയും ഉണ്ടായിരുന്നു. നോവലും കഥയും ഇതിഹാസങ്ങളും നാടകങ്ങളും കവിതയും പാരായണം ചെയ്യുമ്പോഴും സ്വന്തം അക്കാദമിക് മേഖലയിലെ പുരാതനസംഭവങ്ങളും ആശയങ്ങളും നേതാക്കളും തുടങ്ങി പുതുപ്രവണതകളും ഗവേഷണപ്രബന്ധങ്ങളും നവനായകരെയും ജിജ്ഞാസയോടെ പിന്തുടരുമായിരുന്നു. ഗതകാലങ്ങൾ എന്നും കൗതുകപ്പെടുത്തിയിരുന്നതിനാൽ ചരിത്രവും ആത്മകഥകളും ജീവിതരേഖകളും അങ്ങേയറ്റം പ്രിയപ്പെട്ടവയായിരുന്നു.

വായനാശീലം ചുറ്റുപുറങ്ങളെ വെർച്വൽ അനുഭവത്തിലേക്ക് പലരിലും ചുരുക്കുന്നതിൽ ആശങ്കപ്പെട്ടിരുന്നു. 'വൈലോപ്പിള്ളിയുടെ

'കന്നിക്കൊയ്ത്ത്' മനഃപാഠമാക്കും; നല്ലതുതന്നെ. പക്ഷെ ഒരു നെൽപ്പാടം നേരിൽ നോക്കിയിരിക്കാൻപോലും ആശപ്പെട്ടില്ല. പി. കുഞ്ഞിരാമൻനായരുടെ അവധൂതസ്വഭാവത്തെ പറ്റി കുറേ പറയും; അടുത്ത ഗ്രാമത്തിലേക്കുപോലും ഒന്നിറങ്ങിപ്പുറപ്പെട്ടില്ല, ' എന്ന് പറയും. 'വിത്തും കൈക്കോട്ടും' വായിക്കുന്നതിനൊപ്പം സ്വയം തടമെടുത്ത് പയറുകുത്തിയാൽ കൂടുതൽ നന്ന് എന്നതാണ് ധ്വനി.

ഇവിടെ, അമ്മാവന് ലിറ്ററേച്ചറിട്ടുള്ള കടുത്താവേശം കാണാമായിരുന്നെങ്കിലും മലനാട്ടിലെ സമകാലിക മുഖ്യധാരാ സാഹിത്യപ്രവർത്തകരെ പൊതുവെ കിഴക്കിയേ സംസാരിക്കൂ. മിക്കവാറും വേറെമേഖലയറിവ് കഷ്ടിയായ ഫിസിസിസ്റ്റുകൾ മലയാളത്തിലെ ഏതെങ്കിലും സമകാലിക കഥാകാരനെയോ അത്യന്താധുനിക കവിയെയോ നിഷ്കളങ്കമായി തൊഴുതുവണങ്ങിക്കേട്ടാൽ ആള് 'നമ്മുടെ' ആൽബർട്ട് ഐൻസ്റ്റീനെയും ഇർവിൻ ഷ്രോഡിങ്ങറേയും ചൂണ്ടിപ്പറയും: അവരുടെയൊന്നുംണ്ടല്ലോ... വാലിന്മേ കെട്ടാല്യ ഇവരാരും.

ഇമ്മാതിരി കളംപാളിച്ചവിട്ടുകൾ ഫിക്ഷൻ സാഹിത്യത്തിനകത്തുതന്നെ കൊണ്ടുനടക്കാറുണ്ട്. 'കടതല സുഖദമായി എഴുതാന്നല്ലാതെ ഒരു ഗ്രേറ്റ് മൊമെന്റ് സമ്മാനിക്കാൻ എം.ടി.ക്ക് കഴിഞ്ഞിട്ടില്ല. മറിച്ച്, മിഡിയോക്കർ മെറ്റീരിയൽ എന്നാരോപിക്കാനാവുമ്പോഴും ആ കെ. സുരേന്ദ്രന്റെ നോവലിൽ ഒരിടത്തെങ്കിലും വല്ലാത്ത ഷോക്ക് കിട്ടീന്നിരിക്കും, ' എന്ന് വിലയിരുത്തും. അതേസമയം ചില ദുർബലനിമിഷങ്ങളിൽ വാസുദേവൻ നായരുടെ കൃതികൾ വായിച്ചിരിക്കുന്നതും കാണാം. തൊണ്ടിസഹിതം പിടികൂടിയ കള്ളനെമാതിരി രാജിയായി മൊഴിവരും: 'അയ്യ! കൂട്ടക്കടവ്, താലപ്പൊലിപ്പാല, പൊഴവക്ക്, കൈതക്കാട്... അമ്മാവന്റെകൂടി നമ്മട പഴേ മലോക്കാവെന്നെ! അതുപടി...' എന്നിട്ട് മൂത്ത അനിയത്തി (എന്റെയമ്മ ആര്യാ ദേവി) സഹയാത്രികയായി ഇരുവരുടെ അച്ഛന്റെകൂടെ മുളംകുന്നത്തുകാവിൽനിന്ന് വടക്കോട്ട് ബസ്സും തീവണ്ടിയും ആയി കുറ്റിപ്പുറത്തിറങ്ങി നദിയും കുന്നും നടന്നുതാണ്ടി അമ്മാത്തേക്ക് നടന്നുപോയിരുന്ന ബാല്യകൗമാരം അയവിറക്കും.

സർവകലാശാലയിലെ പ്രൊഫസർകാലത്ത് ഒരിക്കൽ (1980കളുടെയൊടുവിൽ) കുളിമുറിയിൽ വഴുക്കി കാലൊടിഞ്ഞ് മുട്ട് പ്ലാസ്റ്ററിട്ട് ഇരിപ്പായി. കാണാൻ ചെന്നുള്ള ഞങ്ങളുടെ വർത്തമാനങ്ങൾക്ക് കൃത്യമായി മറുപടി പറയുമ്പോഴും ആളെ എന്തോ അലട്ടിയിരുന്നതായി തോന്നി. ഊഹം ശരിയായിരുന്നുതാനും. വൈകുന്നേരം

രണ്ടാംറൌണ്ട് സൊറയ്ക്ക് ചെന്നപ്പോൾ അമ്മാവൻ ക്ഷമാപണം പോലെ പറഞ്ഞു: 'ഞാനേയ്, ജസ്റ്റ് കഴിയേണ്ടതായിരുന്ന ഒരു നോവല് നിങ്ങള് വരണനേരത്ത്. ക്ലൈമാക്സിന്റെ ആകാംക്ഷേലാ ഇപ്പളും.'

അടുത്ത ഒരുമണിക്കൂർ ഒന്ന് ഒഴിഞ്ഞുതരണം എന്ന് ഗൂഢാർത്ഥം. തോമസ് മന്നിന്റെ 'ബുഡ്ഡൻ ബ്രോക്ക്സ്'' (1901) ആ സന്ധ്യയോടെ മുഴുമിപ്പിച്ചതോടെ ആള് പതിവുമട്ടിലേക്ക് മടങ്ങിവന്നു.

ഒന്നരവ്യാഴവട്ടം പിന്നിട്ട് ദൽഹിയിൽ എന്റെ ഫ്ലാറ്റിൽ വന്നപ്പോൾ പുസ്തകഷെൽഫിൽ Dangerous Love എന്ന തലക്കെട്ട് ആളെ ആകർഷിച്ചു: 'ഇതെങ്ങനെണ്ട്?' വല്യമ്മാമന് ബോധിക്കും ബെൻ ഓക്രി എന്ന് പറഞ്ഞത് മുഖവിലക്കുതന്നെ എടുത്തു. ഈയിടെയായി ഞാൻ മുളംകുന്നത്തുകാവിലെ 'മദ്ധ്യമാവതി'യിൽ പോവുമ്പോൾ നൈജീരിയൻ സാഹിത്യകാരന്റെ ഏറ്റം വിഖ്യാതമായ 'ദ് ഫാമിഷ്ഡ് റോഡ്'' ഉമ്മറത്തെ ചില്ലലമാരിയിൽ കണ്ടു.

ഭാരതീയസാഹിത്യത്തിനപ്പുറം യൂറോപ്പ്യനും ലാറ്റിനമേരിക്കനും അങ്ക്ൾ ടോംസ് ക്യാബിന്റെ അന്തരാവകാശികളെയും നല്ലൊരുകാലം പിന്തുടർന്നപ്പോൾ വൈകിയവേളയിൽ ആഫ്രിക്കൻ കൂടാതെ ചൈനീസും ജാപ്പനീസും നോവലുകളുമായി അടുത്തു. യൂക്കിയോ മിഷിമയുടെ Temple of The Golden Pavilion (1956) 'വല്ലാതെ ഇഷ്ടപ്പെട്ടു' എന്ന് പറഞ്ഞതിനോട് 'ഇല്ലാതെ വരില്ല, അമ്പലവാസി മനസ്സല്ലേ ആഫ്റ്റർ ആൾ' എന്ന മറുകുറി അമ്മാവന് ഇകഴ്ത്തായിത്തോന്നിയെന്ന് എന്നെനിക്കനുഭവപ്പെട്ടു.

2020-ലെ മഴക്കാലത്ത് എസ്. രമേശൻ നായർ മരിച്ചതിനു പിന്നാലെ വല്യമ്മാമനെ കാണാൻ ചെന്നപ്പോൾ കുറെയുണ്ടായി കവിയെക്കുറിച്ച വർത്തമാനം. 'പഴയ നാഞ്ചിനാട്'' എന്നത് ഏറെക്കുറെ 'നമ്മട തൃശ്ശൂര്'' എന്ന ആവേശത്തിലാണ് സംസാരം. സി.വി. രാമൻപിള്ളയുടെ കഥകളിസംബന്ധി കഥാപാത്രം സംസാരിക്കുന്ന മംഗളവാക്യത്തെ മുഴുരാത്രി അരങ്ങിനാവസാനം വരുന്ന ധനാശിമേളത്തിന്റെ വായ്ത്താരിയുമായി താളപ്രകാരം ബന്ധിപ്പിച്ച് കേൾപ്പിച്ചപ്പോൾ എന്റെ കണ്ണുതള്ളി. (കർണാടകസംഗീതജ്ഞൻ ചേർത്തല രംഗനാഥശർമ്മയുടെ മുഖം 'ധർമരാജാ'യിലെ ഹരിപഞ്ചാനന്റെ ശരിപ്പകർപ്പാണ് എന്ന പതിവുകിറുക്ക് വീണ്ടും ഓർമിച്ചു.)

ഇറങ്ങുമ്പോൾ പറഞ്ഞു: നീയ്യ് വേണങ്കെ രമേശൻനായരുടെ 'ചിലപ്പതികാരം' കൊണ്ടോയിക്കോ. എന്താ ഒഴുക്ക് ശ്ശുണ്ടോ! പല ഭാഗത്തും തർജ്ജമയാണ് ന്നുതന്നെ തോന്നില്ല... (എന്നിട്ട് ഒന്ന്

ശബ്ദം താഴ്ത്തി: 'പക്ഷെ ആൾടെ ചില ഹിന്ദു(ത്വ)വിചാരങ്ങള് [വേറെയിടത്ത്] എഴ്തീട്ട്ള്ളത്... കൊറച്ച് കടുപ്പാ ട്ടോ...')

അതിന് അഞ്ചാഴ്ച മുമ്പായിരുന്നു കെ.ആർ. ഗൗരിയമ്മയുടെ മരണം. കമ്മ്യൂണിസ്റ്റ് നേതാവിന്റെ ആത്മകഥ എന്റെ കൈയിൽനിന്ന് കൊറോണാപടർച്ചക്കു മുമ്പുള്ള കാലത്തൊരിക്കൽ അമ്മാവൻ ചോദിച്ചിരുന്നു. അല്ല. 'എനിക്ക് എന്നും വല്യ ബഹുമാനള്ള സ്ത്രീയാ അവര്, ' എന്ന വാചകം പോയാണ്ടിന്റെ തുടക്കത്തിൽ വന്നപ്പോൾ ഞാനായി അങ്ങോട്ട് കൊടുത്തതാണ്. 'ഞാനാ പുസ്തേ.... വായിച്ച് കഴിഞ്ഞിട്ട്ല്ല്യ ട്ടോ.... അതിൽക്കൊരു മൂഡ് വരല് ണ്ടായിട്ടില്ല. അത് കിട്ട്യാ പിന്നെ വേഗം കഴിയും.' ക്ഷമാപണം.

ഇളങ്കോ അടികളുടെ തമിഴ് കൃതിയുടെ മലയാളം പിന്നീടാവാം; തത്കാലം ഞാൻ ഇതെടുക്കുന്നു എന്ന് പറഞ്ഞ് അമ്മാവന്റെ വീട്ടിൽ നിന്ന് അക്കുറി കൊണ്ടുവന്നതാണ് മാണിക് ബന്ദോപാദ്ധ്യയുടെ പ്രസിദ്ധ നോവൽ. മരുമകനും അത് ഒരുസായാഹ്നം തുടങ്ങിവെക്കലേ ഉണ്ടായുള്ളൂ; പിന്നെയത് മുറിഞ്ഞുപോയി.

നന്നേ പഴഞ്ചൻ ഒരു പതിപ്പാണ് ഈ 'പാവകളിയുടെ കഥ' (1936). അതിനി ഞാൻ തിരിച്ചു കൊടുക്കലുണ്ടാവില്ല. അമ്മാവൻ എനിക്ക് ഈവിധം തന്ന പുസ്തകങ്ങളിൽ അവസാനത്തേതായി ഭവിച്ചത് എന്ന വികാരത്താൽ മാത്രമല്ല, ഈ ബംഗാളി നോവലിന്റെ നാമംതന്നെ നമ്മുടെയൊക്കെ ജീവിതത്തിന്റെ ആകെത്തുകപോലെ.

വാൽക്കഷ്ണം: പാവക്കളിയെ പിൻപറ്റി ഉള്ളതായിരിക്കും അടുത്ത അദ്ധ്യായം. അതുപക്ഷേ സാഹിത്യസംബന്ധി ആയിരിക്കില്ലതന്നെ.

അപരാഹ്നങ്ങളിലെ സ്വപ്നജീവി

പട്ടാമ്പിസമീപം കറുകപുത്തൂരെ ബന്ധുവീട്ടിൽ ഒരു വിവാഹത്തിനതലേന്ന് വാഹനമോട്ടി പോവുകയായിരുന്നു 2019-ൽ. പൂങ്കുന്നത്തെ വാടകവീട്ടിൽനിന്ന് വടക്കോട്ട്. മഴക്കാലം. മുൻനിശ്ചയിച്ച പ്രകാരം വഴിയിൽ മുളംകുന്നത്തുകാവിൽനിന്ന് വല്യമ്മാമൻ കൂടെക്കയറി.

കുറ്റിയങ്കാവ് പാടമായതോടെ ഗ്രാമങ്ങൾക്ക് തൃശ്ശൂരത്തം വിട്ട് തലപ്പിള്ളിലക്ഷണം വരുന്ന കാര്യം ആള് പറഞ്ഞുകേട്ടപ്പോൾ ശരിതോന്നി. അതുവരെ എനിക്കിത് സ്വയമനുഭവപ്പെട്ടില്ലല്ലോ എന്ന അദ്ഭുതവും ഉണ്ടായി. മിഥുനമാസമായിരുന്നു. വിശേഷിച്ചും പച്ചച്ച അമ്പലപുരവും ആര്യംപാടവും പുതുരുത്തിയും താണ്ടി മങ്ങാട് വഴി നെല്ലുവായയെത്തി. വലത്തോട്ടു വച്ചതും വൈകാതെയണഞ്ഞു തിച്ചൂര്. ഇളംവെയിൽത്തിളക്കം. അർദ്ധവള്ളുവനാടൻ

ലക്ഷണങ്ങളുള്ള പ്രകൃതി.

പണ്ട്, ആറരപ്പതിറ്റാണ്ടൊക്കെമുമ്പ്, അച്ഛൻ തിയ്യാട്ടു കഴിക്കാൻ പോയിരുന്ന അമ്പലത്തിലേക്കുള്ള മുക്കവല. പെട്ടെന്നു തോന്നി അയ്യപ്പൻകാവിലേക്ക് തിരിക്കാൻ. പെരുമ്പിലാവിൽനിന്ന് അച്ഛനും മുത്തശ്ശനും പറങ്കിമാവിൻകുന്നുകളും വെട്ടുവഴികളും കടന്നായിരുന്നു ഇവിടെവന്ന് അടിയന്തിരം നടത്തിയിരുന്നത്. അന്നേ പുകഴ്പെറ്റ കഥകളിഗ്രാമമാണ്. കാവുങ്ങൽ കളരിയുടെ പ്രസാദഭൂമി. കഴിഞ്ഞ നൂറ്റാണ്ടാദ്യം പുഷ്ടിപ്പെട്ട കല്ലുവഴിസമ്പ്രദായത്തിന് ബദലെന്ന പോലെ ഭാരതപ്പുഴക്കിക്കരെ വളർന്ന മറ്റൊരു വഴി. ഇവിടെവന്നുതന്നെ കളിയരങ്ങുകൾ കാണാനായിട്ടുണ്ട്.

ഏറെക്കാലത്തിനു ശേഷമാണ് തിച്ചൂരയ്യപ്പൻകാവിൽ വരുന്നത്. ഒന്നൊന്നര പതിറ്റാണ്ടെങ്കിലും മുമ്പാവണം അവസാനം ഈവഴി പോയത്. നടാടെ ദർശനം മൂന്ന് ദശാബ്ദംമുമ്പും. മാറ്റങ്ങൾ പലതും വന്നിട്ടുണ്ട്. എന്നാലും പഴേചിത്രങ്ങൾ കുറെയൊക്കെ തിരിച്ചുപിടിക്കാം. കുളക്കടവിൽ വച്ച് കുറിയേടത്തു താത്രി കാവുങ്ങൽ ശങ്കരപ്പണിക്കരെ കത്തിവേഷമുഖത്തോടെ പ്രാപിച്ചതടക്കം സങ്കൽപ്പിക്കാം.

ഇത്രയൊക്കെ സംഗതികൾ ഉള്ളിലോട്ടുമ്പോഴും അമ്മാവന് ആകർഷണം ഭൂതകാലത്തെക്കാൾ ആ സമയത്തെ ഒരു സംഗതിയായിരുന്നു: പതിനൊന്നരമണി വെയിലിന്റെ തിളക്കം. മദ്ധ്യാഹ്നത്തിലാണ് കേരളത്തിലെ പ്രകൃതിക്ക് ഏറ്റം ചന്തം, എന്ന് പറഞ്ഞു. ആ നിരീക്ഷണം എന്നെ വിശേഷിച്ചും അദ്ഭുതപ്പെടുത്തി. കാരണം ഇത് എനിക്കും പലപ്പോഴും തോന്നാറുള്ളതാണ്. ബാല്യത്തിലെ ഓർമകളിൽ മോട്ടിഫുപോലെ മനസ്സിലോട്ടാറുണ്ട് ഉച്ചച്ചടവിൽ അകലെയമറുന്ന പശു എന്ന ഓഡിയോവിഷ്വൽ. ആ താലോലം യൗവനമദ്ധ്യത്തിൽ തുടങ്ങിയത് ദൽഹിയിലെ ജോലിക്കാലത്തായിരുന്നു. അതിനാൽതന്നെ നിരൂപിച്ചുപോയി: ഇത് ഉത്തരേന്ത്യയിൽ വേനൽദിവസങ്ങളുടെ നടുവിൽ മൊഹല്ല കാലിയാവുമ്പോൾ പ്രാവിൻകുറുകലിൽ അരിച്ചെത്തിയ ചിന്തയാവും.

അതിപ്പോൾ തിരുത്താനായി.

നിലാവിനേക്കാൾ വല്യമ്മാമനെ ല്യൂണാറ്റിക് ആക്കിയിരുന്നത് അപരാഹ്നസൂര്യനായിരുന്നു. അത് വീട്ടിനകത്തെ ജനലിലൂടെ തൊടി നോക്കിയിരിക്കുന്നതിൽ മാത്രമായി പ്രകടമായിരുന്നതല്ല. ചെറുപ്പത്തിൽ കലിക്കറ്റ് യൂണിവേഴ്സിറ്റിയിൽ പഠിക്കുമ്പോഴും ഊണിന് ക്വാർട്ടേഴ്സിൽ വന്നശേഷം അടുത്ത ക്ലാസ്സിന് തിരികെ സയൻസ് ഡിപ്പാർട്ട്മെന്റിലേക്ക് നടന്നുതന്നെ മടങ്ങും. ഒരുഷ്ണവും ബാധകമല്ല

എന്നേ ഞങ്ങൾ വിരുന്നുകാർ അദ്ഭുതപ്പെട്ടിരുന്നുള്ളൂ; അനക്കമറ്റ മൊട്ടക്കുന്ന് ആളെ ആവേശപ്പെടുത്തിയിരുന്നത് മനസ്സിലാക്കിയില്ല. (സഹപ്രവർത്തകൻ സുകുമാർ അഴിക്കോട് കുപ്പായത്തിന്റെ കഴുത്ത് പിന്നിലേക്കാക്കി ക്യാമ്പസ്സിനകം മാരുതികണക്കേ കാറോട്ടുമ്പോഴും 'ഈ നടത്തം ഒഴിവാക്കാം' എന്നൊരു വിചാരമോ വാചകമോ ടി.എൻ. വാസുദേവന്റെ ഭാഗത്തുനിന്ന് ഒരുകാലത്തും ഉണ്ടായിട്ടില്ല.)

പി. കുഞ്ഞിരാമൻനായരുടെ വരികൾ പലതും ചൊല്ലിനടന്നിരുന്ന അമ്മാവനെ അടുത്തിടെ ഞാൻ ഒരു രസികൻകഥാനുറുങ്ങിനാൽ രസിപ്പിക്കാൻ ശ്രമിച്ചത് ഫലിച്ചില്ല. മഹാകവി 1977-ലെ ഒരു പൗർണമിരാവിൽ എറണാകുളത്തെ കായലോരത്തുള്ള മഹാരാജാസ് ഹോസ്റ്റലിൽ തമ്പടിച്ചപ്പോൾ കറന്റ് പോയതിനുപിന്നാലെ മട്ടുപ്പാവിൽ വെറ്റിലമുറുക്കാൻ ഉനിഞ്ഞപ്പോൾ 'നൂറും നിലാവും മാറിപ്പോവുന്നു' എന്ന് സഹമുറിയൻ കോളേജുവിദ്യാർത്ഥി ബാലചന്ദ്രൻ ചുള്ളിക്കാടിനോട് പറഞ്ഞതിലെ മായികദ്ധ്വനിയങ്ങോട്ട് കിട്ടിയില്ല.

ഇതെനിക്ക് പുത്തനല്ല. ബഷീറിയൻ ഫലിതങ്ങൾ ചിലതൊക്കെ ആർത്തുരസിച്ചിരുന്ന അമ്മാവന് വി.കെ.എൻ. പിടികൊടുത്തേയില്ല. ആംഗലത്തിൽ ആഴത്തിൽ പലതും വായിച്ചപ്പോഴും ഒരുനേരംപോലും പി.ജി. വോഡ്ഹൌസിനായി മാറ്റിവച്ചില്ല. 'നെനക്ക് അറിയാലോ എനിക്കീ തമാശ മനസ്സിലാവില്ല, ' എന്നൊരിക്കൽ രേഖപ്പെടുത്തുക തന്നെയുണ്ടായി. ഒരു ടെലിവിഷൻസീരിയൽ വയസ്സുകാലത്തും ചെറുപ്പത്തിൽ ചില കച്ചവടസിനിമകളും കണ്ടപ്പോഴും 'ചന്ദ്രികയിലലിയുന്ന ചന്ദ്രകാന്തം' എന്നല്ല ഒരു ചലച്ചിത്രഗാനവും ആളെ ഏശിയില്ല.

എന്നാൽ ശ്രീകുമാരൻ തമ്പി ആ പാട്ടെഴുതുന്ന കാലത്തോടെയൊക്കെത്തന്നെ അമ്മാവൻ കുംഭത്തിലെ വെളുത്തവാവിന് മാഹാത്മ്യം കല്പിച്ചിരുന്നു. സ്വദേശത്തിന് പത്തുനാഴിക തെക്ക് കുട്ടനെല്ലൂരെ പൂരത്തിന് നിത്യം ആ മലയാളമാസം പൗർണമിക്ക് കൂടാൻ തുടങ്ങി.

ഏഴാനയെഴുന്നള്ളിച്ചുള്ള പഞ്ചാരിമേളത്തെക്കാൾ ലാക്ക് ഗോപുരതാഴികകുടത്തിനു മേലത്തെ മുഴുതിങ്കളായിരുന്നു. നിലാപ്രഭയോളം ഭ്രമിപ്പിച്ച പ്രഭാതനീലിമ. അഞ്ചാംകാലമൊട്ടുവിൽ നെറ്റിപ്പട്ടങ്ങളെ ഉദയസൂര്യൻ അതുവരെയുള്ള മഞ്ഞളിപ്പകറ്റി തിളക്കുന്നതും.

കുട്ടനെല്ലൂരെയമ്പിളി തുടർന്നുള്ള രാവുകളിൽ മച്ചാട് തിരുവാണിക്കാവിനുമേൽ അരപ്രദക്ഷിണം നടത്തുന്നത് ആകസ്മികമായി ഇക്കൊല്ലം ഞാൻ കണ്ട വിവരം വല്യമ്മാമനോട് ആവേശത്തോടെ പറഞ്ഞു. വടക്കാഞ്ചേരിക്ക് കിഴക്കുള്ള കുതിരവേലക്ക്

പിറ്റേന്നാൾ തുടങ്ങി ഒരുവാരത്തെ കമ്പരാമായണം തോൽപ്പാവക്കൂത്ത് ആയിരുന്നു വിവക്ഷ. അത്താഴപ്പൂജശേഷം നീളൻമാടത്തിലെ കോടിശ്ശീലയിൽ നിഴൽരൂപങ്ങൾ തമിഴകാവ്യപാത്രങ്ങളായി പാടിയാടുമ്പോൾ ഓടിൻനിരമേലെ വലിയയുയരത്തിൽ ശശാങ്കൻ ഇടത്തുനിന്ന് വലത്തോട്ട് പയ്യെ പ്രയാണം നടത്തും.

ഇക്കൊല്ലം ഇതേ ക്ഷേത്രത്തിൽ പകൽമാമാങ്കത്തിനു നടാടെ വന്നുപോയ അമ്മാവന് ഈ വിവരം കൗതുകമായി. അടുത്ത വർഷം ഒന്നിച്ചുപോവാം എന്ന വാഗ്ദാനം ആളെ ഉത്സാഹംകൊള്ളിച്ചു. ടീനേജിൽ എന്നെ കുട്ടനെല്ലൂർപൂരം കാട്ടിത്തന്നതിന് ഒരുതരം ഗുരുദക്ഷിണയുമാവുമായിരുന്നു.

മുടങ്ങിയ യാത്ര വേറൊന്നുണ്ടായിരുന്നു. കോവിഡ് കാലാവസ്ഥയിൽ നീട്ടിക്കൊണ്ടുപോയി പിന്നെയൊരിക്കലും നടക്കാഞ്ഞ സഞ്ചാരം. കോതച്ചിറയും പെരിങ്ങോടും. ദൂരെയല്ലതന്നെ. പട്ടാമ്പിക്ക് സമീപം പൈതൃകഗ്രാമങ്ങൾ. 2019 ജൂലൈയിലെ അവിചാരിത തിച്ചൂരുദർശനം ഉദിപ്പിച്ച മോഹം.

വിത്തുപാവിയെങ്കിലും പൂത്തുകായ്ക്കാഞ്ഞ ഈ കൂട്ടുകൃഷിയെക്കുറിച്ച് പിന്നീട് അമ്മാവന്റെ മകനോട് പറഞ്ഞു. മരണവിവരത്തിനു മൂന്നാം നാൾമാത്രം നാട്ടിലെത്താൻ സാധിച്ച ടി.വി. നീലകണ്ഠൻ എന്ന അമേരിക്കവാസി. 'അച്ഛനെ അടുത്തകൊല്ലങ്ങളൊന്നിൽ ഞാൻ ഗ്രാൻഡ് കാന്യൺ കാണിക്കാൻ കൊണ്ടുപോവാനിരിക്ക്യായിരുന്നു, ' എന്നായി ഉണ്ണി. 'എഴുതിവന്നിരുന്ന ട്രാവലോഗ് അതിനുമുമ്പ് പ്രസിദ്ധീകരിച്ചാലും പിന്നെയൊരിക്കൽ തഞ്ചത്തിൽ കൂട്ടിച്ചേർക്കാം എന്നും പറഞ്ഞിരുന്നു.'

കൊളറാഡോ നദിക്കരയിലെ ചെമ്പാറക്കൂട്ടങ്ങൾ കാണാനുള്ളത്ര വെമ്പൽ അമ്മാവന് തലപ്പിള്ളിയിലെ കരിമ്പനകളോടും ഉണ്ടായിരുന്നു. അകലെ അരിസോണയിലേക്കു പുറപ്പെടുന്ന ആവേശത്തോടെയേ അടുത്തുള്ള ശ്രീനാരായണപുരം ക്ഷേത്രത്തിലേക്കും സാധിക്കൂ.

തിയ്യാടിക്ക് ലേശം തെക്കു-കിഴക്കുള്ള ആ അമ്പലത്തിൽ ഇടയ്ക്കൊക്കെ കാറ്റുകൊള്ളാൻ പോവുമായിരുന്നു. വിശ്രാന്തിക്കും. പതിനഞ്ചുകൊല്ലംമുമ്പ് ഇളയമകൻ വിഷ്ണു പെട്ടെന്നു മരിച്ചശേഷമുള്ള നാളുകളിൽ പാടനട്ടുവിലെ കാവിൽ പ്രൊഫസറെ നടത്തിയാനയിച്ച ഫിസിക്സ്ശിഷ്യനോട് പറഞ്ഞത്രേ: 'ഈ പുരുഷാർത്ഥം എന്നുപറഞ്ഞാൽ സത്യത്തിൽ എന്താ? വരുന്നയേതിനെയും അതിനേറ്റ വിധത്തിൽ അഭിമുഖീകരിക്കുക.'

ഫലശ്രുതി: തത്വശാസ്ത്രങ്ങളിൽ എന്നപോലെ ഈശ്വരവിശ്വാസത്തിലും എല്ലായെപ്പോഴും ഒരേനിലപാട് കൈക്കൊള്ളാൻ അമ്മാവനായില്ല. അതേക്കുറിച്ചതാവട്ടെ ഇനി.

വൈകുന്നേരത്തെ വിഗ്രഹം

രാജ്യസ്വാതന്ത്ര്യത്തിന് ഒരാണ്ടുമുമ്പ് ജനിച്ച ടി.എൻ. വാസുദേവൻ ജീവിതത്തിലുടനീളം മഹാത്മാ ഗാന്ധിയെയും ജവഹർലാൽ നെഹ്റുവിനെയും വായിച്ചാദരിച്ചുപോന്നു. കക്ഷിരാഷ്ട്രീയം പറയുമ്പോൾ സമകാലിക കോൺഗ്രസ്സിനെ പുകഴ്ത്തിയതേയില്ല. ഒരിടയിൽ മാർക്സിനെയും ഏംഗൽസിനേയും ധാരാളം പഠിച്ചപ്പോഴും ഇന്ത്യയിലെ ഇടതുപക്ഷ പാർട്ടികളോട് ഒരുകാലത്തും ഉള്ളഴിഞ്ഞ കൂറ് കാട്ടിയില്ല.

കേരളത്തിലെ ഒന്നാം പിണറായിസർക്കാർ ശബരിമലവിധിക്കു പിന്നാലെകാണിച്ച നീക്കങ്ങളെ അനുകൂലിച്ചേയില്ല; പക്ഷെ മുഖ്യമന്ത്രി എന്ന നിലയിൽ വിജയനെ തുടരധികാരത്തിലും ഇഷ്ടപ്പെട്ടു. ദേശീയതലത്തിൽ ബീജെപ്പിയുടെ വളർച്ചയെ സ്വാഭാവിക പ്രക്രിയയായി കണ്ടു; എന്നിരിക്കിലും മലപ്പുറം മുസ്ലിങ്ങളെ ഹിന്ദുത്വക്കാർ ഇസ്ലാംതീവ്രവാദികളായി മുദ്രകുത്തിയതിൽ വല്ലാതെ വേദനിച്ചു. കലിക്കറ്റ് സർവകലാശാലയിലെ നീണ്ട അദ്ധ്യാപനവൃത്തിക്കിടെ തേഞ്ഞിപ്പലത്തിന് ചുറ്റുപുറം ഇടപഴകിയ മനുഷ്യരെ സത്യസന്ധമായിട്ടു മാത്രമേ വിശകലനം ചെയ്യാൻ സാധിക്കുമായിരുന്നുള്ളൂ.

യൂണിവേഴ്സിറ്റി ക്യാമ്പസ്സിൽ വല്യമ്മാമന്റെ ക്വാർട്ടേഴ്സിൽ ദിനപത്രവും വാരികയും കടലാസുവിലയ്ക്ക് തൂക്കിമേടിക്കാൻ 1980-കളിൽ വന്നിരുന്ന ഒലിപ്രംകടവുകാരൻകാരണവരെ എനിക്ക് ഇന്നുമോർമയുണ്ട് -- പേരിപ്പോൾ മറന്നെങ്കിലും. ചുവന്നനിലമുള്ള വീതിയിറയത്ത് വീട്ടുടമസ്ഥനും കച്ചവടക്കാരനും പണത്തെയൊഴിച്ച് പലതിനെയുംപറ്റി വാതോരാതെ സംസാരിക്കും. തൃശ്ശൂരും ഏറനാടനും വാമൊഴികളുടെ രസികൻ സംഗമം. ഇക്കയുടെ ഗ്രാമത്തിന് ലേശമപ്പുറം നിറംകൈതക്കോട്ടയിലെ ധർമശാസ്താക്ഷേത്രത്തിലെ പാട്ടുത്സവം മകരത്തിൽ നടന്നുപോരുന്നതിനെ കുറിച്ചുവരെയൊക്കെ നീളും സൊറ.

ഒടുവിലെഴുന്നേൽക്കുമ്പോൾ, ഇടത്തോട്ടുചുറ്റിയ കൈലിയുടെ മടിയിൽനിന്ന് അന്നത്തെ മുതലിനുള്ള പണം കിട്ടുമ്പോൾ 'ആയിക്കോട്ടെ' എന്നൊരു ഉപചാരത്തോടെ അതിഥിയെ പറഞ്ഞയക്കും.

അടിസ്ഥാനപരമായി അമ്മാവന് സർവരും സമരായിരുന്നു. ആ വികാരം തിരിച്ചിങ്ങോട്ടില്ല എന്നുവരുമ്പോൾ ഉള്ളാലെ മാർക്ക്

ചെയ്തുവെക്കും: ഭോഷ്കൻ, ഇവനെയിനി ഞാൻ മൈൻഡേ ചെയ്യില്ല. അല്പജ്ഞാനികളുടെ പത്രാസിനെ ധനികരുടെ പൊങ്ങച്ചത്തെക്കാൾ വെറുത്തു; അവരോടാകമാനം വിട്ടുനിന്ന് നിശ്ശബ്ദം പ്രതിഷേധിച്ചു. അക്കൂട്ടർ ചിലർ വാക്കാൽ സമ്മാനിച്ച ഇകഴ്ത്തിൽ മുറിവേറ്റ സിംഹമായി. ഇങ്ങനെ ഒരേസമയം വിനയവും അഹങ്കാരവും ഇരട്ടമുഖമായി കൊണ്ടുനടന്നു.

കുട്ടികളിൽനിന്ന് സദാ നിഷ്കളങ്കത പ്രതീക്ഷിച്ചു. അതുണ്ടെന്ന് തോന്നിയിടത്തോളം അവരെ ദീർഘദർശനംചെയ്യും ദൈവജ്ഞരായി കണ്ടു. ശബ്ദം അറിയാതെ അനുനാസികമാക്കി വികലാക്ഷരങ്ങളിൽ കൊഞ്ചിച്ചു. മുളംകുന്നത്തുകാവിലെ മദ്ധ്യമാവതിത്തിയ്യാടിയുടെ തൊട്ടെതിർവീട്ടിലെ രണ്ടരവയസ്സുകാരിയെ സ്വന്തം പേരക്കുട്ടിയെന്നപോലെ കഴിഞ്ഞവാരംപോലും കളിപ്പിച്ചിരുന്നു.

പല മുതിർന്നവർക്കും പണ്ടേ വൃദ്ധനായി തോന്നിയിരുന്ന ആൾക്കുള്ളിൽ എന്നും ഒരുണ്ണി തൊണ്ണുകാട്ടി ചിരിച്ചു. മൂന്ന് വർഷം മുമ്പ് അനിയന്റെമകന്റെ വിവാഹ റിസപ്ഷനിൽ ഹാളിന്റെ ഒരു മൂലയിൽ നിൽക്കുകയായിരുന്നു. ബുഫെമട്ടിലായിരുന്നു തൃപ്പൂണിത്തുറയിലെ കളിക്കോട്ടാ പാലസിൽ വിരുന്ന്. പതിനെട്ടു വയസ്സിന് ഇളപ്പമുള്ള അനിയത്തി നന്ദിനീ രാജൻ അത്താഴത്തിന്റെ വിശേഷതകൾ പറയുന്നതിനിടെ ലാഘവത്തിൽ നിരീക്ഷിച്ചതാണ്: ആ ഐസ്ക്രീം എന്തായാലും അസ്സലായിട്ടുണ്ട്. ഏതോ വഴിക്കണക്കിന്റെ ഒടുവുത്തരം ഒത്തുകിട്ടിയ സ്കൂൾകിടാവിനെപ്പോലെ അമ്മാവൻ അദ്ഭുതത്തോടെ പറഞ്ഞു: ഞാനും അത് ശ്രദ്ധിച്ചു! എന്നിട്ടിത്രകൂടി: ന്നാ നന്നിന്ന്യേ, നമുക്ക് രണ്ടാൾക്കുംകൂടി പോയി ഓരോ കപ്പുംകൂടി കഴിക്ക്യാ?

അതായത്, ആ മധുരത്തിൽ മുമ്പേയുണ്ടായിരുന്നു നോട്ടം. ഒരുവട്ടംകൂടി സ്വാദറിയാൻ മോഹം. പക്ഷെ വീണ്ടും ചെന്നു ചോദിച്ചാൽ, അയ്യേ, വിളമ്പുന്നയാൾ എന്തുകരുതും? (‘എന്താഹേ, ഒരിക്കൽ വന്നുപോയതല്ലേ?’ എന്നോ മറ്റോ ചോദ്യം വന്നാലോ!) ഇപ്പോൾ ധൈര്യമായി; കൂടെ ആളുണ്ടല്ലോ. അവരിരുവർ ചേർന്ന് ഡിസർട്ട് കിയോസ്കിലേക്ക് പോവുമ്പോൾ എഴുപത്തിരണ്ടുകാരന്റെ വിടർമുഖം കണ്ടാൽ ഊറിച്ചിരിച്ചുപോവും. അമ്മാവനെ എന്നുമാകർഷിച്ച നോവലായിരുന്ന ‘പാഥേർ പാഞ്ചലി’യിലെ അപു ഇനിയത്തെ കുറുമ്പൊപ്പിക്കാൻ ഏടത്തി ദുർഗയെ മറപറ്റി ഒരുമ്പെടുംപോലെ.

ഇക്കഴിഞ്ഞ മാസം അമ്മാവനൊത്ത് വൈകുന്നേരം ഒന്ന് പുറത്തേക്കിറങ്ങി. മുളംകുന്നത്തുകാവ് ക്ഷേത്രമതിൽ പാതിയപ്രദക്ഷിണം വച്ച് നടവഴിതാണ്ടി അങ്ങാടിയെത്തി. ഷൊറണൂര് റോഡ്

മുറിച്ചുകടന്ന് ഒരു പീടികയിൽനിന്ന് അരസ്സഞ്ചി സാധനങ്ങൾ വാങ്ങി. മടക്കം പോരാൻതിരിഞ്ഞപ്പോൾ ഞാൻ ചോദിച്ചു: നമുക്ക് റെയിൽവേ സ്റ്റേഷൻവരെ വെറുതെയൊന്ന് പോയാലോ?

ഓയെസ്, പിന്നെന്താ!

കുറഞ്ഞത് മൂന്ന് പതിറ്റാണ്ടായിട്ടുണ്ടാവും അമ്പത്തിയൊന്നുകാരൻ ഞാൻ ഈ പ്ലാറ്റ്ഫോമിൽ കാലുകുത്തിയിട്ട്. അമ്മനാട്ടിൽ ബാല്യത്തിലെ വേനലവധിത്തമ്പിൽ 'തീവണ്ടി കാണൽ' ദിവസേന രണ്ടു നേരത്തെ ഉല്ലാസങ്ങളിൽ മുഖ്യമായിരുന്നു. മേടയിലേക്ക് കുത്തനെ കയറിയിരുന്ന ചെമ്മൺതിട്ടയുടെ സ്ഥാനത്ത് കോൺക്രീറ്റ് ചവിട്ടുപടി. 'അളുശരി, നീയിത്രയൊക്കെ കാലായ്യോ ഈവഴി...' എന്ന് അമ്മാവനും കൗതുകം. 'ഇവടന്നാ നമ്മടെ ഉത്സവത്തിന്റെ പള്ളിവേട്ട പഞ്ചവാദ്യം കാലടച്ച ട്ടോ...' പോയ മഹാമാരിത്തുടക്കത്തിൽ പതിവു തെറ്റിയത് തിരിച്ചു ഞാനും ഓർമ്മിപ്പിച്ചു.

കോവിഡുകാലത്തെ മറ്റൊരു സായാഹ്നത്തിൽ ഇതാ തുറസ്സുതിണ്ണ മിക്കവാറും കാലി. ചുവപ്പുകൊടിക്കാരനെങ്ങാൻ അന്വേഷിച്ചുവന്ന് പിഴയിട്ടാലോ എന്ന കരുതലിൽ അമ്മാവൻ ഏറ്റം വടക്കേയറ്റത്തെ സിമന്റുബെഞ്ചിൽ ഇടംകണ്ടു. ഒരുമണിക്കൂറിൽ കുറയാഞ്ഞ ലാത്തിക്കിടെ രണ്ട് എക്സ്പ്രസ്സ് ട്രെയിൻവീതം തെക്കോട്ടും വടക്കോട്ടും പോയി. അതിലൊന്ന് നിർത്തി; അകന്നെങ്കിലും അകത്ത് ആളിരിക്കുന്നതു കണ്ടു. 'ഞാൻ വിചാരിച്ചത്ര അവതാളത്തിലല്ല ട്ടോ ലോകം,' എന്നായി അമ്മാവൻ, മാസ്ക് കീഴോട്ട് വലിച്ചശേഷം. 'ജനം സാമാന്യം അകലസ്സഞ്ചാരമൊക്കെണ്ട് ലേ...'

എതിരെ പടിഞ്ഞാറനാകാശം മഞ്ഞച്ചു, ചുവന്നു, കുറേശ്ശെയിരുട്ടിയും തുടങ്ങി. FCI ഗോഡൗണിന് ചേർന്ന് ചില്ലകൾപോയൊരു വലിയ വൃക്ഷത്തിനുചുറ്റും കാക്കകൾ വിചിത്ര ഫോർമേഷനുകളിൽ ചേക്കേറാൻ തിരക്കുകൂട്ടി. ആദ്യമായി കേൾക്കുന്ന കലപിലയിലേക്കെന്നപോലെ അമ്മാവന്റെ ശ്രദ്ധ അതിലേക്ക് പോയി. അതിനകം സംസാരവിഷയം എങ്ങനെയോ തെറ്റിത്തെറിച്ച് ഭഗവൽഭക്തിയായി പരിണമിച്ചിരുന്നു.

'അവിശ്വാസികളോട് ആകെ ഒരുകാര്യത്തിലേ യോജിപ്പുള്ളൂ' എന്ന് അറ്റക്കും തെറ്റക്കും പറയുമായിരുന്നത് ഇക്കുറിയും വല്യമ്മാമൻ ആവർത്തിച്ചു. 'ഈശ്വരൻ ഇല്ല എന്നതിൽമാത്രം!'

ഹഹ, പിന്നെന്താണ് ശേഷിപ്പ്?

ബാക്കി അവര് പറയുന്നതത്രയും ശ്രദ്ധ വിസ്റ്റിത്താ... വകതിരി വില്ലാത്ത വർഗം...

അങ്ങനെ തോന്നാൻ കാരണം?

മനുഷ്യമനസ്സിന്റെ അടിസ്ഥാനത്തെപ്പോലും നിരാകരിച്ചാണ് ഇടമറുകചിന്താധാര. 'എന്തിനാ ഈ 'യുക്തിവാദം' എന്ന് മയപ്പെടുത്തു ന്നത് പലരും? എഥീസം എന്നുതന്നെ തുറന്നങ്ങോട്ട് പറഞ്ഞുകൂടേ! കോമാളികള്....'

അറിവിന്റെ വൃന്ദം വലുതാവുംതോറും, ദാ ഇങ്ങ്ട് നോക്ക്, അറിയാത്ത കാര്യങ്ങൾ അതിനേക്കാൾ വ്യാപ്തി വരിക്കും -- എന്നു പറഞ്ഞ് കൈരണ്ടും കൊണ്ട് മുദ്രകൾ: ആദ്യം ഒരു ചെറിയ ബലൂൺ തലോട്ടം പോലെയും അടുത്തതിൽ ഭീമനൊരു മത്തങ്ങ താങ്ങുന്ന തായും.

സന്ധ്യ കട്ടുത്തുതുടങ്ങി. ഇരുവരും എഴുന്നേറ്റു. പീടികയിൽനിന്നു വാങ്ങിയ കൂട്ടങ്ങൾ തുണിബാഗിൽനിന്ന് ചോർന്നുപോയിട്ടില്ലല്ലോ എന്ന് (അതിനൊരുവക സാദ്ധ്യതയില്ലാഞ്ഞിട്ടും) അമ്മാവൻ തുറന്നു പരിശോധന തുടങ്ങി. ഓരോന്നും ഇനംതിരിച്ച് മാറ്റുമ്പോൾ മന്ത്രവും: വെളിച്ചെണ്ണ ഒരുകുപ്പി, വെണ്ടക്കായ 300 ഗ്രാം, മൊളകുപൊടി ചെറിയ പായ്ക്കറ്റ്, റെക്സോണ രണ്ടെണ്ണം...

ഹ്യൂമൻ സൈക്കിയിൽ ഉള്ളാലെയുള്ളതെന്ന് കുറച്ചുമുമ്പുമാത്രം പറഞ്ഞ ലോജിക്കില്ലായ്മയുടെ പരോക്ഷ ഡെമോൺസ്ട്രേഷൻ?

കിറുക്കനിൻസ്പെക്ഷൻ പാസായ പാവംഭാണ്ഡത്തെ ഞാനേറ്റാൻ തയ്യാറുപറഞ്ഞു. നമ്രവിമുഖതയോടെ അതിന് അനുവദിച്ചില്ല.

ടാറിട്ട പാത കടന്ന് തിരികെ ആലിനു കീഴെയെത്തിയപ്പോൾ അമ്മാവൻ നാലമ്പലത്തിനകത്തെ അയ്യപ്പസ്വാമിയെ ചെറുങ്ങനെ വണങ്ങി. ഒഴിയാശീലത്തിന്റെ ശക്തി. ദീപാരാധനയാവാറായി എന്നത് സമയംനോക്കാതെതന്നെ ആൾക്ക് തിട്ടമായിരുന്നു.

മിഥുനത്തിനിപ്പുറം ഇതാ കർക്കിടകത്തിലെ അത്തംനാൾ അമ്മാ വന്റെ പിണ്ഡം.

ആത്മശാന്തി

ഫിസിക്സിലെ അന്തിമ സമവാക്യംപോലെ ഒടുവിലത്തെ മൂന്നെങ്കി ലും കൊല്ലമായി വല്യമ്മാവൻ സംസാരങ്ങളിൽ ഉരുവിടുമായിരുന്നു: സത്യം ശിവം സുന്ദരം. പാശ്ചാത്യ ദർശനത്തെ പിൻപറ്റി ഇതിന്റെ ആംഗലമായി ഇത്രകൂടിയും: Truth and beauty.

ആ തർജമയിൽ നഷ്ടപ്പെടുന്ന ഒന്നില്ലേ എന്നുകൂടിയുണ്ടായിരുന്നോ വ്യംഗ്യം? അറിഞ്ഞുകൂടാ. പത്താംക്ലാസ്സുവരെ ഉന്തിയുളുക്കി സയൻസ് പഠിച്ച എന്നിൽനിന്ന് മറുകുറികൾ പ്രതീക്ഷിച്ചതേയില്ല.

ഹിന്ദുപൈതൃകത്തെ പൊതുവിൽ ഇഷ്ടപ്പെട്ടിരുന്ന അമ്മാവന് ലോകമതങ്ങളുടെ ആകെമൊത്തം ഉദ്ബോധനങ്ങളെ ബോദ്ധ്യമായിരുന്നു. വാങ്കുവിളിയിലെ പ്രാക്തനതയീണത്തെയും ക്രിസ്ത്യൻ ദേവാലയ മതിലുകളിലെ ആട്ടിടയസന്ദേശങ്ങളെയും നിരൂപിക്കുമ്പോൾ തികച്ചും തരളനാവുമായിരുന്നു. ജീവിച്ചിരിക്കുന്നവരിൽ ഏറ്റവും ബഹുമാനം ബുദ്ധരുടെയാചാര്യൻ ദലൈ ലാമയെ ആണെന്നതിന് കാരണങ്ങൾ നിരത്തി മതിയായിരുന്നില്ല.

എഴുപത്തിയഞ്ചുവയസ്സിൽ ഈമാസമാദ്യം മരിക്കുന്നതിന് പാതിപ്രായമുള്ള കാലത്ത് കലിക്കറ്റ് സർവകലാശാലയിൽ ഫിസിക്സ് വകുപ്പിൽ പഠിപ്പിക്കുകയായിരുന്നു ബാംഗ്ലൂർ IIScയിൽ PhD ചെയ്ത ടി.എൻ. വാസുദേവൻ. MSc കുട്ടികൾക്ക് ക്ലാസ്സെടുത്ത് ഒരുസായാഹ്നം വൈകിട്ട് മടങ്ങുമ്പോൾ ക്വാർട്ടേഴ്സടുക്കുമ്പോഴത്തെ വഴിയിലെ നായയെ കണ്ട് ഭയന്നു. സ്വയംരക്ഷക്കെന്ന ധാരണയിൽ പൊടുന്നനെ പെറുക്കിയ കല്ലെറിഞ്ഞത് അപ്രതീക്ഷിതമായി കാലിൽക്കൊണ്ടു. വേദനയിൽ 'അയ് ങ്ങയ്' എന്ന മോങ്ങലുമായി അത് ഓടിപ്പോയതോടെ പ്രൊഫസർക്ക് മനോവിഷമമായി.

പിറ്റേന്നാൾ വീണ്ടും അതിനെ കണ്ടപ്പോൾ പ്രായശ്ചിത്തത്തിന് ഒരുങ്ങി. വീട്ടിലുണ്ടായിരുന്ന നെയ്പ്പായസം ഓർമിച്ച് വാത്സല്യശബ്ദമുണ്ടാക്കി ശ്വാനകനെ മതിലകത്തേക്ക് ക്ഷണിച്ചു. നന്നേ ശങ്കിച്ചെങ്കിലും അതൊടുവിൽ ഉമ്മറമുറ്റത്ത് പരുങ്ങിക്കൂടി. കൊടുത്തുകിട്ടിയ മധുരം സർവ കയ്പ്പുകളെയും അകറ്റി. 'പിന്നെ എവടക്കണ്ടാലും അടുത്തുവന്ന് വാലാട്ടും, ' എന്നുപറഞ്ഞ് തെരുവുജീവിയുടെ ഉടൽകടഞ്ഞുള്ള നന്ദിപ്രകടനം നർമരസത്തിൽ അനുകരിക്കുമായിരുന്നു.

മൂത്തപുത്രൻ നീലകണ്ഠൻ ആയിടെ ഓർണിത്തോളജിയിൽ കേരളത്തിലെ പ്രകൃതിസ്നേഹികൾക്കിടയിൽ പേരെടുത്തുവന്നപ്പോൾ അമ്മാവൻ കോമാളിചമഞ്ഞു പറയും: എനിക്കാകെ രണ്ടു പക്ഷിയേയെ കണ്ടാ അറീള്ളൂ: കാക്കേം കോഴീം. ഒന്നര വ്യാഴവട്ടത്തിന് ഇപ്പുറം ഇളയമകൻ വിഷ്ണു ശാസ്ത്രീയസംഗീതത്തിൽ സൂക്ഷ്മനിരീക്ഷണങ്ങൾ നടത്തിത്തുടങ്ങിയതോടെ അവനോടു സംശയങ്ങൾ തീർത്തായി അമ്മാവൻ ചില കലാസെമിനാറുകളിൽ പ്രസംഗിക്കാനുള്ള പുറപ്പാട്. നിറയൗവനത്തിൽ ഷൊറണൂരെ മുണ്ടായ തിയ്യാടി വസന്തയെ പ്രണയിച്ചുള്ള വിവാഹജീവിതത്തിൽ ഇടയ്ക്ക് പതിവുള്ള

വാഗ്വാദങ്ങൾ ക്ഷമിച്ചും മറന്നും വരുന്ന ഭാര്യയെ നോക്കി വാർദ്ധക്യത്തിലും കുഞ്ഞുകുട്ടിയെപ്പോലെ പരാതിപ്പെട്ടു: നെങ്ങളോടേ.... ഞാൻ അലോഗ്യാ.

ജീവിതസഖിയോട് നല്ലൊരു വാർത്തയറിയിക്കാൻ ഒരുങ്ങേ ചോദിച്ചുകുടിച്ച വെള്ളം ഇറക്കിക്കൊണ്ടിരിക്കെയായിരുന്നു അമ്മാവന്റെ അന്ത്യം. തൃശ്ശൂര് മുളംകുന്നത്തുകാവിലെ 'മദ്ധ്യമാവതി'യിൽ ആഗസ്റ്റ് രണ്ടിന്. അയലത്തെ രണ്ടനിയന്മാർക്കൊപ്പം അടുത്തുള്ള വൈദ്യരെ അമ്പലവട്ടത്തു കണ്ടുമടങ്ങിയ രാത്രിയിൽ.

മരണകാരണം ഹൃദയസ്തംഭനം എന്നനുമാനിക്കേണ്ടിയിരിക്കുന്നു: കഴിഞ്ഞ ഒരു ദശകത്തിനിടെ രണ്ട് അറ്റാക്കും പോയവർഷം വേനലൊടുവിൽ ഓപ്പൺഹാർട്ട് സർജറിയും കഴിഞ്ഞിരുന്നു. ഈ പുതുവർഷം തുടങ്ങി ആൾ എന്നുമെന്നപോലെ വീണ്ടും അടുക്കളവളപ്പിൽ കൃഷിയിൽ സജീവനായി. എടവപ്പാതി കഴിഞ്ഞൊരു ദിവസം കാണാൻ ചെന്ന എനിക്കായി തെക്കേ പ്ലാവിലെ മൂന്ന് ചക്കകൾ വീഴ്ത്തിയത് അമ്മാവനെടുത്തുകൊണ്ടുവന്ന മുളംതോട്ടി ഞാൻ പിടിച്ചു വാങ്ങിയതിനാലായിരുന്നു. (ആ ഒറ്റവൃക്ഷത്തിൽമാത്രം ഇക്കുറി കായ്ച്ച നൂറു ഫലങ്ങളിൽ പാതിയും കോവിഡുമൂലം ലോക്ക്ഡൗണിനിടെ വീണളിഞ്ഞത് വേദനയോടെ വീണ്ടുമോർഞ്ഞു.)

തൊടിയിലെ മരച്ചാർത്തുകളിൽനിന്നിറങ്ങി പൂമുഖത്ത് ഒരുക്കിയിരുന്ന ധാന്യമണികൾ പെറുക്കാൻ നിത്യമെത്തിയിരുന്ന ബലിഭുക്കുകളെ ഇന്നലെ പിണ്ഡം വച്ചപ്പോൾ കണ്ടില്ല. ചെറിയ ബന്ധുക്കൂട്ടം കർക്കിടകാകാശം നോക്കി കൈകൊട്ടിയതിന് നാഴികകൾശേഷം ആകെ വന്നത് അണ്ണാറക്കണ്ണൻ. പിറകിലെ പറമ്പിൽ ചിതമൂടിയ പരിസരത്ത് ഉച്ചയോടെ കണ്ടത് രണ്ട് മഞ്ഞമൈനകളെയും. പതിനഞ്ചുകൊല്ലം മുമ്പ് മരിച്ച വിഷ്ണുവിനെ അടക്കിയയിടത്തെ അതേ മുല്ലച്ചുരത്തിനു മുമ്പിലിരുന്ന് അമ്മാവൻ പകലുകളിൽ ഒരുകാലത്ത് പുസ്തകങ്ങൾ വായിരിക്കുമായിരുന്നു.

അന്നും പറയുമായിരുന്നു: മരിച്ചാൽ ഞാൻ (ഏറെയിഷ്ടപ്പെടുന്ന) മൂന്നിടങ്ങളിൽ പ്രേതമായി വരും -- കുട്ടനെല്ലൂർപൂരത്തിന്റെ രാത്രിപ്പഞ്ചാരിനിരയിൽ, കഥകളിയിലെ കത്തിവേഷം തിരനോക്കുംമുമ്പുള്ള പാടിരാഗാലാപനത്തിൽ, കൃഷ്ണനാട്ടം രാസക്രീഡയിലെ മുല്ലപ്പൂചുറ്റൽ നൃത്തശകലത്തിനു നടുവിൽ.

ക്വാണ്ടം മെക്കാനിക്സിൽ അമ്മാവൻ ഏറെ ആദരിച്ചിരുന്ന ഇർവിൻ ഷ്രോഡിങ്കറുടെ ചരമദിനം (ആഗസ്റ്റ് 12) തന്നെയായി പിണ്ഡമടിയന്തിരം. ബെർലിനിലെ സർവകലാശാലയിൽ ഈ

ശാസ്ത്രജ്ഞന്റെ മുൻഗാമി മാക്സ് പ്ലാങ്കിനെ ഉദ്ധരിച്ച് തിലോദകം:
ഞാൻ എവിടെനിന്ന് വരുന്നു, എവിടെ പോകുന്നു?

ഫ്രീലാൻസ് ജേർണലിസ്റ്റ്, കലാനിരൂപകൻ, പ്രഭാഷകൻ എന്നീ നിലകളിൽ പ്രശസ്തനാണ്. കഥകളി-വാദ്യകലാരംഗങ്ങളിലെ പ്രമുഖരെക്കുറിച്ച് ലേഖനങ്ങളും ഗ്രന്ഥവും എഴുതിയിട്ടുണ്ട്. ഡോ. ടി.എൻ. വാസുദേവന്റെ സഹോദരി ആര്യാ ദേവിയുടെ പുത്രനാണ്.

പൂരനിലാവിൽ കുതിർന്ന സ്മൃതിചിത്രങ്ങൾ

ഡോ. എ. എൻ. കൃഷ്ണൻ

ചില വേർപാടുകൾ, ചില നഷ്ടങ്ങൾ, അതുണ്ടാക്കുന്ന ശൂന്യത ഇതൊന്നും ഒരിക്കലും നികത്താനാകുകയില്ല. ഡോ. ടി.എൻ. വാസുദേവൻമാഷുടെ വേർപാടിനെക്കുറിച്ച് ഓർക്കുമ്പോളെല്ലാം ഇതേറെ പ്രസക്തമാണെന്ന് തോന്നാറുമുണ്ട്. വല്ലപ്പോഴുമൊരിക്കൽ മാത്രം സംഭവിക്കുന്ന പ്രകൃതിപ്രതിഭാസങ്ങൾപോലെയാണ് ചില ജന്മങ്ങൾ. ചിലതു നിരന്തരമായി ആവർത്തിക്കാത്തതോ, ആവർത്തിക്കാനിടയില്ലാത്തതോ ആയിരിക്കും. എങ്കിലും, ഇവരുടെ സാന്നിദ്ധ്യം നമ്മുടെ ജീവിതത്തെ സ്വാധീനിക്കുകയും പ്രചോദിപ്പിക്കുകയും ലാവണ്യപൂർണ്ണമാക്കി മാറ്റുകയും ചെയ്യേക്കാം. അസാദ്ധ്യമാണെങ്കിൽപ്പോലും, നമുക്കത് മാതൃകയും പ്രേരണയുമാകുന്നു. മാഷ് അനുഭവിക്കുന്നതുപോലെ ഒരു നിമിഷമെങ്കിലും പഞ്ചവാദ്യമോ പഞ്ചാരിമേളമോ ആസ്വദിക്കാൻ കഴിഞ്ഞെങ്കിൽ എന്നു പലപ്പോഴും ആഗ്രഹിച്ചുപോയിട്ടുണ്ട്. അത്രത്തോളം നിരുപാധികവും ഐന്ദ്രിയവുമായ ആനന്ദത്തിൽ ആണ്ടുമുങ്ങാൻ കൊതിച്ചിട്ടുണ്ട്. എത്ര ശ്രമിച്ചാലും ഈയൊരവസ്ഥയിലെത്താൻ ഒരിക്കലും നമുക്കാവില്ലെന്ന് പലതവണ അനുഭവിച്ചറിഞ്ഞിട്ടുമുണ്ട്.. അത്രത്തോളം വിശകലനം

ചെയ്യാനാകാത്തതും അപ്രാപ്യവുമായ തലത്തിലായിരുന്നു മാഷുടെ സൗന്ദര്യസങ്കൽപ്പങ്ങളും ആസ്വാദനബോധവും വർത്തിച്ചിരുന്നത്. വാസുദേവൻമാഷ് ജന്മംകൊണ്ട് തികച്ചും അനുഷ്ഠാനാത്മകമായ തിയ്യാട്ടുകലയുടെ പ്രയോക്താവാണ്; കർമ്മംകൊണ്ട് ശാസ്ത്രാദ്ധ്യാപകനും. അതേസമയം, ജീവിതത്തിലുടനീളം അദ്ദേഹം ഒരു കലാസ്വാദകനായിരുന്നു. അറിയുക, അഭിരമിക്കുക, ആസ്വദിക്കുക എന്നിങ്ങനെയെല്ലാമുള്ള സാമാന്യാവസ്ഥകൾക്കെല്ലാമപ്പുറം നിസ്സീമവും അകളങ്കവുമായ ആനന്ദത്തിന്റെ വിതാനങ്ങളെ സാക്ഷാൽക്കരിക്കുന്നതായിരുന്നു മാഷുടെ കലാസ്വാദനത്തിന്റെ വഴിയും പൊരുളും ഇതേസംബന്ധിച്ചുള്ള പൊതുബോധത്തെയെല്ലാം നിരാകരിക്കും വിധം അത് വിഭിന്നവുമായിരുന്നു.

സംഗീതവും വാദ്യവുമായിരുന്നു മാഷുടെ പ്രധാന മേഖലകൾ. കഥകളിപോലും അദ്ദേഹം ആസ്വദിച്ചിരുന്നത് മേളത്തിലൂടെയായിരുന്നു എന്ന് പലപ്പോഴും തോന്നിയിട്ടുണ്ട്. മേളത്തിനനുസരിച്ചാണ് കഥകളിയിൽ ദൃശ്യങ്ങൾ സൃഷ്ടിച്ചിരിക്കുന്നത് എന്ന് മാഷ് വാദിക്കുമ്പോൾ ഒരു പക്ഷേ, അത്ഭുതപ്പെട്ടേക്കാം. സാഹിത്യത്തിനനുകൂലമായി സൃഷ്ടിക്കപ്പെട്ട ദൃശ്യാനുഭവമല്ലേ കഥകളി സമ്മാനിക്കുന്നത് എന്നേ ആദ്യം ആരും ചിന്തിക്കൂ. രാവണോത്ഭവത്തിലെ ഓരോ മുദ്രയും ചലനവും ത്രിപുടയുടെ കാലഭേദങ്ങൾക്കനുസരിച്ച് രൂപംകൊടുത്തതാണെന്ന മാഷ് ഓർമ്മിപ്പിക്കുമ്പോൾ നമുക്കത് സമ്മതിക്കാതിരിക്കാനാകില്ല. കാലകേയവധത്തിൽ അർജ്ജുനന്റെ സലജ്ജോഹം എന്നു തുടങ്ങുന്ന പദത്തിന്റെ ആവിഷ്കാരഘടനയെ ചൂണ്ടിക്കാണിച്ചുകൊണ്ട് എത്ര കൃത്യമായാണ് മേളത്തിനനുസരിച്ച് വാക്കുകളും മുദ്രകളും ചലനങ്ങളും വിന്യസിച്ചിരിക്കുന്നതെന്ന് മാഷ് വാദിക്കുമ്പോൾ ആർക്കും അതങ്ങനെയല്ലെന്ന് പറയാനുമാകില്ല.

മേളങ്ങളിൽ പഞ്ചാരിയായിരുന്നു മാഷിനു പ്രിയം. പാണ്ടിയുടെ ഘടനയോട് മാഷുടെ ആസ്വാദനബോധം വേണ്ടത്ര സംവദിച്ചിരുന്നില്ല എന്നു തോന്നിയിട്ടുണ്ട്. വാദ്യകലയുടെ പൂർണ്ണാവതാരമായി അദ്ദേഹം പഞ്ചാരിമേളത്തെ കണ്ടു. ഇതിന്റെ പ്രതിഫലനമായിരുന്നു മാഷ് നേതൃത്വം വഹിച്ച ആദ്യത്തെ പല്ലാവൂർപുരസ്കാരസമിതി പുരസ്കാരത്തിനായി ചക്കംകുളം അപ്പുമാരാരെ തെരഞ്ഞെടുത്തത്. കലയുടെ വിനിമയമൂല്യം തീർത്തും പ്രയോജനപ്പെടുത്തിയിരുന്ന മഹാപ്രതാപികളായ വാദ്യകലാകാരന്മാർക്കിടയിൽനിന്നും അപ്പുമാരാരുടെ കലയെ വ്യവച്ഛേദിച്ചറിയാനും ആദരിക്കാനും മാഷിന്

കഴിഞ്ഞത് അദ്ദേഹത്തിനുണ്ടായിരുന്ന വിട്ടുവീഴ്ചയില്ലാത്ത കലാപക്ഷപാതിത്വംകൊണ്ട് മാത്രമാണ്.

കലയെക്കുറിച്ചുള്ള സൂക്ഷ്മാവബോധം ആസ്വാദനത്തെ പ്രതികൂലമായി ബാധിക്കുമെന്ന ഒരു പൊതുസങ്കൽപ്പമുണ്ട്. ഇതിനു തികച്ചും വിരുദ്ധമായിരുന്നു വാസുദേവൻമാഷുടെ ആസ്വാദനം. വ്യാകരണനിഷ്ഠമായ വാദ്യകലകളിൽ ഉണ്ടായിരുന്ന അറിവ് മാഷുടെ ആസ്വാദനത്തെ ഒരിക്കലും പരിമിതപ്പെടുത്തിയിരുന്നില്ല. അദ്ദേഹം ഒരു മേളം ആസ്വദിക്കുന്നത് ശബ്ദത്തിലൂടെ മാത്രമായിരുന്നില്ല. നക്ഷത്രങ്ങൾ പൂത്തുലഞ്ഞുനിൽക്കുന്നതും കുടവട്ടത്തിൽ ചന്ദ്രൻ ഉദിച്ചുനിൽക്കുന്നതുമായ ആകാശവും മാവും പുളിയും തെങ്ങും നിറഞ്ഞ ഭൂമിയും ദൃശ്യസൗന്ദര്യം പകരുന്ന പശ്ചാത്തലം മനസ്സിൽ സങ്കൽപ്പിച്ചുകൊണ്ടേ മാഷുടെ ആസ്വാദനം പൂർണ്ണതയിലെത്തൂ. ഋതുക്കളും കലയും തമ്മിലുള്ള അപൂർവ്വബന്ധത്തെക്കുറിച്ചു മാഷ് വാചാലനാകുമ്പോൾ ഇടയ്ക്കിടയ്ക്ക് വികസിക്കുകയും കൂമ്പുകയും ചെയ്യുന്ന ആ കണ്ണുകളിൽ വിസ്മയസ്തബ്ധനായി, നിർന്നിമേഷനായി നോക്കിയിരുന്നിട്ടുണ്ട്. കല കാലവുമായും ഇടവുമായും ഉറവിടവുമായും ബന്ധപ്പെട്ടിരിക്കുന്നു എന്ന് മാഷ് വിശ്വസിച്ചു. പെരുമനം നടവഴിയിലോ കുട്ടനെല്ലൂരോ കൊട്ടുന്ന പഞ്ചാരി അതേ കലാകാരന്മാർതന്നെ മറ്റൊരിടത്തു കൊട്ടിയാൽ അത്രത്തോളം ആസ്വാദ്യമാകില്ല എന്ന് മാഷ് പറയുമായിരുന്നു. കാരണം, അദ്ദേഹത്തിനു മേളം കേവലം ശ്രാവ്യകല മാത്രമല്ല, പശ്ചാത്തലം സൃഷ്ടിക്കുന്ന ദൃശ്യാനുഭവംകൂടി ചേർത്തുവച്ചേ അദ്ദേഹത്തിന്റെ മേളാസ്വാദനം പൂർണ്ണാവസ്ഥയിലെത്തൂ..

പഞ്ചാരിമേളംപോലെ സുഘടിതമോ കാലങ്ങളിലൂടെ പരിഷ്കരിച്ചും സംസ്കരിക്കരിച്ചും രൂപപ്പെട്ടു വന്നതോ അല്ല പഞ്ചവാദ്യം എന്നാണ് മാഷ് അഭിപ്രായപ്പെടാറുള്ളത്. ഈ അപൂർണ്ണതയാണ് അതിന്റെ കാലഘടനയിൽ പ്രകടമാകുന്നത്. പഞ്ചവാദ്യത്തിലെ 28 അക്ഷരകാലത്തിന്റെ ഘട്ടം ഇതിന്റെ ഉദാഹരണമാണെന്നും മാഷ് പറയാറുണ്ട്. അതുവരെ ദീർഘമായ താളവട്ടങ്ങളും കൂട്ടിക്കൊട്ടുകളും കൊണ്ട് ആകർഷകമായിത്തീരുന്ന പഞ്ചവാദ്യം ഇവിടെയെത്തുമ്പോൾ നീളം കുറഞ്ഞ് തീരെ ശുഷ്കിച്ചുപോകുന്നതു പോലെ തോന്നും. പഞ്ചവാദ്യം ഏറ്റവും ആധുനികമായി സൃഷ്ടിക്കപ്പെട്ട കലാരൂപമാണ്. എന്നാൽ, പഞ്ചാരിമേളം കാലങ്ങളിലൂടെ പരിഷ്കരിച്ചും വളർന്നും പൂർണ്ണരൂപം പ്രാപിച്ചു നിൽക്കുന്നതാണ്. ഇതാണ് പഞ്ചാരിമേളത്തിന്റെ സൗന്ദര്യപൂർണ്ണതയ്ക്ക് നിദാനം എന്നും മാഷ് അഭിപ്രായപ്പെടാറുണ്ട്.

വാസുദേവൻമാഷുടെ സോദാഹരണപ്രഭാഷണങ്ങൾ ഏറെ ആകർഷകവും വ്യത്യസ്തവുമായിരുന്നു. ചെണ്ടയിലെ വിവിധ ശബ്ദവിന്യാസങ്ങളെ സ്വന്തം വായ്ത്താരി ഉപയോഗിച്ച് അനുകരിച്ചുകൊണ്ടുള്ള സോദാഹരണപ്രഭാഷണങ്ങൾ മേളത്തിന്റെ വ്യാകരണഘടനയെ മാത്രമല്ല, സൗന്ദര്യാംശത്തെപ്പോലും പകർന്നു തന്നിരുന്നു. ചേർപ്പിൽ വച്ചാണ് ആദ്യമായി ഇതു കേട്ടത്. പത്മശ്രീ പെരുമനം കുട്ടൻമാരാരുടെ സമാദരണത്തോടനുബന്ധിച്ചായിരുന്നു അത് എന്നാണ് ഓർമ്മ. തുടർന്ന് പല സ്ഥലങ്ങളിലും സന്ദർഭങ്ങളിലും അനുഭവിച്ചറിയുകയുണ്ടായിട്ടുണ്ട്. . മേളത്തിന്റെ കേവലമായ വ്യാകരണമോ ഘടനയോ വിശദീകരിച്ചുപോകുന്നതല്ല അദ്ദേഹത്തിന്റെ രീതി. വ്യാകരണത്തോടൊപ്പം സൗന്ദര്യതലംകൂടി പരാമർശിച്ചുകൊണ്ടാണ് മാഷ് സോദാഹരണപ്രഭാഷണങ്ങൾ നിർവ്വഹിച്ചിരുന്നത്.

മാഷുടെ ചില നിരീക്ഷണങ്ങൾ എത്രമാത്രം സൂക്ഷ്മവും തെളിച്ചമേറിയതുമായിരുന്നു എന്നു അത്ഭുതപ്പെട്ടിട്ടുണ്ട്. ഗണപതിക്കയ്യിൽ നിന്ന് വികസിപ്പിച്ചെടുത്തതാണ് കേരളീയവാദ്യകലയിലെ എല്ലാ മേളങ്ങളും എന്ന സിദ്ധാന്തം പലപ്പോഴും മാഷ് അവതരിപ്പിച്ചു കേട്ടിട്ടുണ്ട്. തായമ്പക കേളിയോട് കടപ്പെട്ടിരിക്കുന്നു എന്നു പറയുക മാത്രമല്ല, വായ്ത്താരികൊണ്ട് കൊട്ടി തെളിയിക്കുകയും ചെയ്തിരുന്നു. മേളംപോലെത്തന്നെ സംഗീതവും മാഷുടെ മേഖലയായിരുന്നു. രാവണവിജയം കഥയിലെ നീലാംബരിയുടെ സൗന്ദര്യത്തെക്കുറിച്ച് മാഷ് പലപ്പോഴും വിസ്മയത്തോടെ പറഞ്ഞു കേട്ടിട്ടുണ്ട്. കഥകളിയിലെ നീലാംബരിയുടെ സൗകുമാര്യം കർണ്ണാടകസംഗീതത്തിലില്ലെന്നാണ് മാഷ് പറയാറുള്ളത്. കഥകളിയിലെ പാടിരാഗത്തിന്റെ ഔചിത്യവും ഭംഗിയും എത്രമാത്രമെന്ന് മാഷ് ആവേശത്തോടെ പറയാറുണ്ട്. കഥകളിസംഗീതം വെങ്കിടകൃഷ്ണഭാഗവതർ പരിഷ്കരിച്ചത് സമ്പ്രദായഭജനയുടെ സ്വാധീനംകൊണ്ടുകൂടിയാണെന്ന് പലപ്പോഴും മാഷ് പറഞ്ഞു കേട്ടിട്ടുണ്ട്. നമുക്ക് അപരിചിതമായ പല വഴികളിലൂടെയും സഞ്ചരിക്കാനുള്ള പ്രേരണ മാഷുടെ ഇത്തരത്തിൽ ആവേശത്തോടെയുള്ള ഭാഷണങ്ങൾ പലപ്പോഴും സമ്മാനിച്ചിട്ടുമുണ്ട്.

വാസുദേവൻമാഷെ ഞാൻ ആദ്യം പരിചയപ്പെടുന്നത് എൺപതുകളിൽ ഒരു പെരുമനം പൂരത്തിനാണ്. അതിനു മുമ്പേതന്നെ ഈ പേര് ശ്രദ്ധയിൽ പെട്ടിരുന്നു. പഞ്ചാരിയെക്കുറിച്ചുള്ള മാഷുടെ ഒരു ലേഖനം അതിനടുത്ത കാലത്ത് മാതൃഭൂമി ആഴ്ച്ചപ്പതിപ്പിൽ പ്രസിദ്ധീകരിച്ചു വന്നു. പിരമിഡുപോലെ കൊട്ടി ഉയർത്തുന്ന

മേളത്തിന്റെ സ്വരൂപത്തെ വിശദമാക്കിക്കൊണ്ടുള്ളതായിരുന്നു ലേഖനം. പൊതുവിൽ, പരിചയങ്ങൾ നിലനിർത്തുന്നതിൽ അത്രയൊന്നും ശ്രദ്ധാലുവല്ലാതിരുന്നിട്ടും ആ ലേഖനം എന്നിലുണ്ടാക്കിയ അനുരണനം ലേഖകനെ പെട്ടെന്നു വിസ്മരിക്കുവാൻ അനുവദിച്ചില്ല. അതുകൊണ്ടുതന്നെ ആ പരിചയം കൂടുതൽ ശക്തവും ദീപ്തവുമായി എന്നിൽ നിലനിന്നു. ഓരോ തവണ കണ്ടപ്പോഴും മാഷുമായുള്ള അടുപ്പം കൂടുതൽ കൂടുതൽ വർദ്ധിച്ചു.. എന്റെ സുഹൃത്തുക്കളായ പലരും മാഷുടെ കടുത്ത ആരാധകരായിരുന്നു എന്നതും മാഷുമായുള്ള അടുപ്പത്തിനു ആക്കം കൂട്ടി. കുട്ടനെല്ലൂരും പെരുമനത്തും ഇടക്കുന്നിയിലും മാഷുടെ സാന്നിദ്ധ്യം അനുഭവിച്ചറിഞ്ഞു. എവിടെ വച്ചു കണ്ടാലും വാദ്യകലയെക്കുറിച്ചു മാഷ് നിരന്തരമായി പറഞ്ഞുകൊണ്ടിരുന്നു. ഇതല്ലാതെ മറ്റൊരു വിഷയവും മാഷ് സംസാരിച്ചിരുന്നതായി തോന്നുന്നില്ല. .

മാഷുമായി ബന്ധപ്പെട്ട് പറഞ്ഞു കേട്ട ഒരു കഥയുണ്ട്. വാർദ്ധക്യത്തിൽ മനസ്സിനു സന്തോഷവും സംതൃപ്തിയും ലഭിക്കാൻ സന്യാസിമഠങ്ങൾ സന്ദർശിച്ചാൽ മതിയെന്ന് ആരോ ഉപദേശിച്ചപ്പോൾ ഈ ലോകത്ത് സംഗീതവും മേളവും കഥകളിയുമെല്ലാം ഉള്ള കാലത്തോളം തനിക്ക് ജീവിതത്തിൽ സുഖം തേടി മറ്റെങ്ങും പോകേണ്ടതില്ലെന്ന് മാഷ് മറുപടി പറഞ്ഞുവത്രേ. ഈ സംഭവത്തെക്കുറിച്ച് മാഷോട് ഒരിക്കലും ഞാൻ ചോദിച്ചിട്ടില്ല. മാഷ് ഇതേപ്പറ്റി ഒന്നും പറഞ്ഞിട്ടുമില്ല. കലയോട് വാസുദേവൻമാഷ് പുലർത്തിയിരുന്ന മനോഭാവം എന്തായിരുന്നു എന്ന് സൂചിപ്പിക്കാൻ വേണ്ടി മാത്രം ഇതിവിടെ പറഞ്ഞതാണ്. ഈ കഥ സത്യമാണെങ്കിലും അല്ലെങ്കിലും ജീവിതത്തിൽ കലയോളം സാന്ത്വനപ്പെടുത്തുന്ന മറ്റൊന്നുമില്ലെന്നുതന്നെയായിരുന്നു മാഷുടെ ഉറച്ചവിശ്വാസം എന്നു പറയാതിരിക്കാനാകില്ല. മാഷുടെ ജീവിതാനുഭവങ്ങളിൽനിന്നുതന്നെ ഇതു മനസ്സിലാക്കാനും കഴിഞ്ഞിട്ടുണ്ട്.

വാസുദേവൻ മാഷുമായുള്ള അടുപ്പം മാഷുടെ അനുജന്മാരിൽ പലരുമായും സൗഹൃദം സ്ഥാപിക്കാനിടയാക്കി. എന്റെ സഹപ്രവർത്തകനായ കൃഷ്ണനുമായും കൊച്ചിൻ റിഫൈനറിയിൽ ഉദ്യോഗസ്ഥനായി വിരമിച്ച തീയാട്ടുകലാകാരനും വാദ്യകലയിൽ നിഷ്ണാതനുമായ രാമനുമായും സൗഹൃദം പുലർത്താനായിട്ടുണ്ട്. എന്നാൽ, ഇത്തരം ബന്ധങ്ങൾക്കെല്ലാമപ്പുറമാണ് മാഷ് എന്നിലുണർത്തിയ കലയെസംബന്ധിച്ച ദർശനം. എന്റെ കലാവീക്ഷണത്തെ പ്രഫുല്ലമാക്കുകയും

വാദ്യകലയെക്കുറിച്ചുള്ള നിലപാടുകളെ സ്വാധീനിക്കുകയും ചെയ്തത് ഈ ദർശനമാണ് എന്ന കാര്യത്തിൽ സംശയമില്ല.

വന്ദ്യഗുരുനാഥന് പ്രണാമം.

....

ഒറ്റപ്പാലം എൻ.എസ്.എസ്. കോളേജ് മലയാളവിഭാഗം അദ്ധ്യാപകനായി വിരമിച്ചു. കഥകളി, വാദ്യം, സാഹിത്യം, തുടങ്ങിയ വിഷയങ്ങളിൽ ആഴത്തിലുള്ള പരിജ്ഞാനമുണ്ട്. ഏതാനും ഗ്രന്ഥങ്ങൾ എഴുതിയിട്ടുണ്ട്. തൃശ്ശൂർ കഥകളി ക്ലബ് പ്രസിഡണ്ട് ആയി നിലവിൽ പ്രവർത്തിക്കുന്നു.

പ്രകൃതിയിൽ അലിയാൻ കൊതിച്ച മനുഷ്യൻ

കെ.എ.ശങ്കരൻ

'Where is the Life we have lost in living? Where is the wisdom we have lost in knowledge? Where is the knowledge we have lost in information?' (T S Eliot, 'The Rocks')

1934 – ൽ എഴുതപ്പെട്ട എലിയറ്റിന്റെ ഈ വരികൾ ഇപ്പോഴും വാസുദേവൻ മാഷുടെ ഓർമ്മയുമായി കെട്ടുപിണഞ്ഞു കിടക്കുന്നു. പാരമ്പര്യത്തിലൂന്നിയ എന്തിലും മാഷ് തല്പരനായിരുന്നു. പക്ഷെ , ഇതിന്റെ എല്ലാം ഇന്നത്തെ അവസ്ഥയിൽ നമ്മെ പോലെ തന്നെ അദ്ദേഹം നിരാശനായിരുന്നുവോ എന്നും സംശയമുണ്ട്. മനസ്സിലെവിടെയോ പ്രതീക്ഷയുടെ ഒരു തിരിവെളിച്ചം മാഷ് കെടാതെ സൂക്ഷിച്ചിരുന്നില്ലേ ? പാരമ്പര്യത്തിന്റെ അടിത്തറയിൽ ഉറച്ചുനിന്ന് എത്രയോ പേർക്ക് പ്രകാശം ചൊരിഞ്ഞുകൊണ്ടിരുന്ന ഒരു ദീപസ്തംഭം കൺചിമ്മിയപ്പോഴത്തെ ഇരുട്ടിലാണ് നാം തപ്പി നടക്കുവാൻ വിധിക്കപ്പെട്ടിരിക്കുന്നത്. അദ്ദേഹത്തിന്റെ താല്പര്യങ്ങളെയും പ്രവർത്തിച്ചിരുന്ന മേഖലകളെയും ആശ്ചര്യത്തോടുകൂടി മാത്രമേ നോക്കി കാണുവാൻ പറ്റിയിട്ടുള്ളു. ദശാബ്ദങ്ങളോളം

സർവകലാശാലയിലെ ഉയർന്ന ക്ലാസ്സുകളിലെ വിദ്യാർത്ഥികൾക്ക് ക്വാണ്ടം ഫിസിക്സ് പഠിപ്പിച്ച മനുഷ്യൻ, അതേ താല്പര്യത്തോടു കൂടി, ഒരു തിയ്യാട്ടിന്റെ വേദിയിൽ, ദേവന്റെ കളത്തിന് ഇടം പറ്റി, മടിയിൽ 'പറ'യും ഇലത്താളവും പകുതിയടഞ്ഞ കണ്ണുകളുമായി കളം പാട്ടുകൾ പാടുന്ന ഒരു രംഗം നമുക്ക് അത്ര സാധരണയായി കാണുവാൻ പറ്റുന്ന ഒന്നാണോ ? കേരളീയ വാദ്യങ്ങൾ, കഥകളി, കൃഷ്ണനാട്ടം, സമ്പ്രദായ ഭജന, ഭാരതത്തിൽ തെക്കും വടക്കുമായി പ്രചാരത്തിലുള്ള ശാസ്ത്രീയസംഗീതം ഇവയിൽ എല്ലാം മാഷ് അതീവതല്പരനും ജ്ഞാനിയുമായിരുന്നു . അദ്ദേഹത്തിന്റെ അറിവ് അളക്കുവാൻ അത്ര എളുപ്പവുമായിരുന്നില്ല . മേൽപ്പറഞ്ഞ വിഷയങ്ങളിലെല്ലാം അദ്ദേഹത്തിന്റെ സംസാരം കേട്ടിരുന്ന ഒരാൾക്ക് പലപ്പോഴും സമയബോധം പോലും കൈവിട്ടു പോയിരുന്നു . അദ്ദേഹം പറയുമായിരുന്നു: 'ന്യൂട്ടണും ആൽബർട്ട് ഐൻസ്റ്റെയ്നും നീൽസ് ബോറുമെല്ലാം സൃഷ്ടിച്ചത് ശാസ്ത്രത്തിന്റെ അടിത്തറയാണ്. ഹാൻസ് പീറ്റർ ഡ്യൂവറെ പോലെയുള്ള പ്രതിഭാശാലികൾ ആവട്ടെ, ചക്രവാളങ്ങളാണ് സൃഷ്ടിച്ചത്. നാം മുന്നോട്ട് നടക്കുന്തോറും ചക്രവാളങ്ങൾ മാറിക്കൊണ്ടിരിക്കും. പക്ഷെ അടിത്തറ നിത്യമാണ്, നാശമില്ലാത്തതാണ്.' കൂട്ടത്തിൽ ക്വാണ്ടം ഫിസിക്സിന്റെ അതീവ ലളിതമായ ഒരു വർണ്ണനയും. ഇത് ഒരു അനുഭവം മാത്രം. ഫിസിക്സിൽ വേണ്ടത്ര പരിജ്ഞാനമില്ലാത്തവന് പോലും ഉത്സാഹത്തോടെ ആ അദ്ധ്യാപകൻ അറിവ് പകർന്നിരുന്നു. എത്രയോ തവണ ആ പ്രതിഭയുടെ പ്രസരം അനുഭവിക്കുവാൻ കഴിഞ്ഞതിന്റെ ഓർമ്മകൾ, നഷ്ടബോധത്തിന്റെ തലങ്ങളിൽ തിരിഞ്ഞുനിന്ന് നോക്കുമ്പോൾ അസ്വസ്ഥത സൃഷ്ടിക്കുന്നു .

എല്ലാ കൊല്ലവും ഗുരുവായൂർ ക്ഷേത്രത്തിൽ തുലാമാസത്തിൽ നടക്കുക പതിവായ കൃഷ്ണനാട്ടം കളി കാണുന്നതിന് മാഷ് പതിവുകാരനായിരുന്നു. 'എന്താണ് ഈ കൃഷ്ണനാട്ടത്തിൽ ഇത്രമാത്രം ആകർഷണീയമായിട്ടുള്ളത് ?' എന്ന് അജ്ഞത നിമിത്തം ഒരാൾ ചോദിച്ചുപോയാൽ മാഷ്ക്ക് മറുപടി ഉണ്ട്. 'രാസക്രീഡയിൽ രാധയും തോഴിമാരും ചേർന്നുള്ള ഒരു നൃത്തരംഗമുണ്ട്. അതിനെ വെല്ലുന്ന ഒരു നൃത്തസംവിധാനകല (choreography) വേറെ ഒരു നൃത്തവേദിയിലും കാണുവാൻ സാധ്യമല്ല.' ചെണ്ടയും മദ്ദളവും ഇടഞ്ഞുകൊട്ടുന്നതിനെ പറ്റി (കേളിയിലും മറ്റും) അദ്ദേഹം രസകരമായി പറഞ്ഞിരുന്നു: 'ചെണ്ട സമത്തിൽ എടുത്താൽ മദ്ദളം പക്കിൽ; ചെണ്ട പക്കിലെടുത്താലോ മദ്ദളം സമത്തിൽ . മദ്ദളം സ്ഥിരം പ്രതിപക്ഷമാണ്.'

എന്നാൽ ചെണ്ടയും മദ്ദളവും യോജിച്ചാലോ നവരസങ്ങൾ മുഴുവൻ പുറത്തുവരുന്നു.'

ദേവവാദ്യമായാണ് മാഷ് പഞ്ചാരിമേളത്തെ വിശേഷിപ്പിക്കുക. ഈ വിശേഷത്തിലുള്ള അദ്ദേഹത്തിന്റെ സമീപനമാകട്ടെ, അതിന്റെമൗലികസ്വഭാവം കൊണ്ട് മേളപ്രേമിയെ അക്ഷരാർഥത്തിൽ വിസ്മയിപ്പിക്കുന്നു. കാല്പനികസ്വഭാവം കൂടി ചേർന്നുപോകുന്ന തായമ്പകയിലെ മനോധർമപ്രകടനം മേളത്തിൽ കാണാൻ കഴിയാത്തതിനെ ഒരു പോരായ്മയായി കാണുവാൻ അദ്ദേഹം തയ്യാറല്ലായിരുന്നു. മേളത്തിൽ നിന്നും പ്രതീക്ഷിക്കുന്നത് അതല്ല എന്നാണ് വാസുദേവൻ മാഷുടെ ഉറച്ച നിലപാടും. പെരുവനം നടവഴിയിലും, ആറാട്ടുപുഴ പാടത്തും, കുട്ടനെല്ലൂർ കിഴക്കേ നടയിലും പുനഃസൃഷ്ടിക്കപ്പെടുന്നത് കേവലപ്രകൃതിതന്നെയാണ് എന്ന് അദ്ദേഹം വിശദീകരിക്കാറുണ്ടായിരുന്നു. കേവലപ്രകൃതിയിൽ മനോധർമ്മം ഒട്ടും തന്നെ ഇല്ലെങ്കിലും അത് സൃഷ്ട്യുന്മുഖ (സർഗാത്മകം) മാണെന്ന് അദ്ദേഹം കരുതി പോന്നു. അവതരിപ്പിക്കപ്പെടുന്നതോടെ മേളം ആസ്വാദകനുകൂടി അവകാശപ്പെട്ട കലയാണെന്നാണ് അദ്ദേഹത്തിന്റെ പക്ഷം; അത് മൂലം മേളം ആസ്വാദകനിൽ നിന്നും കൂടുതൽ സഹൃദയത്വം പ്രതീക്ഷിക്കുന്നുണ്ടെന്നും. അതിന് മേയുവാൻ പാകത്തിന് ധാരാളം മേച്ചിൽ പുറങ്ങൾ മേളത്തിൽ കാണാമെന്നുമാണ് ആ കലാമർമജ്ഞന്റെ കണ്ടെത്തൽ. മേളം, അവതരിപ്പിക്കപ്പെടുന്ന മണ്ണും വായുവും കാലവുമായിപോലും ബന്ധപ്പെട്ടതുപോലെയാണ് അദ്ദേഹത്തിന്റെ അനുഭവം. ക്ലാസിക്കൽ പഞ്ചാരിമേളത്തിന്റെ പൂർണതയും ഗാംഭീര്യവും അനുഭവിക്കേണ്ട മേളാസ്വാദകരെ പെരുവനം നടവഴിയിലേക്കാണ് വാസുദേവൻ മാഷ് ക്ഷണിക്കുക. ചക്രവാളത്തോളം വ്യാപിക്കുന്ന അതിന്റെ വ്യാപ്തി പൂർണമായി ബോധ്യമാവേണമെങ്കിൽ അയാൾ ആറാട്ടുപുഴ പാടത്തുതന്നെ പോകേണ്ടി വരും. കുട്ടനെല്ലൂർ കിഴക്കേ നടയിൽ ആകട്ടെ നാലുമണിക്കൂറോളം നീണ്ടു നിൽക്കുന്ന ഒരു സങ്കീർത്തനവും (psalm).

അതേസമയം മേളത്തിന്റെ പരിമിതികളെ പറ്റിയും മാഷ് ബോധവാനായിരുന്നു. 'മായാമാളവഗൌള രാഗത്തിൽ നിഴലിക്കുന്ന വർഷകാലപ്പച്ചയും പന്തുവരാളിയിൽ നിലീനമായ സന്ധ്യാവേളകളുടേയും ഭാവങ്ങൾ മേളത്തിൽ ചാലിച്ചെടുക്കുക അസാധ്യം തന്നെ.' അദ്ദേഹം പറയുന്നു. പകരമായാണ് ക്ഷേത്രാങ്കണങ്ങളിൽ 'സഹ്യന്റെ മകനെ' സാക്ഷിനിർത്തി ഹേമന്ത-ശിശിര-വസന്ത-ഗ്രീഷ്മ ഋതുക്കൾ മേളത്തിൽ കൂടി പുനഃ സൃഷ്ടിക്കപ്പെടുന്നത് എന്നാണ് അദ്ദേഹം

ദർശിച്ചത്; അങ്ങനെ 'ക്ഷേത്രവാദ്യങ്ങളുടെ ഒരു വാദ്യ വൃന്ദം (ensemble) ആയ പഞ്ചാരിമേളം പ്രകൃതിയുടെ നിലീനഭാവങ്ങളുടെ ഒരു സിംഫണി ആയി തീരുന്നു.' അവിടെ ഓരോ കലാശവും കഴിയുമ്പോൾ 'താഴ്വര വീണ്ടും പൂക്കുകയും തളിർക്കുകയും, മണക്കുകയും ചെയ്യുന്നുണ്ട്''. മേളത്തിലുള്ള അദ്ദേഹത്തിന്റെ കവിതയൂറുന്ന ഭാവന ഏറെ സുഗന്ധം പരത്തുന്നുണ്ട്, ഒരു ഉദ്ധരണി കൂടി: 'മേളത്തിന്റെ ഒരു പിറന്നാൾ കൂടി കഴിഞ്ഞാൽ പിറ്റേന്ന് കാലത്ത് ഒരു തരം ഗൃഹാതുരത്വം ആണ് അനുഭവപ്പെടുക; തലേ ദിവസത്തെ പിറന്നാൾ സദ്യയാണ് മനസ്സുനിറയെ; ഒരു വേനൽ മഴക്ക് പിറ്റേന്നെന്ന പോലെ അന്ന് നമുക്ക് അല്പം അലസമായിത്തന്നെ ചെലവഴിക്കണം. എന്തിനെന്നോ? കാട്ടുപിടിച്ച പച്ചപറമ്പിൽ ഒന്ന് ചുറ്റിനടക്കാൻ, ഒരു പകൽ മുഴുവൻ നീളുന്ന പ്രാർത്ഥനയിൽ പങ്കെടുക്കുവാൻ.'

മുപ്പത് കൊല്ലത്തിൽ അധികം കാലം ദക്ഷിണേന്ത്യൻ സംഗീതവും കഥകളി സംഗീതവും കേട്ട ശേഷം കഴിഞ്ഞ കുറെ വർഷങ്ങളായി വാസുദേവൻ മാഷുടെ 'കേൾവി' സമയം ഏതാണ്ട് മുഴുവനായി തന്നെ ഹിന്ദുസ്ഥാനി സംഗീതം കീഴടക്കിയിരുന്നു. ഈ മാറ്റത്തിനുള്ള കാരണം തിരക്കിയപ്പോൾ അദ്ദേഹത്തിന് വ്യക്തമായ മറുപടി ഉണ്ടായിരുന്നു. 'കർണാടക സംഗീതം സജീവമായി തന്നെ എന്റെ മനസ്സിൽ ഉണ്ട്. വീണ്ടും വീണ്ടും വടക്കോട്ട് തിരിയുവാൻ പ്രേരിപ്പിച്ചത് പ്രകൃതിയുമായി ഹിന്ദുസ്ഥാനി സംഗീതത്തിനുള്ള അഭേദ്യമായ ബന്ധം കാരണവും. പ്രകൃതിയുമായി ഇത്രയധികം ഇഴുകിച്ചേർന്ന ഒരു സംഗീതശാഖ വേറെ ഉണ്ടെന്ന് തോന്നുന്നില്ല.' പ്രകൃതിയുമായി അത്രയധികം ഇണങ്ങിയാണ് അദ്ദേഹം ജീവിച്ചതും. ഒരു പകലിന്റെ ഏതാണ്ട് പകുതിയോളം സമയവും മാഷ് ചെലവിട്ടത് വീട്ടിന് പിറകിലുള്ള സാമാന്യം വലിപ്പമുള്ള പുറംവളപ്പിൽ ആണ്. പലപ്പോളായി നട്ടുവളർത്തിയ അപൂർവ കാട്ടുവൃക്ഷങ്ങൾ അവിടെ കാണാം. അവസാനകാലത്ത് (ഹൃദയശസ്ത്രക്രിയക്ക് ശേഷം) ശാരീരിക അദ്ധ്വാനം ഒഴിവാക്കിയിട്ട് പോലും തന്റെ പുറം വളപ്പിൽ ആണ് പ്രഭാത വേളകൾ ചെലവിട്ടത് .

പ്രായം മനസ്സിൽ സൃഷ്ടിച്ച വരൾച്ചയും മുരടിപ്പും മാഷുടെ ചില സുഹൃത്തുക്കളെ വർത്തമാന സമയത്തിൽ ജീവിക്കുകയും, കാലത്തിൽ മനസ്സുകൊണ്ട് പിറകോട്ടു നടക്കുവാൻ പ്രേരിപ്പിക്കുകയും ചെയ്യുന്നത് കാണുമ്പോൾ അദ്ദേഹം പറയുമായിരുന്നു 'നിങ്ങൾ പ്രകൃതിയിലേക്ക്, മണ്ണിലേക്ക്, ഹരിതചരവിയിലേക്ക് തിരിയൂ. അവ ഒരിക്കലും നിങ്ങളെ നിരാശപ്പെടുത്തുന്നില്ല. ഒരു മഞ്ഞൾ ചെടിയുടെ സമീപത്തു നിന്ന്

അല്പം ഉച്ചത്തിൽ അതിനോട് കിന്നാരം പറഞ്ഞുനോക്കൂ; ലോലമായ അതിന്റെപത്രങ്ങളിൽ ഒന്ന് തലോടി നോക്കൂ. ആ പരിസരം മുഴുവൻ തന്നെ ചെടി അതിന്റെ സുഗന്ധംപരത്തുന്നു.' ചിലപ്പോൾ മാഷ് ഇങ്ങനെ തുടരും . 'നട്ടുച്ചയിൽ നിങ്ങൾ വിജനമായ ക്ഷേത്രമുറ്റത്ത ഒരു മൂലയിൽ കുറച്ച നേരം ചിലവിടൂ. ഗോപുരത്തിൽനിന്ന്, പള്ളിക്കുറുപ്പ് കൊള്ളുന്ന ദേവന് വേണ്ടി അമ്പലപ്രാവുകളുടെ ഉറക്കുപാട്ടുകൾ കേൾക്കൂ. ക്ഷേത്രത്തിന്റെ വാതിലല്ല, സ്വന്തം ' ഉള്ളിന്റെ വാതിൽ തുറക്കുവാൻ ശ്രമിക്കൂ. അകവും പുറവുമെല്ലാം ഒന്നുതന്നെ.' ഒരു ' ക്ളാസിക്കൽ ' ശാസ്ത്രാധ്യാപകനായ വാസുദേവൻമാഷുടെ വിശ്വാസപ്രമാണങ്ങളെ പറ്റി ആരായുമ്പോഴെല്ലാം മറ്റൊരു വിധത്തിലായിരിക്കും മറുപടി: 'ഒരു വിശ്വാസിയുടെ മൂലമന്ത്രം 'സത്യം, ശിവം, സുന്ദരം' എന്നതായിരിക്കണം. വേണമെങ്കിൽ അവിടെ യുക്തിയെ (reason) അൽപ്പമൊന്നു മാടിനീക്കിയാലും കുഴപ്പമില്ല.' പ്രൊഫ. എസ്. ചന്ദ്രശേഖറിന്റെ 'സത്യവും സൗന്ദര്യവും' (Truth and Beauty) എന്ന പുസ്തകമാകാം ചിലപ്പോൾ ഇങ്ങിനെ ഒരു മറുപടിക്ക് മാഷെ പാകപ്പെടുത്തിയത്.

ഹിന്ദുസ്ഥാനി സംഗീതത്തിലുള്ള മാഷുടെ കേൾവിപരിചയം അതീവ ബൃഹത്തായതാണ്. ഓരോ മഹാഗായകന്റേയും ആലാപനങ്ങൾ ആ സഹൃദയനെ കീഴടക്കിയ അനുഭവങ്ങൾ ചിന്തോദ്ദീപകങ്ങൾ തന്നെ. പണ്ഡിറ്റ് ഭീംസെൻജോഷിയുടെ ബൃന്ദാവനി സാരംഗ് അദ്ദേഹത്തിൽ ഉണർത്തുന്നത് മധ്യാഹ്നത്തിന്റെ തീക്ഷ്ണതയാണ്; അതിൽ പച്ചപ്പപരത്തിയ ഭീമാകാരനായ ഒരു ആൽമരത്തിന്റെ ശീതള ഛായക്കുവേണ്ടിയുള്ള ആഗ്രഹവും. ഒരു ഉച്ചമയക്കത്തിന്റെ അറുതിയിൽ ഉണ്ടാകുന്ന അലസതയാർന്ന മാധുര്യമാണ് അദ്ദേഹത്തിന് ഭിം പലാസി കേട്ടാൽ. സൂര്യൻ പടിഞ്ഞാറോട്ട് ചെരിയുമ്പോൾ മണ്ണിന്റെ വരണ്ട ഗന്ധം ഉൾക്കൊണ്ടതാണ് മുൽതാനി. പിന്നീട് വരുന്ന മധുവന്തിയാകട്ടെ തുടുത്തുപഴുത്ത പാകപെട്ട ഒരു മാമ്പഴം പോലെ രസഭരിതയും. സുൽത്താൻ ഖാന്റെ സാരംഗിയിലെ രാഗേശ്രീ കേൾക്കുമ്പോൾ വാസുദേവൻ മാഷ് തന്നെത്തന്നെ മറന്ന നിമിഷങ്ങൾ ഉണ്ടായിട്ടുണ്ട്. 'സിത്താറിലെ ത്രിമൂർത്തികളിൽ' നിന്ന് ആരെയാണ് മാഷ് തിരഞ്ഞെടുക്കുക എന്ന് ഒരിക്കൽ ആരാഞ്ഞു . പണ്ഡിറ്റ് രവിശങ്കർ എന്നായിരുന്നു അദ്ദേഹത്തിന്റെ മറുപടി. 'അൻപതുകളിലും അറുപതുകളിലും ഉള്ള രവിശങ്കറുടെ വാദനത്തിൽ അടങ്ങിയ മൈഹർ ഘരാനയുടെ ക്ളാസിക്കൽ വടിവ് മറ്റെവിടെ കാണും?' കുട്ടനെല്ലൂരിൽ പഞ്ചാരിയുടെ ഒന്നാം കാലം തുടങ്ങി

കഴിഞ്ഞാൽ അദ്ദേഹം പറയുമായിരുന്നു, 'ഇതാ, കേട്ടുകൊള്ളൂ, ഉസ്താദ് ആസാദ് അലി ഖാന്റെ, അല്ലെങ്കിൽ സിയാ മുഹിയുദ്ദീൻ ഡാഗരുടെ രുദ്രവീണയിലെ ആലാപുകൂടി ധ്യാനിച്ചുകൊണ്ട് - അല്ലെങ്കിൽ റഷീദ് ഖാന്റെ ഗോരഖ് കല്യാൺ ആലാപ് ഓർത്തുകൊണ്ട്.'

ഇങ്ങിനെ എത്ര വേണമെങ്കിലും എഴുതുവാൻ പാകത്തിൽ ഓർമ്മകൾ ആണ് മാഷ് സുഹൃത്തുക്കൾക്ക് നൽകി വിടവാങ്ങിയത്. ഈ കടപ്പാടെല്ലാം ഒരിക്കലും വീട്ടപ്പെടാതെ ബാക്കിയാവുക തന്നെ ചെയ്യും . അർദ്ധരാത്രിയിൽ 'പാടി' രാഗത്തിന്റെ പശ്ചാത്തലത്തിൽ കത്തി വേഷം തിരനോട്ടം നടത്തുന്നതിന്റെ പരിസരങ്ങളിലും, പെരുവനം നടവഴിയിലും, ആറാട്ടുപുഴ പാടത്തും, കുംഭമാസത്തിലെ പൗർണമി നാളിൽ കൂട്ടനെല്ലൂരിലെ കിഴക്കേ നടയിലും നമ്മെ പോലുള്ള അദ്ദേഹത്തിന്റെ സുഹൃത്തുക്കൾക്ക് നിരാശ്രയരായിട്ടെങ്കിലും അലയാതിരിക്കുവാൻ കഴിയുകയില്ല. എപ്പോഴെങ്കിലും എവിടെവെച്ചെങ്കിലും മാഷുടെ ആത്മാവ് നമ്മളെ തേടി എത്താതിരിക്കുകയില്ല.

ലേഖകൻ പാണ്ടിക്കാട് ചെമ്പ്രശ്ശേരി എ.യു.പി. സ്കൂൾ ഹെഡ്മാസ്റ്റർ ആയി വിരമിച്ചു. സാഹിത്യം, സംഗീതം, കഥകളി, വാദ്യം എന്നിവയിൽ തികഞ്ഞ പാണ്ഡിത്യമുള്ള വ്യക്തിത്വം. 'ഉത്തരേന്ത്യൻ സംഗീത ധാര' എന്ന ഗ്രന്ഥം രചിച്ച ഇദ്ദേഹം കറകളഞ്ഞ പ്രകൃതിസ്നേഹിയുമാണ്.

അജ്ഞാത നക്ഷത്രം

ശ്രീദേവി അമ്പലപുരം

പ്രശസ്തിക്കും പ്രചാരണത്തിനും വേണ്ടി പരക്കം പായുന്ന, ഊതിപ്പെരുപ്പിച്ച് ജനമദ്ധ്യത്തിൽ കേമത്തം കാണിയ്ക്കാൻ, പ്രത്യേകിച്ച് സാമൂഹ്യമാധ്യമങ്ങൾ വഴി ലോകജനശ്രദ്ധ പിടിച്ചുപറ്റാൻ, വെമ്പൽ കൊള്ളുന്ന ഇക്കാലത്ത് അറിവിന്റെ ആഴവും, കലാപരിജ്ഞാനത്തിന്റെ കാണാക്കയങ്ങളും അദ്ധ്യാപനത്തിന്റെ അതിവൈദഗ്ദ്ധ്യവും ജനശ്രദ്ധയിലേയ്ക്ക് വെളിച്ചപ്പെടുത്താതെ, തന്നിലേയ്ക്കൊതുങ്ങിക്കൂടിയ ഒരു അതുല്യ വ്യക്തിത്വമുണ്ട് – അതായിരുന്നു മുളങ്കുന്നത്തുകാവിന്റെ അഭിമാനവും അഹങ്കാരവുമായ ഡോ.ടി.എൻ. വാസുദേവൻ. ജന്മനാടുപോലും ആ മഹത്വമറിഞ്ഞില്ല, ആ വെളിച്ചത്തെ ഉൾക്കൊണ്ടില്ല. അറിയിയ്ക്കാനദ്ദേഹം ഇഷ്ടപ്പെട്ടുമില്ല. വിദ്യയും വിനയവും ലാളിത്യവും സർഗ്ഗ പ്രതിഭയും ഏകത്ര സമ്മേളിച്ച നിസ്തുല ജീവിതം വെറുതെ ഒരു സാധാരണക്കാരന്റെ രീതിയിൽ മുണ്ടും ഷർട്ടുമിട്ട് (ചിലപ്പോൾ പാന്റ്സും) തോളത്തൊരു തുണിസ്സഞ്ചിയും തൂക്കി ആ മഹാമനീഷി നടന്നുനീങ്ങുമ്പോൾ ആർ കരുതും ഇദ്ദേഹം ഇത്രയും മഹാനായൊരു മനുഷ്യനാണെന്ന്?

വിജ്ഞാനവിചക്ഷണൻ, കലാസ്നേഹി, ക്ഷേത്രകലാനിപുണൻ, ശാസ്ത്രീയഗാനതല്പരൻ, ഗുരുശ്രേഷ്ഠൻ, വായനാകുതുകി തുടങ്ങീ നിരവധി നക്ഷത്രചിഹ്നങ്ങൾ ആ പരിണതപ്രജ്ഞന്റെ

വ്യക്തിത്വത്തിന് അലങ്കാരമായിട്ടുണ്ട്. പരിചയപ്പെട്ടപ്പോഴും വസതിയിൽ ചെന്നപ്പോഴും ബാഹ്യലോകമറിയാത്ത ആ അസാമാന്യ പ്രതിഭയുടെ വജ്രശോഭയും വ്യതിരിക്തതയും എനിക്ക് മനസ്സിലാക്കാനായിട്ടുണ്ട്.

ഹൈസ്കൂൾ പഠനത്തിലും തുടർന്ന് കോളേജ് വിദ്യാഭ്യാസത്തിൽ ബിരുദത്തിനും ബിരുദാനന്തരബിരുദത്തിനും ഒന്നും രണ്ടും റാങ്കുകൾ, ബാംഗ്ലൂർ IISc യിൽ നിന്നും ഡോക്ടറേറ്റ് എന്നീ രാജകീയ വീഥിയിലൂടെ തന്നെയായിരുന്നു അദ്ദേഹത്തിന്റെ പ്രയാണം. കോഴിക്കോട് സർവകലാശാലയിൽ മുപ്പതുകൊല്ലക്കാലം ഫിസിക്സ് ഡിപ്പാർട്ടുമെന്റിൽ അദ്ധ്യാപകനായും വകുപ്പുമേധാവിയായും സേവനമനുഷ്ഠിച്ചു. വിരമിച്ചിട്ടും വിശ്രമമില്ലാത്ത അദ്ദേഹത്തെത്തേടി പല ഉന്നതരംഗങ്ങളിൽനിന്നും അപേക്ഷകളെത്തി. അമ്പതിൽപരം കോളേജുകളിലും വിവിധ യൂണിവേഴ്സിറ്റികളിലും ഫിസിക്സ് സെമിനാറുകളിൽ പങ്കെടുക്കുക എന്നത് നിസ്സാരകാര്യമല്ല. വാദ്യകലാരംഗത്ത് സംസ്ഥാനസർക്കാർ നൽകിവരുന്ന പരമോന്നതപുരസ്കാരമായ 'പല്ലാവൂർ പുരസ്കാര' നിർണ്ണയ സമിതി അദ്ധ്യക്ഷനായും അംഗമായും ഏഴുകൊല്ലം സേവനമനുഷ്ഠിച്ചത് ഈ രംഗത്തുള്ള അദ്ദേഹത്തിന്റെ പാടവത്തിന് തെളിവാണ്. കഥകളി, വാദ്യകലകൾ, കർണ്ണാടക-ഹിന്ദുസ്ഥാനി സംഗീതം, അനുഷ്ഠാന ക്ഷേത്രകലകൾ, നാടൻകലകൾ എന്നിവയിലുള്ള താല്പര്യവും അവഗാഹവുമാണ് മറ്റുള്ളവരിൽ നിന്ന് അദ്ദേഹത്തെ വ്യത്യസ്തനാക്കുന്നത്. അധികമാർക്കും അറിവില്ലാത്ത തിയ്യാട്ട് എന്ന ക്ഷേത്രാനുഷ്ഠാന കലയിൽ നിപുണനായ അദ്ദേഹവും സഹോദരന്മാരും കേരളത്തിലങ്ങോളമിങ്ങോളവും, കേരളത്തിനു പുറത്തും ആ അനുഷ്ഠാനകലയുടെ അവതാരകരായി തുടരുകയായിരുന്നു.

ആറുലക്ഷം രൂപയിൽക്കൂടുതൽ വിലമതിപ്പുള്ള ഒരു ബൃഹദ്ഗ്രന്ഥശേഖരം അദ്ദേഹത്തിന് സ്വന്തമായുണ്ടെന്ന വസ്തുത, ആറുപുസ്തകങ്ങൾപോലും തികച്ച് വായിച്ചിട്ടില്ലാത്ത ആധുനികതലമുറയ്ക്ക് ഉൾക്കൊള്ളാനാവുമെന്ന് തോന്നുന്നില്ല. അവയിൽ ലോക, ഭാരത, കേരളസാഹിത്യങ്ങളിലെ ഉത്തമ ക്ലാസ്സിക് കൃതികളും ഉൾപ്പെടുന്നു. നാനൂറോളം കർണ്ണാടക-ഹിന്ദുസ്ഥാനി സംഗീത സിഡി കളുടേയും ഉടമസ്ഥനാണദ്ദേഹം എന്നത് ആ വ്യക്തിപ്രഭാവവൈചിത്ര്യത്തിലേയ്ക്കാണ് വിരൽ ചൂണ്ടുന്നത്.

പുറത്ത് പോകാത്ത ദിവസങ്ങളിൽ അദ്ദേഹം ഒരു കർഷകനായി മാറും. പലതരം വൃക്ഷങ്ങളും ഔഷധസസ്യങ്ങളും കൊണ്ട്

അലംകൃതമാണ് അദ്ദേഹത്തിന്റെ തൊടി. അത്തി, ഇത്തി, അരയാല്, പേരാല്, ദന്തപാല, അകിൽ, നെല്ലി, ഉങ്ങ് തുടങ്ങി ഇന്ന് നാട്ടിൻപുറത്ത് കാണാത്ത പല വൃക്ഷങ്ങളും അദ്ദേഹം വെച്ചുപിടിപ്പിച്ചിട്ടുണ്ട്. കേരളകലാമണ്ഡലത്തിൽ കേരളീയവാദ്യകലകളുടെ വിസിറ്റിങ്ങ് ഗസ്റ്റ് ഫാക്കൽറ്റിയെ തേടിച്ചെന്നാൽ അദ്ദേഹമൊരുപക്ഷെ തൂമ്പയുമായി തന്റെ പറമ്പിൽ പണിയെടുക്കുന്നതാവും കാണുക.

ജീവിതം വിവിധതരം കലാസ്വാദനത്തിനു കൂടിയാണെന്ന് ആ ശാസ്ത്രാദ്ധ്യാപകൻ നമ്മെ ബോധ്യപ്പെടുത്തി. ശാസ്ത്രീയസംഗീതരംഗത്തെ അതിപ്രഗത്ഭരായ ശെമ്മാങ്കുടി ശ്രീനിവാസ അയ്യർ, എം.എസ്.സുബ്ബലക്ഷ്മി എന്നിവരുടെ ഗാനങ്ങളാസ്വദിയ്ക്കാൻ പ്രശസ്ത കവി ആറ്റൂർരവിവർമ്മയുമൊത്ത് പലയിടങ്ങളിലും അദ്ദേഹം സഞ്ചരിച്ചിട്ടുണ്ട്. ക്ലാസ്സിക്ക് കലകളോടും ക്ഷേത്രാനുഷ്ഠാനകലകളോടും ഒപ്പം ശാസ്ത്രവിഷയങ്ങളോടും പ്രതിപത്തിയും പ്രാവീണ്യവുമുള്ള ആ മഹാനുഭാവൻ തന്റേതായ പാദമുദ്രകൾ ഈ ഭൂമുഖത്ത് അവശേഷിപ്പിച്ചുതന്നെയാണ് കടന്നുപോയത്. അദ്ദേഹത്തിന്റെ ജീവചരിത്രക്കുറിപ്പ് മരണാനന്തരസ്മാരകമായി ഉണ്ടായാൽ ഇപ്പോഴുള്ളവർക്കും വരുംതലമുറയ്ക്കും തികച്ചും മാതൃകാപരമായ ഒന്നായിരിയ്ക്കുമെന്നത് നിസ്തർക്കമാണ്. അതിനു കഴിവുള്ള സഹോദരങ്ങളും ശിഷ്യസമ്പത്തും സുഹൃദ് വലയവും അദ്ദേഹത്തിനുണ്ടല്ലോ. ഒട്ടും മോശമല്ലാത്ത കലാപാരമ്പര്യവും വൈജ്ഞാനികനൈപുണിയും ഉള്ളവരാണ് അദ്ദേഹത്തിന്റെ സഹോദരന്മാർ.

ജീവിതത്തിന്റെ കൊടിപ്പടം താഴ്ത്താൻ വിജിഗീഷുവായ മൃത്യുവിന്നാവില്ലെന്ന കവിവചനം ഡോ.ടി എൻ. വാസുദേവന്റെ കാര്യത്തിൽ അന്വർത്ഥമാണ്. ഏവർക്കും അറിയാനും അനുകരിയ്ക്കാനും ആദരവോടെ ഓർക്കാനും പര്യാപ്തമാണ് അദ്ദേഹത്തിന്റെ ശ്രേഷ്ഠജീവിതം. അത് നൽകുന്നപാഠം നമ്മുടെ ഉൾക്കണ്ണ് തുറപ്പിയ്ക്കട്ടെ.

'കാലത്തിൻതിരിച്ചിലിൽ പിന്നോക്കം പോകാനാർ
മേലല്ലൊ യാത്രക്കാർക്കു പോയതെന്നേയ്ക്കും പോയി'

ആ പാവനസ്മരണയ്ക്കു മുന്നിൽ പ്രണാമം.

ലേഖിക മുണ്ടത്തിക്കോട് എൻ.എസ്.എസ്. ഹൈസ്കൂളിൽനിന്നും മലയാളം അദ്ധ്യാപികയായി വിരമിച്ചു. കവയിത്രി, ആദ്ധ്യാത്മിക പ്രഭാഷക, സാമൂഹ്യ പ്രവർത്തക എന്നീ നിലകളിൽ ശ്രദ്ധേയ വ്യക്തിത്വമാണ്.

ടി. എൻ. വാസുദേവൻ സാറിന്റെ ജീവിത ദർശനങ്ങൾ

ആന്റണി ജോസഫ്

പൊതുവെ പറഞ്ഞാൽ, വാസുദേവൻ സാറിന്റെ ജീവിത ദർശനങ്ങൾ മൂന്നു തലങ്ങളുമായി ബന്ധപ്പെട്ടു കിടക്കുന്നു: 1.പ്രകൃതി, 2.ശാസ്ത്രം, 3.സംഗീതം/സാഹിത്യം/കല

നാം ജീവിക്കുന്ന ഭൂമി, നമുക്കു ചുറ്റുമുള്ള പ്രകൃതി, ഇവയുടെ സൂക്ഷ്മ ഭാവങ്ങൾ ഉൾക്കൊണ്ട് അവയിൽ അധിഷ്ഠിതമായ സമീപനം എന്നതായിരുന്നു ഇവയിൽ ഒന്നാമത്തേത്. പ്രകൃതിയുടെ താളം ആത്യന്തികമായി മനസ്സിലാക്കുകയും അതിനനുസരിച്ച് ജീവിതത്തെ ക്രമീകരിക്കുകയും ചെയ്യണം എന്നതായിരുന്നു സാറിന്റെ ദർശനങ്ങളിൽ ഏറ്റവും പ്രധാനം. കൃഷിയും അനുബന്ധ ജോലികളും ഈ രീതിക്കനുസരിച്ച് സാർ ചെയ്തു പോന്നു. പച്ചക്കറികളും പഴവർഗ്ഗങ്ങളും കാലാകാലങ്ങളിൽ പ്രകൃതി നമുക്കായി ഒരുക്കി തരുമെന്നും നാം ഒന്ന് ഒപ്പം നിന്നാൽ മതി എന്നുമാണ് സാർ പറയാറ്. പഴവർഗ്ഗങ്ങളിൽ പ്രധാനം ചക്കയും മാങ്ങയും തന്നെ. സാറിന്റെ തൊടിയിൽ വിളയാത്ത പഴങ്ങളോ, വിളവെടുക്കാത്ത പച്ചക്കറികളോ വിരളം. കാർഷിക വിഭവങ്ങൾ, വിളയിക്കുന്നതിൽ മാത്രമല്ല, അവ അയൽവാസികൾക്കും സുഹൃത്തുക്കൾക്കും വേണ്ടുവോളം കൊടുക്കുന്നതിലും സാറിനു പ്രത്യേക താല്പര്യമായിരുന്നു. വീട്ടിലെ ഭക്ഷണത്തിൽ ഒരു പങ്ക് തൊടിയിലെ അണ്ണാറക്കണ്ണന്മാർക്കും കാക്കകൾക്കും മറ്റു

പക്ഷി-മൃഗാദികൾക്കുമായി എന്നും മാറ്റി വെച്ചിരുന്നു. എന്നും ലഭിക്കുന്ന ഭക്ഷണം കാത്തിരിക്കുന്ന അവയുടെ ചേഷ്ടകളും വികൃതികളും ഒരു കൊച്ചുകുട്ടിയെപ്പോലെ സാർ വിവരിക്കും.

മരിക്കുന്നതിന് രണ്ട് ദിവസം മുൻപ്, കൃത്യമായി പറഞ്ഞാൽ 31.7.21 ന് രാത്രി അവസാനമായി ഫോണിലൂടെ നടത്തിയ സംഭാഷണത്തിനിടെ, സാർ നട്ടു പരിപാലിച്ചു വരുന്ന ചെടികളെക്കുറിച്ചും മരങ്ങളെക്കുറിച്ചും അക്കമിട്ട് സംസാരിച്ചു. യൂണിവേഴ്സിറ്റിയിൽ നിന്ന് റിട്ടയർ ചെയ്യുന്നതിന് മുൻപു തന്നെ മുളങ്കുന്നത്ത് കാവിലെ പുതിയ വീട്ടിൽ (മദ്ധ്യമാവതി) താമസം തുടങ്ങിയെന്നും, ആയിടക്ക് കുറച്ച് കാട്ടുമരങ്ങളുടെ തൈകൾ നട്ടതാണ് തുടക്കമെന്നും പറഞ്ഞു. ഇന്ന് അവയൊക്കെ വളർന്ന് വൻമരങ്ങൾ ആയിട്ടുണ്ട്. അവയിൽ ചിലത് കാഴ്ചയിൽ വളരെ സുന്ദരമാണ്.

തേക്ക്, വീട്ടി, വേങ്ങ (വീട്ടിയുടെ cousin ആണ് വേങ്ങ, ഒരേ കുടുംബത്തിൽപ്പെട്ടവ എന്ന് സാറിന്റെ മൊഴി), ഇരുമുള്ള് (ഇരുൾ), തമ്പകം, മണിമരുത് (നീർമരുത്), ഇലഞ്ഞി, കണിക്കൊന്ന, ബദാം (Indian Almond), അത്തി, താന്നി, ഉങ്ങ്, കാട്ടുചന്ദനം (അകിൽ) - ഇവയിൽ പലതും വലിയ മരങ്ങളുടെ പട്ടികയിലാണ്. കൂടാതെ പൂച്ചെടികളേക്കാൾ കുറച്ചു കൂടി ഉയർന്ന ഇനത്തിലുള്ളവയാണ് - കുടകപ്പാല, ദന്തപ്പാല (മെയ് മാസത്തിൽ തളിർത്താൽ വലിയ ഭംഗിയാണ് കാണുവാൻ). പിന്നെ, പാരിജാതം, അശോകം, ആര്യവേപ്പ് (ഉഷ്ണത്തോടു യുദ്ധം ചെയ്യാൻ പറ്റിയതാണ്), പ്ലാശ് (മധ്യ പ്രദേശിലൊക്കെ ധാരാളമായി കാണാറുണ്ട്), ഇലവങ്ങം (കറുവപ്പട്ട), മന്ദാരം, ഞാവൽ, തുടങ്ങിയവ വേറെയും. നാട്ടു മരങ്ങളായിട്ട്, പ്ലാവ്, മാവ്, പുളി, കശുമാവ്, നെല്ലി, പേര എന്നിവ പ്രധാനം. ഇവയ്ക്കു പുറമെ വാക, ഗുൽമോഹർ തുടങ്ങിയ പട്ടു മരങ്ങളും സുലഭം. മൊത്തത്തിൽ ഒരു പത്തു മുപ്പത് ജനുസ്സിൽ പെട്ട മരങ്ങളുണ്ട്.

പിന്നീട് കിഴങ്ങു വർഗ്ഗങ്ങളിലായി സാറിന്റെ വിവരണം: ചേന, ചേമ്പ്, കാച്ചിൽ, ഇഞ്ചി, കൂവ, മഞ്ഞൾ തുടങ്ങിയവ എല്ലാ വർഷവും നട്ടു വിളവെടുക്കും. വേനൽക്കാലത്ത് ചക്കയും മാങ്ങയും ധാരാളം. സാറിന്റെ വീട്ടിൽ ചെന്ന് മടങ്ങുമ്പോൾ, ഇവയൊക്കെ പൊതിഞ്ഞ് വീട്ടിലുള്ളവർക്കായി തന്നു വിടുക പതിവായിരുന്നു. സാറിന്റെ വാക്കുകളിൽ, 'നമ്മുടെ ഉഷ്ണമേഖലക്ക് പ്രകൃതി തന്ന വരദാനമാണ് ചക്കയും മാങ്ങയും.' ഉഷ്ണം കൂടും തോറും ചക്കയുടെ മാധുര്യം കൂടും. അതുപോലെ മാങ്ങയുടെ പുളി കുറഞ്ഞ് മാധുര്യം കൂടും. സാറ് ന്റെ അയൽവാസികളുമായി ഇവയെല്ലാം പങ്കു വെക്കും. ആ ഒരു സുഖം

കൂടി ഈ ചക്ക-മാങ്ങ കാലം സമ്മാനിക്കും.'ഇന്ന് ഇതൊക്കെ ആന്റണിയുമായി പങ്കു വെക്കണമെന്ന് വിചാരിച്ചു. എന്നാൽ ശരി - ഫോൺ വെക്കട്ടെ, ' - അതായിരുന്നു സാറുമായി നടന്ന അവസാനത്തെ ഫോൺ വിളി.

സാറിന്റെ ജീവിത ദർശനങ്ങളുടെ രണ്ടാമത്തെ തലം, ശാസ്ത്രവും ശാസ്ത്ര പഠന മേഖലകളുമായി ബന്ധപ്പെട്ടു കിടക്കുന്നു. ഒരു സാധാരണക്കാരനെ സംബന്ധിച്ചിടത്തോളം ശാസ്ത്രം എന്നത് ഒറ്റപ്പെട്ട ചില കണ്ടുപിടുത്തങ്ങളും അതുവഴി സമൂഹത്തിനുണ്ടാകുന്ന പുരോഗതിയുമാണ്. ഒരു പക്ഷേ പ്രകൃതിയെ കീഴടക്കാനുള്ള ഒരു ഉപാധിയായും ശാസ്ത്രത്തെ വ്യാഖ്യാനിച്ചേക്കാം. വാസുദേവൻ സാറിന്റെ കാഴ്ചപ്പാടിൽ 'Science is not a collection of isolated facts, but it is a body of systematic knowledge, built up through an involved network of theorisation and experiments.' പരീക്ഷണ-നിരീക്ഷണങ്ങളിലൂടെയാണ് ശാസ്ത്ര രഹസ്യങ്ങൾ അനാവരണം ചെയ്യപ്പെടുന്നതെങ്കിലും, യഥാർത്ഥ മൗലികത അവയിലൂടെ ഉരുത്തിരിയുന്ന ശാസ്ത്ര തത്വങ്ങൾക്കാണെന്നും ശാസ്ത്രത്തിന്റെ സൗന്ദര്യം മുഴുവനായും ഈ തത്വങ്ങൾക്കും അവയിലൂടെ രൂപപ്പെടുന്ന സൂത്രവാക്യങ്ങൾക്കും ആണെന്നും ഉള്ള ബോധ്യം സാർ എന്നും തന്റെ ക്ലാസ്സുകളിലൂടെ തെളിയിച്ചിരുന്നു. സത്യവും സൗന്ദര്യവും ഈ സൂത്രവാക്യങ്ങളുടെ തനതു രൂപങ്ങൾ വിളിച്ചോതുന്നു. മാക്സ്‌വെല്ലിന്റെയും, ഷ്റോഡിംഗറുടെയും, ഡിറാക്കിന്റെയുമൊക്കെ പേരിലറിയപ്പെടുന്ന സൂത്രവാക്യങ്ങൾ വടിവൊത്ത അക്ഷരത്തിൽ എഴുതുകയും അത്ഭുതത്തോടെ നോക്കി നിന്ന്, അവയുടെ ഔന്നത്യവും, അവയ്ക്ക് കാരണമായ ബലങ്ങളും, ഒപ്പം ആത്യന്തികമായി അവയുടെ പ്രതിസാമ്യതാ ബന്ധങ്ങളും വിവരിക്കുകയും ചെയ്തു കഴിയുമ്പോൾ, വിദ്യാർത്ഥികൾ ശ്രേഷ്ഠമായ ഒരു തലത്തിൽ എത്തിയിട്ടുണ്ടാവും. ആറ്റങ്ങൾ, ന്യൂക്ലിയസ്സുകൾ തുടങ്ങി ലളിത സ്വഭാവം പുലർത്തുന്നവ ഉയർന്ന രീതിയിൽ വിശകലനം ചെയ്യാമെന്നും, എന്നാൽ മനുഷ്യമസ്തിഷ്കവും ചിന്തകളും കൂടുതൽ സങ്കീർണ്ണമാകയാൽ ഒരു പരിധിക്കപ്പുറം പ്രതിസാമ്യതാ തത്വങ്ങൾ പ്രയോഗിക്കാൻ ആവില്ല എന്നും പല ക്ലാസ്സുകളിലും സാർ സൂചിപ്പിച്ചിട്ടുണ്ട്. ലളിതമായ ക്രമീകരണങ്ങൾ ഉള്ളവ ഉന്നതവും സൂക്ഷ്മവുമായ പരീക്ഷണ നിരീക്ഷണങ്ങൾക്ക് പറ്റിയവ ആണെന്നും അല്ലാത്തവ ഒരു പരിധിക്കപ്പുറം അപ്രാപ്യമാണെന്നും ഇത് സൂചിപ്പിക്കുന്നു. ഫിസിക്സിനു സാധ്യമായ ഈ വിശകലന രീതി ശുദ്ധമായ ഗണിതത്തിനും ബാധകവും പ്രാപ്യവുമാണ്. ശുദ്ധമായ ഗണിതത്തിനും

ഉൾജ്ജതന്ത്രത്തിന്റെ ഉന്നതമായ തത്വസംഹിതകൾക്കും തമ്മിലുള്ള വേർതിരിവ് യഥാർത്ഥത്തിൽ വളരെ ലോലമാണ്. ഗണിതത്തെയും ഊർജ്ജതന്ത്രത്തെയും ഒരുമിച്ച് സാർ വിളിച്ചിരുന്നത് 'stylized sciences' എന്നാണ്. പ്രകൃതിയുടെ യഥാർത്ഥ ഭാഷ ഗണിതം ആണെന്നും പ്രകൃതി പ്രതിഭാസങ്ങൾ എല്ലാം ഗണിത ഭാഷയിൽ രൂപപ്പെടുന്ന സമീകരണങ്ങൾ വഴിയാണ് അനാവരണം ചെയ്യപ്പെടുന്നതെന്നും യഥാർത്ഥ ശാസ്ത്രപഠനം ഈ ബോധ്യത്തിലേക്ക് നമ്മെ എത്തിക്കുമെന്നും സാറിലൂടെ നാം മനസ്സിലാക്കി.

ഇനി സാറിന്റെ ദർശനങ്ങളുടെ അടുത്തപടി ഒന്നു മനസ്സിലാക്കാൻ ശ്രമിക്കാം. മേൽപറഞ്ഞ 'stylized sciences' ന് സമാന്തരമായി, 'stylized arts' ഉം ഉണ്ടെന്ന് നമ്മെ സാർ ബോധ്യപ്പെടുത്തി. ക്ലാസ്സിക്കൽ സംഗീതവും നിരവധിയായ നൃത്തരൂപങ്ങളും ഈ ഗണത്തിൽപ്പെടുന്നു. കർണാട്ടിക്, ഹിന്ദുസ്ഥാനി സംഗീത പാരമ്പര്യങ്ങൾ ഈ ശ്രേഷ്ഠസ്ഥാനം പുലർത്തുന്നു. ഭരതനാട്യം, കഥകളി, കഥക്, കുച്ചിപ്പുടി, മണിപ്പൂരി തുടങ്ങിയവയുടെയൊക്കെ ആന്തരിക ഭാവങ്ങൾ അനാവരണം ചെയ്യുന്ന അവതരണരീതി സാറിനു സ്വന്തം. കൂടാതെ പഞ്ചവാദ്യം, പഞ്ചാരി മേളം, തായമ്പക തുടങ്ങിയവയുടെയൊക്കെ മാസ്മരികത, സാറിനൊപ്പം ഇവ ആസ്വദിക്കുമ്പോൾ നമുക്കും ബോധ്യമാവും. സാഹിത്യം 'Stylized arts' ന്റെ മറ്റൊരു വകഭേദമാണെന്നും നാം സാറിൽ നിന്ന് മനസ്സിലാക്കി.

വാസുദേവൻ സാർ വളരെ അപ്രതീക്ഷിതമായി നമ്മെ വിട്ട് പോയെങ്കിലും, ധാരാളം ഗൃഹപാഠങ്ങൾ നമ്മെ ഏല്പിച്ചിട്ടുണ്ട്. മുപ്പതിൽ കൂടുതൽ വർഷങ്ങളായി നടത്തിയ യൂണിവേഴ്സിറ്റി അധ്യാപനവും പലപ്പോഴായി നടത്തിയ ചർച്ചകളും, യാത്രകളും എല്ലാം നമുക്ക് വലിയ അനുഭവസമ്പത്ത് പ്രദാനം ചെയ്തു. സാർ ചക്കയും മാങ്ങയും പങ്ക് വക്കുന്നതുപോലെ, സാറിലൂടെ ലഭിച്ച അറിവുകൾ നമ്മുടെ സഹപ്രവർത്തകർക്കും, വിദ്യാർത്ഥികൾക്കും, സർവ്വാത്മനാ വരും തലമുറക്കുമായി പങ്കു വെക്കാം. അതിലൂടെ സാറിന്റെ ആത്മാവിന് നിത്യ നിർവൃതി ലഭിക്കുമാറാകട്ടെ.

കോഴിക്കോട് സർവ്വകലാശാലയിൽ ഡോ. ടി. എൻ. വാസുദേവന്റെ വിദ്യാർത്ഥിയും പിന്നീട് സഹപ്രവർത്തകനുമായിരുന്നു ലേഖകൻ. ഫിസിക്സ് വിഭാഗം മേധാവിയായും പ്രവർത്തിച്ചിട്ടുണ്ട്.

ടി.എൻ.വി. എന്ന മഹാഗുരു

ഡോ. മിനി. പി. ബാലകൃഷ്ണൻ

1979-80 അദ്ധ്യയന വർഷത്തിലാണ് ഞാനാദ്യം ടി.എൻ.വി. എന്ന വാസുദേവൻ സാറിനെ കാണുന്നത്. പ്രൊവിഡൻസ് കോളേജിലെ ഫിസിക്സ് അസോസിയേഷൻ ഉദ്ഘാടനത്തിന് വന്നതായിരുന്നു അദ്ദേഹം. യൂണിവേഴ്സിറ്റിയിലെ എം.എസ്.സി. കോഴ്സിനെപ്പറ്റിയും അതിന്റെ സാദ്ധ്യതകളെക്കുറിച്ചും ചോദിച്ച എന്നെ,

അടുത്ത വർഷം അഡ്മിഷന് ചെന്നപ്പോൾ തന്നെ സാർ തിരിച്ചറിഞ്ഞു.'കുട്ടിയല്ലേ ഇവിടുത്തെ കോഴ്സ് ബുദ്ധിമുട്ടാണോ എന്ന് ചോദിച്ചത്?' 40 വർഷങ്ങൾക്ക് ശേഷവും സാറിന്റെ കുട്ടീ എന്ന വിളിയും അതിലെ അടുപ്പവും അതേപോലെ നിലനിൽക്കുന്നു. വാസുദേവൻ സാറിന്റെ ഫിസിക്സ് ക്ലാസ്സുകൾ വിഷയത്തിന്റെ ഘനംകൊണ്ട് ഗംഭീരവും അവതരണത്തിന്റെ രീതികൊണ്ട് ലളിതവും ആയിരുന്നു. അദ്ദേഹത്തിന്റെ ബോർഡിലെ എഴുത്ത് കാണുമ്പോൾ ഉടുത്തൊരുങ്ങി നില്ക്കുന്ന ഒരു വധുവിനെപ്പോലെ തോന്നിച്ചിരുന്ന അക്ഷരങ്ങൾ.

വളരെ പതിഞ്ഞ ശബ്ദത്തിൽ മാത്രം സംസാരിച്ചിരുന്ന അദ്ദേഹം ക്ലാസ്സ് മുറിയിൽ മറ്റൊരു വ്യക്തിയായി മാറുകയായിരുന്നു. എത്ര തവണ പഠിപ്പിച്ചാലും പുതുമ നഷ്ടപ്പെടാത്ത കൗതുകം അദ്ദേഹത്തിന് വിഷയങ്ങളോടുണ്ടായിരുന്നു. ഒരു മീറ്റിംഗ് എന്ന്

പറഞ്ഞാൽ ഭയത്തോടെ അത് കഴിയുന്നതുവരെ കാത്തിരിക്കുന്ന വിദ്യാർത്ഥികൾ ഒരു ക്ലാസ്സിനെ എപ്പോൾ വേണമെങ്കിലും തടസ്സപ്പെടുത്തുന്നതെന്തേ എന്നും, സിനിമാ-സാഹിത്യശാഖകളിൽ ലഭിക്കുന്ന പണവും പ്രശസ്തിയുമൊന്നും ശാസ്ത്രജ്ഞർക്ക് കിട്ടാത്തതെന്തേ എന്നും ആകുലപ്പെട്ടിരുന്നു അദ്ദേഹം.

ഫിസിക്സ് പുസ്തകങ്ങളോടൊപ്പം ലോകോത്തര ക്ലാസ്സിക്കുകളും നിറച്ച അദ്ദേഹത്തിന്റെ വീട്ടിലെ അലമാരകൾ ഞങ്ങൾ വിദ്യാർത്ഥികൾക്കായി അദ്ദേഹം തുറന്നു തന്നു. സാഹിത്യത്തിലെ പല പ്രശസ്ത കൃതികളും വായിച്ചത് സാറിന്റെ ഈ ശേഖരത്തിൽ നിന്നാണ്.

കോവിഡ് കാലത്തെ അടച്ചിരിപ്പിനിടയിലാണ് സാറിനോട് ഫോണിലൂടെയുള്ള സംഭാഷണങ്ങളിലൂടെ വീണ്ടും അടുത്തത്. ഹൃദയശസ്ത്രക്രിയക്ക് ശേഷം വിശ്രമിക്കുമ്പോഴും 'എന്നോട് വർത്തമാനം പറയരുത്' എന്നൊന്നും ഡോക്ടർ പറഞ്ഞിട്ടില്ല എന്ന് പറഞ്ഞ് മണിക്കൂറുകളോളം സംസാരിച്ചു. സംഗീതത്തെക്കുറിച്ച്, കൊട്ടിനെക്കുറിച്ച്, നിലാവത്ത് നിന്ന് ചെനക്കത്തൂർ പൂരം ആസ്വദിക്കുന്നതിനെക്കുറിച്ച്, സി. വി രാമൻപിള്ളയുടെ കൃതികളുടെ വലിപ്പത്തെക്കുറിച്ച് എന്ന് വേണ്ട പറമ്പിൽ നട്ടിരിക്കുന്ന പലതരം വൃക്ഷങ്ങളെക്കുറിച്ച്, എല്ലാത്തിനും ഒരു ടി.എൻ.വി. ശൈലിയിലുള്ള വ്യാഖ്യാനത്തോടെ. തീയാട്ട് കഴിഞ്ഞ് അച്ഛന്റെ കൂടെയുള്ള ദീർഘമായ നടത്തങ്ങളെക്കുറിച്ചും രാത്രിയായാൽ ദൃശ്യങ്ങളല്ല, ഗന്ധങ്ങളാണ് ഓരോ സ്ഥലത്തെയും അടയാളപ്പെടുത്തിയിരുന്നത് എന്നും അദ്ദേഹം പറഞ്ഞു. എത്ര സൂക്ഷ്മമായ വിശകലനം.

ടി.എൻ.വി. എന്ന ഗുരു ഫിസിക്സ് മാത്രമല്ല എന്നെ പഠിപ്പിച്ചത്. സാഹിത്യം, കല, കൃഷി, സംസ്കാരം എല്ലാത്തിനെക്കുറിച്ചും പറഞ്ഞ് തന്ന ഗുരു. തന്റെ അമേരിക്കൻ യാത്രാവിവരണം അടുത്തു തന്നെ പുറത്തിറങ്ങുമെന്ന് പറഞ്ഞപ്പോൾ കാഴ്ച പരിമിതർക്കായി ഞാനത് വായിച്ചു നൽകാമെന്ന് അദ്ദേഹത്തോട് പറഞ്ഞു. അന്ന് സാറിന്റെ പിറന്നാളായിരുന്നു. ആ സംഭാഷണം അവസാനത്തേതും. യാത്രകളെ ഏറെ സ്നേഹിച്ച ആ സഞ്ചാരി തിരിച്ചുവരാത്ത ഒരു യാത്രയ്ക്ക് പോയിരിക്കുന്നു. യാത്രാവിവരണമെഴുതാൻ കഴിയാത്ത ഒരു യാത്ര.

ഗുരുനാഥന് ഈ വിനീത ശിഷ്യയുടെ പ്രണാമങ്ങൾ.

....

ലേഖിക കോഴിക്കോട് പ്രൊവിഡൻസ് വിമൻസ് കോളേജിൽ ദീർഘകാലം ഫിസിക്സ് വിഭാഗം മേധാവിയായിരുന്നു.

വന്ദ്യഗുരുവിന്റെ ഓർമ്മകൾക്കു മുൻപിൽ

ഗിരിജ പാതേക്കര

കാലത്തിന്റെ തിരകൾക്ക് എടുത്തു കൊണ്ടുപോവാൻ പറ്റാത്ത ചിലരുണ്ട്. ഈ ഭൂമിയിൽ .അങ്ങനെയൊരാളാണ് ടി.എൻ.വി എന്നറിയപ്പെടുന്ന ശ്രീ.ടി.എൻ.വാസുദേവൻ സാർ. ഞാനദ്ദേഹത്തിന്റെ ശിഷ്യയാവുന്നത് കാലിക്കറ്റ് സർവ്വകലാശാലയിൽ MSc Physics ന് ചേർന്നപ്പോളാണ്. ഒന്നാംവർഷം (അന്ന് സെമസ്റ്റർ സമ്പ്രദായമായിരുന്നില്ല) ക്ളാസിക്കൽ മെക്കാനിക്സ് പഠിപ്പിക്കാനാണ് അദ്ദേഹം വന്നത്. ആദ്യ കാഴ്ചയിൽത്തന്നെ അനിതരസാധാരണമായ പ്രതിഭയുടെ പ്രകാശം അദ്ദേഹത്തിൽ നിന്നും പരന്നൊഴുകുന്നതായുള്ള ഒരു തോന്നലോ അനുഭവമോ ആയിരുന്നു എനിക്കുണ്ടായത്. അതുകൊണ്ടുതന്നെ ആ രൂപത്തിലും എന്റെ കണ്ണുകൾ തങ്ങിനിന്നു - ഏറെ അലസമായ വസ്ത്രധാരണം, എണ്ണയൊലിച്ചിറങ്ങുന്ന മുടിയും മുഖവും, കട്ടിക്കണ്ണട, ഏതോ ഒരുൻമാദത്താലെന്നപോലെ സദാ കൃഷ്ണമണികൾ പിടയ്ക്കുന്ന, തിളങ്ങുന്ന കണ്ണുകൾ. അദ്ദേഹത്തിനന്ന് മുപ്പത്തേഴോ മുപ്പത്തെട്ടോ വയസ്സേ ഉണ്ടാവൂ. പക്ഷേ ചെറുപ്പത്തിന്റേതായിരുന്നില്ല ആ ശരീരഭാഷ. വിദ്യാർത്ഥികളെ പരിചയപ്പെട്ട ശേഷം അദ്ദേഹം ക്ളാസ്സ് എടുത്തു

തുടങ്ങി - ക്ലാസിക്കൽ നൃത്തരൂപങ്ങളെക്കുറിച്ചും നൃത്തചലനങ്ങളെ മെക്കാനിക്സുമായി ബന്ധിപ്പിച്ചും, പെട്ടെന്നെത്തിയ പെരുമഴപോലെ അദ്ദേഹമങ്ങനെ നിർത്താതെ നിന്നു പെയ്യാൻ തുടങ്ങി ! ഞൊടിയിടയ്ക്കുള്ളിൽ ബ്ളാക്ക് ബോർഡ് സമവാക്യങ്ങളെക്കൊണ്ട് നിറഞ്ഞു -ഒരറ്റത്തു നിന്ന് മായ്ക്കുമ്പോൾത്തന്നെ മറ്റേ അറ്റത്ത് പുതിയവ പ്രത്യക്ഷപ്പെട്ടു.ചെറുതായി ചാടിയും തുള്ളിയും മുദ്രകൾ കാട്ടിയും , സ്വയം മറന്നും , പരിസരം മറന്നും അദ്ദേഹം ക്ളാസ്സെടുത്തു കൊണ്ടിരുന്നു. ബെല്ലടിച്ച് ക്ളാസ്സ് അവസാനിച്ചപ്പോൾ ഞങ്ങൾ വിദ്യാർത്ഥികൾ അത്ഭുതപരവശരായി പരസ്പരം നോക്കിയിരുന്നു. കാരുണ്യവും സ്നേഹവും വഴിയുന്ന ഒരു ചിരിയോടെ അദ്ദേഹംക്ളാസിൽ നിന്നിറങ്ങിപ്പോയി - അതായിരുന്നു തുടക്കം. പിന്നീട് വന്ന ക്ളാസ്സുകളിലെല്ലാം അദ്ദേഹം ഞങ്ങളെ വിസ്മയിപ്പിച്ചു കൊണ്ടേയിരുന്നു , ഞങ്ങളുടെ മനസ്സുകളെ കീഴടക്കിക്കൊണ്ടേയിരുന്നു. ഹാമിൽട്ടോണിയൻ, ലെഗ്രാൻജിയൻ മെക്കാനിക്സിലെ സമവാക്യങ്ങളെഴുതുമ്പോൾ ആവേശത്താൽ അദ്ദേഹം ചെറുതായി വിറയ്ക്കുന്നത് ഞാൻ ശ്രദ്ധിച്ചിരുന്നു . മനസ്സിലാകാത്ത ഭാഗങ്ങൾ എത്രവട്ടം വേണമെങ്കിലും പറഞ്ഞു തരാൻ സാർ യാതൊരുമടിയുംകാണിച്ചിരുന്നില്ല. വലിയൊരു ഭൗതികശാസ്ത്രജ്ഞൻ മാത്രമല്ല സഹൃദയനായ ഒരു കലാമർമ്മജ്ഞനും കൂടിയാണ് ടി.എൻ.വി സാർ എന്ന് ദിവസം ചെല്ലുന്തോറും ഞങ്ങൾക്ക് ബോധ്യപ്പെട്ടു. കൂടാതെ ഏറെ നിഷ്കളങ്കനും ശുദ്ധനും സത്യസന്ധനും കൂടിയാണ് എന്നും. അഹന്ത എന്നൊരു വാക്ക് അദ്ദേഹത്തിന്റെ നിഘണ്ടുവിൽ ഇല്ലായിരുന്നു. അത്രമേൽ വിനയാന്വിതനായിരുന്നു അദ്ദേഹം, ഞങ്ങൾ വിദ്യാർത്ഥികൾക്ക് മുമ്പിൽപ്പോലും !

MSc ക്ക് ചേരുമ്പോൾ ഞാൻ വിവാഹിതയായി ഒന്നരമാസമേ ആയിട്ടുണ്ടായിരുന്നുള്ളു. അന്ന് ഡിപ്പാർട്ട്മെന്റ് ഹെഡ് ആയിരുന്ന എസ്. സി. കെ. സാർ ക്ളാസ് തുടങ്ങിയതിന്റെ പിറ്റേന്ന് എന്നെ വിളിപ്പിച്ച് ഇങ്ങനെ ചോദിച്ചു – 'കുട്ടി കോഴ്സ് പൂർത്തിയാക്കുമോ ? അതോ ഇടയ്ക്ക് വെച്ച് നിർത്തിപ്പോവാൻ സാധ്യതയുണ്ടോ ? നന്നായി പരിശ്രമിച്ചാൽ മാത്രം പൂർത്തിയാക്കാനാവുന്ന കോഴ്സാണിത് എന്ന് കുട്ടിയ്ക്കറിയാമല്ലോ അല്ലേ ? ഒരു married life നിടയിൽ അതിന് സാധിക്കുമെന്ന് ഉറപ്പുണ്ടോ ? ഉണ്ടെങ്കിൽ മാത്രം തുടരൂ. ഇല്ലെങ്കിൽ വിലപ്പെട്ട ഒരു സീറ്റ് ആർക്കുമില്ലാതെ നഷ്ടപ്പെടും.' വളരെ സ്വാഭാവികമായ ഒരാശങ്ക പങ്കു വെച്ചതായിരുന്നു അദ്ദേഹം. പക്ഷേ ഞാനതു കേട്ട് വല്ലാതെ പരിഭ്രമിച്ചു, തളർന്നു, ശരിയ്ക്കും കരഞ്ഞു.

എന്റെ ഭാവപ്പകർച്ച കണ്ട് എസ്. സി. കെ. സാർ (അദ്ദേഹമിന്നി ല്ല) വല്ലാതായി. ഉദാഹരണത്തിന് - A particle experiences a momentum എന്നതിന് സാർ പറഞ്ഞിരുന്നത് 'A particle enjoys a momentum' എന്നായിരുന്നു. ഞാനും അങ്ങനെയാണ് എന്റെ വിദ്യാർ ത്ഥികളോട് പറയാറുള്ളത്. എത്ര അന്തരമുണ്ടല്ലേ, അനുഭവിയ്ക്കലും ആസ്വദിയ്ക്കലും തമ്മിൽ! - അത് വലിയ അർത്ഥത്തിൽത്തന്നെ അദ്ദേഹം ഉൾക്കൊണ്ടിരുന്നു.

ഏതാണ്ട് നാല് വർഷം മുമ്പ് സാർ കോട്ടയ്ക്കലിൽ ഒരു കല്യാ ണത്തിന് വന്നപ്പോഴാണ് അവസാനമായി കണ്ടത്. അന്ന് പഴയ യൂണിവേഴ്സിറ്റിക്കാലത്തെപ്പറ്റിയും സാറിന്റെ ക്ളാസുകളെപ്പറ്റിയു മൊക്കെ വാതോരാതെ ഞാൻ പറഞ്ഞു കൊണ്ടിരുന്നത് സാറിന് വലിയ സന്തോഷമായി – 'ഗിരിജ ഒരു പാട് മാറി. പണ്ട് അധികം സംസാരിക്കുമായിരുന്നില്ല . ഇപ്പൊ കൂടുതൽ smart ആയി' എന്ന ദ്ദേഹം പറഞ്ഞു. ഞാൻ കവിതകൾ എഴുതുന്നു എന്നതും സാറിന് അത്ഭുതമായി. വൈകിയാണെങ്കിലും എഴുത്തിലേയ്ക്ക് വന്നതിനെ ഏറെ അഭിനന്ദിച്ചു. ചില കവിതകൾ ചൂണ്ടിക്കാട്ടി physics പഠിച്ചതു കൊണ്ടു മാത്രമാണ് ഗിരിജയ്ക്ക് ഈ കവിതകൾ എഴുതാൻ കഴി ഞ്ഞതെന്ന് പറഞ്ഞു. ഞാൻ എന്റെ ക്ളാസുകളിൽ സാറിനെ അതേപടി അനുകരിയ്ക്കാറുണ്ടെന്ന് പറഞ്ഞപ്പോൾ വളരെ ആഹ്ലാദ ത്തോടെ ഉറക്കെ പൊട്ടിച്ചിരിച്ചു. തനിയ്ക്ക് വലിയ ആത്മസംതൃപ്തി തോന്നുന്നുവെന്ന് അദ്ദേഹമപ്പോൾ പറഞ്ഞു.

സാറുമായി ഏതാണ്ട് മൂന്നു വർഷം മുമ്പ് വരെ ഫോണിൽ ബന്ധപ്പെട്ടിരുന്നു. കോട്ടയ്ക്കൽ ആര്യവൈദ്യശാലയിൽ ഫിസിഷ്യ നായ എന്റെ ഭർത്താവിനോട് സംസാരിക്കാനാവും പലപ്പോഴും ഫോണിൽ വിളിക്കുക. അത് കഴിഞ്ഞാൽപ്പിന്നെ എന്നോടും ഏറെ നേരം സംസാരിക്കുമായിരുന്നു – പഞ്ചവാദ്യം, തായമ്പക, കഥകളി, ആനുകാലിക സാഹിത്യം, ശാസ്ത്രം, മാറുന്ന ലോകവും കാഴ്ചപ്പാടുകളും – അങ്ങനെയങ്ങനെപലതും. ലാൻഡ് ഫോണിലേ സാർ വിളിക്കൂ. മൊബൈൽ ഫോൺ തനിക്ക് വഴങ്ങുന്നില്ല എന്നും അതിലെ റേഡിയേഷനെച്ചൊല്ലി ആശങ്കയുണ്ടെന്നും ഒരിയ്ക്കൽ പറഞ്ഞിരുന്നു. പിന്നീടെപ്പോഴോ ആ വിളികൾ നിന്നു പോയി. ജീവിതത്തിലെ നെട്ടോട്ടങ്ങൾ മൂലമുള്ള എന്റെ സമയമില്ലായ്മകൊണ്ടും അനാസ്ഥ കൊണ്ടുമാണത് സംഭവിച്ചത് എന്നോർക്കുമ്പോൾ കുറ്റബോധം കൊണ്ട് കരച്ചിൽ വരുന്നുണ്ട്. ക്ഷമ ചോദിയ്ക്കാൻ ഇനിയൊരിയ്ക്കലും ഒന്നു കാണാനാവില്ലല്ലോ പ്രിയപ്പെട്ട ടി.എൻ.വി. സാർ. ശരീരം

ഭൂമിയെവിട്ടു പോയാലും ആത്മാവ് ഇവിടെത്തന്നെ ഉണ്ടായിരുന്നെങ്കിൽ എന്ന് ഞാനാശിച്ച് പോവുകയാണ് – എങ്കിൽ എന്റെ മനസ്സും ഈ ചിന്തകളും സാറിലേക്കെത്തുമായിരുന്നല്ലോ. പ്രണാമം.

കവയിത്രിയും ഫിസിക്സ് അധ്യാപികയുമാണ് ലേഖിക. പെൺപിറവി, പെൺകോന്തൻ എന്നീ കവിതാ സമാഹാരങ്ങൾ പ്രസിദ്ധീകരിച്ചിട്ടുണ്ട്.

കുട്ടനെല്ലൂർ പഞ്ചാരിയുടെ ഉപാസകൻ

വിനോദ് കണ്ടെംകാവിൽ

കുംഭമാസത്തിലെ പൂർണ്ണ ചന്ദ്രനെ സാക്ഷി നിർത്തി പുലർച്ചെ മൂന്ന് മണിക്ക് ആരംഭിക്കുന്ന കുട്ടനെല്ലൂർ പഞ്ചാരി. കുട്ടനെല്ലൂർ പഞ്ചാരി നാലുപതിറ്റാണ്ട് കാലം ഒരു ഉപാസനപോലെ കാണുകയും ആസ്വദിക്കുകയും വിലയിരുത്തുകയും ചെയ്ത വാസുദേവൻ മാഷ്. തന്റെ ഔദ്യോഗിക കർമ്മരംഗമായിരുന്ന വടക്കേമലബാറിൽ നിന്നും പഞ്ചാരിയുടെ സൗന്ദര്യം ആസ്വദിക്കാനും അതിൽ പങ്കാളികളാകാനും നിരവധി പേരെ കുട്ടനെല്ലൂരിലേയ്ക്ക് എത്തിച്ച ടി.എൻ. വാസുദേവൻ ആസ്വാദകരുടെ, വാദ്യക്കാരുടെ, പ്രിയപ്പെട്ട 'മാഷ്' ആയിരുന്നു.

വിദ്യാഭ്യാസവും ഔദ്യോഗിക ജീവിതവും

മധ്യകേരളത്തിലെ പ്രസിദ്ധ അയ്യപ്പൻ തിയ്യാട്ട് കുലപ്രവൃത്തിയായുള്ള തിയ്യാടി കുടുംബമായ മുളങ്കുന്നത്തുകാവ് തിയ്യാടി പരേതരായ നീലകണ്ഠൻ നമ്പ്യാരുടെയും ശ്രീദേവി മരുവോളമ്മയുടെയും മകനായി 1946-ലാണ് വാസുദേവൻമാഷ് ജനിക്കുന്നത്. തിരൂർ സെന്റ്തോമസ് ഹൈസ്കൂളിൽ നിന്നും 1962-ൽ എസ്.എസ്. എൽ.സി.പാസായി. തുടർന്ന് തൃശ്ശൂർ സെന്റ്തോമസ് കോളേജിൽ നിന്നും 1966-ൽ ഭൗതിക ശാസ്ത്രത്തിൽ ഒന്നാം റാങ്കോടെ ബിരുദം

കരസ്ഥമാക്കി. 1968-ൽ രണ്ടാം റാങ്കോടെ ഭൗതിക ശാസ്ത്രത്തിൽ ബിരുദാനന്തരബിരുദവും നേടി. കേരളത്തിൽ അക്കാലത്ത് കേരള സർവ്വകലാശാല മാത്രമാണ് ഉണ്ടായിരുന്നത്. അന്ന് കേരളത്തിലെ ഒന്നാം റാങ്കുകാരനായിരുന്ന മാഷ് തുടർന്ന് ബാംഗ്ലൂരിലെ ഇന്ത്യൻ ഇൻസ്റ്റിറ്റ്യൂട്ട് ഓഫ് സയൻസിൽ നിന്നും പിഎച്ച്.ഡി. നേടി. ഭാരതത്തിലെ പ്രമുഖ ഭൗതിക ശാസ്ത്രജ്ഞനായ ഡോക്ടർ ആർ.എസ്. കൃഷ്ണനോടൊപ്പം അദ്ദേഹത്തിന്റെ സഹായിയായി പ്രവർത്തിക്കുകയുണ്ടായി. 1977-ൽ കോഴിക്കോട് സർവകാലശാലയിൽ ഭൗതികശാസ്ത്ര പഠന വകുപ്പിൽ അധ്യാപകനായി. കോഴിക്കോട് സർവകലാശാലയിലെ മുപ്പത് വർഷത്തോളം നീണ്ട ഔദ്യോഗിക ജീവിതത്തിനു ശേഷം വിരമിച്ചു.

കുട്ടനെല്ലൂർ പൂരവും വാസുദേവൻമാഷും

1977 മുതലാണ് കുട്ടനെല്ലൂർ പൂരത്തിന് വാസുദേവൻമാസ്റ്റർ സ്ഥിരക്കാരനായത് എന്ന് അദ്ദേഹം പറയാറുണ്ട്. കുറുപ്പത്ത് ഈച്ചരമാരാരുടെ പഞ്ചാരിയെപ്പറ്റിയും പഞ്ചാരിമേളത്തിന്റെ സൗന്ദര്യത്തെക്കുറിച്ചും മാഷ് പകർന്നു നൽകിയ അനുഭൂതിയാണ് നിരവധി പേരെ കുട്ടനെല്ലൂർ പഞ്ചാരിയുടെ സ്ഥിരശ്രോതാക്കളാക്കിയത്. വടക്കേമലബാറിൽ നിന്നുള്ള പ്രൊഫ. രാജഗോപാലൻകിടാവ്, കോട്ടയ്ക്കൽ മാധവൻകുട്ടി, കെ.സി.നാരായണൻ, ഡോ.ടി.ബി.വേണുഗോപാൽ എന്നിവരെല്ലാം വാസുദേവൻമാഷിലൂടെ കുട്ടനെല്ലൂരിലെത്തിയവരാണ്.

വാസുദേവൻമാഷ്, അനുജൻമാരായ രാമൻനമ്പ്യാർ, കൃഷ്ണൻ നമ്പ്യാർ എന്നിവരും രാജഗോപാലൻകിടാവ് തുടങ്ങി വലിയ ഒരു സംഘം രാത്രി എട്ട് മണിയോടെ കുട്ടനെല്ലൂരിൽ എത്തും. ശാസ്താക്കൻമാരുടെ മേളത്തിനും പഞ്ചവാദ്യത്തിനും ശേഷം ക്ഷേത്രത്തിനകത്തെ വിളക്കുമാടത്തറയിലെ വിശ്രമവും സംഭാഷണ അരങ്ങുകളും മറക്കാനാവാത്ത കാഴ്ച്ചകളാണ്. ആറ്റൂർ രവിവർമ്മ, മരുമകൻ രാജ, മുല്ലനേഴി തുടങ്ങി പ്രശസ്തരായ പലരും ആ ചർച്ചകളിൽ പങ്കുചേരാറുണ്ട്. മുൻവർഷങ്ങളിലെ മേളങ്ങളെപ്പറ്റിയും കലാകാരൻമാരെപറ്റിയുമുള്ള ചർച്ച കേട്ടാൽ തന്നെ വരാനിരിക്കുന്ന മേളത്തെ കാണാനും ആസ്വദിക്കാനുമുള്ള ആവേശം ഇരട്ടിയാക്കും. കുറുപ്പത്ത് ഈച്ചരമാരാർ മേളപ്രമാണം വഹിച്ച കാലഘട്ടത്തിൽ അവിടെ നിന്നാണ് പഴയകാല മേള പ്രമാണിമാരായ പരിയാരത്ത് കുഞ്ചുമാരാർ, നല്ലേപ്പിള്ളി രാമമാരാർ, തൃപ്പാളൂർ കൊച്ചുകുട്ടമാരാർ തുടങ്ങി നിരവധി ആളുകളെ പരിചയപ്പെട്ടത് എന്ന് മാഷ് പറയാറുണ്ട്.

മേളം പലവേദികളിലും നടക്കുന്നുണ്ടെങ്കിലും മേളത്തിന്റെ പശ്ചാത്തലം ഏറ്റവും മനോഹരമാവുന്നത് കുട്ടനെല്ലൂരാണ് എന്നാണ് മാഷുടെ പക്ഷം. അതിമനോഹരമായ ഗോപുരം, ക്ഷേത്രനടവഴി, കൃത്യമായ അകലം പാലിച്ച് ഇടതിങ്ങി കുരുക്കുന്ന കുരുത്തോലകൾ, വൈദ്യുതി ദീപങ്ങൾ അണച്ച് കുംഭമാസത്തിലെ പൂർണ്ണചന്ദ്രനെ സാക്ഷിയാക്കിയുള്ള മേളം എന്നിവ കുട്ടനെല്ലൂരിലെ പ്രത്യേകതകളായി പറയാറുണ്ട്. സരസ്വതീയാമത്തിൽ നടക്കുന്ന, 'കുളിച്ച് ഈറനടുത്ത് കാണേണ്ട മേളം' ആസ്വാദകരുടെ മനം നിറയ്ക്കും. ഓരോ സീസൺ കഴിയുമ്പോഴും കുട്ടനെല്ലൂരിലെ മേള മികവിനെപ്പറ്റി മാഷ് വാചാലനാവാറുണ്ട്.

മേളത്തിന് മുൻപ് നടക്കുന്ന കേളി, പറ്റ് എന്നിവയിലെ പൂർണ്ണത ഇന്ന് കുട്ടനെല്ലൂരിൽ മാത്രമാണുള്ളത്. ഒരു മണിക്കൂറിലധികം നീളുന്ന കേളിയും അരമണിക്കൂർ വീതമുള്ള കൊമ്പ്, കുഴൽ പറ്റുകളും കുട്ടനെല്ലൂരിലെ പ്രത്യേകതകളാണ്. കുട്ടനെല്ലൂരിലെ മേള പ്രമാണിമാരായിരുന്ന കുറുപ്പത്ത് ഈച്ചരമാരാർ, കാരക്കാട്ട് ഈച്ചരമാരാർ എന്നിവരോട് ബഹുമാനത്തോടെയുള്ള സൗഹൃദം ഉണ്ടായിരുന്ന ആളായിരുന്നു വാസുദേവൻമാഷ്. 1990-കളിൽ കാരക്കാട്ട് ഈച്ചരമാരാരിൽ നിന്നും തലമുറമാറ്റത്തിലൂടെ കാച്ചാംകുറിശ്ശി കണ്ണൻമാരാരിലേക്കുള്ള മേള പ്രമാണ മാറ്റത്തിന് സാക്ഷിയായി മാഷും ഉണ്ടായിരുന്നു. വാസുദേവൻമാഷുടെ കൂടി അനുഗ്രഹത്തോടെ യാണ് അന്ന് കണ്ണൻമാരാർ മേളപ്രമാണം ഏറ്റെടുത്തത്. മുപ്പതുകാരനായ കണ്ണൻമാരാർക്ക് കുട്ടനെല്ലൂരിലെ മേളം ഭംഗിയായി പൂർത്തിയാക്കാനാവുമോ എന്ന് പലർക്കും ആശങ്ക ഉണ്ടായിരുന്നു. എന്നാൽ 'തിരിയിൽ നിന്നും കൊളുത്തിയ പന്തം പോലെ' കുട്ടനെല്ലൂരിലെ മേളം കണ്ണൻമാരാരിലൂടെ ജ്വലിച്ചുയർന്നു എന്നാണ് വാസുദേവൻമാഷ് പറഞ്ഞത്. കണ്ണൻമാരാരും സഹോദരൻ കാച്ചാംകുറിശ്ശി രാമുവും കൂടിയുള്ള ഒരുമണിക്കൂറിലധികം നീളുന്ന കേളിയുടെ യോജിപ്പ് വർണ്ണനാതീതമായിരുന്നു. എക്കാലത്തും കുട്ടനെല്ലൂർ പൂരാസ്വാദകരുടെ പതാക വാഹകനായിരുന്നു വാസുദേവൻമാഷ്.

കുട്ടനെല്ലൂരിനെ കൂടാതെ പഞ്ചാരി പൂത്തുലയുന്ന പെരുവനം, ആറാട്ടുപുഴ, എടക്കുന്നി എന്നിവിടങ്ങളിലും തൃപ്പൂണിത്തുറ, ഇരിങ്ങാലക്കുട ഉത്സവങ്ങളിലും സ്ഥിരക്കാരനായിരുന്നു മാഷ്. മേളത്തെ കൂടാതെ പഞ്ചവാദ്യം, തായമ്പക തുടങ്ങി എല്ലാ വാദ്യങ്ങളും വിശദമായി ആസ്വദിച്ചിരുന്നു. പഞ്ചവാദ്യ നിരൂപകനായിരുന്ന എ.എസ്. എൻ. നമ്പീശനോടൊപ്പം പഞ്ചവാദ്യത്തിന്റെ ഘടനയെപ്പറ്റിയും

ആസ്വാദനത്തെപ്പറ്റിയും വിശദമായ പഠനങ്ങളും മാഷ് നടത്തിയിട്ടുണ്ട്.

വാസുദേവൻമാഷുടെ മറ്റ് ആസ്വാദന മേഖലകൾ

1990-കൾ മുതൽ കഥകളി ആസ്വാദന കോഴ്സുകൾ, സോദാഹരണ പ്രഭാഷണങ്ങൾ എന്നിങ്ങനെ വിവിധ പ്രഭാഷണങ്ങളിൽ വാസുദേവൻ മാഷ് സജീവമായിരുന്നു. ശാസ്ത്രീയ സംഗീതം, ഹിന്ദുസ്ഥാനി സംഗീതം, കർണ്ണാടക സംഗീതം തുടങ്ങി സംഗീത കച്ചേരികളുടെ ആസ്വാദനം, നിരൂപണം എന്നിവയിലും വാസുദേവൻ മാഷ് തൽപ്പരനായിരുന്നു. ഇന്ത്യയിലും വിദേശത്തുമായി നിരവധി സ്ഥലങ്ങളിൽ യാത്ര നടത്തിയിട്ടുള്ള മാഷ് യാത്രയെ കുറിച്ചും സ്ഥലങ്ങളെകുറിച്ചും അവിടുങ്ങളിലെ പ്രത്യേകതകളെപ്പറ്റിയും വിശദമായി മനസ്സിലാക്കുകയും പഠിക്കുകയും ചെയ്യാറുണ്ട്. യാത്രാവിവരണ ലേഖനങ്ങളും മാഷ് എഴുതിയിട്ടുണ്ട്. ഔദ്യോഗിക ജീവതത്തിനുശേഷം കൃഷിയുമായി ഏറെ അടുത്ത വാസുദേവൻമാഷ് തന്റെ വീടിനോട് ചേർന്ന് നിരവധി വൃക്ഷങ്ങളും കാർഷികവിളകളും നട്ടുപിടിപ്പിക്കുകയുണ്ടായി.

അയ്യപ്പൻ തിയ്യാട്ടും വാസുദേവൻമാഷും

തന്റെ സ്കൂൾ കാലഘട്ടത്തിൽ തന്നെ പാരമ്പര്യ അടിയന്തിരമായി അയ്യപ്പൻ തിയ്യാട്ട് അഭ്യസിക്കുകയും തിയ്യാട്ട് അടിയന്തിര ചടങ്ങുകളായ പാട്ട്, കൊട്ട്, കളമെഴുത്ത്, കോമരം എന്നിവയിൽ നിപുണനാവുകയും ചെയ്തു. 1990 കളോടെ അയ്യപ്പൻ തിയ്യാട്ട് ഒരു അടിയന്തിരം എന്നതിൽ നിന്നും ഒരു കലാരൂപമായി മാറിയപ്പോൾ തിയ്യാട്ട് കുലപതിയും അനുജനുമായ തിയ്യാടി രാമൻനമ്പ്യാരുടെ തീയ്യാട്ട് സംഘത്തിലെ അംഗമായി മാറി. പാട്ട്, ഇലത്താളം, വലംതല കൊട്ട് എന്നിവയിൽ പ്രഗൽഭനായി. അനുജൻമാരായ രാമൻനമ്പ്യാർ, കൃഷ്ണൻ നമ്പ്യാർ, നാരായണൻകുട്ടി നമ്പ്യാർ എന്നിവരോടൊപ്പം 2020 വരെ തീയ്യാട്ട് കലാരംഗത്ത് സജീവസാന്നിധ്യമായി വാസുദേവൻമാഷ് ഉണ്ടായിരുന്നു.

കേരള സർക്കാരിന്റെ വാദ്യകലാകാരൻമാർക്കുള്ള പരമോന്നത ബഹുമതിയായ പല്ലാവൂർ പുരസ്കാരത്തിന്റെ നിർണ്ണയസമിതിയിൽ തുടക്കം മുതൽ തന്നെ അംഗമാണ് വാസുദേവൻമാഷ്. നിരവധി തവണ ചെയർമാനായും അംഗമായും മാഷ് പ്രവർത്തിച്ചിട്ടുണ്ട്. കാലടി പഞ്ചവാദ്യ ആസ്വാദക സമിതിയുടെ സുവർണ്ണമുദ്ര അടക്കം നിരവധി പുരസ്കാരങ്ങളും അദ്ദേഹത്തിന് ലഭിച്ചിട്ടുണ്ട്.

വസന്ത മരുവോളമ്മയാണ് പത്നി. അമേരിക്കൻ ബഹുരാഷ്ട്ര കമ്പനിയിൽ ഉദ്യോഗസ്ഥനായ ഡോ.ടി.വി.നീലകണ്ഠൻ, അകാലത്തിൽ അന്തരിച്ച വിഷ്ണു നാരായണൻ എന്നിവർ മക്കളാണ്. മൻവീൻ മരുമകളാണ്. വാണിയാണ് പേരക്കുട്ടി.

ലേഖകൻ കേരളീയ കലകളേയും കലാകാരൻമാരേയും പരിചയപ്പെടുത്തിക്കൊണ്ട് ആനുകാലികങ്ങളിൽ ധാരാളമായി എഴുതാറുണ്ട്. പൂരപ്രേമി സംഘത്തിന്റെ ഭാരവാഹി എന്ന നിലയിൽ മികച്ച സംഘാടകൻ കൂടിയാണ്.

കൂടപ്പിറപ്പ് അല്ലാത്ത എന്റെ ഏട്ടൻ

വി.ആനന്ദകുമാർ

1972-ലാണ് ഞാൻ എസ്.എസ്.എൽ.സി. പാസ്സായത്. അന്നൊക്കെ ഡിഗ്രിക്കു പഠിക്കുക എന്നതുതന്നെ ഏറ്റവും വലിയ വിദ്യാഭ്യാസയോഗ്യതയായാണ് കണ്ടിരുന്നത്. ആ സമയത്ത് ഡിഗ്രിക്കുശേഷം പോസ്റ്റ് ഗ്രാജ്വേഷനും കഴിഞ്ഞ് ബാംഗ്ലൂരിലെ ഇന്ത്യൻ ഇൻസ്റ്റിറ്റ്യൂട്ട് ഓഫ് സയൻസിൽ പി.എച്ച്.ഡി ചെയ്യുകയായിരുന്നു, എന്റെ അയൽവാസിയായ തിയ്യാടി വാസുദേവൻ. പി.എച്ച്.ഡി എന്നൊരു ഡിഗ്രി ഉണ്ടെന്ന് ഞാൻ അറിയുന്നതുതന്നെ അദ്ദേഹത്തെ കുറിച്ച് അദ്ദേഹത്തിന്റെ അനുജൻമാർ പറയുമ്പോഴാണ്.

എന്റെ എസ്.എസ്.എൽ.സി. കഴിഞ്ഞുള്ള അവധിയിൽ, കർണ്ണാടക സംസ്ഥാനത്തിലെ ബെല്ലാറി ജില്ലയിലെ ഡോണിമലൈ ടൗൺഷിപ്പിൽ ജോലിചെയ്യുന്ന എന്റെ സഹോദരൻ ഗോപിച്ചേട്ടന്റെ അടുത്തേക്ക് പോകുവാൻ അനുവാദം കിട്ടി. അവിടെ എത്താനമെങ്കിൽ തീവണ്ടിയിൽ ആദ്യം ബാംഗ്ലൂരിലെത്തി അവിടെനിന്നും മറ്റൊരു തീവണ്ടിയിൽ മാറി കയറി ബെല്ലാറിയിലെത്തി, അവിടെനിന്നും ബസ്സിൽ കയറണം. അതുവരെ കേരളം വിട്ടുപോയിട്ടില്ലാത്ത, മലയാളം ഒഴികെ മറ്റൊരു ഭാഷയും സംസാരിക്കാനാറിയാത്ത,

നാട്ടിൽ തന്നെ ടെലഫോൺ ദുർല്ലഭമായ സമയത്ത്, ഞാൻ ആ യാത്ര പുറപ്പെട്ടു, ഒറ്റയ്ക്ക്, ഐലന്റ് എക്സ്പ്രസ്സിൽ. ആകെയുള്ള ആശ്വാസം, ബാംഗ്ലൂർ സ്റ്റേഷനിൽ തിയ്യാടി വാസുദേവൻ കാത്തു നിൽക്കാമെന്ന് ഏറ്റിട്ടുണ്ട് എന്നതായിരുന്നു. പറഞ്ഞിരുന്നപോലെ, അദ്ദേഹം എന്നെ കാത്ത് സ്റ്റേഷനിലുണ്ടായിരുന്നു. അന്നുവരെ ഞങ്ങൾ തമ്മിൽ സംസാരിച്ചിട്ടുണ്ടോ എന്നുതന്നെ എനിക്ക് സംശയമായിരുന്നു. എന്നാൽ അദ്ദേഹം എന്നെ ഒരു അനുജനെപോലെ സ്വീകരിച്ച് ഐ.ഐ.എസ്.സി.യിലേക്ക് കൂട്ടിക്കൊണ്ടുപോവുകയാണുണ്ടായത്.

അവിടെ ചെന്ന് യാത്രാക്ഷീണം മാറ്റിയശേഷം ഏട്ടനും ഞാനും ഉച്ചയൂണിന് കാന്റീനിലേക്ക്. അവിട്ടത്തെ ഊണിന്റെയും അതിനുശേഷം ലഭിച്ച് പുഡിംഗിന്റെയും സ്വാദ് എനിക്ക് ഒരിക്കലും മറക്കാവതല്ല. അവിടെവെച്ചുണ്ടായ സംസാരത്തിൽ, എന്റെ മൂത്ത ജ്യേഷ്ഠൻ ഉണ്ണികൃഷ്ണമേനോൻ വരുത്താറുള്ള മാതൃഭൂമി ആഴ്ചപ്പതിപ്പാണ് ഏട്ടൻ കൊണ്ടുപോയി വായിക്കാറുള്ളതെന്ന് കൃതജ്ഞതയോടെ ഓർത്തു. വിശ്വ സാഹിത്യത്തിലേക്കുള്ള കവാടമായി മാതൃഭൂമി.

ഉച്ചയ്ക്കുശേഷം ഐ.ഐ. എസ്.സി. ചുറ്റിനടന്ന് കണ്ടു. വൃക്ഷങ്ങളും പൂമരങ്ങളും പൂന്തോട്ടങ്ങളും വൃത്തിയും വലിപ്പവുമുള്ള കെട്ടിടങ്ങളും നിറഞ്ഞ ഒരു മാസ്മരിക ലോകം. കെട്ടിടങ്ങളിൽ ഏട്ടൻ ഗവേഷണം ചെയ്യുന്നതും ലൈബ്രറി സ്ഥിതിചെയ്യുന്നതുമായവ പ്രത്യേകം കാണിച്ചുതന്നു. ജീവിതത്തിൽ ആദ്യമായി (അവസാനമായും) ഇത്രയും ബൃഹത്തായ ഒരു ലൈബ്രറി കാണുകയാണ്. നോബൽ സമ്മാനം നേടിയവരുടേതടക്കം പ്രശസ്തരായ ശാസ്ത്രജ്ഞന്മാരുടെ എണ്ണമറ്റ പുസ്തകങ്ങൾ. ഇത് മറ്റൊരു സ്വപ്ന ലോകം. വൈകുന്നേരം ബാംഗ്ലൂർ സ്റ്റേഷനിൽ തിരികെ ചെന്ന് ബെല്ലാറിയിലേക്കുള്ള തീവണ്ടിയിൽ കയറ്റിത്തന്നിട്ടേ തിരിച്ചുപോയതുള്ളൂ എട്ടൻ. ശെമ്മകുടി ശ്രീനിവാസയ്യരുടെ പാട്ടുകച്ചേരി കേൾക്കാനാണ് പോകുന്നതെന്നും പറഞ്ഞു. ബെല്ലാറിയിൽ ഗോപിചേട്ടൻ കാത്തുനിന്നിരുന്നു. ബാംഗ്ലൂരിലെ വിശേഷങ്ങൾ പങ്കുവെച്ചപ്പോൾ ഗോപിചേട്ടനും ജോലിയുടെ ഇന്റർവ്യൂവിന് വന്നപ്പോൾ, ബാംഗ്ലൂരിൽ എട്ടൻ തന്നെയാണ് കൂട്ടിന് വന്നിരുന്നതെന്ന് സന്തോഷത്തോടെ ഓർത്തു.

ഐ.ഐ.എസ്.സി യിൽ നിന്നും ഡോക്ടറേറ്റ് എടുത്തശേഷം 1977ൽ ഏട്ടൻ കാലിക്കറ്റ് യൂണിവേഴ്സിറ്റിയിൽ അദ്ധ്യാപകനായി. 1978ൽ എനിക്ക് എസ്.ബി.ടിയിൽ ജോലികിട്ടി.

യൂണിവേഴ്സിറ്റിയിൽ നിന്നും വിരമിച്ചശേഷം, പെൻഷൻ ബാങ്കിലേക്ക് ആക്കിയതോടെയാണ് ഏട്ടനുമായി കൂടുതൽ അടുത്ത് ഇടപഴകുവാൻ അവസരം കിട്ടിയത്.

ഏട്ടന്റെ വീട്ടിൽ ചെന്നാൽ തത്ക്ഷണം ശ്രദ്ധിക്കുക അവിടുത്തെ പുസ്തകശേഖരമാണ്. ലോക ക്ലാസിക്കുകൾ, ഇന്ത്യൻ ക്ലാസിക്കുകൾ, കേരള ക്ലാസിക്കുകൾ, സയൻസ് വിഭാഗം എന്നിങ്ങനെ തരംതിരിച്ച്, അടുക്കും ചിട്ടയോടും കൂടി, ആരിലും കൗതുകമുണർത്തി, കണ്ണുകൾക്ക് ഉത്സവക്കാഴ്ചയേകി, ഒതുക്കി വെച്ചിരിക്കുന്നത് കാണാം. പുസ്തകങ്ങളിൽ നമ്മൾ ശ്രദ്ധിക്കുന്നുണ്ടെന്ന് മനസ്സിലായാൽ, ഏട്ടൻ ആനന്ദതുന്ദിലനാകും. നമ്മുടെ പ്രതികരണത്തിനനുസരിച്ച് ചർച്ച ഏതറ്റം വരേയും പോകും. ഐൻസ്റ്റയിന്റെ മനോഹരമുഖചിത്രമുള്ള ഒരു പുസ്തകം എടുത്ത് കാണിച്ചിട്ട്, ഐൻസ്റ്റയിനെ കുറിച്ച് വാചാലനായപ്പോൾ, ഒരു ഗ്രൂപ്പ് ഫോട്ടോയിലെ ഓരോ ശാസ്ത്രജ്ഞനേയും പേരെടുത്ത് പറഞ്ഞ് വിശദീകരിച്ചപ്പോൾ, ഞാൻ ത്യാഗരാജസ്വാമികളുടെ 'എന്തരോ മഹാനുഭാവുലു' കേൾക്കുമ്പോൾ ഉണ്ടാകുന്ന ഒരു മാനസികാവസ്ഥയിലെത്തി. ക്വാണ്ടം ഫിസിക്സിലാണ് ഏട്ടന്റെ ഗവേഷണമെങ്കിലും, ആസ്ട്രോ ഫിസിക്സിൽ പ്രസിദ്ധനായ സ്റ്റീഫൻ ഹോക്കിങിന്റെ നിര്യാണത്തിനുശേഷ ചേർന്ന അനുസ്മരണ യോഗത്തിൽ ഏട്ടൻ ചെയ്ത പ്രഭാഷണത്തെകുറിച്ച് സംസാരിച്ചത്, കൂപ്പു കൈയോടെയാണ് ഞാൻ ശ്രവിച്ചത്.

കർണ്ണാടക, ഹിന്ദുസ്ഥാനി സംഗീതങ്ങളിൽ ഏട്ടനുള്ള അവഗാഹം അക്ഷരാർത്ഥത്തിൽ അത്ഭുതാവഹമാണ്. അരിയക്കുടി, ആലത്തൂർ ബ്രദേഴ്സ് തുടങ്ങിയവരുടെ കച്ചേരികൾ മുതൽ ഇന്നത്തെ യുവഗായകരുടെ കച്ചേരികൾ വരെ വസ്തുനിഷ്ഠമായി വിലയിരുത്തുന്നത് കേൾക്കാൻ ഏട്ടന്റെ അടുത്ത് ചെന്നാൽ മതി. അതുപോലെതന്നെയാണ് ഹിന്ദുസ്ഥാനി, കഥകളി തുടങ്ങിയ മേഖലകളിലും.

വീട്ടിൽ നിന്ന് പുറത്തിറങ്ങിയാൽ, പറമ്പിലെ ഓരോ വൃക്ഷത്തേയും പേരെടുത്തു പറഞ്ഞ് പരിചയപ്പെടുത്തി തരും. നാട്ടുമരങ്ങളും കാട്ടുമരങ്ങളും ധാരാളം ഒപ്പം ഏട്ടന്റെ സ്വന്താം അദ്ധ്വാനത്തിലുള്ള കൃഷിയും അവിടുത്തെ ഓരോ മൺതരിയിലും ഏട്ടന്റെ സ്പർശം അടയാളപ്പെടുത്തിയിരിക്കുന്നു. മുളങ്കൂട്ടവും, അതിന്റെ സംഗീതവും ഏറെ പ്രിയമാണ് ഏട്ടന്. പറമ്പിന്റെ ഒരറ്റത്തുള്ള മുളങ്കൂട്ടത്തേയും തൊട്ടടുത്തുള്ള ഒരു തെങ്ങിനേയും ചൂണ്ടി ഏട്ടൻ പറഞ്ഞു, അവയ്ക്കിടയിൽ ഒരു ചാല് കീറിയാൽ തെങ്ങിനെ രക്ഷിക്കാമെന്ന് ഒരാൾ സൂചിപ്പിച്ചുവത്രെ. അപ്പോൾ ഏട്ടന്റെ മറുപടി ഇങ്ങിനെ: 'രക്ഷിക്കണമെന്ന

കാര്യത്തിൽ സംശയമൊന്നുമില്ല പക്ഷേ, അത് മുള്ളുട്ടത്തിന് ഒരു കേട്ടും പറ്റാതെ തെങ്ങ് മുറിച്ചിട്ടാവാം.'

ഏട്ടന് മണം പിടിക്കാനും ആസ്വദിക്കാനുമുള്ള കഴിവ് അപാരമാണ്. എന്റെ അച്ഛൻ വേനലിൽ പറമ്പടിച്ചുകൂട്ടി സന്ധ്യയാകുമ്പോൾ അതിന് തീയിടും. ഇത് പരാമർശിച്ചപ്പോൾ, ആ സമയത്ത് ഉണ്ടാകുന്ന പല കരിയിലകളുടേയും മണം, ഒരു സിംഫണിയായി രൂപപ്പെടുന്നു എന്നാണ് ഏട്ടൻ പറയുക. പുതുമഴ പെയ്താൽ, പിറ്റേ ദിവസം രാവിലെ, പറമ്പ് മുഴുവൻ മണം ആസ്വദിച്ച് നടക്കുവാൻ ധാരാളം സമയം കണ്ടെത്തും ഏട്ടൻ.

ബയോഡാറ്റയിൽ ഇഷ്ടവിനോദങ്ങളിലൊന്ന് ദീർഘദൂരനടത്തം എന്നെഴുതുന്ന ഒരേ ഒരാളെ മാത്രമേ എനിയ്ക്കറിയൂ; ഏട്ടൻ. പോകുന്ന വഴിയിൽ കാണാനാകാവുന്ന വൃക്ഷങ്ങളെ മുഴുവൻ ശ്രദ്ധിച്ചും പൂത്തു നിൽക്കുന്നവയുടെ മണം നുകർന്നും ഭംഗി ആസ്വദിച്ചും പച്ചപ്പുകളിലെ ജീവന്റെ തുടിപ്പിനെ കണ്ടറിഞ്ഞും ഓരോരോ കാലാവസ്ഥയിലും അവയ്ക്കുണ്ടാകുന്ന മാറ്റങ്ങളെ തിരിച്ചറിഞ്ഞുമൊക്കെയാണ് നടത്തം. നടത്തത്തിന് കൂട്ട് വേണമെന്ന് നിർബന്ധം ഒട്ടുമില്ലാതാനും. ഏകദേശം എട്ട് കിലോമീറ്റർ ദൂരെയുള്ള പുതുരുത്തിയിലെ തിയ്യാട്ടിന് ഏട്ടനും അച്ഛനും കൂടി നടന്നാണ് പോയിരുന്നതത്രെ. വൈകുന്നേരം അങ്ങോട്ടും രാത്രി വൈകിട്ടോ അല്ലെങ്കിൽ പുലർച്ചയ്ക്കോ തിരിച്ച് വീട്ടിലേക്ക് നടത്തം തന്നെ. ദീർഘദൂര നടത്തങ്ങൾക്കുള്ള തുടക്കം ഇങ്ങനെയാണെന്നു തോന്നുന്നു.

നടത്തത്തിന്റെ ഒരു വികസിത രൂപമായി മാറി യാത്രകൾ. ഏട്ടൻ യാത്ര ചെയ്യാത്ത ഇന്ത്യൻ സംസ്ഥാനങ്ങളില്ല എന്നുവേണം പറയാൻ. ഹിമാലയൻ യാത്രകളെ കുറിച്ച് സംസാരിക്കാൻ തുടങ്ങിയാൽ വിവിധ സ്ഥലങ്ങളിലെ ഓരോ നദിയുടേയും പേരെടുത്ത് പറഞ്ഞും, ആ ഭാഗങ്ങളിൽ അത് കൈവരിക്കുന്ന ഭാവവ്യത്യാസങ്ങളെക്കുറിച്ചും (ഗാംഭീര്യം, രൗദ്രം, ശാന്തം എന്നിങ്ങനെ), ഓരോ ഉയരങ്ങളിലും കാണുന്ന വിവിധ വൃക്ഷങ്ങളെക്കുറിച്ചും വാചാലനാകും.

ഏട്ടന്റെ വീട്ടിൽ നിന്നാൽ അമ്പലത്തിൽ ചെണ്ട കൊട്ടുന്നതു കേൾക്കാം. വാദ്യകലകളിൽ ഏട്ടനുള്ള അവഗാഹത്തിന് ഈ സാമീപ്യം ഗുണകരമായിട്ടുണ്ടാകണം, മേളങ്ങളുടെ വായ്ത്താരി സ്വായത്തമാക്കിയതിലും മറ്റും. മേളം കേൾക്കുകയും ആസ്വദിക്കുകയും മാത്രമല്ല, പ്രധാനപ്പെട്ട മേളങ്ങളെ കുറിച്ച് സംസാരിച്ച്, നമ്മെ അതിൽ ആകൃഷ്ടരാക്കി, കൂട്ടികൊണ്ടുപോയി കേൾപ്പിക്കും ഏട്ടൻ. പിന്നീട് നമുക്ക് ആ മേളങ്ങൾ വിടാൻ സാധിക്കുകയില്ല. കുട്ടനെല്ലൂർ,

ആറാട്ടുപുഴ തുടങ്ങിയ തൃശ്ശൂർ ജില്ലയിലെ പ്രമുഖ മേളങ്ങളുടെ ബ്രാൻഡ് അംബാസഡർ ആയി സ്വയം ചുമതലയേൽക്കുകയായിരുന്നു ഏട്ടൻ.

കഥകളി ആസ്വാദനത്തിലേക്ക് കടന്നുവരാൻ, നൃത്തം, പാട്ട്, കൊട്ട് എന്നീ കലകളിലെ ഒരു ശാഖയിലെങ്കിലും താല്പര്യമുള്ള ഒരാൾക്ക് എളുപ്പമുണ്ട്. എന്നാൽ ഈ മൂന്ന് വിഭാഗങ്ങളിലും പിന്നെ ആട്ടക്കഥാ സാഹിത്യത്തിലും ഒരുപോലെ ആഴത്തിലുള്ള അറിവ് കഥകളി അനുഭവിക്കാൻ ഏട്ടനെ അനായാസം സാധ്യമാക്കുന്നു. ഒരു പാട്ട് കേൾക്കുമ്പോൾ രാഗങ്ങളെ തിരിച്ചറിയുക മാത്രമല്ല, മേളകർത്താ /ജന്യരാഗ വിവരവും, അവ തമ്മിലുള്ള ബന്ധങ്ങളും, ചില രാഗങ്ങൾ തമ്മിൽ ഛായ തോന്നുന്നതിനുള്ള കാരണങ്ങളും മറ്റും വിശദമാക്കിത്തരാൻ വലിയ ഔത്സുക്യമാണ്.

യൂണിവേഴ്സിറ്റിയിലുണ്ടായിരുന്ന സമയത്ത് ഏട്ടൻ ധാരാളം ക്ലാസിക് സിനിമകൾ കണ്ടിട്ടുണ്ട്, സത്യജിത് റേ, കുറസോവ തുടങ്ങിയ മഹാരഥൻമാരുടെ. പിന്നീടെന്തോ ആ താല്പര്യം തുടർന്നു കണ്ടില്ല.

തന്റെ ഇഷ്ടങ്ങൾ എന്തെല്ലാമാണെന്ന് കൃത്യമായി തിരിച്ചറിയുകയും അവയ്ക്ക് വെള്ളവും വളവും നല്കി പരിപോഷിപ്പിക്കുകയും താലോലിക്കുകയും ആസ്വദിക്കുകയും ചെയ്ത്, പ്രകൃതിയെ പ്രത്യക്ഷ ദൈവമായി കണ്ട്, മണ്ണിനെ തന്റെ മറുപിള്ളയായി കരുതി മണ്ണ് ലേക്കു തന്നെ അലിഞ്ഞു ചേർന്നിരിക്കുന്നു ഡോ.ടി.എൻ.വാസുദേവൻ - എന്റേയും ഏട്ടൻ.

....

ദീർഘകാല സേവനത്തിനുശേഷം സ്റ്റേറ്റ് ബാങ്ക് ഓഫ് ട്രാവൻകൂറിൽ നിന്നും വിരമിച്ചു. കർണ്ണാടക സംഗീതം, മേളം, കഥകളി തുടങ്ങിയ വിഷയങ്ങളിൽ ഏറെ തൽപരനാണ്. തൃശ്ശൂരിനടുത്ത് ഊരകത്ത് സ്ഥിരതാമസം.

ഏട്ടൻ – എന്റെ വഴികാട്ടി

നന്ദിനി തിയ്യാടി മലമക്കാവ്

2021 ആഗസ്റ്റ് 2-ന് അപ്രതീക്ഷിതമായി ഞങ്ങളുടെ മൂത്തജ്യേഷ്ഠൻ ഡോ. ടി. എൻ. വാസുദേവൻ ഈ ലോകത്തോടു വിട പറഞ്ഞു. ആകസ്മികമായതുകൊണ്ടുതന്നെ അത് ഏട്ടന്റെ കുടുംബത്തിനും ഞങ്ങൾ സഹോദരങ്ങൾക്കും ഏറ്റവും വല്ലാത്ത ഒരു അടിയായിരുന്നു. എങ്കിലും മരിക്കാത്ത ഒരുപാടു നല്ല ഓർമ്മകൾ ബാക്കിവെച്ചാണ് ഏട്ടൻ പോയത്.

സാഹിത്യ വിദുഷിയും ഒരു ചെറിയ കവയിത്രിയുമായിരുന്നു ഞങ്ങളുടെ മാതാവ് ശ്രീദേവി മരുവോളമ്മ. ശാസ്ത്രീയസംഗീതം, കഥകളിപ്പദം, മേളം, കൈക്കൊട്ടിക്കളി തുടങ്ങിയ കലകളെ നന്നായി ആസ്വദിക്കാനും അമ്മയ്ക്കറിയാമായിരുന്നു. അച്ഛനാവട്ടെ തിയ്യാട്ടിനു വേണ്ടി ജീവിതം തന്നെ ഉഴിഞ്ഞുവെച്ച ശുദ്ധനായ ഒരു തിയ്യാടിനമ്പ്യാർ. മുളങ്കുന്നത്തുകാവ് പടിഞ്ഞാറെ തിയ്യാടി നീലകണ്ഠൻ നമ്പ്യാർ നല്ല ബുദ്ധിമാനായിരുന്നു. കണക്ക്, ചരിത്രം, ഭൂമിശാസ്ത്രം തുടങ്ങിയ വിഷയങ്ങളിലുള്ള അച്ഛന്റെ അറിവ് ഞങ്ങൾ മക്കളെ അത്ഭുതപ്പെടുത്തിയിരുന്നു. മാതാപിതാക്കളായ ഇവർ രണ്ടുപേരുമാണ് ജീവിതത്തിൽ ഏട്ടനെ ഏറ്റവുമധികം സ്വാധീനിച്ചിട്ടുള്ളത്. രണ്ടുപേരുടെയും കഴിവുകൾ തിരിയിൽ നിന്നും കൊളുത്തിയ പന്തംപോലെ ഏട്ടനു കിട്ടി.

അകാലത്തിൽ (59-ആം വയസ്സിൽ) പൊലിഞ്ഞ അമ്മയുടെ വിയോഗശേഷം ഒരു വർഷംകഴിഞ്ഞപ്പോൾ അമ്മാമന്റെ മകനുമായുള്ള എന്റെ വിവാഹം കഴിഞ്ഞു. ആദ്യത്തെ കുറച്ചുകാലം ദേശമംഗലത്തിനടുത്ത് വരവൂരും പിന്നീട് അമ്മയുടെ തറവാടായ മലമക്കാവിലുമായി എന്റെ ജീവിതം. ഇത് ഏട്ടന്റേയും അമ്മാത്താണല്ലോ. ഇവിടെ താമസം തുടങ്ങിയ മുതലുള്ളതാണ് ഏട്ടനുമായുള്ള എന്റെ ഓർമ്മകൾ.

ജീവിതത്തിൽ എന്നെ ഏറ്റവും സ്വാധീനിച്ചിട്ടുള്ളത് ആരെന്നു ചോദിച്ചാൽ എനിക്ക് ഒരുത്തരമേയുള്ളൂ - അത് എന്റെ മൂത്ത ജ്യേഷ്ഠൻ ഡോ. ടി. എൻ. വാസുദേവൻ എന്നാണ്. എട്ടുമക്കളിൽ മൂത്ത ആളായ ഏട്ടനും ഏറ്റവും ഇളയവളായ ഞാനും തമ്മിൽപതിനെട്ടു വയസ്സോളം ഉണ്ട് വ്യത്യാസം. ഞങ്ങൾക്കിടയിൽ രണ്ടു സഹോദരിമാരും നാലുസഹോദരന്മാരും വേറേയുമുണ്ട്. എനിക്ക് ഓർമ്മ വെച്ചകാലം മുതൽ ഏട്ടൻ തിയ്യാടിയിൽ ഇല്ല. ഗവേഷണം ചെയ്യാനായി ബാംഗ്ലൂർ ഐ.ഐ.എസ്.സി.യിൽ ആണ്. സ്വാഭാവികമായും അക്കാലത്തൊന്നും ഏട്ടനുമായി അധികം ഇടപഴകാനും അവസരം ഉണ്ടായിട്ടില്ല. പഠനശേഷം കോഴിക്കോട് സർവ്വകലാശാലയിലെ ഫിസിക്സ് അദ്ധ്യാപകനായി താമസം കോഴിക്കോട്ടുമായി. അവിടെനിന്നും രണ്ടു രണ്ടര മണിക്കൂർ ദൂരമേ മലമക്കാവിലേക്ക് ഉള്ളൂ എന്നതിനാൽ ആയിരത്തിതൊള്ളായിരത്തിതൊണ്ണൂറുകളുടെ തുടക്കം മുതൽ സ്ഥിരമായി ഇവിടേയ്ക്കു വരാനും തുടങ്ങി. അന്നു തുടങ്ങിയ ബന്ധവും അടുപ്പവും പിന്നീട് തിരിഞ്ഞു നോക്കേണ്ടിവരാത്തവിധം ഏട്ടന്റെ മരണം വരേയും ശക്തമായിത്തന്നെ തുടർന്നു.

അക്കാലം മുതലാണ് ഞാൻ ഏട്ടനെന്ന പ്രതിഭയെക്കുറിച്ച് കൂടുതൽ അറിയാനും മനസ്സിലാക്കാനും തുടങ്ങിയത്. വൈവിധ്യമാർന്ന മേഖലകളെ ഇത്രയും ആഴത്തിൽ അറിയുന്ന, അതിനെക്കുറിച്ചുള്ള ഏതു സംശയങ്ങൾക്കും കൃത്യമായ ഉത്തരംതരുന്ന, അതിനേക്കാളേറെ അതിന്റെ സൗന്ദര്യം ഇത്ര സൂക്ഷ്മതലത്തിൽ ആസ്വദിക്കുന്ന ഒരാളും എന്റെ അറിവിൽ വേറെ ഇല്ല. അടുത്തറിയുന്തോറും അത്ഭുതവും ആദരവും കൂടിക്കൂടിവന്നു. ഇത്രയുംഓർമ്മശക്തിയും ഞാൻ മറ്റാരിലും കണ്ടിട്ടില്ല. തമാശയായി ഞാൻ ഏട്ടനോടു പറയുമായിരുന്നു, ഒറ്റക്കാര്യത്തിലേ അച്ഛനമ്മമാരോടും എനിയ്ക്കു ദേഷ്യമുള്ളൂ, അത് അവരുടെ ബുദ്ധിയുടേയും കഴിവിന്റേയും എൺപതുശതമാനവും ഏട്ടനുമാത്രം തന്നതിലാണെന്ന്. ഒരു തവണപോലും എന്നോടു കയർത്തു സംസാരിച്ചതായി ഓർക്കുന്നില്ല. ഏതുസംശയങ്ങൾക്കും

സൗമ്യമായി ഉത്തരം പറഞ്ഞു തരും. നല്ലൊരദ്ധ്യാപകൻ ആയിരുന്ന ഏട്ടനെന്ന് മരണശേഷമുള്ള ശിഷ്യരുടെ ഓർമ്മക്കുറിപ്പുകളിൽ നിന്നും നമുക്ക മനസ്സിലാക്കാം. അതുകൊണ്ടാണല്ലോ വിരമിച്ചതിനുശേഷം യാത്രചെയ്യാൻ വയ്യാതാവുന്ന രണ്ടുകൊല്ലം മുമ്പുവരേയ്ക്കും കേരളത്തിലങ്ങോളമിങ്ങോളമുള്ള കോളേജുകളും യൂണിവേഴ്സിറ്റികളും ഏട്ടന്റെ ക്ലാസ്സുകൾക്ക് കൊതിച്ചത്.

വരുമ്പോഴൊക്കെ എനിക്കുതരാനായി കയ്യിൽ പുസ്തകങ്ങളും സിഡികളും കരുതും. തരുന്ന ഓരോ പുസ്തകത്തിലും 'സ്നേഹപൂർവ്വം നന്ദിനിയ്ക്ക്' എന്നെഴുതി ഒപ്പിട്ടേ തരൂ. സിഡികൾ കർണ്ണാട്ടിക്, ഹിന്ദുസ്ഥാനി, കഥകളിപ്പദം, സമ്പ്രദായഭജന തുടങ്ങിയവയായിരിക്കും. എല്ലാം കൂടെയിരുന്നുതന്നെ കേൾപ്പിക്കും. പക്കമേളത്തിന്റെ ഭംഗിപോലും വിശദമായി പറഞ്ഞുതരും. ഹിന്ദുസ്ഥാനി സംഗീതം എനിയ്ക്ക് ആസ്വദിക്കാറാക്കിയത് ഏട്ടനൊരാളാണ്. കർണ്ണാടക സംഗീതത്തിൽ ഭക്തിയാണെങ്കിൽ ഹിന്ദുസ്ഥാനിയിൽ പ്രകൃതിയാണ് കൂടുതൽ എന്നുപറയും. അതങ്ങനെ പ്രകൃതിയിലേയ്ക്ക്, അനന്തമായ ചക്രവാളത്തിലേക്ക് വിലയം പ്രാപിക്കുന്നതായി മനസ്സിലാക്കിത്തരും. പറയുന്നതൊക്കെ ശരിയാണെന്ന് അനുഭവത്തിൽനിന്നു എനിക്കും തോന്നിത്തുടങ്ങി. ഗാംഭീര്യമുള്ള രാഗങ്ങളേക്കാൾ ശുദ്ധധന്യാസിപോലുള്ള സൗമ്യരാഗങ്ങളോടാണ് പ്രിയം കൂടുതൽ. അതുപോലെത്തന്നെ പ്രിയപ്പെട്ടവയായിരുന്നുഹിന്ദോളം, സുരുട്ടി, ദേവഗാന്ധാരി തുടങ്ങിയവ. ഭക്തിയുടെരാഗമായ മദ്ധ്യമാവതിയോടുള്ള ഇഷ്ടക്കൂടുതലാണ് സ്വന്തം വീടിനുതന്നെ ആ പേരിടാൻ കാരണം. രണ്ടു രാഗങ്ങൾ തമ്മിൽ ഛായ തോന്നുന്നതിന്റെ കാരണം ചോദിച്ചാൽ, പാട്ടു പഠിക്കാത്ത ഏട്ടൻ അവയുടെ ആരോഹണാവരോഹണങ്ങളിൽ വരുന്ന സ്വരങ്ങളുടെ ചെറിയവ്യത്യാസം പോലും കൃത്യമായി പറഞ്ഞുതരും.

ഇഷ്ടവിഷയങ്ങളായ മേളം, കഥകളി, അനുഷ്ഠാനകലകൾ, പുസ്തകങ്ങൾ, പോയയാത്രകൾ തുടങ്ങി ഏതുമാവട്ടെ താനനുഭവിച്ചത് അണുവിടകുറയാതെ നമ്മളിലേക്കും പകർന്നുതരാനുള്ള കഴിവ് അപാരമാണ്. അതിന്റെ സൗന്ദര്യം ഇതിനപ്പുറം എങ്ങിനെ പറയും എന്നതോന്നലാവും അവസാനം നമ്മളിലുണ്ടാവുക. ഏട്ടന്റെ കൂടെത്തന്നെ വേണം ഇതൊക്കെ ആസ്വദിക്കാൻ എന്ന മോഹം നമുക്കുണ്ടാവും. പറയുന്നത് പോയയാത്രകളെക്കുറിച്ചാണെങ്കിൽ (ഇന്ത്യയിലെ മിക്കസംസ്ഥാനങ്ങളിലും, മൂത്തമകൻ അമേരിക്കയിലായതിനാൽ അവിടത്തെ പ്രധാന പലസ്ഥലങ്ങളിലും യാത്രചെയ്തിട്ടുണ്ട്.)

അവിടത്തെ ചരിത്രം, ഭൂമിശാസ്ത്രം, കാലാവസ്ഥയുടെ പ്രത്യേകതകൾ, പ്രധാനമായും കാണുന്ന വൃക്ഷങ്ങൾ, നദികൾ എല്ലാം വർണ്ണിച്ച് നമ്മളും അതെല്ലാം കണ്ട്, ആസ്വദിച്ച് തിരിച്ചെത്തും. പൂരക്കാലം തുടങ്ങിയാൽ ഏട്ടന്റെ ആവേശം ഒന്നുകാണേണ്ടതാണ്.

മേളത്തിന്റെ കാര്യത്തിൽ ഒരു തൃശ്ശൂർക്കാരനായതിൽ ഏറ്റവും അഭിമാനിച്ചിരുന്നു. പഞ്ചാരി പൂത്തുലയാൻ തുടങ്ങിയെന്നാണ് പൂരക്കാലത്തെ വിശേഷിപ്പിക്കാറുള്ളത്. കുട്ടനെല്ലൂർ, എടക്കുന്നി, പെരുവനം, ആറാട്ടുപുഴ, ഇരിങ്ങാലക്കുട മേളങ്ങളുടെ സൗന്ദര്യ വർണ്ണന ഒന്നു കേൾക്കേണ്ടതാണ്. ആയിരത്തിനാന്നൂറിലധികം വർഷം പഴക്കമുള്ള ആറാട്ടുപുഴ പൂരത്തിന്റെ ചരിത്രവും വിശേഷങ്ങളും പറഞ്ഞുതരും. പഴയകാലത്ത് തൃശ്ശൂർ പൂരം ആറാട്ടുപുഴപൂരത്തിന്റെ ഭാഗമായിരുന്നുവത്രെ. ഊരകത്തമ്മയുടേയും തൃപ്രയാർത്തേവരുടേയും എഴുന്നള്ളത്ത് വർണ്ണിക്കുമ്പോൾ കണ്ഠമിടറും. കുട്ടനെല്ലൂർ പഞ്ചാരിയെ 'കുളിച്ച് ഈറനുടുത്തുനിന്നു കാണേണ്ട പഞ്ചാരി' എന്നാണ് വിശേഷിപ്പിക്കാറ്. ആ വാചകത്തിനുതന്നെ എന്തൊരു ഭംഗി! വെറുതയല്ല അതു പറയുന്നത്. കുംഭത്തിലെ പൗർണമി നാളിനാണ് പൂരം. രാത്രി പ്രകൃതിതന്നെ അതിസുന്ദരി. വൈദ്യുത വെളിച്ചമെല്ലാം ഓഫാക്കി, പൂർണ്ണചന്ദ്രനെ സാക്ഷിനിർത്തി, നിറഞ്ഞുകത്തുന്ന പന്തങ്ങളുടെ ദീപ്തവെളിച്ചത്തിൽ, പളപളാ തിളങ്ങുന്ന നെറ്റിപ്പട്ടം കെട്ടിയ കൊമ്പൻമാരെ സാക്ഷിനിർത്തി കൊട്ടുന്ന മേളത്തിന്റെ ദൃശ്യഭംഗി ഒന്നാലോചിക്കുമ്പോൾത്തന്നെ നമ്മൾ മറ്റേതോ ഒരു മായികലോകത്താവും ഉണ്ടാവുക.

പ്രകൃതി, മണ്ണ്, മണങ്ങൾ ഇവയുമായുള്ള ഏട്ടന്റെ ബന്ധമാണ് എന്നെ മറ്റേതിനേക്കാളുംമേറെ ഏട്ടനുമായി അടുപ്പിച്ചത്. മരങ്ങളും ചെടികളും മണ്ണും വിട്ട് ഒരു ജീവിതം ഏട്ടനു സങ്കല്പിക്കാൻ കൂടെ പറ്റില്ലായിരുന്നു. അതുകൊണ്ടുതന്നെയാണ് തറവാട്ടിൽ നിന്നും തനിക്കുകിട്ടിയ പറമ്പിൽ വീടിനേക്കാൾ പ്രാധാന്യം മരങ്ങൾക്കും പച്ചപ്പിനും കല്പിച്ചതും. വെറും ഒരുപാഴ്പറമ്പായികിടന്ന മണ്ണിൽ തന്റെ കൈകൊണ്ടുതന്നെ നിറയെ വൃക്ഷത്തൈകൾ വെച്ചു പിടിപ്പിക്കുകയാണ് ആദ്യം ചെയ്തത്. പത്തിരുപതുകൊല്ലം കൊണ്ട് അവിടം സുന്ദരമായ ഒരു ചെറിയ ഒരു കാടുതന്നെ ആയിമാറി. ഏട്ടനറിയാം മരങ്ങൾ വന്നാൽ തനിക്കിഷ്ടപ്പെട്ട ബാക്കിക്കൂടിവരുമെന്ന്. നിറയെ പലതരം പക്ഷികൾ, അണ്ണാൻ, അവയുടെ ശബ്ദങ്ങൾ, പച്ചപ്പ്, തണൽ, ശുദ്ധവായു, കാറ്റ്, മണങ്ങൾ; അതുവഴി മനുഷ്യരിൽ നിന്നും കിട്ടാത്ത ഒന്നുകൂടി – മനഃശാന്തി. കൃഷിപ്പണി ഏട്ടന്റെ മറ്റൊരു

ദിനചര്യയാണ്. വിഷുകഴിഞ്ഞ് പുതുമഴ കിട്ടിയാൽ പിന്നെ ഇരിക്കപ്പൊറുതിയില്ല. വെണ്ട, വഴുതിന, പയർ തുടങ്ങിയവ നടാനുള്ള പുറപ്പാടായി. ചേന, ചേമ്പ്, കാവത്ത്, ഇഞ്ചി, മഞ്ഞൾ, കൂവ തുടങ്ങിയവവയും കൃഷിചെയ്യും. വലിയ തെങ്ങുകൾക്ക് തടമെടുക്കുന്നതും വാഴകൾ പറിച്ചുനടുന്നതും എല്ലാം താൻ തന്നെ. കിളയ്ക്കുമ്പോൾ കേൾക്കുന്ന കൈക്കോട്ടിന്റെ ശബ്ദം പോലും ഏട്ടനെ ഹരം കൊള്ളിക്കും.

കൃഷിപോലെത്തന്നെ പ്രിയപ്പെട്ടതാണ് നടത്തവും. അതുദിവസവും ഉണ്ട്. ചെറിയദൂരമൊന്നുമല്ല. ഒന്നോ രണ്ടോ മണിക്കൂർ തന്നെ അതിനുചിലവഴിക്കും. ആൾത്തിരക്കില്ലാത്ത നാട്ടുവഴികളാണ് തിരഞ്ഞെടുക്കുക. പാടങ്ങൾ, പച്ചപ്പ്, ആളൊഴിഞ്ഞ വഴിയമ്പലങ്ങൾ, പുഴ ഇവിടെയൊക്കെ ചെന്നാണ് മിക്കവാറും അത് അവസാനിക്കുക. വഴിയോരത്തെ കാഴ്ചകൾ, കാറ്റിന്റെ ശബ്ദം, അതാതുകാലത്തുവരുന്ന വ്യത്യസ്തങ്ങളായ മണങ്ങൾ, ഭാഷയുടെ കൃത്രിമത്വമില്ലാത്ത പ്രകൃതിയിലെ ജീവജാലങ്ങളുടെ ശബ്ദങ്ങൾ ഇവയൊക്കെ ആസ്വദിക്കലാണ് ലക്ഷ്യം. അതുകൊണ്ടുതന്നെ നടത്തത്തിന് കൂട്ടുവേണമെന്ന് ഒരു നിർബന്ധവുമില്ല. ഓർമ്മകളെ അവ ഒരുപാട്ടുവർഷം പുറകിലോട്ടു കൊണ്ടുപോകും. കണ്ണ്, മൂക്ക്, ചെവി ഇവയിൽ നമ്മെ ഏറ്റവും കുട്ടിക്കാലത്തേക്ക് കൊണ്ടുപോകുന്നത് ആദ്യം മണവും പിന്നെ ശബ്ദവും അവസാനം കണ്ണുകളുമാണെന്നു പറയാറുണ്ട്. എത്ര ശരിയാണത്! പുതുമഴയുടെ, തൊഴുത്തിൽ നിന്നും വരുന്ന ചാണകത്തിന്റെ, പാടത്തെ ചേറിന്റെ, ഒരാളുടേയും ശ്രദ്ധയിൽപ്പെടാത്ത നേർത്ത മണമുള്ള പവിഴമല്ലി, നാടൻ നന്ത്യാർവട്ടം, തിരുവാതിരക്കാലത്ത് പാടത്തു കാണുന്ന 'അടയ്ക്കാമണിയൻ', എന്നുവേണ്ട, ചക്ക, മാങ്ങ തുടങ്ങി പഴയ ഓർമ്മകളുണർത്തുന്ന എന്തും വാസനിക്കുമ്പോൾ 'ഹയ്യ' എന്നു പറയുന്ന ഏട്ടന്റെ മുഖഭാവം ഒന്നു കാണേണ്ടതാണ്. 'എനിക്കിതൊന്നും സഹിക്കാൻ വയ്യേയ്'' എന്നു പറയുന്നപോലെ.

പിന്നെ ഓർമ്മകളിൽ ഏറ്റവും പ്രിയപ്പെട്ടതാണ് കുട്ടിക്കാലത്ത് ചെറിയ മേളങ്ങൾക്ക് ഇലത്താളം പിടിക്കാൻ അച്ഛന്റെ കൂടെ നടന്നു പോയ യാത്രകൾ. അവയിൽ വീണ്ടും വീണ്ടും പറയുന്നത് വേനൽക്കാലത്ത് പുതുരുത്തിക്ക് തിയ്യാട്ടിനുപോയി രാത്രി തിരിച്ചു നടന്നുവരുന്ന വഴി അമ്പലപുരത്തെത്തുമ്പോൾ (ഇവിടെയാണ് കേരള കലാമണ്ഡലത്തിന് തുടക്കം കുറിച്ചത്) ദൂരേനിന്നും കേൾക്കുന്ന കഥകളി മേളത്തെക്കുറിച്ചാണ്. ചെണ്ടയും മദ്ദളവും ഇടഞ്ഞുകൊട്ടുന്ന ആ കളിക്കൊട്ട് ഏട്ടന്റെ മനസ്സിനെ കുറച്ചൊന്നല്ല സ്വാധീനിച്ചിട്ടുള്ളത്. അർദ്ധരാത്രിക്കുശേഷം കേൾക്കുന്ന പാടിരാഗത്തിന്റെ ആലാപനം

കേട്ടാൽ എന്നും ഏട്ടന്റെ കണ്ണുനിറയും. ഇതുകേരളത്തിനു മാത്രം സ്വന്തം എന്നുപറയും.

വിരമിച്ചതിനുശേഷവും മാസത്തിൽ മിക്കവാറും ഒന്നോ രണ്ടോ തവണയെങ്കിലും മലമക്കാവിൽ വരുമായിരുന്നു. വടക്കൻ കേരളത്തിലെ ഏതെങ്കിലും കോളേജുകളിലെ ക്ലാസ്സുകൾ കഴിഞ്ഞോ അല്ലെങ്കിൽ കോഴിക്കോട്ടു യൂണിവേഴ്സിറ്റിയിൽ പോയി വരുന്നവഴിയോ ആവും അത്. വന്നാൽ ഒന്നുരണ്ടു ദിവസത്തെ താമസവുമുണ്ട് ഇവിടെ. അതിൽ ഒരു ദിവസം പാട്ടുകേൾക്കുന്നതിനും ഒരു ദിവസം നടത്തത്തിനുമുള്ളതാണ്. രണ്ടിനു കൂടെ എന്നേയും കൂട്ടും. നടത്തം അഞ്ചാറു കി.മിറ്റർ ചുറ്റളവിലുള്ള എവിടേക്കെങ്കിലും ആയിരിക്കും. തൃത്താലയ്ക്കടുത്ത് യജ്ഞേശ്വരം, കൊടിക്കുന്നത്ത്, മുത്തുവിളയും കുന്ന്, പന്നിയൂർ, കുറുഞ്ഞിക്കാവ് തുടങ്ങിയ ക്ഷേത്രങ്ങളിലേക്ക്, അതല്ലെങ്കിൽ തൊട്ടടുത്ത അതിരാളൻകുന്ന് കയറിയിറങ്ങിയാൽ എം.ടി. യുടെ നാടായ കൂടല്ലൂർ, കൂട്ടക്കടവ്, ഭാരതപ്പുഴ ഒക്കെ ആയി അവിടേക്ക്. ഇതിൽ അധികം ആരും അറിയപ്പെടാത്ത കുറുഞ്ഞിക്കാവ് എന്ന തനി ഉൾനാടൻ ഗ്രാമീണക്ഷേത്രം ഏട്ടനു വല്ലാതെ ഇഷ്ടമായി. പ്രകൃതിരമണീയതയും അമ്പലത്തിന്റെ അകൃത്രിമഭംഗിയും ഒത്തുചേർന്നതുകൊണ്ടാണത്. ചെത്തിത്തേക്കാത്ത ചെങ്കൽ ചുമരുകളുള്ള അമ്പലത്തിൽ സന്ധ്യസമയത്ത് ഞങ്ങൾ ചെല്ലുമ്പോൾ ശാന്തിക്കാരനല്ലാതെ ഒരു മനുഷ്യനുമില്ല. വൈദ്യുതിപോയതുകൊണ്ടാവാം നിലവിളിക്കുകളുടേയും ചിരാതുകളുടേയും തെളിഞ്ഞ വെളിച്ചം മാത്രം. പുറത്ത് ഒരു കുളവും അതിനുചുറ്റും നെൽപ്പാടങ്ങളും. ആകാശത്ത് പൗർണ്ണമിനാളിലെ ഉദിച്ചുവരുന്ന ചന്ദ്രൻ. സന്ധ്യാസമയത്തെ ആ കാഴ്ച ആരുടേയും മനം മയക്കുന്നതായിരുന്നു.

നിലാവ് ഏട്ടന്റെ മറ്റൊരു ഭ്രമമായിരുന്നു. അതാസ്വദിച്ച് ഒറ്റയ്ക്ക് എത്രനേരം വേണമെങ്കിലും ഇരിക്കും. തിരുവാതിര നിലാവാസ്വദിക്കാൻ വേണ്ടി ഏടത്തിയമ്മയുടെ നാടായ മുണ്ടായയിൽ ഭാരതപ്പുഴയുടെ മണൽപ്പരപ്പിൽ രാത്രി മുഴുവൻ ഇരുന്ന കഥ പറയും. ധനുമാസരാവുകളിൽ നിലാവും മഞ്ഞും ചേർന്ന് ഇലകൾക്കെല്ലാം വെണ്ണപുരട്ടിയ സ്നിഗ്ദ്ധതയാണത്രെ! തുറസ്സായ സ്ഥലത്തെ നിലാവിനേക്കാൾ നിഴലും നിലാവും ഇടകലർന്നു കാണുന്നതിനല്ലേ കൂടുതൽ ഭംഗി എന്ന എന്റെ ചോദ്യം ഏട്ടനു വളരെ ഇഷ്ടമായി. അതുനമ്മെ വേറെ ഏതോ ഒരു യുഗത്തിലേക്കുകൊണ്ടുപോകും. മഴയോടും അതിന്റെ ശബ്ദത്തോടുമെല്ലാം വല്ലാത്ത ഇഷ്ടമായിരുന്നു. അതുകൊണ്ടുതന്നെ മിയാൻ കി മൽഹാർ, ആഹിർ ഭൈരവ് തുടങ്ങിയരാഗങ്ങളോടും. വേനൽമഴ

പിറ്റേന്ന് അതാസ്വദിക്കാൻ മാത്രമായി ലീവെടുക്കുമായിരുന്നു. പ്രകൃതിയുടെ ഭാവമാറ്റങ്ങൾ ഇത്രത്തോളം ആസ്വദിച്ച് ആഘോഷിച്ച ഒരാളുണ്ടാവില്ല.

ഭക്തി ഏട്ടന് ആത്മീയതയിൽ ഊന്നിയതായിരുന്നില്ല. ഉറച്ച ഈശ്വരവിശ്വാസി ആയിരുന്നെങ്കിലും ചിട്ടയായ കുളിച്ചു തൊഴൽ ദിനചര്യയിൽ പെട്ടതായിരുന്നില്ല. തിരക്കില്ലാത്ത, ആളൊഴിഞ്ഞ അമ്പലങ്ങളിൽ സമയം ചിലവഴിക്കാനായിരുന്നു ഇഷ്ടം, അതും നട്ടുച്ചക്ക്. അമ്പല പ്രാവുകളുടെ കുറുകൽ, ആലിൻകൊമ്പത്തെ അണ്ണാന്റെ ചിലയ്ക്കൽ, വെയിലേറ്റ് ചൂടായ വിളക്കുമാടത്തറയിലെ ചിരാതുകളിൽനിന്നും വരുന്ന മണം ഇതെല്ലാം ആസ്വദിച്ച് സ്വപ്നം കണ്ട് ഒറ്റക്ക് ഇരിക്കാനാണത്. അനുഷ്ഠാനവുമായി ബന്ധപ്പെട്ട് അമ്പലത്തിനകത്തുനിന്നും വരുന്ന ഏതു ശബ്ദങ്ങളുടേയും, മണങ്ങളുടേയും മുന്നിലും ഏട്ടന്റെ ശിരസ്സ് ഭക്തിയാൽ കുനിയും. കാലാതീതമായി, ഒരു മാറ്റവുമില്ലാതെ, ഈ ലോകത്തു നിലനിൽക്കുന്ന, അല്ലെങ്കിൽ ആവർത്തിക്കുന്ന, ഏതൊന്നിന്റെ മുന്നിലും ഏട്ടൻ ഭക്തിപൂർവ്വം കൈകൂപ്പും.

ഏട്ടനെ ഓർക്കുന്നതോടൊപ്പംതന്നെ ഓർക്കേണ്ടുന്ന ഒരാൾകൂടിയുണ്ട്. മറ്റാരുമല്ല പതിനഞ്ചുവർഷം മുമ്പ് അകാലത്തിൽ പൊലിഞ്ഞ രണ്ടാമത്തെ മകൻ, 'അപ്പ്' എന്ന് എട്ടൻ വിളിക്കുന്ന, വിഷ്ണുനാരായണൻ ആണത്. അവൻ ഏട്ടനു മകൻ എന്നതിനേക്കാൾ സ്വന്തം ജീവൻ തന്നെയായിരുന്നു. അതിബുദ്ധിമാനും അതിനേക്കാൾ സൗമ്യപ്രകൃതിയുമായ പുത്രൻ. സംഗീതാദികലകളിൽ മിടുമിടുക്കൻ. ഏട്ടൻപോലും സംഗീതത്തിലെ പല സംശയങ്ങളും തീർത്തിരുന്നത് അവനോടു ചോദിച്ചായിരുന്നു. കർണ്ണാടക സംഗീതം മാത്രമല്ല പാശ്ചാത്യസംഗീതത്തിലും അവനു നല്ലതാല്പര്യമായിരുന്നു. വിഷ്ണുവിന്റെ മരണത്തോടെ തകർന്നു തരിപ്പണമാകുമായിരുന്ന ജീവിതത്തിന്റെ താളം തെറ്റാതെ ഏട്ടനെ കാത്തത് മേൽപറഞ്ഞ ഇഷ്ട വിഷയങ്ങളിൽ മനസ്സിനെ വ്യാപരിപ്പിച്ചതുകൊണ്ടുമാത്രമാണ്. ചെറിയകുട്ടികളോട് എന്നും ഏട്ടനു വല്ലാത്ത ഇഷ്ടവും വാത്സല്യവുമായിരുന്നു. നിഷ്കളങ്കരായ അവരുടെ കൂടെയിരുന്ന് എത്രനേരം വേണമെങ്കിലും കളിക്കും. അവരോട് സംസാരിക്കാനായി മാത്രം ചില പ്രത്യേകശൈലിയും, വാക്കുകളും, ശബ്ദവ്യത്യാസവുമൊക്കെയുണ്ട്. സംസാരിച്ചുതുടങ്ങിയിട്ടില്ലാത്ത കുഞ്ഞു കുട്ടികളെ കണ്ടാൽ നമ്മളോടുചോദിക്കും, 'ഇവരിപ്പോൾ എന്താ വിചാരിക്ക്ണ്ടാവാ?' കുട്ടികളെ പൊതുവായി 'ബഗായികൾ' എന്നാണ് വിശേഷിപ്പിക്കാറ്.

തികച്ചും ഒരന്തർമുഖനായിരുന്ന ഏട്ടൻ. വളരെ അടുപ്പമുള്ളവരോട് ധാരാളം സംസാരിക്കുകയും അല്ലാത്തവരിൽ നിന്ന് അല്പം അകന്നു മാറിയുമുള്ള വ്യക്തിത്വം. അതുകൊണ്ടാവാം ഈ ലോകം ഏട്ടനെ വേണ്ടപോലെ അറിയാതെ പോയി. ഒരു ചെറിയകുട്ടിയോടുപോലും ദേഷ്യപ്പെട്ടു സംസാരിക്കാൻ ഏട്ടനെക്കൊണ്ടാവില്ല. തന്നോടു സംസാരിക്കുന്ന വ്യക്തി എത്ര ചെറിയവനായിക്കോട്ടെ, വിനയത്തോടെ, അവരേക്കാൾ ചെറിയവനാണെന്നുതോന്നുംവിധം സംസാരിക്കാനേ അറിയൂ. അവരുടെ വ്യക്തിത്വത്തെ മാനിച്ചേ സംസാരിക്കുകയുള്ളൂ, അതും പോസിറ്റീവ് ആയിമാത്രം. പെരുമാറ്റത്തിലും കാഴ്ചയിലുമുള്ള ഈ ലാളിത്യമാണ് ഏട്ടന്റെ മുഖമുദ്ര. അവസാന നാളുകളിൽ അച്ഛനമ്മമാരെക്കുറിച്ച് ഓർക്കാത്ത ഒരു ദിവസം പോലും ഉണ്ടായിരുന്നില്ല. പ്രത്യേകിച്ച് അച്ഛനെക്കുറിച്ച് ശബ്ദമിടറാതെ പറയാൻ കഴിയുമായിരുന്നില്ല.

ആത്മവിശ്വാസം പൊതുവെ കുറഞ്ഞ എനിക്ക് ഏട്ടൻ തന്ന അംഗീകാരവും ഊർജ്ജവും കുറച്ചൊന്നുമല്ല. അദ്ദേഹത്തെപ്പോലുള്ള ഒരു വ്യക്തിത്വത്തോട് സംസാരിക്കാൻ അതെന്നെ കുറച്ചൊന്നുമല്ല സഹായിച്ചിട്ടുള്ളത്. പുറത്തെകാഴ്ചകൾ കാണാൻ അച്ഛന്റെ കയ്യും പിടിച്ചുനടക്കുന്ന ഒരു കുട്ടിയുടെ മനസ്സ് എങ്ങിനെയോ അങ്ങിനെയായിരുന്നു ഏട്ടന്റെ കൂടെയുണ്ടായിട്ടുള്ള എന്റെ എല്ലാ അനുഭവങ്ങളും. ഇത്രയും കാലത്തോളം ആ വലിയ മനുഷ്യൻ പറഞ്ഞുതന്നതു മുഴുവൻ കേട്ടിരിയ്ക്കാൻ കഴിഞ്ഞതാണ് ജീവിതത്തിൽ എനിക്കു കിട്ടിയ ഏറ്റവും വലിയ ഭാഗ്യം. ഏട്ടനിൽ നിന്നും ഞാൻ അനുഭവിച്ച അടുപ്പം, സ്നേഹം – അതെഴുതാൻ മാത്രം എനിക്കു കണ്ണുനീരില്ലാതെ വാക്കുകൾ കിട്ടുന്നില്ല.

ഒന്നരവർഷം മുമ്പ് കടുത്ത ഹൃദയാഘാതത്തെത്തുടർന്ന് ഒരു മേജർ ശസ്ത്രക്രിയ ഏട്ടനു വേണ്ടിവന്നു. മരണത്തെ മുഖാമുഖം കണ്ട് ജീവിതത്തിലേക്ക് തിരിച്ചുവരുകയാണുണ്ടായത്. അതിനുശേഷമുള്ള വിശ്രമ നാളുകളിൽ എന്നോടു പറഞ്ഞിരുന്ന ഒന്നു രണ്ടു കാര്യങ്ങൾ ഞാനിപ്പോൾ ഓർക്കുന്നു. അതിൽ ആദ്യത്തേത്, പ്രകൃതി വേണോ കലാസാഹിത്യാദികൾവേണോ, ഏതെങ്കിലും ഒന്നേ തിരഞ്ഞെടുക്കാവൂ എന്ന് ഈശ്വരൻ വന്ന് പറയുകയാണെങ്കിൽ, താനിന്ന് പ്രകൃതിയെയാവും തിരഞ്ഞെടുക്കുക എന്നതാണ്. രണ്ടാമത്തേത്, മരണസമയത്ത് നന്ദിനി അടുത്തുണ്ടെങ്കിൽ തനിക്ക് സമ്പ്രദായ ഭജനയിലെ 'തോടയമംഗളം' കേട്ടുകൊണ്ട് മരിക്കാനുള്ള സാഹചര്യം ഒരുക്കണമെന്നതും. രണ്ടാമതു പറഞ്ഞതിനുള്ള സാവകാശമൊന്നും

ഈശ്വരൻ തന്നില്ലെങ്കിലും അച്ഛനുകിട്ടിയ ഭാഗ്യമരണംപോലെത്ത ന്നെ, പ്രകൃതിയുടെ നിത്യോപാസകനായിരുന്ന ഏട്ടൻ ഒരുവേദനയു മറിയാതെ 'അപ്പ'വിന്റെ അടുത്തേക്ക്, സ്വന്തം മണ്ണിലേക്ക് മടങ്ങി. പ്രിയപ്പെട്ടവരുടെ മരണം ദുഃഖം മാത്രമല്ല ഒരനാഥത്വവും നമ്മിലുണ്ടാ കുമെന്ന് ഏട്ടന്റെ വിയോഗത്തോടെ ഞാൻ മനസ്സിലാക്കുന്നു.

ഈ പ്രകൃതിയിലെ ഏതൊന്നിന്റേയും ശബ്ദം, മണം, സൗന്ദര്യം എന്നിവ ഇത്രയും അമൂല്യമാണെന്ന് മനസ്സിലാക്കിത്തന്ന ആ പ്രതി ഭയുടെ കാല്ക്കൽ നിറകണ്ണോടെ ഞാൻ നമസ്കരിക്കുന്നു. ഇനിയും ഒരു ജന്മമുണ്ടെങ്കിൽ അന്നും ഈ ഏട്ടന്റെ അനിയത്തിയായിത്തന്നെ ജനിക്കാൻ ഇടവരുത്തണേ ഈശ്വരാ എന്നു പ്രാർത്ഥിക്കാനേ എന്നെക്കൊണ്ടാവൂ...

....

ഡോ.ടി.എൻ. വാസുദേവന്റെ ഇളയ സഹോദരിയാണ്. കഥകളി, വാദ്യം സംഗീതം എന്നിവയിൽ തൽപരയാണ്.

www.ingramcontent.com/pod-product-compliance
Lightning Source LLC
LaVergne TN
LVHW090304051026
849518LV00005B/1646
* 9 7 8 9 3 5 5 1 7 0 9 7 2 *